தமிழகத்துக்கு அப்பால் தமிழ்

தமிழகத்துக்கு அப்பால் தமிழ்

நேர்கண்டு பதிப்பித்தவர்
பொ. திராவிடமணி (பி. 1973)

தஞ்சாவூர், குந்தவை நாச்சியார் அரசினர் மகளிர் கலைக்கல்லூரி தமிழ்த்துறையில் பேராசிரியராகப் பணியாற்றிவருகிறார்.

பல்வேறு இலக்கிய இதழ்களில் தொடர்ந்து கட்டுரைகள் எழுதிவருகிறார். தமிழ் இலக்கியங்களை, குறிப்பாகச் சங்க இலக்கியங்களை நுட்பமாக ஆராய்ந்துவருகிறார்.

ஆசிரியரின் பிற நூல்கள்

1. தொல்காப்பியம் நம்பியகப்பொருள் களவியல் ஒரு பார்வை (2007)
2. நாட்டாரையா அவர்களின் நக்கீரர் கபிலர் (2007)
3. பாரதியும் பாஞ்சாலி சபதமும் (2008)
4. அகநானூற்றில் இல்லற மாண்பு (2008)
5. தமிழ் உரைநடை வளர்ச்சிக்கு வித்திட்டோர் சிலர் (2008)
7. தமிழ் இலக்கிய வரலாறு (2015)
8. அறிவியிலும் இலக்கியமும் (2016)
9. பழந்தமிழரின் பண்பாட்டு முகங்கள் (2022)
10. சங்ககாலப் பரதவக் குடிகளின் இருப்பும் வாழ்வும் (2024)

கவிதைத் தொகுப்பு

1. மடைதிறந்து (2016)
2. வெயிலுதிர் காலம் (2018)
3. கௌதமருக்காகக் காத்திருக்கிறேன் (2021)
4. சொல் எனும் சொல் (2024)

நேர்கண்டு பதிப்பித்தவர்
பொ. திராவிடமணி

தமிழகத்துக்கு அப்பால் தமிழ்

தமிழின் உலகளாவிய பரிமாணமும் பரிணாமமும்

காலச்சுவடு பதிப்பகம்

● *அன்பார்ந்த வாசகருக்கு,*

வணக்கம்.

காலச்சுவடு நூலை வாங்கியமைக்கு நன்றி.

நூலின் உள்ளடக்கம், உருவாக்கம், அட்டைப்படம் இன்ன பிற அம்சங்கள் பற்றிய உங்கள் கருத்துகளையும் ஆலோசனைகளையும் காலச்சுவடு வரவேற்கிறது. தகவல், எழுத்து, வாக்கியப் பிழைகள் தென்பட்டால் அவசியம் தெரிவித்து உதவுங்கள். நூல் தயாரிப்பில் கடும் குறைபாடு இருப்பின் மாற்றுப் பிரதி உங்களுக்குக் கிடைக்கக் காலச்சுவடு ஏற்பாடு செய்யும்.

*மின்னஞ்சல்: **publisher@kalachuvadu.com***

காலச்சுவடு நாகர்கோவில் அலுவலகத்திற்குக் கடிதம் அனுப்பலாம்.

தங்கள்

எஸ்.ஆர். சுந்தரம் (கண்ணன்)

பதிப்பாளர் – நிர்வாக இயக்குநர்

தமிழகத்துக்கு அப்பால் தமிழ்: தமிழின் உலகளாவிய பரிமாணமும் பரிணாமமும் ✦ நேர்காணல்கள் ✦ நேர்கண்டு பதிப்பித்தவர்: பொ. திராவிடமணி ✦ © பொ. திராவிடமணி ✦ முதல் பதிப்பு: டிசம்பர் 2024 ✦ வெளியீடு: காலச்சுவடு பப்ளிகேஷன்ஸ் (பி) லிட்., 669, கே.பி. சாலை, நாகர்கோவில் 629001

காலச்சுவடு பதிப்பக வெளியீடு: 1331

tamizakattukku appaal tamiz : Tamizhin ulakalaaviya parimaanamum parinaamamum ✦ Interviews ✦ Interviewed and compiled by: P. Thiravidamani ✦ © P. Thiravidamani ✦ Language: Tamil ✦ First Edition: December 2024 ✦ Size: Demy 1 x 8 ✦ Paper: 18.6 kg maplitho ✦ Pages: 304

Published by Kalachuvadu Publications Pvt. Ltd., 669 K.P. Road, Nagercoil 629001, India ✦ Phone: 91-4652-278525 ✦ e-mail: publications @kalachuvadu.com ✦ Printed at Clicto Print, Jaleel Towers, 42 KB Dasan Road, Teynampet Chennai 600018

ISBN: 978-93-6110-261-5

12/2024/S.No. 1331, kcp 5519, 18.6 (1) rss

பொருளடக்கம்

என்னுரை: அப்பால் அசைந்த மனம்	9
முன்னுரை: எல்லையற்ற தமிழ்	13
1. அனார்	17
2. ஆசி கந்தராஜா	29
3. இன்பா	36
4. கவிதா லட்சுமி	46
5. குணா கவியழகன்	57
6. கோ. புண்ணியவான்	65
7. செல்வம் அருளானந்தம்	75
8. பவானி சற்குணசெல்வம்	91
9. பொ. கருணாகரமூர்த்தி	98
10. பொன் சுந்தரராசு	109
11. மந்தாகினி குமரேஸ்	118
12. றஷ்மி	125
13. ஸர்மிளா ஸெய்யித்	134
14. ஷோபாஷக்தி	148

பின்னிணைப்புகள்

சாம்பல் பொம்மை (சிறுகதை)
– அனார் 157

தேன்சுவைக்காத் தேனீக்கள் (சிறுகதை)
– ஆசி கந்தராஜா 166

அலைகளின் முதுகிலேறும் வீரன் (கவிதை)
– இன்பா 173

என் மகனின் காதலிக்கு! (கவிதை)
– கவிதா லட்சுமி 174

ஒப்புக் கொடுக்கப்பட்ட மனிதக் கடத்தல் (சிறுகதை)
– குணா கவியழகன் 176

குழி (சிறுகதை)
– கோ. புண்ணியவான் 187

வியாகூலப் பிரசங்கம் (கவிதை)
– செல்வம் அருளானந்தம் 198

சந்தனம் மெத்தினால் (சிறுகதை)
– பவானி சற்குணசெல்வம் 200

தனிமைக்குள் நீந்தும் ஓங்கில் (சிறுகதை)
– பொ. கருணாகரமூர்த்தி 204

ஒரு நாள் பொழுது (சிறுகதை)
– பொன் சுந்தரராசு 232

கரிபியன் கடல் (சிறுகதை)
– மந்தாகினி குமரேஸ் 243

'ஜ' (சிறுகதை)
– றஷ்மி 250

தகனம் (சிறுகதை)
– ஸர்மிளா ஸெய்யித் 271

மரச்சிற்பம் (சிறுகதை)
– ஷோபாஷக்தி 286

என்னுரை

அப்பால் அசைந்த மனம்

முதுகலை மாணவர்களுக்கு அயலகத் தமிழ் இலக்கியத்தை நடத்தியபொழுது எனக்கு உலகப் படைப்பாளர் குறித்துப் பல கேள்விகள் தோன்றின. உலக அளவில் இன்று தமிழர்கள், குறிப்பாக, ஈழத் தமிழர்கள் பரவி வாழ்ந்துவருகிறார்கள். அவர்களில் பலர் நல்ல படைப்பாளர்களாகத் திகழ்கிறார்கள். அவர்களது படைப்புகள் உலகத் தமிழர்களிடம் நல்ல வரவேற்பைப் பெற்றிருக்கின்றன. உலக அளவில் இன்று தமிழ்ப் படைப்பாளர்களின் வெளியீடுகளும், நூல் அறிமுகக் கூட்டங்களும், விமர்சனக் கூட்டங் களும் நடந்துவருகின்றன. தமிழ், உலகத் தமிழாக மாறிவிட்ட இன்றைய நிலையில் நாம் தமிழ் இலக்கியத் திறனாய்வு தொடர்பாகப் புதிய கேள்விகளை எழுப்ப வேண்டும். தமிழ்ப் படைப்பு, படைப்பாளர்களுக்கான புதிய சூழல், இடம் என்ன, அவர்களுக்கான பொறுப்புணர்வு என்ன, அவர்களுக்குப் புதிய திணைகள் உண்டா, பட்டறிவும் நிலக்காட்சிகளும், காலமும் எப்படி மாறுகின்றன, புதிய புலனெறி வழக்குகள் யாவை, எனப் பல கேள்விகள் முகிழ்த்தன. இவற்றையெல்லாம் அவர்களிடமே கேட்டு அதற்கான பதில்களைப் பெற வேண்டும். அவ்வாறு பதில்களைப் பெற்றால் மட்டும் போதாது. எனக்குக் கிடைத்த பதில்களை எல்லோரும் அறிந்துகொள்ளும்படியாக நூலாக்க வேண்டும். அப்படி நூலாக்கினால் புதிய சிந்தனைகள் எழலாம் எனும் எண்ணம் என்னுள் தோன்றியது. இதுகுறித்துக் கனடாவில் வசித்துவரும் கவிஞரும் பேராசிரியருமாகிய

9

சேரனிடம் பேசினேன். அவர், இதுபோன்ற முயற்சிகளை வேறு மொழிகளில் சிலர் செய்திருக்கிறார்கள்; இதன்மூலம் உலகத் தமிழ்ப் படைப்பாளர்களின் மனவோட்டத்தை ஓரளவு தெரிந்துகொள்ள முடியும் என ஊக்கமளித்தார்.

இதற்கான முயற்சியை 2024ஆம் ஆண்டு மார்ச் மாதத்தில் முன்னெடுத்தேன். முதலில் என் பட்டியலில் அனார் (இலங்கை), ஸர்மிளா ஸெய்யித் (இலங்கை தற்போது அமெரிக்காவில் வசித்து வருகிறார்) குணா கவியழகன் (இலண்டன்), ஷோபாஷக்தி (பிரான்ஸ்), றஷ்மி (ஐக்கிய ராச்சியம்), கோ. புண்ணியவான் (மலேசியா), பவானி சற்குணசெல்வம் (நெதர்லாந்து), இன்பா (சிங்கப்பூர்) ஆகியோர் பெயர்ப் பட்டியல் மட்டுமே இருந்தது. இவர்கள் என் முகநூல் நண்பர்கள். ஒரு சிலருடன் ஓரிருமுறைகள் பேசியிருக்கிறேன். பெரிய அறிமுகம் எதுவுமில்லை. செல்வம் அருளானந்தம் (கனடா), பொ. கருணாகர மூர்த்தி (ஜெர்மனி), ஆசி கந்தராஜா (ஆஸ்திரேலியா), மந்தாகினி குமரேஸ் (கனடா), கவிதா லட்சுமி (நோர்வே) ஆகியோரையும் பின்னர் இணைத்துக்கொண்டேன். பொன் சுந்தரராசுவையும் (சிங்கப்பூர்) அவர்களையும் சேர்த்து 14 படைப்பாளர்களைத் தேர்ந்தெடுத்தேன். இது எனது தனிப்பட்ட தேர்வுதான். எனினும் இவர்கள் சிறப்பான எழுத்தாளர்கள் என்பதில் கருத்து மாறுபாடு இருக்காது எனக் கருதுகிறேன்.

ஒவ்வொருவரிடமும் இந்த நேர்காணலுக்குப் பதில் தருவதற்கான ஒப்புதலை முதலில் பெற்றேன். அதன் பிற்பாடு மனதில் தோன்றிய வினாக்களையெல்லாம் எழுதி, இறுதியாகப் பத்து வினாக்களை முடிவு செய்தேன். அந்தப் பத்து வினாக்களையும் தேர்வு செய்யப்பட்ட படைப்பாளர்களுக்குப் புலனத்தின் வழி அனுப்பினேன். ஒரு சிலர் தட்டச்சுச்செய்து அனுப்பினார்கள். ஒரு சிலர் ஒவ்வொரு கேள்விக்கான விடையையும் ஒலிப்பதிவுசெய்து அனுப்பினார்கள் பிற்பாடு அதனை நானே தட்டச்சுச்செய்து அனுப்பி அவர்களின் ஒப்புதலுடன் பெற்றுக்கொண்டேன்.

நேர்காணல் மட்டும் போதுமானதாக இருக்கவில்லை. நேர்காணலுடன் படைப்பாளரின் முழு விவரமும் இந்நூலில் இடம்பெற வேண்டும் எனக் கருதிப் பிறப்பிலிருந்து தற்காலம் வரை அவர்கள் கடந்துவந்த பாதை, படைப்பு, விருதுகள் என அவர்களுடைய தன்வரலாற்றுச் சுருக்கத்தையும் நேர்காணலுக்கு முன் இடம்பெறச் செய்தேன்.

பிற்பாடு அதுவும் நிறைவளிக்கவில்லை. படைப்பாளரின் ஒளிப்படங்களுடன், அவர்களின் படைப்புகளையும் பின்னிணைப்

பாகத் தந்தால் இன்னும் கூடுதல் சிறப்பாக அமையும் என்று எண்ணி அவற்றையும் பெற்றுப் பின்னிணைப்பாக்கினேன்.

இந்த முயற்சிகளெல்லாம் உலக அளவில் தமிழ்ப் படைப்புகளின் வளர்ச்சி குறித்தும், தமிழ்ப் படைப்பாளர்களின் நிலைகுறித்தும் அறிவதற்கான முயற்சி என்றே சொல்லலாம். உலக அளவில் படைப்பாளர்களை நேர்காண வேண்டும் என்று முடிவான நிலையில், அந்தப் பதினான்கு படைப்பாளர்களில் அனார், ஸர்மிளா ஸெய்யித், பவானி சற்குணசெல்வம், குணா கவியழகன், கோ. புண்ணியவான், ஆசி கந்தராஜா, றஷ்மி உள்ளிட்டவர்களின் படைப்புகளை மட்டுமே படித்திருந்தேன். ஒருவரது படைப்பைப் படிக்காமல் அவரிடம் படைப்புக் குறித்து வினாக்களைத் தொடுப்பது எப்படி? அது அறமாகுமா? அறமாகாது என்பதால், ஒவ்வொருவரது படைப்பையும் தொடர்ந்து படித்துக் கொண்டே இருந்தேன். ஷோபாஷக்தியின் 'ம்', பொ. கருணாகர மூர்த்தியின் 'ஒரு அகதி உருவாகும் நேரம்', 'கலைஞன்' (இன்னும் சில சிறுகதைகள்), செல்வம் அருளானந்தத்தின் 'எழுதித் தீராப் பக்கங்கள்', ஆசி கந்தராஜாவின் 'உயரப் பறக்கும் காகங்கள்', 'கள்ளக்கணக்கு', 'பணச்சடங்கு' என, எனக்குக் கிடைத்த கதைகளையும் கவிதைகளையும் படித்துக்கொண்டே இருந்தேன். அப்பொழுது அவர்களது படைப்பு சார்ந்து எனக்குத் தோன்றிய வினாக்கள் சிலவற்றையும் கூடுதலாகச் சில படைப்பாளர்களிடம் கேட்டு அதற்கான பதிலையும் பெற்றேன்.

பின்னிணைப்பாக அவர்கள் அனுப்பிய கதைகள், கவிதைகள் ஒவ்வொன்றையும் படித்தேன். பொதுவாகப் படைப்பு என்பது தன்னனுபவமாகவும், பிறர் அனுபவத்தை அறிந்து தன்வயப்படுத்தி வெளிக்கொணர்வதன் மூலமும் மலர்வதுதான். அவ்வகையில் இந்நூலில் இடம்பெற்றுள்ள பலரது படைப்புகள் அவர்களது வாழ்வியல் அனுபவங்களை அடியொற்றியதாக அமைந்திருப்பதை அவதானிக்க முடிந்தது. இந்நூலில் ஈழத்திலிருந்து புலம்பெயர்ந்த படைப்பாளர்களின் எண்ணிக்கைதான் மிகுதி என்பது குறிப்பிடத் தக்கது.

தமிழ்மொழியின் தொன்மையும், சிறப்பும் எல்லோரும் அறிந்த ஒன்றே. தொடக்கத்தில் சொல்லப்பட்ட தமிழ், சமஸ்கிருதம், சீனம், ஹீப்ரு, கிரேக்கம், இலத்தீன் என்ற ஆறு செம்மொழிகளில் தொன்மையும் தொடர்ச்சியும் உடைய ஒரே மொழி தமிழ்மொழியாகும். உலகம் முழுதும் தமிழ் வளர்கிறது எனும் பொதுப்புத்தி நிலையில் விலகி நின்று உண்மையில் தமிழ் மொழிக்கான இடம் தமிழ்நிலத்திற்கு அப்பால் எப்படியிருக்கிறது

என்பதை விசாரணைக்கு உட்படுத்திப் பார்த்தல் வேண்டும். சுந்தர ராமசாமி கனடா உட்பட வேறுசில நாடுகளுக்கும் பயணம் செய்த பிற்பாடு, 'தாழ்ந்து பறக்கும் தமிழ்க்கொடி' எனும் தலைப்பில் ஒரு கட்டுரை எழுதினார். இதனை நினைவில் கொள்கிறேன். தமிழ்மொழி, தமிழ் படைப்புகளின் வளர்ச்சியின் உண்மைத் தன்மையையும் யதார்த்தத்தையும் அறிந்துகொள்வதற்கான சிறு முயற்சியே இந்த நூல். எதிர்காலத்தில் அவற்றை வளர்த்தெடுப்பதற்கான முன்னெடுப்பை எடுக்கப் பயனுள்ள வகையில் அமைய வேண்டும் என்பது என் விருப்பு. ஒரு பானைச் சோற்றுக்கு ஒரு சோறு பதம் எனும் நோக்கில் தமிழகத்திற்கு அப்பால் வாழும் தமிழ்ப் படைப்பாளர்களின் நேர்காணலின் மூலம் உலக அரங்கில் தமிழ்ப் படைப்பிற்கான சூழலை அறிய விழைந்துள்ளேன் என்று கூறுவதுதான் சரியாக இருக்கும்.

நான் நேர்காணல் வேண்டும் என்று கேட்டவுடன் எவ்வித மறுப்பையும் தெரிவிக்காமல் இன்முகத்துடன் பதில்களை அளித்த தோழமைகள் அனார், ஆசி கந்தராஜா, இன்பா, பொ. கருணாகர மூர்த்தி, கவிதா லட்சுமி, செல்வம் அருளானந்தம், குணா கவியழகன், பவானி சற்குணசெல்வம், கோ. புண்ணியவான், பொன் சுந்தரராசு, மந்தாகினி குமரேஸ், ஸர்மிளா ஸெய்யித், றஷ்மி, ஷோபாஷக்தி ஆகியோருக்கும், இந்நூலுக்கு நுட்பமான தொரு முன்னுரையை வழங்கியிருக்கின்ற சேரனுக்கும், எப்போதும் என் முயற்சிகளுக்கு ஊக்கமளிக்கும் கணவர் சு. சரவணவேலுவுக்கும், மகள் ச. ரக்சினி பிரியாவிற்கும் அன்பிற்குரிய என் பெற்றோர்க்கும் (இரா. பொதியப்பன், இரா. லதா) என் நெஞ்சம் நிறைந்த அன்பையும் நன்றியை யும் தெரிவித்துக்கொள்கிறேன். எல்லாவற்றுக்கும் மேலாக சிறப்பானதொரு அட்டைப் படத்தை வடிவமைத்துக் கொடுத்த றஷ்மிக்கும், இந்நூலின் அச்சமைப்பு வேலைகளைச் செய்துள்ள பா. கலா முருகனுக்கும், காலச்சுவடு பதிப்பகத்தாருக்கும் பேரன்பையும் நன்றியையும் தெரிவித்துக்கொள்கிறேன்.

தஞ்சாவூர்
22 சூலை 2024

பொ. திராவிடமணி

முன்னுரை

எல்லையற்ற தமிழ்

பொ. திராவிடமணியின், 'தமிழகத்துக்கு அப்பால் தமிழ்' எனும் சிறப்புமிகு நூலை வாசித்து முடித்தபோது பழைய நினைவுகள் சில கிளர்ந்தன. தமிழிலக்கியத்தையும் தமிழ் இலக்கிய வரலாற்றையும் பற்றிப் பேசியும் எழுதியும் வந்த பலர் தமிழ்நாட்டுக்கு வெளியே செழித்திருந்த தமிழிலக்கியங்கள் பற்றிய அறிவும் அக்கறையும் இல்லாதிருந்தனர். கடந்த இருபது ஆண்டுகளாக இந்நிலை மெல்லமெல்ல மாறத் தொடங்கியபோது தமிழ், உலகத் தமிழாகப் பரிமாணமும் பரிணாமமும் பெற்றுவிட்டதை அனைவரும் புரிந்துகொண்டனர். இந்தப் புதிய தமிழை எப்படி அழைப்பது?

ஈழத் தமிழர்களில் ஒரு பகுதியினர் இதனை, 'நாடு கடந்த தமிழ்' (Transnational Tamil) என அழைத்தார்கள். மறைந்த பேராசிரியர் செல்வா கனகநாயகம், பேராசிரியர் சாஷா எபெல்லிங் (சிக்காக்கோ பல்கலைக்கழகம்) போன்றோர் இதனை உலகத் தமிழ் (Global Tamil) எனக் குறிப்பிட்டனர். 2011இல் சிங்கப்பூர் எழுத்தாளர் விழாவின் ஓரங்கமாக இடம்பெற்ற தமிழ் மாநாட்டின் தலைப்பு, 'தாயகம் கடந்த தமிழ்' என்பதாகும். இதனைச் சிங்கப்பூர் தமிழ் எழுத்தாளர் கழகம் ஒருங்கமைத்திருந்தது. அதன் தொடர்ச்சியாக, 2014இல் கோவையில் மாலனின் ஒழுங்கமைப்பில், 'தாயகம் கடந்த தமிழ்' எனும் மாநாடு இடம் பெற்றது. இந்த மாநாட்டில் தான் எஸ். பொன்னுத்துரை, 'தாயகம் கடந்தும் தமிழ்'

என இருப்பதே பொருத்தம் எனக் குறிப்பிட்டார். காலம் சென்ற கவிஞரும் ஊடகவியலாளருமான கி.பி. அரவிந்தன், 'அப்பால் தமிழ்' என்ற பயன்பாட்டை நடைமுறைக்குக் கொண்டு வந்தார். *காலச்சுவடு* சஞ்சிகையும் இலங்கையிலிருந்து வெளியான *சரிநிகர்* வார இதழும் இணைந்து, 'தமிழ் இனி' எனும் தமிழ் இலக்கிய, ஆய்வு மாநாட்டைச் சென்னையில் 2000இல் நடத்தின. அந்த மாநாட்டின் பொருண்மை உலகத் தமிழ் பற்றியதாகவும் இருந்தது.

புலம்பெயர் இலக்கியம், அயலகத் தமிழ், புகலிடத் தமிழ் இலக்கியம், அகதித் தமிழ் இலக்கியம் ஆகிய பயன்பாடுகள் இருந்துவந்தாலும் இந்தத் தொகுப்பின் தலைப்பான, 'தமிழகத்துக்கு அப்பால் தமிழ்' என்பது இன்றைய தமிழின் ஆழத்தையும் விரிவையும் 'வடவேங்கடம் முதல் தென்குமரி ஆயிடை' இருக்கிற புலத்துக்கு வெளியே இருக்கிற பல்வேறு தமிழ்கூறு நல்லுலகங்களைப் பற்றிப் பேசுகிறது. அந்த வகையில் இது புதிய தமிழுக்கும், தமிழ் இலக்கியத்துக்கும், இலக்கிய வரலாற்றுக்கும் செழுமையை வழங்குகிறது எனக் கூறுவதில் எனக்குத் தயக்கமில்லை.

இந்தத் தலைப்பிலும், 'தமிழகம்'தான் மையமாகவும் மூலத் தமிழ் உலகமாகவும் உள்ளார்ந்து இருக்கிறதே என ஆய்வாளர்கள் கேள்வி எழுப்ப முடியும். பேராசிரியர் கா. சிவத்தம்பி ஒரு முறை சுட்டிக்காட்டியதுபோல, "கிறித்துவரின் தமிழ்த் தொண்டு", "இஸ்லாமியரின் தமிழ்த் தொண்டு", "சமணரின் தமிழ்த்தொண்டு" எனப் பிரித்துப் பேசுவது அவர்களெல்லாம் தமிழ் எனும் மையநீரோட்டத்துக்கு, 'வெளியில்' உள்ளவர்கள் என்ற கருத்தியலைத் தரக்கூடும். தமிழ், மதங்களுக்கு அப்பாலானது என்ற வகையில், அத்தகைய பிரிப்பு அவசியமற்றது என்பது சரிதான். எனினும், அந்த மைய நீரோட்டத் தமிழில், தமிழ் இலக்கியத்தில் பன்முகப்பாடு இடம்பெறத் தவறுகிறபோது அல்லது அப்பன்முகப்பாடு மறுக்கப்படுகிறபோது ஓர் எதிர்ப்புக் குரலாக அவை வலியுறுத்தப்பட வேண்டும் என்பது அறிவும் அறமும் சார்ந்த நிலைப்பாடு எனக் கருதுகிறேன்.

அந்த வகையில்தான் தலித் இலக்கியம், பஞ்சமர் இலக்கியம், பெண்ணிய இலக்கியம், புலம்பெயர் இலக்கியங்கள், பால்புதுமையினர் இலக்கியங்கள் என்பன பற்றித் தனித்தும் சிறப்பித்தும் பேச வேண்டிய தேவை எமக்கு இருக்கிறது. அந்தக் கடப்பாட்டை நாம் நிறைவுசெய்வதில் ஒரு புதிய காலடியை, திராவிடமணியின் இந்த நூல் எமக்குத் தருகிறது.

இந்த நேர்காணல் நூலில் இடம்பெற்றுள்ள எழுத்தாளர்கள், கவிஞர்களில் பலர் பரவலாகக் கவனம் பெற்றவர்கள். சிலர் நீண்ட காலமாக எழுத்துலகில் இருந்தாலும் பரவலாக அறியப் படாதவர்கள். ஆனால் அறியப்பட வேண்டியவர்கள். இந்த நூலில் இடம்பெறாமல், மேலும் பல சிறப்பான எழுத்தாளர்கள் இருக்கிறார்களா என்ற கேள்வியை ஒருவர் எழுப்பலாம். எனினும் திராவிடமணி தனது குறிப்பில் சொல்வதுபோல, அவர் ஆழமாக வாசித்த, அவருடைய தெரிவில் தவிர்க்க முடியாத எழுத்தாளர்களை அவர் சீரியமுறையில் நுட்பமாக நேர்காணல் செய்துள்ளார். அந்த முறையில் இது ஒரு சிறப்பு மிக்க வளநூலாக அமைகிறது. ஆய்வாளர்களுக்கும் உயர்நிலை மாணவர்களுக்கும் தமிழ் இலக்கியத்தின் இன்றைய பன்முக வெளிப்பாட்டையும் புரிந்துகொள்ள விரும்பும் எவருக்கும் செறிவுமிக்க ஓர் ஆவணமாக இந்த நூல் அமைகிறது.

நூலில் இடம்பெற்றுள்ள எழுத்தாளர்கள் தமது நேர்காணலில் தங்களது அறக் கட்டுப்பாடு, தன்வரலாற்றுக்கும் சமூக வரலாற்றுக்கும் இடையிலான ஊடாட்டங்கள், பொறுப்புணர்வு, படைப்பு உருவாகும் அக/புற வழிமுறைகள் என்பன பற்றிப் பேசுகிறார்கள். அவை எமக்குப் புதிய வழிகளையும் அந்தப் படைப்பாளிகளின் படைப்புகளைப் புதிய கோணத்தில் பார்க்கவும் வழி செய்கின்றன.

வழமையான நேர்காணல்கள்போல, “நீங்கள் எப்போது பிறந்தீர்கள்?”, “எப்போது தவழ்ந்தீர்கள்?”, “எப்போது முதல் தடவையாக ஐஸ்கிரீம் சாப்பிட்டீர்கள்?” என இல்லாது மிக ஆழமான கேள்விகளை திராவிடமணி முன்வைத்துள்ளார்.

ஒடுக்கப்பட்ட மக்களுக்கும் அகதிகளுக்கும் இனப் படுகொலையில் தப்பிப் பிழைத்தவர்களுக்கும் அவர்களது அடையாளம் தருகிற துயரம் பெரிது. இணைந்தாலும் இணைய மறுக்கும் வேற்றுநில வாழ்வு, அணைய மறுக்கும் நோக்காடு என்பவற்றால் தொடர்ந்தும் அவர்கள் அலைக்கழிக்கப்படுகிற நிலையை உணர்வுத் தோழமையுடன் இந்த நூலிலுள்ள நேர்காணல்கள்மூலம் நமக்குத் தருகிறார் திராவிடமணி.

85 ஆண்டுகளுக்கு முன்பு லாங்ஸ்டன் ஹியூக்ஸ் எனும் மிகச்சிறந்த ஆபிரிக்க–அமெரிக்கக் கவி *'Notes on Commercial Theatre'* எனும் கவிதையை எழுதினான். ஹாலிவூட், பிராட்வே, அமெரிக்காவின் மிகப்பெரிய இசை நிறுவனங்கள் எல்லாம் எப்படி அமெரிக்கக் கறுப்பின மக்களது இசையையும் பாடல்களையும்

ஆடல்முறைகளையும் திருடி, அவர்களது பெயரையும் அனுபவங்களையும் திறமையையும் படைப்பாற்றலையும் மறைத்துத் தமது பெயரில் வெளியிட்டுப் புகழும் பணமும் பெருமையும் சேர்த்தன என்பதை அறச்சீற்றத்துடன் கண்டிக்கிற கவிதை அது. அந்தக் கவிதை இவ்வாறு முடியும்.

"Someday Somebody'll
Stand up and talk about me
And write about us
Black and beautiful
And sing about me
And put out plays about us
I reckon it'll be me
Me, myself
Yes, it will be me."

தங்கள் கதைகளைத் தாமே சொல்வதும் அதன் தேவையும் எல்லா வகையான இலக்கிய, அரசியல் வரலாறுகளுக்கும் இன்றியமையாதது. கவி லாங்ஸ்டன் ஹ்யூக்ஸ் வலியுறுத்துவதும் அதைத்தான்.

இந்த நூலில் நம்மவரைப் பேசவிட்டுள்ளார் பொ. திராவிட மணி. காற்றை எதிர்த்து ஒரு வீச்சு மிக்க காலடியாக இந்த நூல் அமைகிறது. பொ. திராவிடமணிக்கும் இந்த நூலில் இடம் பெற்றுள்ள எழுத்தாளர்கள், கவிஞர்களுக்கும் என் அன்பும் வாழ்த்தும்.

ஜூலை, 2024   சேரன்

1

அனார்

அனார், கிழக்கு இலங்கையில் சாய்ந்தமருது எனும் சிற்றூரில் ஆதம்லெப்பை அப்துல் ரஸ்ஸாக், ஷஹீது ஆமீனா உம்மா இணையருக்கு மகளாக 1974ஆம் ஆண்டு டிசம்பர் 15ஆம் நாள் பிறந்தார். அனார் எனும் புனைபெயரில் எழுதும் இஸ்ஸத் ரீஹானா முஹம்மது அஸீம், சாய்ந்த மருதுவில் உள்ள அல் – ஹிலால் வித்தியாலயத்தில் ஆரம்பப் பள்ளிக் கல்வியைப் பயின்றார். கல்முனையில் உள்ள மஹ்மூத் மகளிர் கல்லூரியில் தனது உயர்தரக் கல்வியைத் தொடர்ந்தார். ஆதம்பாவா முஹம்மது அஸீம் என்பவரை 15.10.2000இல் மணம் செய்து கொண்ட இவருக்கு, முஹம்மது அஸீம் அபீஃப் ஷீத் என்ற மகனும் உண்டு.

ரூமி, போர்ஹெஸ், கமலாதாஸ், ஓரான், பாமுக், நெருதா, மண்டோ, மஹ்முத் தர்வேஸ் போன்றோரைத் தனது முன்னோடிகளாகக் குறிப்பிடும் இவர் தன்னுணர்ச்சிக் கவிஞராக அறியப்படுகின்றார்.

மொழியின் அடர்த்தியையும், படிமச் செறிவையும் உடைய இவரது கவிதைகள் பெண்மையின் அகவயப் போராட்டங்களைப் பிரதி செய்பவை. கோபம், விரக்தி, துயர், வலி, காதல், வேட்கை, நிராசை, தனிமை எனப் பல்வேறு பொருண்மைகளில் அவரது கவிதைகளில் அவை விரியும். அனாரின் கவிதைகள் குறித்து கவிஞர் சுகுமாரன் குறிப்பிடுகையில், "அனாரின் கவிதை வரிகளில் பெண் நீராக, ஊற்றாக, நதியாக, மழையாக,

கடலாக, நிலமாக, மலையாக, காற்றாக, மூச்சாக, ஊழிப் புயலாக, ஒளியாக, அலையாக வடிவெடுக்கிறாள்" என்பார். "பெண் உடலும், பெண் மனமும் இவரது கவிதைகளின் மையம்" என்பார் எம்.ஏ. நுஃமான்.

90களின் மத்தியில் எழுத வந்த இவரது முதல் படைப்பான 'தலாக்' எனும் கவிதை 1991இல் வெளிவந்துள்ளது. 2004இல் 'ஓவியம் வரையாத தூரிகை', 2007இல் 'எனக்குக் கவிதை முகம்', 2009இல் 'உடல் பச்சை வானம்', 2013இல் 'பெருங்கடல் போடுகிறேன்', 2017இல் 'ஜின்னின் இரு தோகை' உள்ளிட்ட கவிதைத் தொகுப்பு வெளிவந்துள்ளன. 2013இல் கிழக்கிலங்கை நாட்டார் காதல் பாடல்களைத் தொகுத்து, 'பொடுபொடுத்த மழைத்தூத்தல்' என்னும் பெயரில் வெளியிட்டுள்ளார். 2021இல் 'Leaving' எனும் கவிதைத் தொகுப்பு ஆங்கிலத்தில் வெளிவந்துள்ளது. 2016இல் அம்பையின் கதைகளைத் தொகுத்து, 'அம்மா ஒரு கொலை செய்தாள்' எனும் தலைப்பிலான சிறுகதைத் தொகுப்பைக் காலச்சுவடு பதிப்பகத்தின் மூலம் வெளியிட்டுள்ளார்.

1999இல் தேசிய இளைஞர் சேவை விருதையும், 2002இல் இளம் படைப்பாளி விருதையும், 2005இல் இலங்கை அரச சாஹித்திய மண்டல விருதையும் 2007இல் கம்பன் கழகத்தின் மகரந்தச் சிறகு விருதையும் கொழும்பில் பெற்றார். 2005இல் வடகிழக்கு மாகாண இலக்கிய விருதைத் திருக்கோணமலை யிலும், 2011இல் கனடா தமிழ் இலக்கியத் தோட்டக் கவிதை இயல் விருதைக் கனடாவிலும் பெற்றார். 2013இல் விஜய் தொலைக்காட்சி, "Award for Excellence in the Field of Literature" எனும் விருதைச் சென்னையில் இவருக்கு வழங்கிச் சிறப்பித்தது. 2015இல், "Sparrow Literary Award" மும்பையிலும், 2017இல், 'ஆத்மாநாம் விருதை' சென்னையிலும் பெற்றார்.

பல்வேறு பயிலரங்குகளிலும், கருத்தரங்குகளிலும், மாநாடுகளிலும் சிறந்த கட்டுரைகளை வழங்கிவரும் அனாரின் படைப்புகள் இலங்கையிலும் தமிழகத்திலும் பல்வேறு பள்ளிகளிலும், கல்லூரிகளிலும், பல்கலைக்கழகங்களிலும் பாடத்திட்டமாக இடம்பெற்றுள்ளன.

நேர்காணல்

தங்கள் படைப்புகளின் ஊற்று எது? அது எவ்வாறு காலத்திற்குக் காலம் மாறி வந்திருக்கிறது?

தனிப்பட்ட அனுபவங்களும் உள்ளுணர்வுகளும் மனத்தை கனக்கச் செய்வதில் இருந்தே உள்ளார்ந்தவிதமான நெருக்கடியை உணர்ந்தேன். தனிமையில் இருந்தும், வெறுமையில் இருந்துமே ஆரம்ப ஊற்றுகள் பிறந்தன. எவ்வகையான தனிமை என்பதும், எவ்வகையான வெறுமை என்பதும் அக்காலத்தின் திணிக்கப்பட்ட வாழ்வு முறை, மதம், மனிதர்கள், அரசியல் நெருக்கடி, முற்றாக மறுக்கப்பட்டிருந்த சுதந்திரம், இனப்போராட்டத்தின் தாக்கங்கள், அன்றைய நாள்களில் பீடித்திருந்த அச்சம் எனப் பல விடயங்களைக் கொண்டிருக்கின்றன. அந்த வகையான அழுத்தங்கள், மிக முக்கியமான காரணங்களாக இருந்தன.

95 காலப்பகுதியில் ஊரில் இனக்கலவரங்கள் காரணங் களால் பாடசாலை கல்வியைத் தொடரமுடியாமல் போனது. என்னிடம் எனக்கென இருந்தவை கனவு காணும் மனமும் எனது மொழியாற்றலும் மட்டுமே. எனவே புறரீதியான பெரும் இருள் சூழ்ந்த அந்தத் தனிமைக்குள் இருந்தவாறு மொழி எனும் சிறுசுடரைக் கொண்டு கவிதை என்ற பிரகாசமான வெளியை நான் என் அக உலகில் படைக்கத் தொடங்கினேன். ‘பெண்’ என்பதனால் எல்லாமே மறுக்கப்பட்டதான புறச் சூழ்நிலை களில் இருந்து தப்பிப்பதற்காக அனைத்தும் சாத்தியமாகக் கூடிய அக உலகினைக் கவிதைகளுக்கூடாகக் கண்டடைந்தேன். இதனால்தான், “மொழி ஒரு வகைச் சிறகு, கவிதை ஒரு வகைச் சுதந்திரம்” என அடிக்கடிக் கூறி வந்திருக்கிறேன்.

ஆரம்ப நிலைகளில் இருந்தும் தற்போது பல்வேறு வகையாகக் காலம் பல பரிமாணங்களாக மாறி வந்திருக்கின்றன. சிந்தனைகளிலும் அனுபவங்களிலும் அவ்வாறே மாற்றங்கள் நிகழ்ந்திருக்கின்றன. வாழ்நாள்கள் நெகிழ்வும் தளர்வும் தெளிவுமடைந்திருக்கின்றன. சவால்கள் மிக்க பல்வேறு சந்தர்ப்பங்களைக் கடந்துவந்திருக்கின்றேன். உணர்வுத்தளத்தில் கவிதை மெருகேறிச் செறிவார்ந்த ஒன்றாக மாறியிருக்கிறது என நம்புகின்றேன். முற்றிலும் பெண்ணியம் சார்ந்த எதிர் கவிதைகளினைக் கொண்ட என் முதல் கவிதை நூலான, ‘ஓவியம் வரையாத தூரிகை’ இறுதியாக வெளியிட்ட, ‘ஜின்னின் இரு தோகை’ நூலுக்குமான வேறுபாடு என்னளவில் மிக

விசாலமானது. எனது தனிப்பட்ட வளர்ச்சியை அத்தொகுப்பு பிரதிபலிக்கிறது.

வெளிப்புறமான அவதானங்கள், மனித அனுபவ வலிகள், காதல், கொண்டாட்டம், திளைப்பு, துயரம், இழப்பு என்பன வற்றிலிருந்து பேரன்பின் நிலைகள், மன்னிப்பு, பூரணத்துவம், இறை தேடல், மாயக் கலவையான உணர்ச்சிகளின் உள்நோக்கத்திற்கு நகர்ந்திருக்கிறது என்று கருதுகிறேன்.

தங்கள் படைப்புகளுக்கும் தன்னனுபவங்களுக்கும் இடையே இருக்கும் உறவு, ஊடாட்டம் என்னென்ன? உங்கள் படைப்புகளைத் தன்வரலாறு சார்ந்தவை எனச் சொல்வீர்களா?

தன்னனுபவங்கள் அதிகம் வெளிப்படுவதைத் தவிர்க்க முடியாது. அதேநேரம் அது என் முழுமையான வரலாற்றைக் கொண்டவையுமன்று. கவிதை அதற்கெனச் சில சுய விதிகளைக் கொண்டிருக்கிறது. என்னால் முன்நிபந்தனைகளோடும் திட்ட வரைவுகளோடும் கவிதையை அணுக முடிவதில்லை.

ஒரேவிதமான கவிதை தருணங்களை எல்லாக் கவிதைகளும் கொண்டிருப்பதில்லை. மிக நுட்பமான வேறுபாடுகளும் உயிர்ப்புத் தன்மைகளுமாகக் கவிதைகள் வெளிப்பட்டிருக்கின்றன.

அந்தச் சிலிர்ப்பூட்டும் உயிர்க் கணங்களை மறுபடி மறுபடி பெற்றுக்கொள்வதற்கான ஆற்றலே தொடர்ந்து எழுதுவதற் கான உந்துதலையும் தருகின்றது.

'நான் பெண்' என்ற கவிதையானது ஒரு பாடல்போல இசைத்தபடி குளித்துக்கொண்டிருந்தேன். அப்படியே ஈரத்துடன் ஓடிவந்து எழுதிவிட்டு மீண்டும் குளித்து முடித்தேன்.

மாதம் தவறாமல் இரத்தத்தைப் பார்த்து
பழக்கப்பட்டிருந்தும்
குழந்தை விரலை அறுத்துக் கொண்டு
அலறி வருகையில்
நான் இன்னும் அதிர்ச்சியுற்றுப் பதறுகின்றேன்
இப்போதுதான் முதல் தடவையாக காண்பதுபோன்று

இதனை எழுதும் பொழுது எனது மாதவிடாய் நாளில் இருந்தேன். இவைபோல மிக அந்தரங்கமான உணர்வு நெருக்கமுள்ள பல கவிதைகள் எனது தொகுப்புகளிலும் உள்ளன. அவற்றை விவரிப்பது சாத்தியமானதாக எனக்குத் தோன்றவில்லை.

தங்கள் படைப்புகளில் பிறரது வாழ்வனுபவங்களின் தாக்கம் எவ்விதம் வசப்படுகிறது? மற்றவர்களுடைய அனுபவங்களை அடியொற்றியும்

படைப்புத் தரக்கூடிய, "படைப்பாக்க உணர்வுத் தோழமை" என்ற வகையில் எழுத முயற்சி செய்திருக்கிறீர்களா? எடுத்துக்காட்டாக பலஸ்தீன மக்கள், இனப்படுகொலைகள், ஆதிகுடிகள், பெண்கள் போன்றவர்களின் அனுபவங்கள்?

முதலில் குறிப்பிட்டவாறே தன்னனுபவங்கள் போன்றவை தான் பிறருடைய அனுபவங்களும். இரண்டுமே நிச்சயம் தாக்கம் செலுத்துகின்றன.

உள்வாங்கப்பட்ட பாதிப்பை ஏற்படுத்திய அனைத்தையும் கவிதைகளாக்க விரும்புவதில்லை. கவிதையின் பரப்பு என்னளவில் அதற்கு இடம் தருவதில்லை. 'மேலும் சில இரத்தக் குறிப்புகள்', 'மாபெரும் உணவு மேசை', 'நிருபரின் அறிக்கை' போன்ற போர்க்கால எதிர்வினைகளாகச் சில கவிதைகள் எழுதி இருக்கிறேன்.

எனது நிலத்தைப் பொறுத்தவரை பல்வேறு மனித அழிவுகள் நடந்தேறி உள்ளன. சுனாமி போன்ற இயற்கை அனர்த்தங்களும் நீண்டகால யுத்த இழப்புகள் பெரும்பான்மை அரசியல் சிறுபான்மையினரை ஒடுக்கும் வழிமுறைகள் சமீபகாலத்தில் சிறுபான்மை ஒடுக்கப்படும் முஸ்லீம்களாக மிகக் கடுமையான நெருக்கடிகளைச் சந்திக்கின்றோம். அதில், கொரோனா காலத்தில் உக்கிரமடைந்த பல துயர் நினைவுகள் ஆறாவடுக்களாகி இருக்கின்றன. நான் கவிதை எழுதுகின்றவள் என்பதான சந்திக்கின்ற அனைத்தையும் கவிதையாக்க வேண்டுமென நினைப்பதில்லை. அதனால், மிகவிரிவாகப் பேச வேண்டிய அவசியம் ஏற்படுகையில், நான் கட்டுரைகளை எழுதுகிறேன். சில சிறுகதைகளையும் எழுதியிருக்கிறேன். எந்த வடிவத்தைத் தேர்ந்துகொள்வது என்பது விடயத்தின் ஆழ அகலத்தையும் தேவையையும் மனநிலைகளையும் பொறுத்திருக்கிறது.

பலஸ்தீன் படுகொலைகள், இன அழிப்பு என்பன எவ்விதமானதாக இருக்கும் என்பதை இலங்கை முஸ்லீம் பெண்ணாக என்னால் நன்கு உணர முடியும். உணர்வுடனும் உயிருடனும் பிணைந்துள்ள இத்துயரை எழுதாமல் இருக்க முடியாது, அதனால் நான் எழுதுவேன்.

தங்களது கதை அல்லது பொருண்மையில், மொழிநடையில், படிமங்களில் ஏற்பட்டுள்ள மாற்றங்கள் என்னென்ன?

ஆமாம். கால மாற்றத்துடன் சிந்தனை மாற்றங்களும் ஏற்படுகின்றதன் விளைவுகள் பல்வேறு கண்ணோட்டங்களில்

தேவைகளில் தீர்மானங்களில் புரிதலில் வாழ்வின் அணுகு முறைகளில் அவை பிரதிபலிக்கின்றன.

காலத்திற்குக் காலம் வாசிப்பு என்னை வளப்படுத்தி வந்திருக்கிறது. மொழி சற்று இறுக்கமடைந்திருக்கிறது. பிறருக்கு ஒரு விடயத்தைத் தெட்டதெள்ள? தெளிவாகப் புரியவைத்து விட வேண்டும் என்ற நோக்கத்தில் நான் கவிதையைத் தேர்ந்தவளல்ல.

பாதுகாப்பான வகையில் என்னை வெளிப்படுத்தவே படிமங்கள் உதவின. என்னளவில் பெண் எழுத வருவதற்கான, எழுத முடிவதற்கான நுட்பமான உத்தியாக இதனைக் கூற விரும்புகிறேன். என் சொற்களில் சாம்பல் நிறமெனக் கவிந்திருக்கிறது என் ஆன்மாவின் ரேகைகள், படிமங்கள் என் கவிதைகளின் இரத்தவோட்டம் எனலாம் இப்போதைக்கு.

படைப்பாளராகத் தாங்கள் உணர்ந்த தருணம் எது?

அவ்விதம் துல்லியமாக என்னால் குறிப்பிட்ட தருணத்தை விவரிக்கத் தெரியவில்லை ஆனால் நீங்கள் கேட்கும்போது இரு நினைவுகள் எழுகின்றன. அவை பின்னர், நான் எழுது கின்றவளாக மாறுவதன் தொடக்கப் புள்ளியாக அமைந்தன. பாட்டி ஒருவரின் அருகில் இருந்து அவள் பாடும் நாட்டார் கவிதைகளை இடையறாமல் கேட்டிருந்த ஐந்து வயதிற்கும் குறைவான நாள்கள்.

ஏழு அல்லது எட்டு வயதில் எனது வகுப்புத் தோழி களுக்குத் தினமும் நானே பொய்யான கதைகளை உருவாக்கிச் சொல்வது, அதை அவர்கள் உண்மை என நம்பி வியக்கும்போது வருகின்ற ஒரு வகை கிளர்ச்சியான ஆனந்தம், அவைதான் அந்த முதல் தருணமாக இருக்கும். தவிர என் முதல் கவிதை அதன் சொற்கள் எழுதப்பட்டபோது நான் பரிசுத்தமான அன்பை உணர்ந்தேன்.

இறை கருணையை உணர்ந்தது போன்ற பரவசம் அது. உள்ளுணர்வுகள் முழுக்க ஒளியாக இருந்தன. நான் தனித்த கரும் இரவில் இருந்தவாறு முதல் சொற்களை மனத்தால் முணு முணுத்தேன். எனக்குள் வேறொரு நான் என்னை முழுவதுமாக ஆரத்தழுவியதாக அந்தக்கணம் இருந்தது.

அறிவும் தர்க்கமும் ஆக்க இலக்கியத்துக்கு ஊறு செய்யலாம். உணர்வே இன்றியமையாதது எனும் கருத்தியலைப் பற்றிய உங்கள் எண்ணம் என்ன?

பொ. திராவிடமணி

அறிவும் தர்க்கமும் ஊறு செய்வதாக நான் நினைக்க வில்லை. நீங்கள் அறிவுப் புலமையாளராய் இருப்பது கவிஞராக இருப்பதைத் தடைசெய்யாது.

விழிப்புணர்வான மனநிலை கொண்டவரால் கலையை அதன் உயிர்ப்பான தன்மையுடன் முன்னெடுக்க முடியும். அடிப்படையில் உணர்வுக்கு மிகவும் முக்கியத்துவம் கொண்டிருந்த நிலையிலும் படைப்பாக்கத்திலும் தன்னை முழுமையாக ஈடுபடுத்திக்கொள்ளலாம். நமக்கு முன் பல முன்னோடி எழுத்தாளர்களும் கலைஞர்களும் கவிஞர்களும் இதற்குச் சான்றாக விளங்குகின்றனர்.

தமிழின் சொற்களஞ்சியங்களுக்குள்ளும் சொற்கிடங்குகளுக்குள்ளும் உரிய சொற்களைத் தேடுவதுண்டா?

இல்லை. என்னை வியப்படையச் செய்யும், சிலிர்ப்பூட்டும் சில சொற்களை ஞாபகம் வருகையில் குறித்து வைப்பதுண்டு. சில சொற்களுக்காகக் காத்திருப்பதுமுண்டு. சொற்களஞ்சியத்தை இதுவரை பயன்படுத்தியதில்லை.

படைப்பாளி என்ற வகையில் உங்கள் பொறுப்புணர்வு என்ன?

மனிதருக்குள்ள பொறுப்புணர்வுதான் மிக அடிப்படை யானது, இன்றியமையாதது. கவிஞர்களுக்கென அதில் மேலதிகமான சலுகைகள் இருப்பதாக நான் நினைக்க வில்லை. அதேபோல், பிரத்தியேகமான, கட்டாய கடப்பாடுகள் தேவை என்ற எண்ணமும் இல்லை. 'பொறுப்புணர்வு' என்பது பெண்ணுக்குப் புதியதொன்றுமன்று. அவள் இயல்பிலேயே பொறுப்புணர்வானவள். எனது முஸ்லீம் சமூகத்தில் என்னை உதாரணமாகக்காட்டி இலக்கியத்துறைக்கு வருவதற்குரியவாறு என்னை நான் பொதுவாழ்வில் பொறுப்புணர்வுடன் கையாண்டிருக்கிறேன் என்பதைச் சொல்ல முடியும்.

திராவிடமணி! நீங்கள் என் தோழியும் கவிஞருமல்லவா? நீங்களே கூறுங்கள். பெண்களாகிய நாங்கள் வளரும் காலத்தி லேயே பொறுப்புணர்வுக்குப் பயிற்றப்படுகிறோம். அது வீட்டின் ஒவ்வொரு மூலையிலும் பிசாசின் கண்ணாக உற்றுப் பார்த்தவாறிருக்கிறது. மூச்சு முட்டுமளவு பொறுப்புணர்வுகள் குவிந்துள்ளன. என்னை என் கவிதை உலகத்திலாவது பொறுப்புணர்வற்றிருக்கவும் கொஞ்சமாக அத்துமீறவும் விட்டாலென்ன?

உங்கள் படைப்புகளின் தலைப்புகளை எப்படித் தேர்ந்தெடுக்கிறீர்கள்?

தலைப்பிடுவது சுவாரசியமானதாக இருந்திருக்கிறது. வேறு எழுத்தாளர்களது சில நூல்களுக்குத் தலைப்புகளைக்கூடத் தேர்ந்தெடுத்துக் கொடுத்திருக்கிறேன். அது மகிழ்வான விடயமாகவே எனக்குள்ளது. கவிதையின் மொத்த சாரத்தையும் தலைப்பு பிரதிபலித்திட வேண்டும் என விரும்புவேன். மந்திரச் சொல் போல், அத்தலைப்பு கவிதையை உள்வாங்கி இரசிக்கும் ஆர்வத்தை ஏற்படுத்தவேண்டும் என நினைப்பதுண்டு. ஆனால், தற்போது தலைப்புகளுக்காக மெனக்கெடுகின்ற தீவிரத் தன்மை குறைந்திருக்கிறது.

மற்றைய படைப்பாளிகளின் ஆக்கங்களை வாசித்துவிட்டு, அட, இதனை நான் எழுதியிருக்கலாமே என ஆதங்கப்பட்டிருக்கிறீர்களா? அப்படியானால் என்ன படைப்பு அது? மாதிரிக்குச் சிலவற்றைச் சொல்ல முடியுமா?

அவ்விதமான ஆதங்கங்கள் ஏற்படடதில்லை. எனது ஆதர்சமாகப் பலர் இருக்கின்றனர். அது, உண்மையில் நீண்ட பெயர்ப்பட்டியலைக் கொண்டது. புதிய புதிய மன அமைப்புகளை அறிய, அவர்களது வாழ்வு முறைகளைத் தெரிந்து கொள்ள மொழிபெயர்ப்பு நூல்களேயே நான் அதிகம் வாசிப்பதுண்டு. எனக்கு அதிக கவனத்தை ஈர்ப்பவர்கள், நான் அவர்களை அவர்களது எழுத்துகளின் வழியாக நெருங்கி அறிவதை மானசீகத் தோழமையை உண்டாக்கிக்கொள்வேன். எல்லோரிடமும் இந்த நெருக்கம் ஏற்படாது. அந்த வகையில் மஹ்மூத் தர்வேஸ், கமலாதாஸ், சில்வியா பிளாத் என்ற பெயர்களை மட்டும் குறிப்பிட விரும்புகிறேன். எனது பேரன்புக்குரியவர்களாக மிக அதிகமான விருப்பத்திற்குரிய பழைய புதிய எழுத்தாளர்கள் அனைவரையும் நினைவுகொள்கிறேன்.

தமிழ் இலக்கிய வளர்ச்சியில் பெண் எழுத்துக்கான சூழல், இடம் என்ன?

முக்கியத்துவம் வாய்ந்த அரசியல் மாற்றங்களுடனும் பெண்மொழி பெண்ணுடல் அரசியல் சார்பான சிந்தனைகளுடனும் பெண்கள் கவிதைகள் எழுத ஆரம்பித்த காலமாக, 80களின் காலகட்டத்தை அறிந்துவைத்திருக்கிறோம். மிக முக்கியமான தவிர்க்க முடியாத பெண்கள் அன்று அத்தகைய பங்களிப்பைச் செய்தனர். இந்த மாற்றங்களை உள்வாங்கி 90 காலத்தில் புதிய இளம் பெண்கள் தமிழகத்திலும் அதிகம் எழுதினர். 2000ஆம் ஆண்டுகளில் மிக முக்கியமான முஸ்லீம் பெண்கள் பலரும் இந்த முன்னோடிகளுடன் இணைந்தனர் என்பதனைக் குறிப்பிட வேண்டும். இவைதொடர்பான மிக விரிவான ஆய்வுக் கட்டுரை ஒன்றை நான் எழுதியிருக்கிறேன்.

அச்சு ஊடகங்களைத் தாண்டி இணையத்தளங்கள், முகநூல் வழியாகத் தற்காலத்தில் பெண்கள் எழுதிவருகின்றனர். பெண்கள் எந்தளவு கருத்துச்சுதந்திரத்துடன் கவிதைகளை எழுத முடிகின்றது என்பதையும் நாம் கவனத்தில் எடுக்க வேண்டும்.

அவர்களைச் சூழ்ந்துள்ள மறைமுகமான எல்லா அழுத்தங்களையும் அவர்களால் எந்தளவு எதிர்கொண்டு தாண்ட முடிகிறது, அவளைப் பின்னோக்கி இழுக்கின்ற நெருக்கீடுகளுக்குத் தனது கூர்ந்த அணுகுமுறைகளை முன்கொண்டு செயல்பட அவள் கொடுக்கின்ற விலைகள் என்ன என்பதெல்லாம், பெண் எல்லாக் காலத்திலும் எல்லா நிலைகளில் முகம் கொடுக்கவே வேண்டியிருக்கிறது என்பதை மறுக்கமுடியாது.

இக்கால இளவயதினரின் மனப்போக்குகளில், அவர்கள் ஒரு விடயத்தை எதிர்கொள்ளும் முறைகளில் மிகுந்த மாற்றம் ஏற்பட்டிருக்கிறது. வளமான சிந்தனைகளையும் சிறந்த கல்வியையும் பெறமுடிகின்றதைக் காண்கின்றோம். முன்பிருந்த சூழலின் கடினத்தன்மை நெகிழ்வுற்றிருக்கிறது.

சிறுகதை, நாவல், கவிதைகள், கட்டுரைகள் என இக்காலப் பெண்கள் தன்னம்பிக்கையுடன் வெளிப்படுகின்றனர். தனிப்பட்ட முறையில் பெண்ணுடைய தேர்வுக்கான சுதந்திரம் முன்பிருந்ததைவிட விரிவடைந்திருப்பதாகவே கருதுகிறேன்.

தங்களது படைப்பு முயற்சிக்கு எழுந்த தடை, அதைத் தகர்த்துக் கடந்த வந்த அணுகுமுறை குறித்துச் சொல்லுங்களேன்.

வாழ்வின் உயிர்த்தன்மைக்காக எழுதவும், தொடர்ந்து எழுதுவதற்காக இவ்விதமான புற நெருக்கடிகளுடன் போராடவு மாக அந்நாள்கள் எனக்கிருந்தன.

நவீனக் கவிதைகளில் ஈடுபடும் பெண்கள் அரிதாக இருந்த பொழுது, மூத்த ஆண் எழுத்தாளர்கள் செருக்காலும் பெருமிதங்களாலும் இலக்கியத்தை ஆட்சி செய்வதான கனவில் இருந்தவேளை, ‘எனக்குக் கவிதை முகம்’, ‘நான் பெண்’ எனப் பெருமிதமாகச் சொல்லியபடி, ஒரு முக்காடிட்ட பெண் எழுத வந்தது அவர்களுக்கு மிகுந்த பதற்றத்தைக் கொடுத்தது. அதுவொரு வதை காலமாக இருந்தது. அதனைச் செய்தவர்கள் செய்ய ஊக்குவித்தவர்கள் நன்கு தெரிந்த சக எழுத்தாளர்கள். அவற்றைப் பொதுவெளியில் விவரித்துப்பேச விரும்பவில்லை.

எனது முதலாவது கவிதைத் தொகுப்பை என்னுடைய கணவர் அஸீம்தான் வெளியிட உதவினார். எனவே அதன் பின் வந்த எல்லா நெருக்கடிகளையும் அவரும் நானும்

இணைந்தே எதிர்கொண்டோம். அவர் மட்டுமே, தடைகளை எதிர்ப்புகளைத் தாண்டி நான் தொடர்ந்து எழுதக் காரணமும், உறுதுணையுமாகும்.

நாம் நாமாகவே இருந்து செயல்படுவது, தற்துணிவும் சுயகௌரவமும் மிகுந்தது. அது அவ்வளவு இலகுவானதுமல்ல. சமரசங்களுக்கு இடமற்று, சுயதேர்வின் நிமித்தம் வாழ்வை முன்னெடுப்பதானது, தன் மீதான மதிப்புடன் நம்பிக்கையுடன் செயற்பட வழிவகுக்கிறது.

ஒவ்வொரு காலத்திலும், உக்கிரமான ஒரு கொடுஞ் சூழலிலிருந்து மீண்டு வரும்பொழுது, எனது மிக நெருக்கமான தோழர்களிடம் சொல்லிச் சிரிக்கும் படிமம் ஒன்றுள்ளது. இந்தக் குறுநில மன்னர்களின் படையெடுப்புகளை எதிர்கொண்டு மறுபடி மறுபடி அவர்களைத் தோல்வியுறச் செய்கையில் நானொரு பேரரசி போலவே உணர்கிறேன்.

இப்போதும் வெவ்வேறு வகையான நுண்மையான தடைகளை எதிர்கொள்ளவே செய்கிறேன். நாம் புரிந்துகொள்ள வேண்டிய ஒன்று. கடினமான காலங்களை நாம் தனித்தே எதிர்கொள்ளப் பழக வேண்டும். நான் தனித்து நின்றுதான் எதிர்கொண்டிருக்கிறேன். நாம் நமது பணிகளைத் தொடர்ந்து முன்னெடுக்கலாம். எதிர்ப்புகளைக் காழ்ப்புணர்ச்சிகளை, நம்முடைய ஆற்றல்களை அதிகப்படுத்தும் உரமாக மாற்றலாம். தடைகள் எனது வளர்ச்சிக்கு மிக மிக முக்கியமான ஊக்குவிப்பாக இருந்ததை இப்போது உணர்கிறேன்.

எனது கவிதை நூல்களைக் காலச்சுவடு, க்ரியா போன்ற முக்கியமான பதிப்பகங்கள் வெளியிட்டிருக்கின்றன.

பாடநூல்களில் என் கவிதைகளைப் பயில்கின்றனர். சில முக்கியமான விருதுகள் என்னுடைய கவிதை நூல்களுக்குக் கிடைத்திருக்கின்றன. எனது சொந்த ஊரில் கவிஞராக அறியப்படாத சாதாரணப் பெண்ணாகவே இருக்கிறேன். இவற்றால் மிகுந்த மனநிறைவே எனக்குள்ளது.

எல்லாவிதமான தடைகளுக்கும் நெருக்கடிகளுக்கும் சாவால்களுக்கும் ஊடாகவே இவ்விதமான நற்பயன்களும் விளைந்தன.

பெரும்பான்மையான வாசகர்கள் உங்களைத் தன்னுணர்ச்சிக் கவிஞர் என்றும் இருண்மைக் கவிஞர் என்றும் சொல்கிறார்களே அதனைப் பலம் என்று நம்புகின்றீர்களா? எப்படிப் பார்க்கின்றீர்கள்?

கவிதை அல்லது ஒரு படைப்பாக்கம் எழுதப்பட்ட பிறகு, அதன் அடுத்த கட்டமாகத்தான் அது வாசகர்களைச்

சென்றடைகிறது. கவிதை எனக்குள் என்னோடு உள்ளுணர்வுடன் மட்டும் இருக்கையில் அதற்கொரு பிரத்தியேகத் தன்மையுள்ளது; ஆத்மார்த்தமான உயிர்த்தன்மையுடன்.

அவை வாசகர்களிடம் சென்ற பிறகு எனக்கு மட்டும் உரித்தானதொன்றாக இருப்பதில்லை. படிமங்களும் குறியீடுகளும் ஒற்றைத் தன்மையைக் கொண்டிருப்பதில்லை. உணர்ச்சி வெளிப்பாட்டின் கூறுகள் அதன் சித்தரிப்புகள் கவிதை கொண்டுள்ள உள்ளார்ந்த அர்த்தத்தை நெருங்கி விளங்கிக் கொள்ளவும் அல்லது விலகிப் புரிந்துகொள்ளவும் வாசிப்பவரது இலக்கியப் பரிச்சயமும் தேடலும் உதவ முடியும்.

எனது தன்னுணர்ச்சி, எனது இருண்மை மனத்தின் ஆழத்தில் இருப்பவற்றை மொழிக்கு வழங்குவதன் ஊடாக நிகழ்வது. மொழி பிரதிபலிப்பதனை வாசகர்கள் அவர்களது கண்ணோட்டத்துடன் அணுகும் பொழுது இந்த முடிவுகளுக்கு வரக்கூடும்.

எழுதியவர் உணர்ந்ததையா? வாசிப்பவரும் உணருகின்றனர்? என்பது கேள்விக்குரியதும். அவ்வாறுதான் உணரப்பட வேண்டும் என்ற கட்டாய விதிகளற்றதுமாகும்.

சொற்களில் பெருமயக்கம் உள்ளவள் என்பதால் கவிதைகளில் எனது மொழிப் பிரயோகம் இருண்மைத் தோற்றத்தைத் தரக்கூடும். தன்னுணர்வை எழுதுதல் கவிதையின் குறைபாடாக நான் கருதவில்லை.

வாசர்கர்களிடம் ஆழ்ந்த மனநெருக்கத்தைக் கவனத்தைக் கோருகின்றவையாக எனது கவிதைகள் இருக்கின்றன என்று நினைக்கிறேன்.

உங்கள் கவிதைகள் மொழியை அடர்த்தியாகக் கொண்டிருப்பதோடு படிமங்களையும் செறிவாகக்கொண்டிருக்கிறதே இந்தச் சூட்சமம் எப்படி நிகழ்கிறது?

நான் யாராக இருக்கிறேன், என்ன விதமாக வெளிப்படுகிறேன் என்பது முக்கியமானது. அதுவே கவிதைக்குத் தனித்துவத்தைத் தருகின்றது. என் மனநிலையைக் கவிதைக்கான மூட்டத்துடன் வைத்திருப்பதில் பல சமயங்களில் தோல்வியடைகிறேன்.

கவிதைக்கான அனுகூலங்களை வழங்காத காலத்தை எதிர்கொண்டபடியே எழுதவும் செயற்படவும் வேண்டியிருக்கிறது என்பதே யதார்த்தம். எரியும் அடுப்பிற்கும் வெட்டும் கத்திகளுக்கும் இடையே பறந்துகொண்டிருக்கின்ற கவிதை

எனும் மந்திரப்பூச்சியைப் பக்குவமாகப் பாதுகாக்க வேண்டியிருக்கிறது. அதற்குரிய பறக்கும் வெளியை அது விரும்புகின்ற விதங்களில் உருவாக்க வேண்டியிருக்கிறது.

மறைக்க நினைக்கின்ற ஒன்றைத்தான் சொல்லவும் வேண்டிய தேவை இருக்கிறது. அதுவே படைப்பூக்கமாகச் செயல்படுகின்றது. சுருக்கமாகச் சொன்னால் பூட்டிய அறைக்குள் இருந்தவாறு இருண்ட வனத்தின் மின்மினிகளுடனான சிறுசிறு இரகசியப் பயணங்களே என் கவிதைகளாகின்றன.

நீரும், காற்றும், நெருப்பும், வாசனையும், மேகங்களும் இயற்கையின் அனைத்துடனும் ஒரு உறவை ஏற்படுத்திக் கொள்வது, அதன் பிரத்தியேக ஒலிகளை உணர்வது, அதன் வண்ணங்களைச் சொற்களுக்குப் பூசுவது, உண்மையும், புனைவும், கனவும், தொலைவின் வசீகரங்களும் என்னை விடுதலை செய்கிறது அல்லது இருப்பதன் கடினத்திலிருந்து இன்னொன்றாக்குகின்றது.

மொழி தனது அளப்பரிய வளத்தைக் கவிதைகளிடமே நிர்ப்பந்தங்களற்று விட்டுத்தருகிறது என்பதை நான் நம்புகின்றேன். அந்த வகையில் சொற்களுடன் இரண்டறக் கலந்திருக்கிறேன். கவிதை எழுதாத காலங்களில் அனைத்தையும் இழந்திருப்பவளாக ஆகிவிடுகிறேன்.

அப்பழுக்கற்ற கண்ணாடி என்னுடைய கவிதை எனில், என்னை அக்கண்ணாடியில் காண்பதில் நான் சலிப்படைவதில்லை. சதி, குற்றஉணர்வும் தீமைகளும் வாழ்வின் கசகசப்பும் அமைதியின்மையும் புகையும் நாற்றமும் சூழ இவ்வுலகிருந்தால் நான் அதை வேறு எப்படித் துடைத்தழிப்பது?

2

ஆசி கந்தராஜா

எழுத்தாளரகவும், பேராசிரியரகவும், அறிவியலலளராகவும் அறியப்படும் ஆசி கந்தராஜா ஈழத்தைப் பூர்வீகமாகக் கொண்டவர். இவர் இலங்கையின் யாழ்ப்பாணம் – தென்மராட்சிப் பகுதியில் கைதடி எனும் சிற்றூரில் சின்னத்தம்பி, முத்துப்பிள்ளை இணையருக்கு மகனாக 1950ஆம் ஆண்டு சனவரி திங்கள் 25ஆம் நாள் பிறந்தார்.

பன்னிரண்டாவது வரை இலங்கையில் படித்தார். ஜெர்மன் அரசின் புலமைப் பரிசில் இவருக்குக் கிடைக்க, 1974ஆம் ஆண்டு டிரெஸ்டன் தொழில்நுட்ப பல்கலைக்கழகத்தில் சேர்ந்து இளம் அறிவியல் (B.Sc.,), முதுஅறிவியல் (M.Sc.,) ஆகிய பட்டங்களைப் பெற்றுள்ளார். அதற்குப் பிற்பாடு மேற்கு பெர்லின் பல்கலைக்கழகத்தில், முனைவர் பட்டத்தைப் பெற்றுள்ளார். மேலும், அப்பல்கலைக் கழகத்திலேயே சில ஆண்டுகள் பணிபுரிந்துள்ளார். விவசாயம், தோட்டக்கலை, பூங்கனியியல், உயிரியல் தொழில்நுட்பவியல், தாவரங்களின் வடிவியல் துறைகளில் பட்டப் படிப்புகளையும் (Phytomorphology) முனைவர் பட்ட ஆய்வுளையும் செய்து பட்டம் பெற்ற இவர், ஜப்பானில் உள்ள சுகுபா பல்கலைக்கழகத்தில், 'முதுமுனைவர்' பட்டத்தையும் படித்துப் பெற்றுள்ளார்.

இவர் பேராசிரியராகக் குயீன்ஸ்லாந்து தொழில்நுட்ப பல்கலைக்கழகத்தில் 1987 முதல் 1990 வரையிலும், மேற்கு சிட்னி பல்கலைக்கழகத்தில்

1990 முதல் 2010 வரையிலும், அமெரிக்கப் பல்கலைக்கழகத்தில் 2011 முதல் 2014 வரையிலும் சிறப்பாகப் பணியாற்றிய பெருமைக்குரியவர்.

சத்தியபாமா என்பவரை மணம்செய்துகொண்ட இவருக்கு அரவிந்தன், ஐங்கரன் என்ற மகன்களும், மயூரி என்ற மகளும் உண்டு. 1987ஆம் ஆண்டு ஆஸ்திரேலியாவிற்குப் புலம் பெயர்ந்தார். தற்போது தன் மனைவி பிள்ளைகளுடன் ஆஸ்திரேலியாவில் சிட்னியில் வாழ்ந்துவருகிறார்.

ஆசி கந்தராஜா முதலில் அறிவியல் செய்திகளைச் சுவைபடத் தமிழில் எழுதத் தொடங்கினார். நவீன இலக்கியத்தில் பயிற்சியுடைய இவர் தமது கட்டுரைகளைப் புனைவுமொழியின் சாரத்துடனும், நுட்பத்துடன் எழுதி வந்தார். பிற்பாடு புனைகதைகள் எழுதுவதிலும் ஈடுபாடு கொண்டு பல சிறுகதைகள், **நாவல்கள், குறுநாவல்களை** எழுதி யுள்ளார். தனது இலக்கியப் பயணத்திற்கான உந்துசக்தியாக ஈழத்தின் சிறுகதைச் சித்தர் என்று அழைக்கப்பெறும் எஸ். பொன்னுத்துரை (எஸ்.பொ) விளங்கினார் என்று குறிப்பிடுகின்றார்.

ஆசி கந்தராஜா, 'பாவனை பேசலன்றி' எனும் சிறுகதைத் தொகுப்பை 2000–லும், சிட்னியிலிருந்து ஒலிபரப்பான தமிழ் முழக்கம் நிகழ்ச்சிக்காக இவர் கண்ட 18 நேர்காணல்களைத் தொகுத்து, 'தமிழ் முழங்கும் வேளையிலே' எனும் தலைப்பில் 2000–லும் 'உயரப்பறக்கும் காகங்கள்' எனும் சிறுகதைத் தொகுப்பை 2003–லும், *Horizon* எனும் தலைப்பில் தமது சிறுகதைகளை ஆங்கிலத்தில் மொழிபெயர்த்து 2007–லும் 'கீதையடி நீயெனக்கு' எனும் குறுநாவல் தொகுப்பை 2014–லும், 'கறுத்தக் கொழும்பான்' எனும் புனைவுக் கட்டுரைத் தொகுப்பை 2014–லும் மித்ர பதிப்பகத்தின் மூலம் வெளியிட்டுள்ளார்.

மேலும், 'செல்லப்பாக்கியம் மாமியின் முட்டிக் கத்தரிக்காய்' எனும் புனைவுக் கட்டுரைத் தொகுப்பை 2017இல் ஞானம் பதிப்பகத்தின் மூலமும், 'கள்ளக் கணக்கு' எனும் சிறுகதைத் தொகுப்பை 2018இல் காலச்சுவடு பதிப்பகத்தின் மூலமும், 'ஹெய்க்கோ' எனும் தலைப்பில் தமது சிறுகதை களைச் சிங்களத்தில் மொழிபெயர்த்து கொடகே பதிப்பகத்தின் மூலமும், 'பணச்சடங்கு' எனும் சிறுகதைத் தொகுப்பை 2021இல் எங்கட புத்தகங்கள் பதிப்பகத்தின் மூலமும் வெளியிட்டுள்ளார். 'மண் அளக்கும் சொல்' எனும் புனைவுக் கட்டுரைத் தொகுப்பை 2022–லும் "அகதியின் பேர்ளின் வாசல்'

எனும் புதினத்தை 2023இலும் காலச்சுவடு பதிப்பகத்தின் மூலமும் வெளியிட்டுள்ளார். ‘சைவமுட்டை’ எனும் அறிவியல் புனைகதைகளை 2024இல் ஜீவநதி பதிப்பகம் வாயிலாக வெளியிட்டுள்ளார்.

ஆசி கந்தராஜா தமது படைப்புகளுக்காகப் பல விருதுகளைப் பெற்றுள்ளார். ‘பாவனை பேசலன்றி’ எனும் சிறுகதைத் தொகுப்பிற்காக 2001இல் இலங்கை அரச சாகித்திய விருதையும், ‘கறுத்தக் கொழும்பான்’ புனைவுக் கட்டுரைத் தொகுப்பிற்காக 2015இல் வித்தியா கீர்த்தி, ந. சந்திரகுமார் தமிழியல் விருதையும், 2016இல் திருப்பூர் இலக்கிய விருதையும், ‘கீதையடி நீயெனக்கு’ குறுநாவல் தொகுப்பிற்கு 2018இல் திருப்பூர் தமிழ்ச்சங்க இலக்கிய விருதையும், ‘கள்ளக் கணக்கு’ சிறுகதைத் தொகுப்பிற்கு 2018இல் மதுரை, தமிழக அரசின் உலகத் தமிழ்ச்சங்கம் விருதையும், படைப்பிலக்கியத்திற்காக 2019இல் திருப்பூர் இலக்கிய விருதையும் ‘பணச்சடங்கு’ சிறுகதைத் தொகுப்பிற்காக 2022இல் இலங்கை அரச சாகித்திய விருதையும் பெற்றுள்ளார்.

பேராசிரியர் நந்தி சிவஞானசுந்தரம் ஞாபகார்த்தமாகப் பாரிசில் பன்முகத் தமிழ் ஆளுமைக்கான வாழ்நாள் சாதனையாளர் விருதையும் 2023இல் வென்மேரி அறக்கட்டளை இவருக்கு வழங்கிச் சிறப்பித்துள்ளது.

“நிலத்தின் பிரிவையும் அதனால் திரண்ட துயரையும் மாத்திரம் புலம்பெயர் எழுத்தென்று உள்வாங்கி ஒடுங்கி விடாமல், தன் துறைசார் கதைகளை நவீன இலக்கியத்திற்கு அருகில் கொண்டுவந்து சேர்த்த புலம்பெயர் தமிழ் எழுத்தாளர் வரிசையில் ஆசி கந்தராஜா முக்கியமானவர்” என்று இவரைப் பற்றி ஜெயமோகன் குறிப்பிடுகின்றார்.

படிப்பதற்காகவும், வேலைக்காகவும் பல நாடுகளுக்குச் சென்று வாழும் வாய்ப்பைப் பெற்ற ஆசி கந்தராஜா, பிற்பாடு வாழ்விடத்திற்காக ஆஸ்திரேலியவிற்குப் புலம்பெயர்ந்துள்ளார். தம் வாழ்வியல் அனுபவங்களோடு தமது துறைசார்ந்த செய்திகளையும் புனைவுகளாக்கிச் சுவைபட எழுதும் ஆற்றல் மிக்க இவரது படைப்புகள் வாசகர்களுக்கு உலகளாவிய அறிவை இயற்கை விஞ்ஞானத்துடன் தருபவை என்றால் அது மிகையில்லை.

நேர்காணல்

தங்கள் படைப்புகளின் ஊற்று எது? அது எவ்வாறு காலத்துக்குக் காலம் மாறி வந்திருக்கிறது?

பல்கலைக்கழக பணி நிமிர்த்தம் பயணித்த, வாழ்ந்த நாடுகளில் நான் கண்ட தரிசனங்களே எனது படைப்புக்களுக் கான ஊற்று. படைப்புகளின் கரு பெரும்பாலும் உண்மைச் சம்பவங்களை அடிப்படையாகக் கொண்டவை. நான் கண்ட காட்சிகளுடன் இப்படியும் இருக்கலாம் எனக் கற்பனை கலந்து கதைகள், நாவல்கள் உருவாகின்றன. ஒரு கதையில் அல்லது நாவலில் வரும் சம்பவங்கள் ஒரு இடத்திலோ அல்லது பல இடங்களிலோ, வெவ்வேறு காலகட்டங்களிலோ நடந்ததாக இருக்கலாம். அதனால்தான் இது உண்மையாக இருக்குமோ? அல்லது இவரின் கதையோ? என்ற எண்ணம் பலருக்குத் தோன்றுவது. எனது சில கதைகளில் யதார்த்தமெது புனைவெது என்று பிரிக்கமுடியாமல் இருப்பதற்கும் இவையே காரணம்.

காலத்துக்குக் காலம் மாறும் கலாசார வாழ்க்கை மாற்றங்களுக்கேற்ப இயல்பாகவே எனது கதைகளுக்கான கருக்களும் மாறுபடுவது தவிர்க்கமுடியாதது.

தங்கள் படைப்புகளுக்கும் தன்னனுபவங்களுக்கும் இடையே இருக்கும் உறவு, ஊடாட்டம் என்ன? உங்கள் படைப்புகளைத் தன்வரலாறு சார்ந்தவை எனச் சொல்வீர்களா?

படைப்பின் கரு அல்லது சாராம்சம் எந்த எழுத்தாள னுக்கும் வானத்திலிருந்து வருவன அல்ல. படைப்பாளன்தான் கண்ட காட்சியை அல்லது அனுபவித்த ஒரு நிகழ்வை மற்றவர்களுக்குச் சொல்லவேண்டுமென நினைக்கும்போது அது தன்னனுபவப் படைப்பாக மாறுகிறது. அதேவேளை அதேவிசயத்தைப் பாத்திரங்கள் மூலம் படர்க்கை முறையில் சொல்லும்போது அது முற்றிலும் வித்தியாசமானதாக வாசகர் களுக்குத் தோன்றும். கதைசொல்லி, தானே ஒரு பாத்திரமாக இருந்து கதையை நகர்த்தும்போது அது கதைசொல்லியின் கதையோ என வாசகர்கள் எண்ணுவதும் தவிர்க்கமுடியாதது. கதையை நகர்த்துவதற்கு இம்முறை இலகுவானது என்பதால் இதையே பலர் கையாளுகிறார்கள்.

தங்கள் படைப்புகளில் பிறரது வாழ்வனுபவங்களின் தாக்கம் எவ்விதம் வசப்படுகிறது? மற்றவர்களுடைய அனுபவங்களை அடியொற்றியும் படைப்புத் தரக்கூடிய 'படைப்பாக்க உணர்வுத் தோழமை' என்ற

வகையில் எழுத முயற்சித்திருக்கிறீர்களா? எடுத்துக்காட்டாகப் பலஸ்தீன மக்கள், இனப்படுகொலைகள், ஆதிகுடிகள், பெண்கள் போன்றோரது அனுபவங்கள்?

ஆம். பாலஸ்தீன மக்கள், இஸ்ரேலிய யூதர்கள், அவுஸ்திரேலிய ஆதிக்குடிகள் சார்ந்து பல படைப்புகளைப் புனைவாகவும் அல்புனைவாகவும் புனைவுக் கட்டுரைகளாகவும் நிறைய எழுதியிருக்கிறேன். உதாரணமாகச் சில புனைகதைத் தலைப்புக்களைக் கீழே தருகிறேன்.

காலச்சுவட்டில் வெளிவந்த 'நரசிம்மம்', 'ஆண்குழந்தை', 'நீலமலை இளவரசி', 'கங்காரு'. ஞானத்தில் வெளிவந்த 'அசைல்', 'எதிரியுடன் படுத்தவள்', 'மரணத்தின்குடி', 'பலஸ்தீனியன் வீட்டுப்பூனைகள்'. ஜீவநதியில் பிரசுரமான 'நிறம்மாறும் ஓணான்கள்'.

குமுதத்தில் சிறப்புச் சிறுகதையாக வெளிவந்த 'இந்துமதி யாகிய நான்', ஒரு பெண்ணின் வாழ்வனுபவத்தையும் அதனால் ஏற்பட்ட வலிகளையும் பேசிய கதை. இவற்றைக் கீழே தரப்பட்ட இணைப்பை அழுத்தி வாசிக்கலாம். *https://kantharajahstory.blogspot.com/*

புலப்பெயர்வால் தங்களது கதை, மொழிநடையில், படிமங்களில் ஏற்பட்ட மாற்றங்கள் என்னென்ன?

காலத்துக்கேற்ற மாற்றங்கள் தவிர்ந்த சிறப்பான மாற்றங்கள் எதுவுமில்லை. எனது எழுத்து நடையை மற்றவர்களுக்காக நான் மாற்றிக்கொள்வதில்லை. அதேவேளை வாசகனுக்குப் புரியாத மொழியில் எழுதுவதிலும் எனக்கு உடன்பாடில்லை.

படைப்பாளராய்த் தாங்கள் உணர்ந்த தருணம் எது?

பதின் பருவக் காலத்திலேயே நான் எழுதத் தொடங்கி விட்டேன். அப்போது சில புனைகதைகள் இலங்கைப் பத்திரிகைளில் பிரசுரமாகின. என்னுடைய தந்தை, புராண இதிகாசங்களை முறைப்படி கற்றுத் தேர்ந்த ஒரு தமிழ் ஆசான். நான் வளர்ந்தது தமிழ்ச்சூழலில். இது எனக்கு நிறைய வாசிக்கும், எழுதும் வாய்ப்பைத் தந்தன. என்னை என் போக்கிலே விட்டிருந்தால் நான், ஊடகத்துறையில் இருந்திருப்பேன் என, இப்பொழுதும் நினைப்பதுண்டு. அம்மா தமிழ் ஆசிரியரின் மனைவி என்ற நிலையில் வருமானத்துக்கு ஒரு வழியைப்பார் என அடிக்கடி எனக்குச் சொல்வார். 'தமிழ் சோறு போடாது' என அவரது கிராமத்து வாழ்க்கைப் பின்னணியில் எண்ணி யிருக்கலாம். இதனால் புலம்பெயர்வு, உயர்கல்வி காரணமாக

நான் பதினைந்து ஆண்டுகள், தமிழில் எதுவுமே எழுதவில்லை. அதற்குச் சந்தர்ப்பமும் கிடைக்கவில்லை என்றும் சொல்லலாம். தமிழ்மொழி தவிர்த்த அன்னியமொழிச் சூழலிலேயே அப்போது நான் வாழ்ந்தேன். இருந்தபோதிலும் ஜெர்மன் மொழியிலும் ஆங்கிலத்திலும் நிறைய வாசித்தேன், ஆராய்ச்சிக் கட்டுரைகள் எழுதினேன். ஒரு விஷயம் எப்படிச் சொல்லப்பட வேண்டும் கோர்வைப் படுத்தப்பட வேண்டும் என்ற உத்திகளை நான் எழுதிய பிறமொழிக் கட்டுரைகள் படிப்படியாகக் கற்றுத் தந்ததுடன் என்னைப் புதிய தளத்துக்கும் இட்டுச்சென்றன. பொருளாதார நிலையிலும் தொழில் ரீதியாகவும் என்னை நிலைப்படுத்திக்கொண்டு ஆஸ்திரேலியாவுக்கு நிரந்தரமாகக் குடிபெயர்ந்தபோது முதுபெரும் எழுத்தாளர் 'எஸ்.பொ.' அவர்களைச் சிட்னியில் சந்தித்தேன். எங்களுக்கிடையேயான இலக்கிய உரையாடல்களும் சந்திப்பும் தொடர்ந்தன. அவரிடம் நான் கற்றுக்கொண்டவை பல. எஸ்.பொ.வுடனான சந்திப்பே என்னுள் நீண்ட காலமாக உறங்கிக் கிடந்த படைப்பாளியை மீண்டும் தட்டியெழுப்பியது.

அறிவும் தர்க்கமும் ஆக்க இலக்கியத்துக்கு ஊறு செய்யலாம். உணர்வே இன்றியமையாதது எனும் கருத்தியலைப் பற்றிய உங்கள் எண்ணம் என்ன?

இலக்கியத்தின் எல்லைகளை வரையறுக்க முடியாது. காலத்திற்கேற்ப கலாசார மாற்றங்கள், வரலாற்று மாற்றங்கள் இலக்கியத்திற்குள் உள்வாங்கப்பட வேண்டும் என்பது எனது கருத்து. இலக்கியம் ஒரு வகையில் காலத்தின், வரலாற்றின் கையேடு எனலாம். உணர்வுகள் கொண்டு அவை மெருகேற்றப் படலாம்.

தமிழின் சொற் களஞ்சியங்களுக்குள்ளும் சொற்கிடங்குகளுக்குள்ளும் உரிய சொற்களைத் தேடுவதுண்டா? எப்படி?

என் படைப்புகளில் மண்ணின் மைந்தர்களின் சொற்றொடர்களும் கால ஓட்டத்தில் மறைந்துபோன சொற்பதங்களும் மீண்டும் மீண்டும் வரும். அவை எங்கிருந்தும் வரலாம். கிராமிய மக்களின் சொல்லாடல்கள் எனது அடிமட்ட வாழ்க்கையில் நான் கண்டும் கேட்டவையுமே. எனது எழுத்தில் வரும் வட்டாரச் சொற்கள் பல நான் சென்ற இடங்களில் கேட்டு மனத்தில் பத்திரப்படுத்திக்கொண்டவை.

படைப்பாளி என்ற வகையில் உங்கள் பொறுப்புணர்வு என்ன?

எனது அனுபவங்களை, அறிவியல் அறிவை மற்றவர்களுக்குப் புரியும் வகையில் பகிர்ந்துகொள்ளவேண்டும்

என நினைப்பவன் நான். எனது எழுத்தில் ஆபாசம் இருக்காது. எனது படைப்புகள் என்றுமே தீர்ப்புச் சொல்லாதவை. தீர்ப்பைச் சொல்வதற்கு நான் யார்? தாம் வாழும் சூழலுக் கேற்ப வாசகர்களே தீர்ப்பைத் தீர்மானிக்க வேணடும். அது வாசகருக்கு வாசகர், இடத்துக்கு இடம், நாட்டுக்கு நாடு, இனத்துக்கு இனம் மாறுபடும். இதனால் தான் படைப்பாளி தீர்ப்பைப் பொதுவாகச் சொல்வது தவறு என நினைக்கிறேன்.

உங்கள் படைப்புகளின் தலைப்புகளை எப்படித் தேர்ந்தெடுக்கிறீர்கள்?

ஒரு படைப்பின் பொருத்தமான தலைப்பைத் தேர்ந்தெடுப்பதற்கு வாரக் கணக்கில் யோசித்திருக்கிறேன். தலைப்பு வாசகனைத் தொடர்ந்து வாசிக்கத் தூண்டுவதாக, கதையின் முடிவைச் சொல்லாததாக இருக்க வேண்டு மென்பதில் அதிக கவனம் செலுத்துவேன். பாவனை பேசலன்றி, உயரப்பறக்கும் காகங்கள், கீதையடி நீயெனக்கு, சாத்திரமுண்டோடி, தலைமுறை தாண்டிய காயங்கள் என்பன சில உதாரணங்கள்.

மற்றைய படைப்பாளிகளின் ஆக்கங்களை வாசித்துவிட்டு, அட, இதனை நான் எழுதியிருக்கலாமே என ஆதங்கப்பட்டிருக்கிறீர்களா? அப்படி யானால் என்ன படைப்பு அது? மாதிரிக்குச் சிலவற்றைச் சொல்ல முடியுமா?

இல்லை. எனது அனுபவங்களில் இருந்தே நான் எழுது கிறேன். ஆனால் எஸ்.பொ, அ. முத்துலிங்கம், சுந்தர ராமசாமி, பிரபஞ்சன், பெருமாள் முருகன் ஆகியோரது எழுத்துகளால் கவரப்பட்டு இருக்கிறேன்.

நீண்ட காலமாகப் புலம்பெயர்ந்து வாழ்வதால் தங்கள் ஊரோடு இருந்த உறவு எப்படி இருக்கிறது?

ஊரிலிருந்து இடம்பெயர்ந்து ஐம்பது ஆண்டுகள் ஆனாலும் ஊருடனான பிணைப்பும் தொடர்பும் இன்னமும் கெட்டியாகவே இருக்கிறது. அடிக்கடி போய்வருவதுண்டு.

3

இன்பா

தஞ்சையிலிருந்து புலம்பெயர்ந்து சிங்கப்பூரில் 20 ஆண்டுகளாக வசித்துவருகிறார். எம்.பி.ஏ பட்டதாரி. தகவல் தொழில்நுட்ப திட்ட மேலதிகாரியாகப் பணியாற்றி வருகிறார். சிங்கப்பூர் தமிழக் கவிஞர் இயக்கமான கவிமாலை அமைப்பின் தலைவராகப் பொறுப்பிலிருக்கிறார்.

தஞ்சாவூர் அருகிலுள்ள ஓரத்தநாடு இவரது சொந்த ஊர், இவரது தந்தை தமிழாசிரியர். சிறு வயது முதலே தமிழின் மீது ஆர்வமுடையவர், சிங்கப்பூர் சென்ற பிறது கவிதையின் மீதான ஆர்வம் அதிகரிக்க புதுக்கவிதைகள் எழுதத் தொடங்கியவர், மரபுக் கவிதை எழுதுவதையும் கற்றுத் தேர்ந்தார். பிறகு நவீனக் கவிதைகளின் மீதான ஆர்வம் அதிகரிக்கத் தொடங்கியதால் சிங்கப்பூர் திணை சார்ந்த நகர்சார் கவிதைகளைப் படைப்பதில் முனைப்பு கொண்டுள்ளார்.

இதுவரை ஐந்து கவிதை நூல்களும், ஒரு சிறுகதைத் தொகுப்பும், சிங்கப்பூர்ப் பெண்களின் கவிதைகள், சிற்றிலக்கிய வலையுரைகள் அடங்கிய இரண்டு தொகுப்பு நூல்கள் வெளியிட்டுள்ளார்.

இவரது படைப்புகள் பல்வேறு இதழ்களில் வெளியாகியுள்ளன. சிங்கப்பூர்த் தேசியக் கலைகள் மன்றம் நடத்திய, 'தங்க முனை விருது' போட்டியில் முதல் பரிசு பெற்றவர். இவருடைய கவிதைகள், சிறுகதைகள் சிங்கப்பூரில் பல்வேறு பரிசுகளை வென்றுள்ளன. தமிழகத்திற்கு அப்பால் வாழ்கிற தமிழ்ப்படைப்பாளிகளின் கவிதைத்தொகுப்பு சாகித்ய அகாதெமி வெளியீட்டில் இவரது கவிதை இடம்பெற்றுள்ளது.

நெல்லை மாவட்டத்தில் உள்ள பொதிகைத் தமிழ்ச் சங்கம், 'ழகரம்' பதிப்பகத்தோடு இணைந்து நடத்திய கவிதைப் போட்டியில் இவரது கவிதை நூல் முதல் பரிசைப் பெற்றது. மதுரை உலகத் தமிழ்ச்சங்கம் ஆண்டுதோறும் அயலகத் தமிழ்ப் படைப்பாளர்களுக்காக நடத்தும் போட்டியில் 2018ஆம் ஆண்டிற்கான கவிதைப் பிரிவில் சிறந்த நூலாக 'மழைவாசம்' கவிதை நூல் தமிழக அரசின் விருதினைப் பெற்றது.

தஞ்சாவூர் தமிழ்ப் பல்கலைக்கழகத்தின் 'கரிகாற்சோழன் விருதை' 2018இல் இவரது 'மூங்கில் மனசு' சிறுகதைத் தொகுப்புப் பெற்றது.

தேசிய கலைகள் மன்றமும் புத்தக மேம்பாட்டு வாரியமும் இணைந்து வழங்கிய 2022ஆம் ஆண்டுக்கான சிங்கப்பூர் இலக்கியப் பரிசை 'லயாங் லயாங் குருவிகளின் கீச்சொலிகள்' கவிதை நூல் பெற்றது.

கவிமாலை அமைப்பின் வழியாக பல்வேறு முன்னெடுப்புகளை எடுத்து நிகழ்வுகளை நடத்தி வருகிறார். இளையர்களுக்கான விதைகள் மாணவர் அணியைத் தொடங்கி மாணவர்களுக்குக் கவிதை ஆர்வத்தை வளர்த்துவருகிறார். பள்ளிகளில் மாணவர்களுக்கான கவிதைப் பயிலரங்குகள் நடத்திவருகிறார்.

படைப்புகள்

கவிதை நூல்கள்

- நப்போல் நிமிர்
- ஞயம்படச் சொல்
- மழைவாசம்
- லயாங் லயாங் குருவிகளின் கீச்சொலிகள்
- கடல் நாகங்கள் பொன்னி

சிறுகதைத் தொகுப்பு

- மூங்கில் மனசு

தொகுப்பு நூல்கள்

- யாதுமாகி – சிங்கப்பூர் 50 பெண்களின் கவிதைத் தொகுப்பு
- சிற்றிலக்கியச்சீர் – சிற்றிலக்கிய உரைத்தொடரின் தொகுப்பு நூல்

நேர்காணல்

தங்கள் படைப்புகளின் ஊற்று எது? அது எவ்வாறு காலத்திற்குக் காலம் மாறி வந்திருக்கிறது?

தமிழ் இலக்கியப் பரப்பில் முக்கியமாகத் தடம் பதித்த சாதனையாளர்கள் எத்தனையோ பேர் இருக்கிறார்கள். அப்பாதையில் எனக்கென ஒரு பார்வையையும், எனக்கென ஓர் உலகத்தையும் உருவாக்கி, முழுமையுமாக என்னை நானே செதுக்கிக்கொண்டும், செழுமைப்படுத்திக்கொண்டும் வந்திருக்கிறேன். அந்தப் பாதையில் வெற்றி கிட்டுமா முற்றிலும் நகர்ந்து சென்றுவிடுவோமா என்பதைப் பற்றியெல்லாம் அதிகம் யோசிக்காமல் என் போக்கில் இலக்கியத்தைச் சுவைத்துக் கொண்டிருக்கிறேன். எழுத்தைப் பிரதானமாகக் கொள்வதற்குப் பல்வேறு தூண்டுதல்கள் இருந்தாலும் கண நேரத்தில் தோன்றும் எண்ணங்களும், அழகுகளும், மன எழுச்சிகளுமே பிரதானமாக இருக்கிறது. ஒரு குறிப்பிட்ட எதையும் என்னுடைய படைப்புகளுக்கான ஊற்று என்று திட்டவட்டமாகச் சொல்ல முடியவில்லை. மனம் ஓயாமல் சலனப்படுத்தலும் அதனுடைய விளைவுகளில் திளைத்து வடிகாலாக யதார்த்தத்தை இறக்கி வைப்பதும் நான் மேற்கொண்ட பயணமாக இருக்கின்றது. அதுவே பரிசாகவும் இருக்கின்றது. அப்படியான சில படைப்புகளை இறக்கி வைக்கும் தருணங்களில் உடல் தனியாகக் கழன்றுகொள்வதைப்போல் உணர்ந்ததுண்டு. ‘பந்தல் கட்டி, பாய் விரித்து, சந்தை விட்டு சயனக் கிருதம் புகுந்தேன்’ என்ற நகுலன் வரிகளைப்போல் அப்படியான தருணம் பாய்விரித்துப் பிறப்பதற்கோ, இறப்பதற்கோ காத்திருக்கவில்லை. சவால் மிக்க பாதையில் காத்திருந்து, கால் பதித்து எனக்கான உணர்நிலையை நானே தேடிச் சென்றுகொண்டிருக்கிறேன்.

தங்கள் படைப்புகளுக்கும் தன்னனுபவங்களுக்கும் இடையே இருக்கும் உறவு, ஊடாட்டம் என்ன? உங்கள் படைப்புகளைத் தன்வரலாறு சார்ந்தவை எனச் சொல்வீர்களா?

அனுபவங்களில் தான் கவிதை வாழ்கிறது என்கிறார் லா.ச.ரா. என் படைப்புகள் பெரும்பாலும் அனுபவம் சார்ந்தவையாகவே இருக்கின்றன. அது திட்டமிட்டுச் செய்ய வில்லையென்றாலும்; பெரும்பாலும் அன்றாட நடைமுறையும் வாழ்வியல் அனுபவங்களும் இடம்பெற்றிருக்கின்றன என்பதை நான் திருப்பிப் பார்க்கும்போது புரிந்துகொள்கிறேன். காலம்

மாறமாற வாசிப்பின் மீதான ஆர்வமும், அனுபவமும் மாறிக் கொண்டே வருகின்றன. இரண்டு பேர் ஒரே வீட்டில் இருந்தாலும், ஒரே வண்டியில் பயணித்தாலும் இருவரின் பயண அனுபவமும் ஒன்றாக இருப்பதில்லை. ஆனாலும், எனக்குக் கிடைத்த கவிதானுபவத்தைப் படைப்புகளில் பதிவு செய்கிறேன். அப்படியான அலைபுரளும் அனுபவங்களை, சலனங்களைப் பகிர்ந்துகொள்ள வேண்டுமாவென்ற கேள்வி ஒருபுறம் எழுந்தாலும், படைப்பாளர் ஒருவரின் அனுபவமும், வாசகரின் அனுபவமும் ஒன்று சேருகின்ற புள்ளியில் அந்தப் படைப்பு அதிகமாக இரசிக்கப்படுகிறதென நம்புகிறேன்.

உவமையும், படிமங்களும், காட்சிபூர்வமான படைப்புகளும் வாசக மனத்தை அடையுமென்ற நம்பிக்கையில் ஒவ்வொரு காலகட்டத்திலும் கிடைக்கும் அனுபவங்களை, உணர்வலை களை அழகுணர்ச்சியுடன் படைக்கிறேன். எனக்குத் தெரிந்த புற்களை, செடிகளைப் பிடுங்கி என் பாதைகளில் விதைத்துக் கொண்டிருக்கிறேன். அது மரமும் ஆகலாம், மரித்தும் போகலாம். காலத்துக்காலம் மாறிக்கொண்டே வரும் அனுபவ முதிர்ச்சியில் களைகளை நீக்கிக்கொண்டே செல்லும் இப்பயணம், அது சென்று சேரும் இடத்தை அதுவே சுயமாகத் தீர்மானித்துக்கொள்ளும். “ஆகாயம் அலைபுரளும் அதில் கை நீரைக் கவிழ்த்தேன், போகும் நதியில் எது என் நீர்?” என்ற சுகுமாரனின் வரிகள் நினைவுக்கு வருகின்றன. போகும் நதியில் கை நீரைக் கவிழ்ப்பது போல்தான் என்னுடைய படைப்புலகம் நகர்ந்துகொண்டிருக்கிறது. நவீன வாழ்வியல் சூழலில் வாழ்க்கை அவ்வளவு சுலபமாக இருக்கிறதா என்பதை எனக்கு நானே கேட்டுக்கொள்ள வேண்டியிருக்கிறது, அதற்குள் மொழியை, படைப்பை மூலதனமாகக் கொண்டு சீரிய படைப்புகளைத் தருவதில் சவால்கள் இருக்கவே செய்கின்றன.

பிழைப்பிற்காக வெளியேறி அயல்நாடு வந்தாலும், மென்பொருள் நிறுவனத்தில் நல்ல வேலையாகக் கிடைத்தாலும், மனம் ஏதோவொரு துயரத்தைச் சுமந்துகொண்டேயிருக்கிறது. அதுவே பழகி அடுத்த கட்டத்திற்குச் செல்கையில், மொழியைத் தேர்ந்தெடுத்து உறவினை வலுப்படுத்தும் போராட்டமாகிறது. படைப்புகளின் வழியாகவே பிரிவிற்கான அழுத்தமும் அர்த்தமும் இறக்கி வைக்க, அதுவே பளுவையும் பலத்தையும் கூட்டுகின்றன. சாரல் மழையில் நனைந்து சுகமாக இருக்கும் உடலுடனும், ஒரு போதும் நீங்காத கவிதை மனத்துடனும் கூட்டாக அலைவது நதிக்குள் பிடித்து சூரியனை அமுக்குவது போல அனுபவங்களுடனான உறவுகளும் ஊடாட்டங்களும் நீள்கின்றன.

என் படைப்புகளைத் தன் வரலாறு என்று சொல்ல மாட்டேன். நமக்குக் கிடைக்கும் அனுபவங்களும், நம்முடைய சொந்த வரலாறும் தன்னை மீறிய விவரணையாகிவிடக் கூடும். இளம் வயதில் பாதித்தவற்றைப் பற்றி நீள்கவிதைகள் எழுதும் எண்ணமிருந்தாலும் அதற்கு இன்னும் காலமிருக்கிறது. இப்போதைக்குக் கண்ணில் புலப்படும் சகலத்தையில் வெளியி லிருந்து வேடிக்கைப் பார்க்கும் தன்னிலைக் கவிதைகளையும், கவிதைக்கு உள்ளேயும் வெளியேயும் நடைமுறை வாழ்வியலை, திணைகளின் இயல்புகளை முன்னிலைப்படுத்தும் அன்றாடக் கவிதைகளையும் எழுதவே விரும்புகிறேன்.

தங்கள் படைப்புகளில் பிறரது வாழ்வனுபவங்களின் தாக்கம் எவ்விதம் வசப்படுகிறது? மற்றவர்களுடைய அனுபவங்களை அடியொற்றியும் படைப்புத் தரக்கூடிய "படைப்பாக்க உணர்வுத் தோழமை" என்ற வகையில் எழுத முயற்சித்திருக்கிறீர்களா? எடுத்துக்காட்டாக பலஸ்தீன மக்கள், இனப்படுகொலைகள், ஆதிகுடிகள், பெண்கள் போன்றோரது அனுபவங்கள்?

கவிதை தனக்கான பெருந்தளத்தில் பயணித்துவருகிறது. எல்லாவித உணர்வுகளையும் படைப்புகளின் வழியே தர வேண்டுமென்ற நிலை கவிஞர்களுக்கு வந்துவிடுகிறது. கவிதையோடு உலவிக்கொண்டிருக்கும் கவிதைச் சொல்லிக்குக் குறிப்பிட்ட கருப்பொருளை மையப்படுத்தி எழுதுவது இயல்பாக வருவதுண்டு. கவிதைகள் எழுதும் போக்கில் சமூக அரசியல் தாக்கங்கள், உணர்வுகளின் கொந்தளிப்பில் பார்த்தும் கேட்டும் உணரப்படும் அனுபவங்கள் தானாகவே கவிதை களில் வந்துவிடுவதுண்டு. கவிஞன் வெறும் கவிதைகளைக் கற்பனையாகவே காலம் முழுவதும் எழுதிக்கொண்டிருக்க முடியாது. அதேநேரத்தில் எல்லாவற்றையும் அனுபவித்துத்தான் எழுத முடியுமென்றும் சொல்லிவிட முடியாது. வாழ்வின் வெவ்வேறு தருணங்களைத் தன்னுடைய போக்கில் எழுதிப் பார்ப்பதின் வழியாகத் தன்னுடைய விருப்பத்தைத் தன்னுடைய கருத்தினைப் பதிவு செய்துவிடுகிறோம்.

கவிதைகளில் சமூகப் பார்வையோடு இணைந்த என்னுடைய பார்வைகள் படிமமாக, புனைவாக, பகடியாக ஆங்காங்கே வெளிப்பட்டிருக்கின்றன. அபாயகரமான துயர நிகழ்வுகள் அன்றாட வாழ்க்கையைப் பாதிக்கும்போது அதற்கு எதிராகவோ, ஆதரவாகவோ, அனுபவபூர்வமாக எழுப்புகின்ற குரல்கள், இழப்பினை, துயரத்தினை முன்னிறுத்திப் பேசும் கவிதைகளையும் எழுதியிருக்கிறேன். அயலகத்தின் பணிச் சூழலையும் அனுபவங்களையும் என்னுடைய கவிதைகளில் பரவலாக எழுதியிருக்கிறேன். அவை எனக்கான நேரடி

அனுபவமாக இல்லை என்றாலும் பாதிப்புகளைக் கவிதையாக்குகிறேன். நுண்ணிய தருணங்களைக் கவிதையாக்குகிறேன். கவிஞன் எழுதும் எல்லாமும் அவனது சொந்த அனுபவம் என்று நம்பிவிடவும் முடியாது. மற்றவருக்குத் தென்படாதவற்றைப் படைப்பாளியின் பார்வையில் கூறுவதும், அதனைச் சித்திரிப்பதும் அதனுடைய விளைவுகளைக் குறிப்பிடுவதுமாகக் கவிதைகள் இரசவாதத்தைக் கிளர்த்தவேண்டும்.

வெட்டுண்டு கிடக்கும் தலையை
மதிய வெயில் கொத்திக்கொண்டிருக்கிறது
கிளிப்பச்சை நிறச் சட்டையணிந்து
தார்க்குழம்பை ஊற்றியபடி
கனத்த உடலை இழுத்துக்கொண்டு
நடுச்சாலையில் தன் நிழலைத் தானே
தேடியலைகிறான் புத்தன்
நெற்றியில் விழுந்த நீருக்கு உப்பிட்டுக்கொண்டே
திங்கட்கிழமையன்று இழுக்கத் தொடங்கிய
திரௌபதியின் சேலை
சனிக்கிழமை இரவு வரை நீள்கிறது
பசித்துக்கிடக்கிறது ஞாயிற்றுக்கிழமை

பிழைப்பிற்காக வெளிநாடுகளுக்குச் செல்லும் களப்பணியாளர்கள் மதிய வெயிலில் படும் துன்பத்தை அவர்களது வாழ்வியல் அனுபவத்தைச் சொல்லும் கவிதையாக இந்தக் கவிதை அமைந்துள்ளது. இப்படியாக வெறும் அனுபவம் என்ற நிலைப்பாடாக இல்லாமல் அதன்மீதான அபிப்பிராயத்தை நேரடியாகவோ குறியீடாகவோ சொல்லிவிடுகிறேன்.

பெண்கள் பற்றிய கவிதைகளையும் என்னுடைய படைப்புகளில் காணமுடியும். எல்லோரும் ஏதோ ஒரு நாளில், ஏதோவொரு பொழுதில் கடந்து வந்திருக்கக்கூடிய தருணங்களைப் பதிவுசெய்வதுண்டு. உடல் சார்ந்த பார்வைகள் மட்டுமே பெண்கள் பற்றிய கவிதையாக அதிகம் எழுதப் படுவதுண்டு, அதிலிருந்து கொஞ்சம் மாறுபட்டு புறவாழ்வு நமக்குத் தந்த காட்சிகளை, வாழ்வியலை வெளியில் நின்று வேடிக்கைப் பார்க்கும் தருணங்களைப் பதிவு செய்கிறேன். அகம் சார்ந்தவை அதற்குள் தானாகவே அடங்கிவிடும்.

என்னிடம்
கருப்பை இருதயப்பையென
இரண்டு பரிசுத்தமான பைகள் இருக்கின்றன
ஒவ்வொன்றிலும் அதிகபட்சம்
ஒன்றரை அவுன்சு திரவம் தான் இருக்கக்கூடும்
அதை வைத்துக்கொண்டு
இரண்டும் படுத்தியெடுக்கின்றன.

புலப்பெயரவால் தங்களது கதை அல்லது பொருண்மையில், மொழிநடையில், படிமங்களில் ஏற்பட்ட மாற்றங்கள் என்னென்ன?

புலம்பெயர்ந்து சிங்கப்பூர் போன்ற நவீன வாழ்வியலுக்குள் நுழைந்தபின் தடங்கள் மாறிவிடுகின்றன. புறம் சார்ந்த திகைப்பும் புன்னகையும் பெருநகரத்து வாழ்வின் அடிப்படை அடையாளங்களைப் புரட்டிப்போடுகின்றன. பரபரப்பான வாழ்க்கைச் சூழலில் இலக்கியத்துக்கு ஒதுக்கும் நேரம் மிகமிகக் குறைவாகிவிடுகிறது. பன்முகக் கலாச்சாரச் சூழலில் வாழ்ந்து வந்தாலும் எனக்கான அடையாளங்களை விட்டுவிடாமல் படைப்புகளில் புத்தாக்கங்களைக் கொண்டுவர முயற்சிக்கிறேன். எனக்கான கவித்துவ மொழியை உருவாக்கிக்கொள்ள முயற்சி செய்கிறேன். வழக்கான கருப்பொருளைத் தவிர்க்கிறேன். கவனப் படுத்தப்படாத தருணங்களை, கண்டும் காணாமல் கடந்து விடும் காட்சிகளைக் கவிதையாக்குகிறேன். என்னுடைய மொழிநடையில், படிமங்களில், குறியீடுகளில் பத்தாண்டுகளுக்கு முன்பு எழுதியதைவிடப் பன்மடங்கு மாற்றங்கள் ஏற்பட்டிருப் பதை உணரமுடிகிறது.

எனது விழிப்பள்ளங்களில்
நாவற்பழங்களைச் செருகி
நுதலில் வெட்சிப்பூவை வரைந்து
மொழியை நாவால் மெல்ல அருந்துகிறேன்

முற்றத்து அந்திவெயிலில் அமர்ந்து
மொழிகளை முறத்திலிட்டு
இருபுறமும் சாய்த்துப்புடைத்து
ஆடிக்களைத்த உமிகளை
ஊதித்தள்ளிவிட
என் நெஞ்சின் அடிமுறத்தில்
தங்கி நிற்கிறது அன்னைமொழி

இப்படியாக என்னுடைய கவிதைகள் மரபார்ந்த மொழிக்கும் நவீனத்துக்கும் காலங்களால் பாலங்கள் அமைக்கின்றன என்று என்னுடைய நூலுக்குக் கலாப்ரியா அவர்கள் எழுதிய முன்னுரையில் சொல்லியிருப்பது சரியான அவதானிப்பாகக் கருதுகிறேன்.

படைப்பாளராய்த் தாங்கள் உணர்ந்த தருணம் எது?

என்னுடைய கடல் நாகங்கள் பொன்னி நூலிலுள்ள கவிதையில், 'ஒவ்வொரு பழமும் ஒவ்வொரு முகமாய் உருளுகிறது சாலையில்' என்றொரு வரி இருக்கிறது. அதுபோல் குடும்பம், வேலை, சமூகப் பொறுப்புகள் இவற்றோடு

படைப்பாளரெனும் முகமும் சேர்ந்து ஒவ்வொரு தருணங்களில் ஒவ்வொரு முகமாக உருண்டுகொண்டே செல்கின்றன.

சிந்திப்பது அத்தனையும்
தேவதையாகவே தெரிகிறது...

என்ற என்னுடைய வரிகளும் கூடவே நினைவுக்கு வருகின்றன. நம்முடைய கவிதைகள் அத்தனையும் நமக்குப் பொன்குஞ்சுகள் தானே.

அன்றாட வாழ்வில் கண்டு இரசிக்கும் கவித்துவத் தரிசனங்களைக் கவிதைகளாக்கும் ஒவ்வொரு பொழுதும் படைப்பாளராக உணரும் தருணம்தான்.

அறிவும் தர்க்கமும் ஆக்க இலக்கியத்துக்கு ஊறு செய்யலாம். உணர்வே இன்றியமையாதது எனும் கருத்தியலைப் பற்றிய உங்கள் எண்ணம் என்ன?

கேள்வியே தர்க்கமான கேள்வியாக இருக்கிறது. அறிவும், தர்க்கமும், கற்பனையும், உணர்வுகளும் கலந்த பரந்த வரலாற்றுடன்தான் மொழி, வழிவழியாக நம்மை வந்தடைந்திருக்கிறது. அறிவு பயணிக்கும் தளத்தில்தான் உணர்வுகள் பயணிக்கின்றன. அறிவார்ந்து எழுதும்போது அதில் உணர்வுகளும் உள்ளடங்கியது என்றுதான் நினைக்கிறேன். தர்க்கப் பார்வை தன்னுடைய படைப்புகளின் மீதே வருமா? என்பது முழுமையாகத் தெரியவில்லை. கூறல் முறைகளில் வேறுபாடுகள் இருக்கலாம். ஒத்த கருத்துகள் இல்லாமல் படைப்புகள் வெளியிடுவது சாத்தியமில்லை. படைப்புகளைப் புறவயமாக நின்று பார்க்கும்போதும் அதை நம்மோடு பொருத்திக்கொண்டு பார்க்கும்போதும் பெரும்பாலும் உள்ளுணர்வே வழிகாட்டுகிறது. அறிவோடு கலந்த உள்ளுணர்வே ஆதிக்கம் செலுத்துகிறது. தன்னளவில் உண்மைக்கு அருகில் நின்று உள்ளுணர்வோடும் அழகியலோடும் வெளிப்படுத்தும் படைப்புகள் முக்கியமானவை என நினைக்கிறேன்.

தமிழின் சொற்களஞ்சியங்களுக்குள்ளும் சொற்கிடங்குகளுக்குள்ளும் உரிய சொற்களைத் தேடுவதுண்டா? எப்படி?

மொழியோடு விளையாடும் தருணங்களில், வழக்கமான சொல் முறையிலிருந்து மாறுபட்டு புதிய சொற்களைப் பயன் படுத்த முனையும் தருணங்களில், சொற்களைத் தேடிச் செல்வதுண்டு. சங்க இலக்கியங்களில் பயன்படுத்திய சொற்களின் மீதான ஈர்ப்பு அதிகமாகியிருக்கிறது. என்னுடைய

கவிதைகளில் சங்ககாலச் சொற்களைப் பயன்படுத்தியிருக்கிறேன். ஒரே சொல்லுக்கு இதுவரை சொல்லப்படாத சொற்களைப் பயன்படுத்தி எழுதுவதுண்டு. அப்படியான சில நேரங்களில் களஞ்சியங்களுக்குள்ளும் கிடங்குகளுக்குள்ளும் துழாவுவதுண்டு. 'தமிழ்–தமிழ் அகர முதலி' என்னும் அகராதியை தமிழ்நாடு பாட நூல் மற்றும் கல்வியியல் பணிகள் கழகம் வெளியிட்டிருக்கிறது. அதனை, மகுடேசுவரன் அவர்கள் பரிந்துரை செய்து அந்த நூலை எனக்குப் பரிசளித்திருந்தார். இப்போது இந்த அகராதி எனது மேசையில் நிரந்தர இடத்தைப் பிடித்துக்கொண்டது.

படைப்பாளி என்ற வகையில் உங்கள் பொறுப்புணர்வு என்ன?

பொறுப்புணர்வு என்பது யாரையும் புண்படுத்தாமல் எழுத வேண்டுமென்று குறிப்பிடுகிறீர்களா? கவிதை உள்ளிட்ட எந்தவிதக் கலைகளிலும் படைப்பாளிக்குப் பொறுப்புணர்வு தேவையா என்பதற்கான தர்க்கம் காலங்காலமாய் நடந்து கொண்டுவருகிறது. எந்தத் தர்க்கத்திலும் யாராவது ஒருவர் புண்படுவதற்கான வாய்ப்பு இருக்கிறது. பார்த்துப் பார்த்துப் படைப்புகளைப் பொதுமைப்படுத்தி யாரையும் புண்படுத்தாமல் ஈயம் பூசியதுபோல் எடுத்துச்சொல்லும் காலம் மாறிவிட்டது. நவீன இலக்கியம் எல்லாவற்றையும் பேசுகிறது. எல்லாவற்றையும் கடந்து நிற்கிறது. எல்லாவிதக் கிளர்ச்சியையும் தூண்டுகிறது. எந்தளவு பொறுப்புடன் எழுதவேண்டுமென்பது படைப்பாளியின் முடிவேயாகும். அதேபோல் தேவையானதைக் கிளறி எடுத்துக்கொள்ளும் பொறுப்பும் வாசகனுக்கு இருக்கிறது. என்னுடைய பார்வையில் எனக்குத் தெரிந்த உண்மையை, எனது மொழியில் வெளிப்படுத்த வேண்டுமென்பது மட்டும்தான் எனக்குத் தெரிகிறது.

உங்கள் படைப்புகளின் தலைப்புகளை எப்படித் தேர்ந்தெடுக்கிறீர்கள்?

'பனடால் சக்கரங்கள்', 'பூட்டிய சாரட்டுகள்', 'நள்ளி ஊறும் குளம்', 'முள் கரண்டியில் புரளும் விரல்கள்', 'அலைகளின் முதுகிலேறும் வீரன்', 'கிலிங் கோயிலில் சீனத்துப் புத்தன்' இவையெல்லாம் என்னுடைய சமீபத்திய கவிதைகளின் தலைப்புகள். சொல்லிச் சொல்லித் தேய்ந்துபோன வழக்கமான தலைப்புகள் ஒருவித சலிப்பைத் தருகின்றன. தலைப்புகளில் வித்தியாசத்தைக் காட்ட வேண்டும் என்பதில் கவனமாக இருக்கிறேன், தலைப்புகளே கவிதையாக, அதுவே படிமமாக, குறியீடாக இருக்கும்போது கவிதையின் மீதான கவன ஈர்ப்பு அதிகமாகிறது. அதுவே நன்றாக இருப்பதாக உணர்கிறேன்.

பிற படைப்பாளிகளின் ஆக்கங்களை வாசித்துவிட்டு, அட, இதனை நான் எழுதியிருக்கலாமே என ஆதங்கப்பட்டிருக்கிறீர்களா? அப்படியானால் என்ன படைப்பு அது? மாதிரிக்குச் சிலவற்றைச் சொல்ல முடியுமா?

எந்தவொரு நல்ல படைப்பும் வாசிக்கும்போது எழுதுவதற்கான கிளர்ச்சியை ஏற்படுத்தும். அப்படி அதிகமான படைப்புகள் எனக்குப் படைப்பூக்கம் தந்திருக்கின்றன. கல்பற்றா நாராயணன், சச்சிதானந்தம் போன்ற ஒரு சிலரின் மலையாளக் கவிதைகளைப் படிக்கும்போது நமக்கு இப்படித் தோன்றவில்லையே என அடிக்கடித் தோன்றுகிறது. அவை மெல்லிய தடங்களில் மௌனமாகக் கடந்து செல்லும் கவிதைகள் சொற்களை நீக்கிவிட்டு தடங்களை மனத்தில் நிறுத்திவிடுகின்றன.

4

கவிதா லட்சுமி

கவிதா லட்சுமி இலங்கையில் குறும்பசிட்டி எனும் ஊரில் விக்னேஸ்வரன், வரதலட்சுமி இணையருக்கு மகளாக 1980ஆம் ஆண்டு பிறந்தார். ஈழப்போரின் காரணமாக 1984இல் தமது நான்கு வயதிலேயே ஈழத்தைவிட்டு இந்தியாவிற்குத் தன் தாயாருடன் புலம்பெயர்ந்தார். பிற்பாடு இலங்கையில் இயல்புநிலை திரும்ப, ஈழத்திற்குச் சென்ற இவர், மீண்டும் 1992ஆம் ஆண்டு தனது 12வது வயதில் நோர்வேக்குப் புலம்பெயர்ந்து சென்றார்.

நோர்வேயில், 'Westerdals University College'இல் கலை, கலாச்சாரத் தலைமைத்துவம் எனும் பிரிவில் பட்டம் பெற்றுள்ளார். பரதநாட்டியத்திலும் முதுகலை டிப்ளமோ பெற்றுள்ள இவர் கலா சாதனா நடனக்கலைக்கூட இயக்குநராகவும் உள்ளார். இவ்வமைப்பின் மூலம் சமூகச் சீர்திருத்தம் சார்ந்த பல நாடகங்களை இவரே இயற்றி, பல நாடுகளில் அரங்கேற்றமும் செய்துள்ளார்.

கவிதாவின் படைப்புத் தளங்களும், கலை இலக்கியப் பங்களிப்பும் பன்முகப்பட்டவை. நடனம் சார்ந்து ஆசிரியர், நடனக்கலைஞர், நடனப் படைப்புகளை உருவாக்குபவர். நடன நாடக நெறியாள்கை மற்றும் அவற்றுக்கான பிரதிகளையும் எழுதுபவர். எழுத்துச் சார்ந்து, கவிதை, கட்டுரை, மொழிபெயர்ப்பு என்பனவாக இயங்குபவர்.

பொ. திராவிடமணி

கவிதாவின் இலக்கியத்தில் முதன்மையானவை நடனமும் கவிதையும். கடந்த 20 ஆண்டுகளில் (2002–2022) 'பனிப்படலத் தாமரை', 'என் ஏதேன் தோட்டம்', 'தொட்டிப்பூ', 'கருத்தபெண்', 'சிகண்டி' என்ற கவிதைத் தொகுப்புகளையும், ஒரு கதைத் தொகுப்பையும், 'கருவறைக்கு வெளியே' எனும் ஒரு கட்டுரைத் தொகுப்பையும் வெளியிட்டுள்ளார்.

கூர்மை, செறிவு, அழகியல், பல்பரிமாணம் கொண்ட கவிதைகள் அவருடையவை. இன்னும் சொல்வதானால் தனிமனித மற்றும் சமூக வாழ்வியக்கத்தின் பல்வேறு அம்சங்களையும் உள்வாங்கிய வாழ்வனுபவப் பிரதிபலிப்பு களை அவருடைய கவிதைகளில் தரிசிக்கலாம்.

நடனம் தெரிந்தவர்களுக்கு உடல் நெகிழ்வானதும் இலகுவாக வளையக்கூடியதும் என்பது ஆச்சரியமில்லை. ஆனால், மொழியும் அவர்களுக்கு மிக இலாகவமாக வளைந்து கொடுக்கும் அல்லது மொழியை இலாகவமாக வளைக்கின்ற பக்குவமும், கலைத்துவ ஆற்றலும் அவர்களுக்கு உண்டு. காத்திரமாகவும், கூர்மையாகவும், எளிமையாகவும், சுவாரஸ்யமாகவுமெனப் பேசுபொருளுக்கும் இலக்கிய வடிவத்தெரிவுக்குமேற்ற வகையில் மொழியைக் கையாள்வ திலும் கவிதாவின் ஆளுமையை அவரது எழுத்துகளில் தரிசிக்கலாம்.

கவிதாவின் கவிதைகள், கட்டுரைகள், நடன நாடகப் படைப்புகள் கருத்தியல் ரீதியாகப் பல கட்டுடைப்புகளைச் செய்துள்ளன. அதாவது சமூகம் கட்டமைத்து வைத்திருக்கின்ற ஒழுங்குகளை மீறுவது, அவற்றின் மறுபக்கத்தைப் பார்ப்பது – அவற்றின் மீது கேள்விகளை எழுப்புவது – அதிகாரம் சார்ந்த, ஒடுக்குமுறை சார்ந்த அதன் கூறுகளை, கேள்விக்குட் படுத்துவது – பெரும்பான்மையினரால் ஏற்றுக்கொள்ளப் பட்டவற்றை கட்டுடைப்பது என்பதாக இவரது படைப்புகளின் கருத்தியல் சார்ந்த விடயங்களை மதிப்பிடலாம். இன்னும் எளிமையாகச் சொல்வதென்றால் அதிகமாகப் பெண்ணியப் பார்வையில் அவற்றை நிகழ்த்துகின்றார் என்றபோதும், பெண்களின் சிக்கல்களை மட்டுமல்ல, பல்வேறு வகைகளிலும் ஒவ்வாத விடயங்களோடு முரண்படுகின்றார். கூர்மையான கேள்விகளை எழுப்புகின்றார்.

தமிழ் இலக்கியம், குறிப்பாகச் சங்க இலக்கியங்கள், தொல்காப்பியம் கற்பதுவும், ஆய்வுப் பார்வையோடு அவற்றை அணுகுவதும் எழுத்துச் சார்ந்த அவரது வெளிப்பாடுகளுக்குத் துணைநிற்கின்றன. நோர்வேஜிய மற்றும் உலக இலக்கியங்கள்

மீதான வாசிப்பும் மொழிபெயர்ப்பு அனுபவங்களும் இன்னுமொரு வகையாக அவரின் எழுத்துகளின் செழுமைக்கு வலு சேர்க்கின்றன. நோர்வேஜிய இலக்கியங்களில் அவருக்குப் பரிச்சயம் உண்டு. அந்தப் பரிச்சயம் என்பது, கல்வி, வாசிப்பு, மொழிபெயர்ப்பு ஆகியவற்றினூடாக வளர்க்கப்பட்டது.

ஹென்றிக் இப்சனின் உலகப்புகழ் பெற்ற படைப்புகளில் ஒன்றான, 'பேர் கிந்த்' கவிதை நாடகத்தினை தமிழில் மொழிபெயர்த்து முடித்துள்ளார். இருபதிற்கும் மேற்பட்ட நோர்வேஜியக் கவிஞர்களின் பல்வேறு கவிதைகளை மொழிபெயர்த்துள்ளார். ஆங்கிலக் கவிதைகள் சிலவற்றையும் மொழிபெயர்த்துவருகின்றார். பாரதி கவிதைகளை ஆழமாக, தத்துவார்த்தமாக, சொற்களுக்கும் வரிகளுக்கும் அப்பாற் சென்று அதற்குள் இருக்கும் கவிதையைக் கண்டடைகின்ற அவருடைய ஆர்வமும் ஆய்வுப் பார்வையும் முக்கியமானவை.

கவிதாவின் கலை மனம், தேடல், கலை இலக்கியப் பார்வை, சமூக, உலகப் பார்வை, சமூகநீதி மற்றும் பெண்ணிய நிலைப்பாடுகள் ஆகியவற்றின் கூட்டுநிரலே அவருடைய படைப்பாக்கங்களுக்கான உந்துதலாக விளங்குகின்றன. அவரது எழுத்தினதும் எழுத்திற் கையாளும் பேசுபொருள், சொல்முறை, மொழிநடை, வாசகர்களுக்குக் கடத்தும் உணர்வு என்பவற்றில் செழுமையைத் தருகின்றது. நடனப் படைப்புகள், அவற்றினூடு அவர் பிரதிபலிக்கும் எண்ணங்களுக்கும் கலைத்துவ அழகியலுக்கும் செழுமை சேர்க்கின்றன.

கவிஞர், நடனக் கலைஞர் எனும் இரு தளங்களிலான அவரது ஆளுமையும் இயக்கமும் எழுத்துகளில் உணர்வுபூர்வமான தன்மையையும் காட்சிபூர்வமான சித்திரிப்புகளையும் அழகியலுடன் வெளிப்படுத்த உதவுகின்றன. முன்நோக்கு மிக்க பெண்ணிய, சமூக, உலகப் பார்வையை அவரது எழுத்துகளில் அவதானிக்க முடியும். ஒவ்வொரு பேசுபொருளும் கோரிநிற்கின்ற முழுமையைப் பரந்த வாசிப்பினூடும், தேடலினூடும், அனுபவத்தினூடும் கொண்டு வந்திருப்பதைப் படைப்புகளின் உள்ளடக்கத்திலும், கட்டமைப்பு நேர்த்தியிலும் காணமுடியும்.

நேர்காணல்

தங்கள் படைப்புகளின் ஊற்று எது? அது எவ்வாறு காலத்துக்குக் காலம் மாறி வந்திருக்கிறது?

என்னுடைய படைப்பிற்கான ஊற்றுக்கண்ணாக நான் உணர்வது என் தாய்நிலமாகிய இலங்கையில் நடைபெற்ற போர், அதன் தொடர்ச்சியாக நிகழ்ந்த புலப்பெயர்வு எனலாம். எனக்கு நான்கு வயது ஆனபோது நான் என் தாயுடன் தமிழகத்திற்குப் புலம்பெயர்ந்தேன். அங்கே கரிசைக்காடு எனும் கிராமத்தில் ஒரு தென்னந்தோப்பில் நாற்பது போராளிகளுக்கு மத்தியில் நானும் என் அம்மாவும் நான்கு ஆண்டுகள் வாழ்ந்திருக்கிறோம். அது ஒரு வேறுபட்ட வாழ்வியல் அனுபவம். யாருக்கும் வாய்ப்பது அரிது.

மீண்டும் நாங்கள் இலங்கை திரும்பினோம். அம்மா நார்வே சென்றுவிட்டார். நான் அப்பம்மாவுடன் இரண்டு ஆண்டுகள் இருக்கவேண்டிய சூழல். எனக்கு நண்பர்கள் நிலையானவர்களாகக் கிடைக்கவில்லை. மாறிக்கொண்டே இருந்தார்கள். ஆனால் தனிமை என்கூடவே இருந்தது. எனது 12ஆவது வயதில் நார்வேக்கு வந்தேன். புதிய இடம், புதிய சூழல், புதிய மொழி, நண்பர்களின் இழப்பு, புதிய நண்பர்கள். மனதில் தடுமாற்றங்கள். அப்பொழுதெல்லாம் வாசிப்பு எனக்கு மிகப்பெரிய துணையாக இருந்தது.

நிறைய தமிழ்ப் புத்தகங்களை வாசித்தேன். என் அம்மா, மாமாக்கள் அனைவரும் புத்தக வாசிப்புப் பழக்கமுடையவர்களாக இருந்த காரணத்தால், எனக்கும் வாசிப்புப் பழக்கம் இயல்பாகவே அமைந்தது. என்னுடைய 14ஆவது வயதிலேயே சிறுவர்களுக்கான இதழ் ஒன்றை நடத்துவதற்கான வாய்ப்பு எனக்குக் கிடைத்தது. அந்தச் சிறுவர் இதழ் சிறப்பாக வர வேண்டும் என்பதற்காகவும் நிறைய வாசித்தேன். இவையெல்லாம் எனக்குப் படைப்பாக்கத்திற்கு ஊற்றுக்கண்ணாக அமைந்தன.

என் எழுத்துகள் காலத்திற்குக் காலம் நிச்சயமாக மாறிக்கொண்டே வந்திருக்கின்றன. அம்புலி மாமாவில் தொடங்கிய என் வாசிப்பு, வளர்ந்த பிற்பாடு கல்கி, சாண்டில்யன் எனப் புனைவிலக்கியத்தில் பயணித்தது. தற்போது சங்க இலக்கியங்கள், காப்பியங்கள், நடனம் சார்ந்த மூல நூல்களைப் படிப்பதில் ஈடுபாட்டுடன் இருக்கிறேன். என் வாசிப்பு அனுபவத்திற்கும்,

மனநிலைக்கும் ஏற்றார்போல என் படைப்பாற்றலிலும் மாற்றங்கள் நிகழ்ந்துகொண்டே இருக்கின்றன.

தங்கள் படைப்புகளுக்கும் தன்னனுபவங்களுக்கும் இடையே இருக்கும் உறவு, ஊடாட்டம் என்ன? உங்கள் படைப்புகளைத் தன்வரலாறு சார்ந்தவை எனச் சொல்வீர்களா?

என் படைப்புகளில் என் அனுபவங்கள் இருக்கின்றன. என் வாழ்வியலும் இருக்கிறது. ஆனால், அது மட்டுமே என் எழுத்துகள் இல்லை. என் கவிதைகளை என் சார்ந்த உலகத்தி லிருந்துதான் எழுதுகிறேன். நான் நடனக் கலைஞராக இருப்பதால். சிறுவயதிலிருந்தே நாடகம் எழுதவும், இயக்கவும், படைக்கவும் கற்றுக்கொண்டேன். புதியபுதிய நாடகங்களை இலக்கியத்திலிருந்து படைக்கும் பழக்கம் எனது நாட்டியக் கலைக்கூடத்திற்கு இருந்து வந்துள்ளது. கண்ணகியும் கண்ணம்மாவும் உரையாடும் நாடகத்தில் தொடங்கி, ‘சீதையின் காதல்’, தற்கால அரசியலைப் பேசும் ‘குருசேத்திரம்’, பாரதியின் ‘ஞானரதம்’, புதுமைப்பித்தனின் ‘சிற்பியின் நரகம்’, ரவிவர்மாவின் ‘ஓவியங்கள்’, ‘சூர்ப்பனகை’ போன்ற நடன நாடகங்களைப் படைத்தளித்துள்ளேன். இவையெல்லாம் என் வரலாறு என்று சொல்லமுடியாது. ஆனால், நிச்சியமாக என் அனுபவங்கள், என் கருத்துகள் போன்றவை எனது நடன, நாடகப்பிரதியில் இருக்கும்.

கட்டுரைகளில் சான்றாக, பாரதி படைப்புகளை நுட்பமாக அதன் பொருளை ஆராய்ந்து எழுதும் விருப்பும், வழக்கமும் என்னிடம் உண்டு. எனவே, இதனை என் தன்னனுபவம் என்று சொல்ல இயலாது. என் கவிதைகளில் அதிகமானவை தன்னுணர்வு சார்ந்தவையாகக் கருதுகிறேன்.

தங்கள் படைப்புகளில் பிறரது வாழ்வனுபவங்களின் தாக்கம் எவ்விதம் வசப்படுகிறது? மற்றவர்களுடைய அனுபவங்களை அடியொற்றியும் படைப்புத் தரக்கூடிய “படைப்பாக்க உணர்வுத் தோழமை” என்ற வகையில் எழுத முயற்சித்திருக்கிறீர்களா? எடுத்துக்காட்டாக பலஸ்தீன மக்கள், இனப்படுகொலைகள், ஆதிகுடிகள், பெண்கள் போன்றோரது அனுபவங்கள்?

என் படைப்புகள் என் அனுபவம் சார்ந்தவை என்று சொன்னாலும்கூட அதில் நிறைய மக்களுடைய அனுபவங் களும் கலந்திருக்கின்றன. உணர்வுத்தோழமை எனும்போது அது நண்பர்களாக இருக்கலாம், உறவுகளாக இருக்கலாம், என் அம்மாவாகக்கூட இருக்கலாம். பல சமயங்களில் என் அம்மாவின் இடத்திலிருந்தும், தோழிகளின் இடத்திலிருந்தும் கவிதைகளை எழுதியிருக்கிறேன். உலகத்தில் பெண்கள் கடந்து

வந்த பாதைகளையும், கடக்க வேண்டிய தூரங்களையும் எழுதியிருக்கிறேன். பெண் சார்ந்து எழுதப்பட்ட கவிதைகள் எல்லாமே என் சார்ந்தவை அல்ல. அவற்றை, ஒட்டுமொத்தப் பெண் சமூகத்தின் குரலாகத்தான் நான் பார்க்கிறேன்.

ஆதி குடிகளின் மொழிகள் நாளுக்கு நாள் அழிந்து வருவதை மையப்பொருளாக வைத்து ஒரு பாடலை உருவாக்கி யிருக்கிறோம். அதை நடனத்தின் வாயிலாகவும் வெளிப்படுத்தி யிருந்தோம். இலக்கியங்களில் காணும் பெண் கதாபாத்திரங் களை ஒத்து, இன்று வாழும் பெண்களும் எப்படித் தன் வாழ்வியலை நடத்திக்கொண்டிருக்கின்றனர் என்பதையும் என் படைப்புகளில் நான் பதிவுசெய்துள்ளேன். எனவே, என் படைப்பு என் அனுபவம் மட்டுமில்லை. அப்படி எழுதுவதில் எனக்கு விருப்பமும் இல்லை.

புலப்பெயர்வால் தங்களது கதை அல்லது பொருண்மையில், மொழிநடையில், படிமங்களில் ஏற்பட்ட மாற்றங்கள் என்ன?

நான் இப்போது வாழ்வது எனது நிலம் அன்று. ஒரு புதிய நிலம். நான் இலங்கையில் போர் நிலத்திலிருந்து தமிழகம் சென்றபொழுது அங்கிருந்த நிலம் எனக்கு வேறு வகையான அனுபவத்தைத் தந்தது. பிற்பாடு நான் நார்வேக்குப் புலம் பெயர்ந்த பொழுது எனக்கு வேறு விதமான அனுபவம் அங்குக் காத்திருந்தது. இங்கிருந்த மொழி, பண்பாடு, கலாச்சாரம் என எல்லாம் எனக்குப் புதியவை. எனவே, அவற்றின் தாக்கங்கள் என் படைப்புகளில் இருக்கத்தான்செய்யும்.

நிச்சயமாக இந்தப் புலப்பெயர்வு வாழ்வு புதிய கதவுகளைத் திறந்துவிட்டிருக்கிறது. நார்வேஜிய மொழியின் ஊடாக வந்திருக்கக்கூடிய பல இலக்கியங்களை, கவிதைகளை, ஹென்றின் இப்ஷனுடைய நாடகங்களைப் படிக்கும், பார்க்கும் வாய்ப்பு எனக்குக் கிடைத்திருக்கின்றது. அவர்கள் ஒரு விடயத்தை எப்படிக் கையாள்கிறார்கள், அவர்களுடைய மொழிநடை எப்படி இருக்கிறது, அவர்களுடைய சிந்தனை வடிவம் எப்படி இருக்கிறது, ஒரு நாடகத்தை அவர்கள் எப்படிப் பிரதியாக்குகிறார்கள். அதற்குள் எப்படியான ஆழ்ந்த பொருண்மைகளையும், தத்துவார்த்தச் சிந்தனைகளையும் விட்டுச் சென்றிருக்கின்றார்கள் என்ற விடயங்கள் எல்லாமும் கூட நான் அறியாமலேயே என்னுள் தாக்கத்தை ஏற்படுத்தி யிருக்கும் என்றுதான் நான் நம்புகின்றேன்.

நோர்வேஜிய நாடகங்கள் பலவும் எமது நாட்டிய நாடகங்களில் இருந்து பெரிதும் மாறுபட்டவை. அவை விரிந்த தளத்தில் செயற்படுகின்றன. எனது படைப்புகளையும்

கோடுகளைத்தாண்டி படைக்கும் முனைப்பு என்னிடம் இருக்கிறது. அதற்கான துணிவும் இருக்கிறது.

படைப்பாளராய்த் தாங்கள் உணர்ந்த தருணம் எது?

என்னுடைய தளங்கள் இரண்டு. ஒன்று இலக்கியம், இன்னொன்று நடனம். இரண்டு இடத்திலும் நான் கால் வைத்திருப்பதால் என்னால் சில நேரங்களில் இரண்டிலும் ஆழ்ந்து எனக்குரிய நேரத்தை ஒதுக்கமுடியவில்லையே என்ற கவலை எனக்கு எப்பொழுதுமே இருந்திருக்கின்றது. இலக்கியத்திலும் முழுமையாக என்னுடைய நேரத்தைச் கொடுக்கமுடியாமலும், நடனத்திலும் முழுமையாகக் கொடுக்கமுடியாமலும் இரண்டையும் கைவிடமுடியாத நிலமையிலும் என் பயணம் போய்க்கொண்டிருக்கிறது.

நான் முதன்முதலாக என்னைப் படைப்பாளியாக உணர்ந்தது 2006ஆம் ஆண்டு கண்ணகியையும் கண்ணம்மாவை யும் வைத்து எழுதிய ஓர் அரங்க நிகழ்வுக்கான நாடகப் பிரதியில்தான். அதை எழுதியபொழுது என்னை நான் படைப்பாளியாக உணரத்தொடங்கினேன். எத்தனையோ கவிதைகளை எழுதியிருந்தாலும், நூல்களை வெளியிட்டிருந் தாலும், நடன அரங்கில் புதிதாக ஒரு படைப்பை எழுதி, அதற்கு இசையமைத்து, நெறியாள்கை செய்து அதைக் கொண்டுவந்து நிறுத்தும்போது வரும் உணர்வு தனி. அதைத்தான் நான் படைப்பாளியாக உணர்ந்த தருணம் என நினைக்கின்றேன். 2006இல் முதன்முதலாக அந்த உணர்வு எனக்கு ஏற்பட்டது. அதனைத் தொடர்ந்து இப்போதுவரைக்கும் அரங்கங்கள் தொடர்ச்சியாக நடந்துகொண்டு இருக்கின்றன. நாங்களும் நார்வேயிலும், பிற நாடுகளிலும் தொடர்ச்சியாக இந்நிகழ்வுகளை நடத்திக்கொண்டு இருக்கின்றோம்.

அறிவும் தர்க்கமும் ஆக்க இலக்கியத்துக்கு ஊறு செய்யலாம். உணர்வே இன்றியமையாதது எனும் கருத்தியலைப் பற்றிய உங்கள் எண்ணம் என்ன?

கலைஞனுக்கு உணர்வு என்பதுதான் முதன்மையான விடயமாக நான் பார்க்கிறேன். ஒரு கலைஞனுக்கோ, கவிஞனுக்கோ, இலக்கியவாதிக்கோ சமூகம் சார்ந்த உணர்வும், தான்சார்ந்த உணர்வும் இருக்கவேண்டும். தானிருக்குமிடத்தி லிருந்து இன்னொரு விடயத்தைக் காண முயல்வது என்பது உணர்வு சார்ந்த விடயம். ஆனால், அந்த உணர்வு சார்ந்த விடயத்தை மட்டும் வைத்துக்கொண்டு நாம் வெகுதூரம் போக முடியாது. வெகுதூரம் எம்மை அடையாளப்படுத்த முடியாது. எமது படைப்புகள் கனதியான படைப்பாக வெகுதூரம் செல்ல

முடியாது. எனில், இதற்குத் தேவையான விடயம் உணர்வு களோடு சேர்ந்து அறிவும், தர்க்கமும் போல பல விடயங்களை நாம் வளர்த்துக்கொள்ள வேண்டும். உணர்வுப்பூர்வமாகச் செய்யும் விடயங்கள் அந்த ஒரு தருணத்திற்கு அப்போதைக்கு என்னை ஆறுதல்படுத்துமேயொழிய, அறிவும், தர்க்கமும், தத்துவமும் இல்லாத ஒரு படைப்பு காலத்தால் நின்று பேசும் கனதியான படைப்பாக இருக்கமுடியாது என்பதுதான் என் நம்பிக்கை. கலைஞனுக்கு உணர்வு அடிப்படையாக இருந்தாலும் நிச்சயமாக அவன் அதையும் தாண்டிச் சில விடயங்களைத் தர்க்கரீதியாக முன்வைக்கவேண்டும், வெளிக் கொணரவேண்டும் என்பதுதான் என் கருத்து.

தமிழின் சொற்களஞ்சியங்களுக்குள்ளும் சொற்கிடங்குகளுக்குள்ளும் உரிய சொற்களைத் தேடுவதுண்டா? எப்படி?

தமிழ் சொற்களஞ்சியங்கள், அகராதிகள், நிகண்டுகள் எல்லாமே என்னுடைய வீட்டில் இருக்கின்றன. எதற்கு எனில், சொற்களுக்கான சரியான பொருள், அதன் மூலம் அதாவது வேர்ச்சொல்லைத் தேடுவதற்காகச் சேகரித்துவைத்திருக்கிறேன் என்னுடைய படைப்புகளுக்கு ஒரு சொல் தேடுவதற்காக அவற்றை நான் பயன்படுத்தியதில்லை. ஆனால், என்னுடைய ஆய்வுக் கட்டுரைகளுக்கோ, ஆய்வு சார்ந்த வேறு விடயங் களுக்கோ சில சொற்களின் மூலத்தை அறிந்துகொள்வதற்காக இந்த அகராதிகள் என் வீட்டில் எப்பொழுதும் இருக்கின்றன.

படைப்பாளி என்ற வகையில் உங்கள் பொறுப்புணர்வு என்ன?

சிறுவயதிலிருந்தே இரண்டு வசனங்கள் என் மனத்தில் ஆழமாகப் பதிந்துள்ளன. அவற்றை யார் எழுதினார்கள் என்பதுகூட என் நினைவில் இல்லை. 1. அழகானது கலை. அழகு மட்டும் கலையல்ல. அழகுபடுத்துவதே கலை. 2. மக்கள் விரும்புவதெல்லாம் கொடுப்பவன் கலைஞனல்ல. மக்களுக்கு என்ன தேவை என்று அறிந்து அதை மக்கள் விரும்பும் வண்ணம் கொடுப்பவனே உண்மையான கலைஞன். இவற்றில் இரண்டாவது வசனம் எப்பொழுதும் என் மூளையில் சுற்றிக்கொண்டேயிருக்கும். இவை என் படைப்புகளை அழகியலோடும், சமூகத்திற்குத் தேவையானதாகவும் அதே சமயம் அதை மக்கள் விரும்பும்படியும் செய்வதற்குக் காரணமாக இருக்கின்றன.

உங்கள் படைப்புகளின் தலைப்புகளை எப்படித் தேர்ந்தெடுக்கிறீர்கள்?

தலைப்புகளுக்கென நான் தனியே மெனக்கெடுவதில்லை. சில கவிதைகள் தலைப்புகள் இல்லாமலேயே இருக்கும்.

ஏனென்றால், சில நேரங்களில் தலைப்புகள் அந்தக் கவிதை களுடைய சாரத்தை இல்லாமல் செய்துவிடுமோ என்று தோன்றும். ஏனென்றால் ஒரு கவிதையில் நிறைய விடயங்கள் அடங்கியிருக்கும். ஒரு விடயத்தைத்தான் பேசவேண்டும் என்பதில்லை. ஆனால், ஒரு தலைப்பை இடும்பொழுது நாம் முதலிலேயே அந்தக் கவிதை இதைப் பற்றித்தான் பேசப்போகிறது என்று சொல்லிவிடுகிறோம். வாசகர்களும் அந்தத் தலைப்பை வைத்தே அந்தக் கவிதையைப் படிக்கும் வாய்ப்பு அதிகம் இல்லையா? எனவே, அதைத் தவிர்த்துக் கொள்வதற்காகத் தலைப்பே இல்லாமல் என்னுடைய பல கவிதைகள் இருக்கின்றன.

தலைப்பு இல்லாமல் ஒரு நூலை வெளியிடமுடியாது. கட்டுரைத் தொகுப்பு எனில், அதற்குப் பொருத்தமானத் தலைப்பை எனக்குப் பிடித்த அல்லது என்னைப் பாதித்தக் கட்டுரையின் தலைப்பையே நூலின் தலைப்பாகப் பயன்படுத்துவேன். கவிதைத் தொகுதி என்றால் அந்த ஒட்டு மொத்தக் கவிதைத்தொகுதியும் என்ன சொல்ல வருகின்றது என்பதை அடிப்படையாக வைத்து அதற்கேற்ற, அதை அடையாளப்படுத்தும் விதமாக ஒரு சொல்லை அதாவது தலைப்பைத் தேர்ந்தெடுப்பது வழக்கம்.

மற்றைய படைப்பாளிகளின் ஆக்கங்களை வாசித்துவிட்டு, அட, இதனை நான் எழுதியிருக்கலாமே என ஆதங்கப்பட்டிருக்கிறீர்களா? அப்படியானால் என்ன படைப்பு அது? மாதிரிக்குச் சிலவற்றைச் சொல்ல முடியுமா?

ஒரு நாளும் நான் அப்படி யோசித்ததில்லை. பிறருடைய படைப்பு அழகாக இருந்தால் அந்தத் தருணத்தில் அதை இரசித்துவிட்டு செல்வதுதான் எனது வழக்கம்.

தமிழ் இலக்கிய வளர்ச்சியில் பெண் எழுத்துகளுக்கான சூழல், இடம் என்ன?

ஆண் எழுத்தாளர்களாக இருந்தாலும் சரி, பெண் எழுத்தாளர்களாக இருந்தாலும் சரி, தமிழ்ச் சூழலில் எழுத்தாளர்கள் பெரும்பான்மைச் சமூகத்திற்குள் இல்லாமல் குறுகிய வட்டத்திற்குள்தான் இருக்கிறார்கள். பெண் இன்றைய நிலையிலும் குடும்ப பாரத்தை முற்றுமுழுதாக இறக்கி வைக்கக் கூடிய சூழலைப் பெற்றிருக்கவில்லை. இலக்கியமானாலும், தொழிலானாலும், கலையானாலும் குடும்ப பாரத்தோடுதான் செய்யும் சூழலில் பெண்கள் இருக்கிறார்கள். பெரும்பான்மையான சமூகம் இப்படியாகத்தான் இருக்கிறது.

பொ. திராவிடமணி

இலக்கை அடைவதற்கு ஆண்களைவிடப் பெண்களின் தூரம் அதிகமானது.

ஆண்களுக்குக்கூட முழுநேர எழுத்தாளனாகத் தன்னை நிலைநிறுத்தி, அதில் வாழ்வது என்பது இப்போதுவரை பெரும் போராட்டத்திற்குரிய விடயமாகவே இருக்கிறது. இது எழுத்தாளரின் இலக்கியம் சார்ந்த பிழையில்லை. அரசியற் பிழை. வளமான சமூகம் இருக்குமிடத்தில்தான் அரசு எழுத்தாளர்கள், கலைஞர்களுக்கானத் தேவைகளைப் பூர்த்திச்செய்யும்.

ஈழத் தமிழர்களுக்கு அரசே இல்லை. படைப்பாளர்கள் சிக்கலுக்குள்ளாகவே இந்த இலக்கியங்களையோ, கலைகளையோ படைக்கவேண்டிய சூழல்கள் இருக்கின்றன. சங்ககாலப் பாணன், விறலியரையொத்த நிலையில்தான் இன்றைய இலக்கியவாதிகளும், கலைஞர்களும் வாழ்ந்து கொண்டு இருப்பதாவே தோன்றுகிறது.

பெண்களுக்கு ஆண்களைவிட இன்னும் கொஞ்சம் கூடுதல் சிரமம். ஒன்று குடும்பம் சார்ந்தது, மற்றொன்று பண்பாடு, கலாச்சாரம் சார்ந்தது. ஏனெனில் கலாச்சாரம், பண்பாடு போன்றவற்றைப் பெண்களுடன் சார்த்திப்பார்க்கும் மரபு நம்முடையது. இவ்விரண்டிலுமிருந்து வெளிவர இன்னும் சில காலங்களெடுக்கும்.

மேலும், சமூகத்தில் இருக்கும் மிகமிகக் குறைவான வாசிப்புத்தன்மையும் இதற்குக் காரணமாக இருக்கலாம். ஆண்களிடம் இருக்கும் அளவுக்குக்கூடப் பெண்களிடம் வாசிப்புப் பழக்கம் இல்லை என்றுதான் தோன்றுகிறது. அடுத்தத் தலைமுறையிடமும் வாசிப்புப் பழக்கம் மிகமிகக் குறைவாகவே இருப்பதை இங்குக் காணமுடிகிறது.

தங்கள் படைப்பு முயற்சிக்கு எழுந்த தடை, அதைத் தகர்த்துக் கடந்து வந்த அணுகுமுறை குறித்துச் சொல்லுங்கள்.

நான் சிறுவயதிலே புலம்பெயர்ந்து வந்துவிட்டதால் எனக்கு இந்தச் சமூகமோ, குடும்பமோ இலக்கியப் படைப்புகள் சார்ந்து எந்தத் தடையும் விதிக்கவில்லை. சொல்லப்போனால் எனக்கு ஊக்கம் அளிக்கக் கூடியவர்களாகத்தான் இருந்திருக் கிறார்கள். ஓர் இலக்கியவாதியாகவோ, கலைஞனாகவோ முழுநேரமும் இயங்கமுடியாத நிலையை வேண்டுமானால் தடை என்று சொல்லலாம். இருக்கின்ற வாழ்க்கைக்கும், வாழ நினைக்கின்ற வாழ்க்கைக்கும் இடைவெளி அதிகம்.

வேலைக்குச் செல்லவேண்டும். குடும்பத்தைப் பார்க்க வேண்டும். எங்களுக்குக் கிடைக்கக்கூடிய குறுகிய நேரத்தில்தான்

வாசிக்கவோ, படைப்புகளைச் செய்யவோ நேரம் கிடைக்கிறது. முழுநேரமாக ஓர் இலக்கியவாதியாகவோ, கலைஞனாகவோ இயங்கமுடியாமல் இருப்பதற்குப் பல காரணங்கள் உண்டு. முக்கியமான காரணமாக நினைப்பது எங்களுக்குரிய அரசுடனான நிலம் இல்லாமை.

நார்வேஜிய அரசு இங்கிருக்கக்கூடிய படைப்பாளர்களுக்குக் கலைஞர்களுக்கு முழுவளங்களையும் செய்து கொடுக்கிறது. ஈழத் தமிழர்களுக்கு அவை எந்த வகையிலும் சாத்தியமல்ல. எங்களுடைய தமிழ்க் கலைகளை, இலக்கியங்களை வளர்ப்பதற்கு நாங்கள் புலம்பெயர்ந்த நாடுகள் எதுவும் செய்யப்போவதில்லை.

எங்களுக்கான அரசு என்று ஒன்றில்லை என்பது ஒன்று. எங்களிடம் என்ன வளங்கள் இருக்கின்றன என்றே தெரியாமல் இருப்பது மற்றொன்று.

5

குணா கவியழகன்

"எழுத்து என்பது ஒரு தேடல், ஒரு விசாரணை, ஒரு தொலைதல், ஒரு கண்டுபிடித்தல் – இன்னும் எழுத்து என்பது ஒரு மண்ணும் இல்லை என்ற சலிப்பு வரும்வரை தன்னை ஒப்படைத்தலுக்கான ஒரு மோகம்" என்று குறிப்பிடும் குணா கவியழகன் ஈழத்திலிருந்து புலம்பெயர்ந்து தற்பொழுது இலண்டனில் வசித்துவருகிறார்.

இவர் நான்கு சகோதரர்களோடு பிறந்தவர். சிறுவயதில் இலங்கைத் தலைநகர் கொழும்பில் வாழ்ந்த இவரது குடும்பம் 1983இல் நடந்த இனப்படுகொலையோடு சொந்த ஊரான யாழ்பாணம்–கோப்பாய்க்குத் திரும்புகிறது. அரசப் பட்டயக் கணக்காளரான தந்தை, யூலை இனப்படுகொலையோடு வேலையை நிரந்தரமாக விட்டுவிடுகிறார்.

இவர் சொந்த ஊரில் படித்தபோதும் பதினாறு வயதில் பள்ளியை நிறுத்திக்கொண்டு போராட்டப் பணியில் இணைந்துவிடுகிறார். அறிவை வளர்த்துக் கொண்டதெல்லாம் பின்னர் முறைசாராக் கல்வி மூலம்தான். "இனத்தின் தேவைதான் தன் கற்றலைத் தீர்மானித்தது" என்று சொல்லும் குணா கவியழகன் ஆற்றிய பணிகளும், பொறுப்புகளும் கவனத்திற்குரியவை.

ஊடகவியலாளர், அரசியல் விமர்சகர், எழுத்தாளர் என்றெல்லாம் அறியப்படும் குணா கவியழகன் ஈழ விடுதலைப் போராட்டத்தின்

முக்கியப் பயணி. பத்திரிகைப் பொறுப்பாசிரியராக, ஊடக நிறைவேற்று இயக்குனராக, அரசியல் ஆய்வு மையத் தலைவராக, அரசியல் கல்லூரிப் பொறுப்பாளராக என்று பல பொறுப்புகளை வகித்திருக்கிறார். ஆறு புதினங்களையும், ஐநூறுக்கு மேற்பட்ட அரசியல், சமூகக் கட்டுரைகளையும், சில சிறுகதைகளையும் எழுதியுள்ளார். இவர் எழுதிய அரசியல் நூல்கள் மூன்றும், படைத்துறை நூல் இரண்டும் போரில் தொலைந்ததாகக் குறிப்பிடுகிறார். தமிழீழ விடுதலைப்போரின் வேரையும் அதன், விளைவுகளையும் புனைகதைகளாக எழுதிவரும் இவர் எழுதியுள்ள 'புதினங்கள் நஞ்சுண்ட காடு' 2003 (தமிழகத்தில் வெளிவந்தது 2013) 'விடமேறிய கனவு', (2015), 'அப்பால் ஒரு நிலம்' (2016), 'கர்ப்பநிலம்' (2018), 'போருழல் காதை' (2019), 'கடைசிக் கட்டில்' (2024) போன்றவை ஆகும். 'விடமேறிய கனவு' எனும் புதினம் ஆங்கிலத்தில் The Poisoned Dream என்று 2018இல் வெளிவந்துள்ளது.

ஈழ இன முரண்பாடு, இனப்படுகொலைக்கான காரணம், ஈழ வாழ்வியல் விழுமியங்கள், போரின் பல்வேறு முகங்கள் என்பன இவரது படைப்புகளில் பேசுபொருளாவதைக் காணலாம். இதன் வழி, போர் உருவாக்கிய சமூக, அரசியல், பொருளாதாரப் பண்பாட்டு தாக்கங்கள் மற்றும் விடுதலை அமைப்பு உருவாக்கிய நிர்வாகக் கட்டுமானங்கள் அதன் நோக்கங்கள் என்பன புரிதலை உருவாக்குகின்றன. போரின் போதான மனித உளவியலும், அது நிகழ்த்தும் மனித நாடகமுமே இவர் புதினங்களின் செழுமை.

இவரது முதல் படைப்பான நஞ்சுண்ட காடு எனும் புதினத்திற்குக் கனடாவில், 'இலக்கியத்தோட்ட' இயல் விருதைப் பெற்றுள்ளார். மேலும், காக்கைச் சிறகினிலே விருது, அமுதன் அடிகளார் விருது, வாசக சாலை விருது, கலகம் விருது, தமிழ்நாடு பதிப்பாளர் சங்கத்தின் விருது போன்ற பல விருதுகளைத் தமது படைப்புகளுக்காகப் பெற்றுள்ளார்.

"தன் நிழலைக் கண்டு அஞ்சுகிறபோது சிறுவராக இருக்கும் எவரொருவரும் தன் மனத்தைக் கண்டு அஞ்சுகிறபோது பெரியவராகிவிடுகின்றனர்" என்கிறார் இவர்.

நேர்காணல்

தங்கள் படைப்புகளின் ஊற்று எது? அது எவ்வாறு காலத்துக்குக் காலம் மாறி வந்திருக்கிறது?

தனிமை. தனிமை தரும் எனது வாழ்வில் நான் பட்டவையும், கற்றவையும், பெற்றவையும் உருவாக்கிய பார்வை என்று சொல்லுங்களேன். ஆனால், ஊற்றுக்கு ஒரு தூண்டுதல் வேண்டுமல்லவா அது மனிதர்களை மனிதர்களுக்குப் புரிய வைத்துவிட முடியாதா ஒருவேளை முடிந்தால் மானுடம் ஒருபடி முன்னேறிவிடாதா என்ற ஆசைதான். இந்த ஒருவேளை நடக்கலாம் என்பதற்குத்தான் இத்தனை மனப்பாடுகளை எழுத்தில் படுகிறேன்?

இது காலத்திற்குக் காலம் மாறும் ஒன்றன்று. படைப்பை அணுகும் முறைமையில் மாற்றம் வரும். அது தன் அனுபவத்தாலும் மற்றும் அறிவுத்திரட்சியின் விரிவாலும் நிகழ்வது.

தங்கள் படைப்புகளுக்கும் தன்னனுபவங்களுக்கும் இடையே இருக்கும் உறவு, ஊடாட்டம் என்ன? உங்கள் படைப்புகளைத் தன்வரலாறு சார்ந்தவை எனச் சொல்வீர்களா?

தன் அனுபவம் இல்லாமல் என் படைப்பு இல்லை. அதற்காக இது தன் வரலாறு அல்ல. என் முதல் மூன்று நாவல்கள் 'நஞ்சுண்டகாடு', 'விடமேறியகனவு', 'அப்பால் ஒரு நிலம்' ஆகியன முழுமையாகத் தன் அனுபவத்தின் தளத்தில் நின்று எழுதியவை. நாவலின் கதையம்சம் கைகூடத் தன் அனுபவம் காரணமாக இருந்தது. பின்னைய மூன்றும் தன் அனுபவத்திற்கும் அப்பால் விரிந்தவை. அங்கும் தன் அனுபவ ஊடாட்டம் அவசியப்படவே செய்கிறது. நவ யதார்த்தவாதத் தளத்தில் எழுதும் எனக்கு இது அவசியம். கற்பனாவாதத் தளத்தில் நின்று எழுதுபவர்களுக்குத் தன் அனுபவ ஊடாட்டம் இந்தளவுக்கு அவசியமானதல்ல.

தங்கள் படைப்புகளில் பிறரது வாழ்வனுபவங்களின் தாக்கம் எவ்விதம் வசப்படுகிறது? மற்றவர்களுடைய அனுபவங்களை அடியொற்றியும் படைப்புத் தரக்கூடிய "படைப்பாக்க உணர்வுத் தோழமை" என்ற வகையில் எழுத முயற்சித்திருக்கிறீர்களா? எடுத்துக்காட்டாக பலஸ்தீன மக்கள், இனப்படுகொலைகள், ஆதிகுடிகள், பெண்கள் போன்றோரது அனுபவங்கள்?

பிறரது வாழ்வனுபவங்களின் தாக்கம் எப்படி வசப்படுகிறது என்றால் ஒரே ஒரு காரணம்தான்: பிறருடனான உறவின் மூலம் மட்டும்தான் அது வசப்படும். உங்களுக்கும் மனிதர்களுக்குமான தொடர்பெல்லை இங்கே முக்கியமானது. அதன் விரிவும் விசாலமும் மனிதர்களைப் புரிந்துகொள்ள வகை செய்கிறது. எனக்கு நேர்ந்த வாழ்வில் சிறுவயது முதல் எண்ணிலடங்காத மனிதர்களுடன் வெவ்வேறு வகை மாதிரியானவர்களுடன் வெவ்வேறு சூழ்நிலைகளில் பழகும் வாய்ப்புக்கிடைத்தது. இப்படித்தான் அது வசப்பட்டது.

மற்றவர்களது அனுபவத்தையொட்டி எழுதியிருக்கிறீர்களா என்றால் என் பின்னைய நாவல்கள் கர்ப்ப நிலம், போருழல் காதை, கடைசிக் கட்டில் ஆகியன அதிகமும் அப்படி அமைந்தவைதான். நீங்கள் கேட்பதுபோலக் கர்ப்ப நிலத்திலும், போருழல் காதையிலும் அதிகமான பெண் பாத்திரங்களை எழுதியிருக்கிறேன். சிங்கள இனத்தவர்களைப் பாத்திரமாக்கி யிருக்கிறேன். போரில் ஈடுபட்ட அரச இராணுவ படையாளைப் பாத்திரமாக்கியிருக்கிறேன். ஏன் அரசியல் வாதியைக்கூடப் பாத்திரமாக்கியிருக்கிறேன். கடைசி கட்டில் ஈழத்துத் தோட்டிகள் சமூகம் பற்றிப் பேசுகிறது. எனக்குத் தெரிந்து ஒடுக்கப்படும் ஈழத்துத் தோட்டித்தொழிலாளர் பற்றிய முதல் நாவல் இது என்று நம்புகிறேன். கூடவே இது புற்றுநோயாளர்களின் இறுதி நாள்கள் பற்றியதும்கூட

புலப்பெயரவால் தங்களது கதை அல்லது பொருண்மையில், மொழிநடையில், படிமங்களில் ஏற்பட்ட மாற்றங்கள் என்ன?

முக்கியமான மாற்றமென்றால் மன விசாலம்தான். அதிலிருந்துதான் பொருண்மையில், மொழியில், படிமக் கையாளலில் மாற்றம் நிகழ்கின்றன.

'நஞ்சூறும் மனக்கரை' என்று ஒரு சிறுகதை எழுதி யிருக்கிறேன். இது நிச்சயமாக எனது கதைப் பொருண்மையில் புலம்பெயர் நாட்டின் வாழ்வினுடைய தாக்கம்தான். பெண் உடல் பற்றிய இரு வேறு கலாசாரப் பார்வைதான் அதன் பேசுபொருள். கலாச்சாரம் உருவாக்கும் மன அமைப்பு தீவிரத்துடன் அதில் கையாளப்பட்டிருக்கும்.

'ஒப்புக்கொடுக்கப்பட்ட மனிதக்கடத்தல்' என்ற சிறுகதையையும்கூட இன்னொரு உதாரணமாகச் சொல்ல லாம். இவை தவிர நேரடியான பாடுபொருண்மையில் நான் வேறு எதனையும் எழுதவில்லை. ஆனால், இப்போது அதைத்தான் எழுதிக்கொண்டிருகிறேன்.

ஒரு படைப்பாளராய்த் தாங்கள் உணர்ந்த தருணம் எது?

உணரும் தருணம் என்று கேட்டால் பதிலளிப்பது சுவாரசியமாக இருக்கும்.

உங்களுக்குத் தெரியும் நானொரு சாமானியன். ஆனால், வாசக அனுபவங்களைப் படிக்கும்போதெல்லாம் படைப்பாளன் என்ற உணர்வு ஏனைய உணர்வுகளைப் பின்தள்ளி மேலெழுவதைத் தவிர்க்கமுடியாது. ஒரு வாசகர் என் மொத்தப் படைப்பில் அல்ல; ஒரே ஒரு பாத்திரத்திலோ ஒரே ஒரு சம்பவத்திலோ இல்லை; ஒரு வசனத்திலோகூட சிக்கிக்கொண்டு எழுதுவார் அல்லது பேசுவார். இத்தருணம் சாமானியனை எழுத்தாளனாக்கிவிடும்.

முக்கியமானது, தீவிரமான தனிமையில் நான் தொலைய நேரும்போதெல்லாம் ஒரு புள்ளி சிந்தனையாகி மிகத் தெளிவாக வெளிக்கும். அதன், பின்னால் மனிதர்களும் மனித மனங்களும் இருக்கும். அங்கே, ஒரு மெய்மை உருவாகிவிட்டிருக்கும். அந்தக் கண்டுபிடிப்பு என்னை படைப்பாளன் என்று குதூகலிக்க வைக்கும். அதை எழுதுகிறேன் அல்லது எழுதவில்லை என்பது முக்கியமல்ல. ஆனால், எழுதும்போது பாத்திரங்கள் இரகசியமாக தங்கள் அச்சங்களை, ஆசைகளை, துயரங்களை, ஏமாற்றங்களை, குரூரங்களை, மன்னிப்புகளை என்று தம் சொல்லா உணர்ச்சிகளை என் காதில் கிசுகிசுக்கும். தம்மைத் தாமே எழுதும். அந்த நொடிகளில் படைப்புணர்ச்சியைத் துய்க்கமுடியும்.

அறிவும் தர்க்கமும் ஆக்க இலக்கியத்துக்கு ஊறு செய்யலாம். உணர்வே இன்றியமையாதது எனும் கருத்தியலைப் பற்றிய உங்கள் எண்ணம் என்ன?

நான் அதை நம்புபவன் அல்ல. ஒரு படைப்பு உணர்ச்சியா? சிந்தனையா? சிந்தனை என்றால் அறிவன்றி அங்கே வேறென்ன! ஒவ்வொரு படைப்பும் ஒரு கண்டுபிடிப்பு. சிந்தனையின்றி அது நிகழாது. அதன் கலைத்துவ வெளிப்பாட்டில்தான் உணர்ச்சியிருக்கிறது. அறிவு, அனுபவம், உணர்ச்சி ஆகியவற்றின் மாயாஜாலக் கலவையாகப் படைப்பு வெளிப்படுகிறது.

தமிழின் சொற்களஞ்சியங்களுக்குள்ளும் சொற்கிடங்குகளுக்குள்ளும் உரிய சொற்களைத் தேடுவதுண்டா? எப்படி?

இல்லை தேடுவதில்லை. எழுதும்போது பாத்திரங்கள் தங்கள் சொற்களைத் தாங்களே தேடித்தருகின்றன. எனது சொற்களை உணர்ச்சிகள் ஞாபகத்திலிருந்து எடுத்து

வருகின்றன. என்ன சொல்லைக் கொண்டுவரும் என்று எனக்கே தெரிவதில்லை.

படைப்பாளி என்ற வகையில் உங்கள் பொறுப்புணர்வு என்ன?

மனித ஆன்மாவை அழகாக்குவது.

உங்கள் படைப்புகளின் தலைப்புகளை எப்படித் தேர்ந்தெடுக்கிறீர்கள்?

நான் எடுப்பதில்லை. படைப்பேதான் கொண்டுவந்து தருகிறது. அதில் குழம்பிக்கொள்வதுதான் என் வேலையாக இருந்திருக்கிறது. கடைசியில் பலாத்காரமாக அது தன்னை நிறுவிக்கொண்டுவிடும்.

மற்றைய படைப்பாளிகளின் ஆக்கங்களை வாசித்துவிட்டு, அட, இதனை நான் எழுதியிருக்கலாமே என ஆதங்கப்பட்டிருக்கிறீர்களா? அப்படியானால் என்ன படைப்பு அது? மாதிரிக்குச் சிலவற்றைச் சொல்ல முடியுமா?

வியப்புத்தான் எழும் அதை நான் எழுதியிருக்கலாமே என்ற ஆதங்கம் வராது. எப்படிவரும்? அது இன்னொருவரின் கண்டுபிடிப்பு. ஆனால், அது என் சிந்தனையைத் திருகிவிடும்.

பெரும்பாலும் ஈழத்துப் படைப்பாளர்களின் கருப்பொருள் இனப்படுகொலையும் அதன் விளைவுகளும்தான். உங்கள் கதைகளின் தனித்துவம் என்ன?

என் தனித்துவம் எது என்று கேட்டால் நான் என்ன சொல்ல முடியும்? நீங்களல்லவா கண்டுபிடித்துச் சொல்ல வேண்டும். விமர்சனத்துறையின் வேலையல்லவா அது? தமிழில் விமர்சனத்துறை கடைசிப் படுக்கையில் இருக்கிறதோ என்றல்லவா தோன்றுகிறது. அது பிழைக்குமா இல்லையா என்றே தெரியவில்லை. ஒரு சிலர்தான் அதை இன்னும் இறக்காமல் சூட்டோடு வைத்திருக்கிறார்கள். எழுத்தாளர்கள் தானே இப்போது விமர்சகர்களும். நாவல் எழுதுவது எப்படி என்று அவர்களே வகுப்பு எடுப்பதையும் பார்க்கிறோமே. இவர்கள் குழுவாதக் கொள்கைப் பிரச்சாரர்களன்றி வேறு யார்? என்ன சுவாரசியமென்றால் இவர்களின் கையில் பைபிளோ, குரானோ, கீதையோ கிடையாது. மாறாகத் தங்கள் சொந்தப் புத்தகத்தை வைத்திருக்கிறார்கள். வேண்டாம் அதிகம் சொன்னால் இலக்கிய ஆதீனங்கள் ஆத்திரமடைவார்கள்.

இந்தச் சாங்கியத்தில் நீங்கள்வேறு உங்கள் தனித்துவம் என்ன என்று கேட்டால்? நானும் என் புத்தகங்களை எடுத்துக் கொண்டு இறங்கவா? புதிரான என் வாழ்க்கைச் சூழல் தந்த அகநிலை அனுபவம், இலக்கியத்திற்கு அப்பால் நான் திரட்டிய

விடய அறிவு, இன்னும் என் போதாமைகள்தான் எனக்கான தனித்துவமாக இருக்கக்கூடுமோ?

நீங்கள் எழுதிய முதல் ஐந்து புதினங்களும் ஈழப்போர் அதன் விளைவுகள் பற்றியே பேசுகின்றன. கடைசிக் கட்டில் கதைக்களம் பொருண்மை வேறு. ஈழப்போர் குறித்த பொருண்மைகள் உங்களிடம் தீர்ந்துவிட்டதா?

விடுதலைப் போர் பற்றிய பொருண்மை எப்படிக் குறையும்? என் முதல் நாவலில் சொன்னபடி ஆயிரம் தலைமுறைகளாகக் கதைசொல்லும் வாழ்வனுபவத்தைக் கண்டிருக்கிறோம். அதுதானே உள்ளெரிந்துகொண்டிருக்கிறது. சுடலையில் எனக்காக நீங்கள் மூட்டப்போகும் தீயும், என் உள்ளெரியும் தீயும் சண்டையிடுமா இல்லை சங்கமிக்குமா என்றுதான் தெரியவில்லை

தங்கள் படைப்புகள் அனைத்தும் ஈழப்போர், இனப்படுகொலை, அதன் விளைவுகள் குறித்துப்பேசுவதால். அப்படைப்புகளை வெளிக்கொண்டு வந்ததன் மூலம் ஈழ மக்களுக்கு ஓரளவு நியாயம் செய்ததாக நம்புகின்றீர்களா?

நான் யார் நியாயம் செய்வதற்கு? அதற்கு அவசியம் என்ன? ஈழமக்கள், அவர்களின் உரிமைப் போராட்டம் நியாயம் செய்யப்பட வேண்டியதல்ல. நியாயம் வழங்கப்படவேண்டியது. அந்த நியாயத்திற்காக நானும் போராடினேன் அவ்வளவுதான். மற்றது இனப்படுகொலை, போர், அதன் விளைவுகள் பற்றித் தான் நான் எழுதினேன் என்றல்ல. நான் என் காலத்து ஈழ வாழ்வியலை எழுதினேன். ஈழத்து மைய முரண்பாடு இன முரண்பாடாகக் கடந்த ஐம்பது வருடங்களுக்கு மேலாக இருக்கிறது. மைய முரண்பாட்டின் விளைவுகளாக மனித வாழ்க்கை அசைவதுதான் இயல்பு. அந்த வகையில்தான் கடந்த அரை நூற்றாண்டில் வெளிவந்த ஈழப் படைப்புகளில் தொண்ணூறு வீதமானவற்றில் போரும் அதன் விளைவுகளுமாக மனித வாழ்க்கை வெளிக்கொண்டு வரப்படுகிறது. அப்படித் தான் எனது படைப்புகளும். இதைப் புரிந்துகொள்வதில் தமிழ்நாடு சிரமப்படுகிறதா? அல்லது அரசியல் உள்நோக்குக் கொண்ட இலக்கியத் தர்பார் நடத்துநர்கள் இதைத் திரித்து விளையாடுகிறார்களா (manipulate) பண்ணுகிறார்களா என்று தெரியவில்லை.

உங்களைப் போன்றோரின் படைப்புகளால்தான் ஈழப்போரின் உண்மை நிலவரம் உலகுக்குத் தெரியவந்தது. இதை பலம் என்று நம்புகின்றீர்களா? பலவீனம் என நினைக்கின்றீர்களா?

போராட்டதுக்கு எதிர்சக்திகள்தான் எப்போதும் எங்கும் பலமானவர்கள். வரலாறு நெடுகிலும் அப்படித்தான் இருந்திருக்கிறது இனியும் இருக்கும். அதிகாரம் உள்ள தரப்புத் தானே ஒடுக்குகிறது. எனவே, அதிகாரம் எல்லாப் பலத்தையும் கொண்டிருப்பது இயல்புதானே. இந்த அடிப்படைதான் போராட்டத்தை ஒடுக்கும் சக்திகள் போராட்டம் பற்றிய தவறான புரிதலை உருவாக்க ஊடகங்களைப் பயன்படுத்திக் கொள்ளும். இலக்கியமும் முக்கியமான ஊடகம் என்றவகையில் அதிகாரம் அதனையும் பயன்படுத்திக்கொள்ளும். மக்களை மருட்டும் இலக்கிய உற்பத்திகள் நிறுவிய, 'உண்மை' பற்றிய புரிதல் அதிகாரத்தின் உண்மை. என் போன்றோரின் படைப்புகள் பின்–உண்மையாக *'post truth'* முன்வைக்கப்படு கின்றன. பின்– உண்மை என்பது அதிகாரம் நிறுவிய உண்மைக்கு எதிரானது. அதிகாரமற்ற மக்களின் உண்மை.

6

கோ. புண்ணியவான்

கோ. புண்ணியவான் 1949 மே மாதம் 14ஆம் நாள் கோவிந்தசாமி, அம்மணி இணையருக்கு மலேசியாவில் உள்ள கிளந்தான் மாநிலத்தில் பிறந்தார். இவருக்கு மூன்று சகோதரிகளும், நான்கு சகோதரர்களும் உண்டு. 1970இல் ஜானகி என்பவரை மணம் செய்துகொண்ட இவருக்கு மூன்று பிள்ளைகள் உள்ளனர்.

இவர் கிளந்தான்கெனத் தோட்டத் தமிழ்ப் பள்ளியில் ஆரம்பக் கல்வியை எட்டு வயதுவரை கற்றார். தனது குடும்பம் 1958இல் கெடா மாநிலத் திற்குச் செல்ல, அங்கு கூலிம் மாவட்டத்தில் இருந்த பி.எம்.ஆர். தோட்டத் தமிழ்ப்பள்ளியில் ஆரம்பக் கல்வியைத் தொடர்ந்தார். கூலிம் பட்லீஷா இடைநிலைப் பள்ளியில் 1961 முதல் 1968 வரை படித்து முடித்தார். இடைநிலைக் கல்வியை முடித்த பிற்பாடு தற்காலிக ஆசிரியராகப் பணிபுரிந்த இவர், 1979இல் ஈப்போ கிந்தா பயிற்சிக் கல்லூரியில் சேர்ந்து படித்தார். 1982 முதல் ஆசிரியர் பணியைத் திறம்பட செய்துவந்தார். 2005இல் தலைமை ஆசிரியராகப் பணியாற்றி ஓய்வுபெற்றார்.

'வாழ வழியில்லையாம்' எனும் இவரது முதல் சிறுகதையை 1971இல் மலேயா, சிங்கை வானொலி நிலையம் ஒலிபரப்பியது. அந்நிகழ்வு பெரும் ஊக்கமாக அமைய தொடர்ந்து, இதழ்களில் சிறுகதைகளை எழுதி வந்தார். மலேசியாவில் நடைபெற்ற இலக்கியப் போட்டிகளில் கலந்து கொண்டு பலமுறை பரிசுகளை வென்றுள்ளார்.

‘நிஜம்’ (1999), ‘சிறை’ (2005), ‘எதிர் வினைகள்’ (2010), ‘கனவு முகம்’ (2018) போன்ற சிறுகதைத் தொகுப்புகளையும், ‘நொய்வப் பூக்கள்’ (2006), ‘செலாஞ்சார் அம்பாட்’ (2013), ‘கையறு’ (2020) போன்ற புதினங்களையும் ‘வன தேவதை’ (2015), ‘பேயோட்டி’ (2017), ‘மாயமலைத் தீவு’ (2023) போன்ற சிறுவர் புதினங்களையும் ‘சூரியக் கைகள்’ (2012) எனும் கவிதைத் தொகுப்பையும், ‘அக்டோபஸ் கைகளும் அடர்ந்த கவித்துவமும்’ (2010) எனும் கட்டுரைத் தொகுப்பையும் வெளியிட்டுள்ளார். இவர் எழுதிய இரு சிறுகதைகள் வல்லினம் பதிப்பகத்தால் ஆங்கிலத்தில் மொழிபெயர்க்கப்பட்டுள்ளன. சயாம், பர்மா மரண ரயில்பாதை அமைந்த வரலாற்றை அடிப்படையாகக் கொண்டு 2020இல் இவர் எழுதிய ‘கையறு’ புதினம் மலேசிய இலக்கியத்தின் குறிப்பிடத்தக்க படைப்பாகக் கருதப்படுவதோடு தமிழ் வாசகர் மத்தியிலும் கவனம் பெற்றதாக விளங்குகிறது.

மலேசியத் தமிழ் எழுத்தாளர் சங்கத்தின், ‘ஆதி நாகப்பன்’ இலக்கிய விருதை 2001இலும், எதிர்வினைகள் சிறுகதைத் தொகுப்பிற்கு மாணிக்கவாசகம் விருதை 2002இலும் பெற்றார். செலாஞ்சார் அம்பாட் புதினத்திற்கு மாணிக்கவாசகம் விருதை 2014இலும், ‘கையறு’ புதினத்திற்குக் கரிகாற் சோழன் விருதை 2021இலும் பெற்றார். மலேசிய இலக்கிய அமைப்புகள் நடத்திய பல்வேறு இலக்கியப் போட்டிகளில் கலந்துகொண்டு பத்துக்கு மேற்பட்ட தங்கப் பதக்கங்களையும், பரிசுகளையும் பெற்றுள்ளார்.

1996 முதல் 2005 வரை கெடா மாநிலத் தமிழ் எழுத்தாளர் சங்கத் தலைவராக இருந்து திறம்பட செயலாற்றினார். 2000இல் கெடா மாநில எழுத்தாளர்களின் சிறுகதைகளைத் தொகுத்து வெளியிட்டார் . சூலிம் தியான ஆசிரமத்தில் தொடங்கப்பட்ட நவீன இலக்கியக் களத்திலும் தன்னை இணைத்துக்கொண்டு இலக்கிய உலகில் பயணித்து வருகிறார்.

நேர்காணல்

தங்கள் படைப்புகளின் ஊற்றுக்கண் எது? அது எவ்வாறு காலத்துக்குக் காலம் மாறி வந்திருக்கிறது?

இயல்பாகவே நம் மரபில் கதைசொல்லும் போக்கு உள்ளது. தாத்தா, பாட்டியிடம் கதைக்கேட்டு வளர்ந்தவன் நான். சிறுவயதில் நான் உறங்கும் பொழுது அப்பா கதை சொல்வார். தமிழ்ப் பள்ளிக்கூடங்களில் ஆசிரியர்கள் தமிழ்மொழிப் பாடங்களை நடத்தும் பொழுது இராமாயணம், மகாபாரதம் போன்ற கதைகளைச் சொல்வதைப் பழக்கமாக வைத்திருந்தனர். சண்முகம் என்ற ஆசிரியர் ஒருவர் இருந்தார். பாடவேளை முடிந்த பிறகு ஐந்திலிருந்து பத்து நிமிடங்களில் ஒரு கதை சொல்வார். இப்படியாக, கதைகளைக் கேட்டுக் கேட்டு வளர்ந்ததால் வாசிப்புப் பழக்கம் ஏற்பட்டது.

சிறு வயதிலேயே பஞ்சதந்திரக் கதைகள், பரமார்த்த குரு கதைகள் போன்ற கதைகளைப் படிக்கத்தொடங்கினேன். அதுவே, தொடர் வாசிப்புப் பழக்கம் ஏற்பட ஊக்கமாக அமைந்தது. வளர்ந்த பிற்பாடு குமுதம், ஆனந்தவிகடன் போன்ற இதழ்களில் வந்த கதைகள், அக்கதைகளில் இடம்பெற்ற திருப்பங்கள் வாசிப்பு ஈடுபாட்டையும், அதே நேரத்தில் நாமும் இதைப்போல் கதை எழுதவேண்டும் என்ற எண்ணத்தையும் உண்டாக்கியது. தொடர்ந்து கதைகளை வாசிக்கும்பொழுது கதை இப்படித்தான் முடியும் என யூகிக்க முடிந்தது. கதைக்கான வடிவம் புலப்பட்டது. நானும் கதைகளை எழுதத் தொடங்கினேன்.

இன்று நவீனக் கதைசொல்லல் முறை வந்துவிட்டது. அன்று மு.வ. போன்றோர் தாய்மை, பெண்ணியத்தைப் போற்றி எழுதியுள்ளனர். ஆனால் தாய்மை, பெண்ணியம் என்பதெல்லாம் காலத்திற்குக் காலம் மாறியுள்ளன. உலகம் நவீனமாகும்பொழுது பொருண்மைகளும் மாறுகின்றன. தாய்மை என்பது தூய்மையானது எனும் அறம் இன்றில்லை. தாய்மை என்பது அப்படியொன்றும் புனிதமானது அல்ல என்று நிறுவுவதற்கு அன்றைய எழுத்தாளர்கள் தயங்கினர். இன்று பழைய மரபுகள் உடைக்கப்பட்டுள்ளன. தாய்மை, கற்பு போன்றவை புனிதமானவை என்ற கற்பிதங்கள் இன்றில்லை. அவற்றை உடைத்து இன்றைய எழுத்தாளர்கள் எழுதிக்கொண் டிருக்கின்றனர். இந்த நவீன மாற்றங்களுக்கு ஏற்ற வகையிலும் என்னை நான் தகவமைத்துக் கொண்டிருக்கிறேன்.

தங்கள் படைப்புகளுக்கும் தன்னனுபவங்களுக்கும் இடையே இருக்கும் உறவு, ஊடாட்டம் என்ன? உங்கள் படைப்புகளைத் தன்வரலாறு சார்ந்தவை எனச் சொல்வீர்களா?

படைப்பாளனுக்குச் சுய அனுபவம்தான் படைப்பாக மாறுகிறது. அதில்தான் அவன் உணர்வு ரீதியாக உள்ளே செல்லமுடியும். சற்றுச் சௌகரியமான தூரத்திருந்து, தான் பார்த்த அவதானித்த விடயங்களும் அந்த அனுபவத்திற்குள் வந்துவிடும். நான் எத்தனையோ படைப்பாளரைப் பார்த்திருக்கின்றேன். அவர்களது படைப்புகளில் அவர்கள் இருப்பார்கள். ஏதோ ஒரு பாத்திரத்தின் மூலம் அவரது குணாதிசயங்கள் வெளிப்படும். அவரது அண்ணன், தம்பி, மாமா, மச்சான், மனைவி இவர்களது குணாதிசயங்களும் ஏதோவொரு பாத்திரத்தில் வெளிப்படுவதுண்டு.

சுயவாழ்க்கையில் ஏற்படும் பின்னடைவுகள் சான்றாக, நாம் யாரையாவது ஏமாற்றியிருந்தாலோ அல்லது யாரிடமாவது ஏமாந்திருந்தோலோ அதுவும் புனைவெழுத்தில் இடம்பெறும். இப்படிப் பல்வேறு மெல்லுணர்ச்சிகளைப் புனைவுகளில் எழுதும்பொழுது நமக்கு ஒரு குற்றவுணர்வு உண்டாகும். ஆனால், அவற்றைத் தவிர்க்கமுடியாது. ஏனெனில், இது புனைவு. மனிதரின் மெல்லுணர்வுகளைச் சொல்லக் கூடியது.

தங்கள் படைப்புகளில் பிறரது வாழ்வனுபவங்களின் தாக்கம் எவ்விதம் வசப்படுகிறது? மற்றவர்களுடைய அனுபவங்களை அடியொற்றியும் படைப்புத் தரக்கூடிய “படைப்பாக்க உணர்வுத் தோழமை” என்ற வகையில் எழுத முயற்சித்திருக்கிறீர்களா? எடுத்துக்காட்டாக பாலஸ்தீன மக்கள், இனப்படுகொலைகள், ஆதி குடிகள், பெண்கள் போன்றோரது அனுபவங்கள்?

நான் இதுவரை 150—க்கு மேற்பட்ட சிறுகதைகள் எழுதியிருக்கின்றேன். இதில், பெரும்பாலும் நான் பார்ப்பது மானிட பிரச்சனைகளைத்தான். உதாரணமாக, என்னுடைய கையறு நாவலில் எப்படிக் கொத்தடிமைகளைக் கொண்டுபோய் சயாம் பர்மா காடுகளில் இரயில்பாதை அமைத்தார்கள். செலாஞ்சார் அம்பாட் நாவலில் எப்படி மனிதர்களைக் காட்டுப் பகுதிக்கு அழைத்துச் சென்று அவர்களைக் கொத்தடிமைகளாக வேலை வாங்கினார்கள் என்பதெல்லாம் இடம்பெற்றுள்ளன. இவைதான் புனைவுகளில் சுவையான விடயமாக இருக்கும். மற்றபடி குடும்பத்தில் நடக்கும் உறவுச்சிக்கல் என்பதெல்லாம் பெரிய விடயமாக இருக்காது. இவை வெகுசனக் கதைகளில் வந்துவிட்டன. நவீனக் கதைகள் என வரும்பொழுது மனிதர்கள்

திரளாகச் சந்திக்கும் பிரச்சனைகள், மனிதர்கள் சந்திக்கும் சிக்கல்கள் தாங்கவொண்ணா துயரங்கள் என்பன முதன்மையாக விளங்குகின்றன.

பல சமயங்களில் பிறரின் அனுபவங்கள்தான் படைப்பாளனுக்கான கதைகளாகவும், பாத்திரங்களாகவும் ஆகுகின்றன. அவர்களுக்கும் நமக்கும் நேரடியான தொடர்பிருந்தால் இன்னும் எளிது. அவதானித்து உயிர்ப்புள்ள பாத்திரமாகக் காட்சிமொழி கொண்டு உருவாக்கிவிட இயலும். மாறாக, நம் கற்பனைக்குள் ஊறிவரும் பாத்திரங்களை நாம் நிஜத்தில் சந்திக்கும் அவர்கள் போன்ற மனிதர்களைக் கொண்டு நிறைவு செய்துகொள்வதும் உண்டு. அல்லது மானுட வதைக்குள் சிக்கிக்கொண்டு தப்பித்து வந்த மாந்தர்களை மெனக்கெட்டுப்போய் சந்தித்து, பாத்திரங்களை மெருகேற்றியதும் உண்டு. என்னுடைய, 'செலாஞ்சார் அம்பாட்' என்ற முந்தைய நாவல் அவ்வாறு எழுதப்பட்டதுதான்.

தங்களது கதை அல்லது பொருண்மையில், மொழிநடையில் படிமங்களில் ஏற்பட்ட மாற்றங்கள் என்ன?

மாற்றங்கள் எல்லா காலங்களிலும் எல்லா துறைகளிலும் நிகழ்ந்துகொண்டே இருக்கின்றன. இலக்கியங்கள் விதிவிலக்கல்ல, இலக்கியங்களிலும் அவை நிகழ்ந்துள்ளன. வடிவம், பொருண்மை, களம் என எல்லாவற்றிலும் மாற்றங்கள் நிகழ்ந்துள்ளன. ஒரு கதை எனில் எடுப்பு, தொடுப்பு, திருப்பம், முடிவு இருக்கும். அந்த அமைப்பு இன்றில்லை. அது வெகுவாக மாறிவிட்டது. பழம்பெரும் எழுத்தாளர்கள் இன்று கதை எழுத வந்தால் அவர்களுக்கு இது சவாலாக இருக்கும். எனக்கும் இதே சிக்கல் வந்தது. தொடர்ந்து இக்காலக் கதைகளை வாசித்தபொழுது தற்கால கதையமைப்பு வசப்பட்டுவிட்டது. இன்றைய கதைகளில் திருப்பமோ, முடிவு சொல்லும் முறையோ இல்லை. கதையின் முடிவை வாசகரின் யூகத்திற்கு விட்டுவிடுகின்றனர் புதிர்த் தன்மை கொண்ட கதைகள் வாசகனைச் சிந்திக்கவைக்கிறது. அவனுக்கான வாசக இடைவெளியைக் கொடுக்கும் கதைகளே பெரும்பாலும் எழுதப்படுகின்றன. உத்திமுறைகளிலும் பல மாற்றங்கள் வந்துவிட்டன. மொழிநடை உட்பட எல்லாவற்றையும் வசப்படுத்தியது தொடர் வாசிப்புப் பழக்கம்தான்.

படைப்பாளராய்த் தாங்கள் உணர்ந்த தருணம் எது?

17, 18 ஆவது வயதில் நான் இடைநிலைக் கல்வியை முடித்தேன். நான் வாழ்ந்த இரப்பர் தோட்டத்தில் சிறிய நூலகம் இருந்தது. அந்தக்காலத்தில் பெரும்பாலான தோட்டங்களில்

நூலகங்கள் இருந்தன. இப்பொழுது அப்படியொரு நூலகத்தை உங்களால் எங்கும் பார்க்க முடியாது. அன்று தமிழகத்திலிருந்து புலம்பெயர்ந்து வந்தவர்கள் வாசிப்பின் அருமை கருதி அதனை உருவாக்கியிருந்தார்கள். 1970களில் தேர்வு முடிவுகள் வராத நிலையில் நான் அந்த நூலகத்திற்குச் சென்று நூல்களை வாசிக்கத் தொடங்கினேன். அந்நூலகத்தில் ஆனந்தவிகடன், குமுதம் போன்ற இதழ்கள் இன்னும் பலரால் வாசித்து விட்டு நூலகத்தில் கொண்டுபோய்ச் சேர்த்த நூல்களும் கிடைத்தன. அவற்றைப் படிக்கப் படிக்க நாமும் எழுதலாம் போலிருக்கிறதே என்று தோன்றியது. மூன்று நான்கு மாதங்கள் தொடர் வாசிப்பிலிருந்த பொழுது புனைவு கைகூடுவதை உணரமுடிந்தது. அப்பொழுது என் வாழ்க்கையில் நடந்த நிகழ்வை மையமாகவைத்து ஐந்தாறு பக்கங்களுக்கு ஒரு கதை எழுதி வானொலிக்கு அனுப்பிவைத்தேன். நான்கு மாதங்களுக்கு அக்கதை குறித்து எந்தத் தகவலும் இல்லை. நான் கதை எழுதி அனுப்பிவைத்ததையே மறந்துவிட்டேன். அந்நிலையில் நான்காவது மாதத்தில் ஒரு கடிதம் ஒலிபரப்புக் கழகத்திலிருந்து வந்தது. 'உங்கள் கதை ஒலிபரப்பிற்கு ஏற்றுக் கொள்ளப்பட்டிருக்கிறது. இதற்கான சன்மானம் காசோலை யாக அனுப்பப்படும்' என்று எழுதியனுப்பிருந்தார்கள். அப்போது வானொலியே வெகுசன ஊடகமாக இருந்ததால், கதையைக் கேட்டுவந்து பலர் "ரொம்ப கதை நல்லாயிருந்துச்சுய்யா" என்று பாராட்டினார்கள். அங்கிருந்து என் எழுத்தின் வேகம் கூடியது. அடுத்தடுத்து எனக்குக் கிடைத்த பரிசுகளும், பாராட்டுகளும், விருதுகளும் மீண்டும் மீண்டும் எழுதத் தூண்டியது. புனைவு என்பது ஒரு கலை. ஒருமுறை செய்துவிட்டால் அது, நம்மை அதற்குள் பயணிக்க வைத்துக்கொண்டேயிருக்கும்.

அறிவும் தர்க்கமும் ஆக்க இலக்கியத்துக்கு ஊறுசெய்யலாம். உணர்வே இன்றியமையாதது எனும் கருத்தியலைப் பற்றிய உங்கள் எண்ணம் என்ன?

புனைவு, அவ்புனைவு இரண்டையும் வெவ்வேறு நிலையில் பார்க்கிறேன். புனைவுக்கு உணர்வைக் கடத்தல் அவசியம். புனைவாளன் உணர்ந்ததை வாசகனுக்குக் கடத்தும்போது படைப்பாளனின் உணர்வு வாசகனிடம் பழுதில்லாமல் போய்ச்சேருமாயின் அது புனைவின் வெற்றி. வாசகனின் வாழ்வனுபவமும் இதற்கு முக்கியம். கடத்தப்பட்ட உணர்வு தர்க்க ரீதியாக விவாதத்திற்குரியதும்கூட. இன்னொரு வாசகனை அது பாதிக்காமல் இருக்கலாம். அவன் வாழ்வனுபவம் அந்த உணர்வை உள்வாங்கிக்கொள்ளும் தன்மையற்றதாக இருக்கலாம்.

புனைவுக்கு உணர்வு இன்றியமையாதது. தர்க்கம் ஆக்க நிலைக்கு ஊறு செய்யக்கூடிய வாய்ப்பு உண்டு. இரசனை விமர்சனத்தை வைக்கும்போது, அதன் தர்க்கம் அடிபட வாய்ப்புண்டு. ஏனெனில், விமர்சனம் அறிவுப்பூர்வமானதாகும். புனைவுக்கு உணர்வும், தர்க்கத்திற்கு அறிவும் முக்கியம்.

தமிழின் சொற் களஞ்சியங்களுக்குள்ளும் சொற்கிடங்குகளுக்குள்ளும் உரிய சொற்களைத் தேடுவதுண்டா? எப்படி?

படைப்பின் அடிநாதமே சொற்கள்தானே. தேர்ந்த சொற்கள்தானே உணர்வின் பிரதிநிதி. உணர்வைச் சரியாகச் சொல்வதற்குத் தன் நினைவுக் கிடங்கு கைகொடுக்கவில்லை யென்றால் அவன் அகராதிகளைப் புரட்டுகிறான். எங்காவது வாய்மொழியாகத் தெறித்து வருகிறதா என்றும் காத்திருக்கிறான். அந்த உணர்வை வேறுமொழியில் போட்டுப் பார்த்து உணர்வைப் பிரதிபலிக்கும் தன் புனைவுக்கு உகந்ததைத் தேர்வுசெய்தும் கொள்கிறான். அல்லது புதுச் சொற்களை அவனே கண்டறிகிறான். 'தூமி' என்ற சொல் அவ்வாறு கண்டறிந்ததுதானே (கம்பர்). ஜெயமோகன் இவ்வாறு எண்ணற்ற சொற்களை உருவாக்கி இருக்கிறார். 'வெண்முரசு' அதற்கு நல்லுதாரணம்.

புனைவு மொழிக்குப் பொருத்தமான சொற்கள் கிடைக்காத பட்சத்தில் இரண்டு சொற்களை ஒருங்கிணைந்து சில புதிய சொல்லை நான் எழுதியதும் உண்டு. புனைவெழுத்து ஓட்டத்துக்கு அவை பொருத்தமாக அமைவதும் உண்டு.

படைப்பாளி என்ற வகையில் உங்கள் பொறுப்புணர்வு என்ன?

என்னைப் பொறுத்தவரை புனைவாளன் சமூகத்தின்பால் பொறுப்புள்ளவனாக இருக்க வேண்டியதில்லை. அவன் வேலை அறிவு நிலைக்கு அவனை ஈர்ப்பது மட்டுமே. உதாரணமாக ஆசிரியர்கள் என்பவர்கள் மாணவனுக்கு அறத்தைப் போதிக்கக் கடமைப்பட்டவர். ஆனால், பின்னாளில் அவன் வாழ்க்கையில் அறத்தைக் கடைப்பிடிக்கிறானா என்று உறுதிப்படுத்த இயலாது. அது ஆசிரியர் வேலையன்று. புனைவாளனையும் இவ்வாறே வைத்துப் பார்க்கிறேன். அவன் அனுபவத்தைப் புனைவாக்குவான். அந்த அளவிலேயே அவன் பணி முடிந்து விடுகிறது. அறத்தைப் போதிப்பதே என் புனைவின் நோக்கம்.

நான் படைப்பாளனைத் தனியொரு இயக்கமாகவே பார்க்கிறேன். அவன் எழுத்தே அந்த இயக்கம். எழுத்தே அவன் ஊடகம். அதனூடாகவே தன் அறத்தைப் போதிக்கிறான். அது ஒன்றே அவனின் தலையாயப் பொறுப்பு.

உங்கள் படைப்புகளின் தலைப்புகளை எப்படித் தேர்ந்தெடுக்கிறீர்கள்?

தலைப்புகளே முதலில் தோன்றி, கதைக்குள் கைப்பிடித்து இழுத்துச் செல்லும் விந்தையும் நடப்பதுண்டு. அசைபோடப் பட்ட கருவின் சிசு என்பதால், பல சமயம் கதைகள் எழுதப் பட்டும் தலைப்புகள் தட்டுப்படாத இருளான தருணங்களையும் சந்தித்ததுண்டு. பொருத்தமான தலைப்புகள் கிடைத்தவுடன் தான் கதை பிரசுரமாக அனுப்பப்படுகிறது. பத்துப் பதினைந்து பக்கக் கதைகளை எளிதில் எழுதிவிடுபவனுக்குத் தலைப்பைத் தேர்ந்தெடுப்பதுதான் தலைசுற்றலான வேலையாக இருக்கும். தலைப்பு பொருத்தமாக அமையுமாயின் கதை வாசகனை ஈர்ப்பதற்கு ஏதுவாக இருக்கும். எனவே, நல்ல தலைப்பு கிடைக்கும்வரை காத்திருப்பேன்.

மற்றைய படைப்பாளிகளின் ஆக்கங்களை வாசித்துவிட்டு அட, இதனை நான் எழுதியிருக்கலாமே என ஆதங்கப்பட்டிருக்கிறீர்களா? அப்படி யானால் என்ன படைப்பு அது? மாதிரிக்கு சிலவற்றைச் சொல் முடியுமா?

பல நூறு புதினங்களை வாசித்த பிறகே புனைவாளன் படைப்பூக்கம் பெறுகிறான். அவை உதாரணங்களாகவும், ஊக்கங்களாகவும் பரிணாமம் காண்கின்றன. நமது மூதாதைய படைப்பாளர் வழி வந்தவர்கள்தானே நாமெல்லாம். தொல்காப்பியம் இல்லாமல் சங்க இலக்கியம் இல்லை. சங்க இலக்கியம் இல்லாமல் பக்தி இலக்கியம், இதிகாசங்கள் பிறந்திருக்குமா? கம்பன், வியாசன் இன்னும் மேலேபோய்க் கவிதைகளில் அழகியல் நேர்த்தியைத் தொடர்ந்தார்கள். பாரதிக்குப் பிறகு உரைநடை இலக்கியம் வேகமாக வளர்ந்தது. இன்றைக்குப் பல்லாயிரமாகப் பல்கிப் பெருகிக்கொண் டிருக்கும் தற்காலத் தமிழிலக்கியத்தின் ஊற்றுக்கண் இவை யெல்லாம்தானே?. நம்மையெல்லாம் வாசிப்பின் பக்கத்தில் திளைக்கவைத்து வியப்புக்குள்ளாக்கும் இவர்கள் எல்லாரும் என் தாக்கங்கள்தான். இன்றைய உரைநடை இலக்கியவாதி களில் என்னை வெகுவாக ஈர்த்தவர்களாக ஜெயமோகன், எஸ். ராமகிருஷ்ணன் ஆகியோரை குறிப்பிடுவேன்.

கையறு நாவலுக்கான கரு உருவாகிய பின்னணி, தேடல் அதன் வெற்றி குறித்து சொல்லுங்கள்?

மரண தண்டவாள வரலாற்றைக் கடந்த 80 ஆண்டு காலமாக இந்தியச் சமூகம் இடைவிடாமல் பேசிக்கொண் டிருக்கிறது. அது பற்றி ஆய்வுகள் நடத்தப்பட்டும் வருகின்றன.

பொ. திராவிடமணி

அதனை ஆவணப்படுத்தாமை பெரும் இழப்பு என்று இன்றைக்கும் வருந்துகிறார்கள். அந்த மானுட வதையில் உயிர்த்தப்பி வந்த முதியவர்கள் சொல்லும் அனுபவக் கதைகள் கண்ணீரை வரவழைக்கக் கூடியவை. 1942இல் அம்மா என் மூத்த அண்ணனை இடுப்பில் ஏந்திக்கொண்டு சப்பானிய போர் விமானம் தன் தலைக்குமேல் பறப்பதைப் பார்த்து ஓடிவந்து வீட்டுக்குள் மறைந்து கொள்வதை மனம் படபடக்கச் சொல்வார். நான் பருவ வயதை அடைந்ததும் மேற்கொண்டு அது தொடர்பான செய்திகளை வாசித்த பின்னர்தான் சப்பானியரின் உக்கிரதாண்டவம் புரிந்தது. அதனைப் புனைவாகவாவது ஆவணப்படுத்திவிடவேண்டும் என்று மனத்தில் அசை போட்டதன் விளைவாகவே இந்நாவல் கைவசமானது. என் நண்பர் சீ. அருண் சப்பானியரின் கொடுமைக்குப் பின்னர் வீடு திரும்பி உயிரோடிருக்கும் சில முதியவர்களைப் பேட்டி கண்டு நூலாக ஆவணப்படுத்தியதை வாசித்ததும் கையறு முழுமைபெறக் காரணமானது.

என்னால் பர்மா சயாம் மரண இரயில் பாதை அமைப்பு குறித்து நேரடியாக யாரிடமும் தகவலைப் பெறமுடியவில்லை. மகன், பெயரப் பிள்ளைகள் தனது தந்தை, தாத்தா சொன்ன விவரங்களைச் சொன்னார்கள். நமது முன்னோர்கள் இது குறித்து எங்காவது ஆவணப்படுத்தியிருக்கின்றார்களா என்று தேடினேன் கூகுளில் ஆராய்ந்தேன் ஏமாற்றமே மிஞ்சியது. ஆங்கிலேயர் எங்காவது இது குறித்துச் சொல்லியிருக்கின்றார் களா என்று தேடியபொழுது அவர்கள் அத்தனை நிகழ்வுகளை யும் ஒன்றுவிடாமல் பதிவு செய்து வைத்திருந்தார்கள். அவை எனக்குக் ‘கையறு’ நாவலை மனநிறைவுடன் எழுதிமுடிக்க பேருதவியாக இருந்தன.

நான் கிட்டத்தட்ட 45 ஆண்டுகளாக கவிதைகள், சிறுகதைகள், நாவல்கள், குறுநாவல்கள், கட்டுரைகள் என எழுதி வருகிறேன். அவற்றில் பல தேசிய அளவிலான பல பரிசுகளைப் பெற்றுள்ளன. அவை அந்நேரத்து மகிழ்ச்சியாக மட்டுமே இருந்திருக்கின்றன. ஆனால், கையறு நாவல் எனக்குத் தந்த வெற்றி அங்கீகாரம் மிகப்பெரியது. கொரோனா காலக் கட்டத்தில்தான் அந்த நாவல் நூலாக்கம் பெற்றது. பொதுவாக, நூல் வெளியீடு நான்கு ஐந்து இடங்களில் வைப்பது பழக்கம். பெருந்தொற்றுக் காலம் என்பதால் நூல் வெளியீடுகூட வைக்கமுடியவில்லை. அந்நாவல் குறித்து முகநூலில் மட்டுமே பகிர்ந்து வந்தேன். கிட்டதட்ட 500 நாவலுக்குமேல் அஞ்சல் வழியாக மட்டும் விற்பனையானது. தமிழ்ப் பல்கலைக்கழகமும், முஸ்தாபா அறக்கட்டளையும் இணைந்து இந்நாவலுக்குக்

2021இல் கரிகாலச் சோழன் விருதை வழங்கிச் சிறப்பித்தது. மலேசியாவிற்கு வெளியிலும் குறிப்பாகத் தமிழகத்தில் இந்நாவலின் மூலம் நான் சிறந்த படைப்பாளனாக அறியப் பட்டேன். தமிழகத்தில் கல்லூரிகளிலும், பல்கலைக்கழகத்திலும் எனது 'கையறு' நாவல் முதுகலைத் தமிழ்ப் படிக்கும் மாணவர்களுக்குப் பாடமாக இருப்பது கூடுதல் மகிழ்ச்சியைத் தந்திருக்கிறது.

7

செல்வம் அருளானந்தம்

செல்வம் அருளானந்தம் எனும் இயற்பெயரை உடைய இவர், காலம் செல்வம் என்றே இன்றும் எல்லோராலும் அழைக்கப் பெறுகிறார். இவர் 1953ஆம் ஆண்டு ஜூலை 30ஆம் நாள் யாழ்ப்பாணம் சில்லாலையில் சவேரிமுத்து, திரேசம்மா இணையருக்கு மகனாகப் பிறந்தார். இவர் தமது தொடக்க கல்வியைச் சில்லாலை ரோமன் கத்தோலிக்க பாடசாலையிலும், பின்பு புனித ஹென்றி கல்லூரியிலும் முடித்தார். மேலும், பிரான்ஸ் நாட்டில் பாரிஸில் உள்ள செயின்ட் அகஸ்டின் பிரெஞ்சு மொழிப் பள்ளியில் பிரெஞ்சு மொழியையும் கற்றுத் தேர்ந்தார். பிற்பாடு கனடாவில், டொரொண்டோவில் உள்ள செயின்ட் டேனியல் கல்லூரியில் நர்சிங் டிப்ளோமா பெற்றுள்ளார்.

இவர் 1986ஆம் ஆண்டு அக்டோபர் 29ஆம் நாள் தேவராணி என்பவரை மணந்தார். இவர்களுக்கு நிரூபன் என்ற மகனும், செந்தூரி, கஸ்தூரி என இரண்டு மகள்களும் உள்ளனர். மருத்துவ உதவியாளராகப் பணிபுரிகிறார்.

இலங்கையிலிருந்து பாரிஸிக்குப் புலம் பெயர்ந்த இவர், எட்டு ஆண்டுகளுக்குப் பிற்பாடு அங்கிருந்து, கனடாவிற்குப் புலம்பெயர்ந்தார். 32 ஆண்டுகளாகக் கனடாவில் உள்ள டொராண்டோ நகரில் தம் குடும்பத்தாருடன் வாழ்ந்து வருகிறார்.

இவர் பல்வேறு இலக்கிய அமைப்புகளுக்கு அடித்தளமிட்டதோடு அவற்றின் வளர்ச்சிக்கு உறுதுணையாகவும் இருந்துள்ளார். பாரிஸிலிருந்து

கனடாவிற்குக் குடிபெயர்ந்த பொழுது அங்கு மொன்ட்றியால் எனும் நகரத்தில் வாழ்ந்தார். அங்கே *தமிழ்ஒளி* எனும் அமைப்பில் வேலைசெய்தார். அங்கிருந்த காலத்தில், *பார்வை* எனும் இலக்கிய இதழை 1987இல் தொடங்கி நடத்தினார். அதில் 17 இதழ்கள் வெளிவந்துள்ளன. அங்கிருந்து டொரொண்டோ நகரத்திற்குக் குடிபெயர்ந்த சூழலில் இவ்விதழ் 1989இல் நின்றுபோனது. டொரொண்டோவில், *தேடல்* எனும் இதழின் ஆசிரியர் குழுவில் உறுப்பினராக இருந்து செயல்பட்டு வந்த நிலையில், 1990இல், *காலம்* எனும் இலக்கிய இதழை டொரொண்டோவில் தொடங்கி நடத்திக்கொண்டு இருக்கிறார். இவ்விதழ் 30 ஆண்டுகளுக்கு மேலாக வெகுசிறப்பாக இயங்கி வருகின்றது. 60க்கும் மேற்பட்ட இதழ்கள் வெளிவந்துள்ளன என்பது குறிப்பிடத்தக்கது. இதில் ஈழம், தமிழக, புலம்பெயர்ந்த படைப்பாளர்கள் தமது ஆக்கங்களைப் படைத்தளித்து வருகின்றனர். *காலம்* இதழ் வெளியிட்டுள்ள தமிழ்ப் படைப்பாளர்கள் பற்றிய சிறப்பிதழ்கள் குறிப்பிடத்தக்கவை. கனடாவிலிருந்து வெளிவரும் *தாய்வீடு* இதழிலும் இவர் தொடர்ந்து எழுதிவருகின்றார்.

எஸ். பொன்னுத்துரை, ஜெயகாந்தன், ஜானகிராமன், சுந்தர ராமசாமி போன்றோரைத் தமது இலக்கிய முன்னோடிகளாகக் கொண்டுள்ள செல்வம் அவர்கள், தொடக்க காலத்தில் கவிதைகளையே விரும்பி எழுதினார். பாரிஸில் வாழ்ந்த பொழுது இவரது நண்பர் உமாகாந்தன் நடத்திய, *தமிழ்முரசு* இதழில்தான் முதன்முதலில் கவிதைகளை எழுதத்தொடங்கினார். 'கட்டிடக் காட்டிற்குள்' எனும் கவிதைத் தொகுப்பையும், தமது புலம்பெயர் வாழ்வை மையப்பொருளாகாக் கொண்டு, 'எழுதித் தீராப் பக்கங்கள்' (தமிழினி, காலச்சுவடு வெளியீடு), 'சொற்களில் சூழலும் உலகம்' (காலச்சுவடு வெளியீடு) என்ற இரு தன்வரலாற்று நூல்களைப் படைத்தளித்துள்ளார். மேலும், 'பனிவிழும் பனைவனம்' (காலச்சுவடு வெளியீடு) எனும் நூலையும் எழுதியுள்ளார்.

தமிழ் இலக்கியங்களிலும் அதன் வளர்ச்சியிலும் மிகுந்த ஈடுபாடு உடைய இவர். கடந்த 30 ஆண்டுகளாக.'வாழும் தமிழ்' எனும் புத்தகக் கண்காட்சியை ஆண்டுக்கு இரண்டு அல்லது மூன்று முறை நடத்தி வருகின்றார். மேலும், இலங்கை, இந்தியா எனப் பல்வேறு நாடுகளில் வாழும் இலக்கிய ஆளுமைகளைக் கொண்டு 300–க்கு மேற்பட்ட கூட்டங்களை நடத்தியுள்ளார். தற்போதும் நடத்திக்கொண்டும் இருக்கிறார்.

சிறுவயது முதலே யாழப்பாணக் கத்தோலிக்க மரபுக் கூத்துகளில் மிகுந்த ஈடுபாடு உடைய செல்வம்,

ஒருங்கிணைப்பாளராக இருந்து *தாய்வீடு, காலம்* இதழ்களின் சார்பாக ஏழு கூத்துகளை நிகழ்த்தியுள்ளார்.

'காலம்' பதிப்பகத்தின் வாயிலாகக் கிட்டதட்ட 25 நூல்களை வெளியிட்டுள்ளார். அவற்றில் என்.கே. மகாலிங்கத்தினுடைய, 'சிதைவுகள்', மணிவேலுப்பிள்ளையின், 'மொழியினால் அமைந்த வீடு' போன்ற நூல்கள் மிகவும் பேசப்பட்ட நூல்களாகும்

'தேடகம்', 'கனடா தமிழ் இலக்கியத் தோட்டம்' போன்ற அமைப்புகளில் தொடக்க காலம் முதல் உறுப்பினராக இருந்து சிறப்பாகச் செயல்பட்டு வருகிறார்.

நேர்காணல்

தங்கள் படைப்புகளின் ஊற்று எது? அது எவ்வாறு காலத்துக்குக் காலம் மாறி வந்திருக்கிறது?

எனது படைப்புகளின் ஊற்று என்பது உண்மையில் எனது வாழ்க்கையும், அது உணர்த்திய உண்மைகளும்தான். இதில், என் அன்னையிடமிருந்து பெற்றவையும், கற்றவையும் அதிகம் என்றே நம்புகிறேன்.

வாழ்க்கை என்பது என்னளவில் உடல் தேவை, மகிழ்ச்சி சார்ந்த லௌகீக வாழ்க்கை பற்றியதல்ல. இது பிற மனிதர்களுடனான தொடர்புகளும் உறவுகளும் அவை உணர்த்தியவற்றையுமே இங்கு வாழ்க்கை எனக் குறிப்பிட விரும்புகிறேன்.

குறிப்பாக என்னுடைய அன்னையின் உறவும், அவரது வாழ்க்கைப்பாங்கும் எனக்கும், என் படைப்புகளுக்கும் ஆதாரமாக இருந்திருக்கின்றன.

அம்மா மிகச்சிறந்த வாசகி. கிராமம் நன்கறிந்த அம்மானைப்பாடகி. அதில், அதீத ஈடுபாடு கொண்டவர். அம்மானைப் பாடல்களை மனனம் செய்துவைத்திருந்தார். உணர்ந்து பாடுவார். கிராமத்து எளிய மனிதர்கள், முது பருவத்து மாந்தர்கள் பலரையும் குதூகலப்படுத்தும் வகையில் பாடுவார். இவற்றைச் சிறுவயதிலிருந்தே கேட்டு எனக்கு நானே பெருமை சேர்த்துக்கொண்டிருக்கிறேன். இது என்னுள்ளே மெல்லமெல்ல கவிதை புனையும் ஆற்றலை உருவாக்கி இருக்க வேண்டும்.

இலங்கையில் இருந்தவரை நான் எதுவுமே எழுதவில்லை. நான் பாரிசுக்கு அகதியாக வந்த பிற்பாடு எனக்கு ஏற்பட்ட அலைச்சலும், சில அனுபவங்களும், சில ஆதங்கங்களும் ஒரு கவிஞனாக என்னை இலக்கிய உலகத்துக்கு அறிமுகப்படுத்தின.

ஒரு மொழியின் உன்னதம் அல்லது உச்சம் கவிதை என்றே நம்புகிறேன். இப்போது நான் கவிதை எழுதுவதில்லை. காலத்தைக் கடந்து நிலைத்து நிற்கும் பேராற்றல் கவிதைக்கு உண்டு என நம்புகிறேன்.

'மோகமுள்' நாவலை வெவ்வேறு வயதுகளில் பலதடவைகள் வாசித்திருக்கிறேன். ஆனால், இப்போது அதில் ஒரு சொல் கூட என் நினைவில் இல்லை. ஆனால் கம்பனின் கவிதைகளையும் இளமையில் படித்திருக்கிறேன்.

பொ. திராவிடமணி

அவை அப்படியே பசுமரத்தாணி போல நிற்கின்றன. இதுதான் கவிதையின் வெற்றி என நான் நினைக்கின்றேன்.

> "வம்பிழை கொங்கை வஞ்சி வனத்திடை தமியள் வைத்துக்
> கொம்பிழை மானின் பின் போய்க் குலப் பழி கூட்டிக்
> கொண்டீர்
> அம்பிழை வரிவில் செங்கை ஐயன்மீர்! ஆயுங்காலை
> உம்பிழை என்பதல்லால் உலகம்செய் பிழையும் உண்டோ?"

இது எங்கள் போராட்டத்துக்கும் பொருத்தமாகவே யுள்ளது. இதுதான் கவிதை மொழியின் சிறப்பு என்று நினைக்கிறேன்.

சில புலமையாளர்கள் உரைநடை வந்த பின்பு கவிதை தேவையில்லை என்கின்றனர். ஆனால், கவிதைதான் தமிழர்தம் வரலாறு; அதுதான் தமிழர்தம் தொன்மை; அதுதான் தமிழர்தம் சிறப்பு.

தங்கள் படைப்புகளுக்கும் தன்னனுபவங்களுக்கும் இடையே இருக்கும் உறவு, ஊடாட்டம் என்ன? உங்கள் படைப்புகளைத் தன்வரலாறு சார்ந்தவை எனச் சொல்வீர்களா?

நீங்கள் சொல்வது சரிதான். தன்னனுபவங்கள்தான் என் படைப்புகள். எனது நாடும், எனது வாழ்வும், எனது சிந்தனையிலும், உணர்விலும் முடிவில்லாத துயர்மிகு அனுபவங்களைத் திணித்துக்கொண்டே இருந்தன; இப்போதும் அது முடியவில்லை.

இளைஞர்கள் அரசியலைத் தங்கள் கையில் எடுக்கத் தொடங்கிய காலத்தில் எங்கள் மண்ணில் சிறுவனாய், இளைஞனாய் அலைந்தவன்; கோபமும், வேகமும் நிறைந்த இளைஞர்களுடன் பழகியவன்; பல சம்பவங்களைப் பார்த்தவன்; ஆயுத அரசியல் தொடங்கியபோது புதியவர்களாய் மனிதர்கள் வேற்று வடிவங்கள் எடுப்பதைப் பார்த்திருக்கிறேன். அவர்களுடனான உறவுகள், அவற்றை நான் பார்த்த முறைகள், அவற்றுள் புதைந்து கிடந்த பொய்மைகள், போலிகள், துரோகங்கள், இனப்பற்றுப் போன்ற பலவற்றையும் மிகஅருகில் பார்த்தவன். இவைதான் எனது, 'எழுதித் தீராப் பக்கங்கள்' என்ற என் முதல் நாவல். இவை என் வரலாற்றின் ஒரு பக்கம்தான். இன்னும் நிறையவே இருக்கிறது என் வாழ்வின் பல நிலைகள் பற்றி எழுதுவதற்கு.

என் வரலாறு மூன்று கட்டங்கள் கொண்டது. புலம் பெயர்வதற்கு முந்திய கிராமிய வாழ்வு; புலம்பெயர்ந்து

தொடக்க காலத்தில் அச்சத்துடனும், பசியுடனும், அவநம்பிக்கை களுடனும் ஐரோப்பிய நகரங்களில் அலைந்த வாழ்வு இரண்டாவது வாழ்க்கை. கனடாவில் குடும்பமாகவும் நண்பர்களோடும் காலம் இதழ் சார்ந்த பணிகளோடும் வாழ்வது மூன்றாவது வாழ்வு.

தங்கள் படைப்புகளில் பிறரது வாழ்வனுபவங்களின் தாக்கம் எவ்விதம் வசப்படுகிறது? மற்றவர்களுடைய அனுபவங்களை அடியொற்றியும் படைப்புத் தரக்கூடிய, "படைப்பாக்க உணர்வுத் தோழமை" என்ற வகையில் எழுத முயற்சித்திருக்கிறீர்களா? எடுத்துக்காட்டாகப் பலஸ்தீன மக்கள், இனப்படுகொலைகள், ஆதிகுடிகள், பெண்கள் போன்றோரது அனுபவங்கள்?

பிறரது வாழ்வனுபவங்களின் நீட்சி, பல மூலங்களிலிருந்து என்மீது தாக்கங்களை ஏற்படுத்திக் கொண்டுள்ளது. 2000இல் கனடாவுக்கு வந்து சேர்ந்த நான் அதன்பின் தாயகத்துக்குப் பலதடவைகள் சென்று வருவதுண்டு. அங்கு வாழ்கின்ற உறவினர், நண்பர்கள், எழுத்தாளர்கள் எனப் பலரையும் சந்தித்து உரையாடியுள்ளேன். அவர்களது அனுபவங்கள் பல்வேறு வகையானவை. உள் நாட்டிலேயே பல தடைகள், இடம்பெயர்ந்து, குடும்பங்கள் சிதைந்து, சொந்த கிராமங்களை மறந்து வாழ்பவர்களது அனுபவங்கள் பலவற்றை கேட்டுள்ளேன். மனத்தில் அதிக சுமையோடு அவை நிறைந்து கிடக்கின்றன. சொந்த கிராமங்கள் பலவற்றில், அக்கிராமத்தில் பல தலைமுறைகளாக வாழ்ந்தவர்கள் அங்கில்லை. கிராமங்களின் பண்பாட்டு முகம் சிதைந்து அங்கொன்று இங்கொன்றுமாகச் சிலர் வாழ்வது: விரக்தியோடும் பல்வேறு துயர்மிகு அனுபவங்களோடும்; அவநம்பிக்கையோடும் பலர் வாழ்கின்றனர். அவற்றை என் பார்வையில் எழுதியது சிறியது தான்.

எனது, 'பனி விழும் பனைவனம்' நாவல் அத்தகைய ஒருவகை வாழ்வனுபவங்களின் தாக்கம் என்றே கூறவேண்டும். மூன்று தசாப்தங்களாகப் பல நாட்டு இராணுவத்தினரை எதிர்கொண்ட எளிய மக்களுக்கு உணர்வுகளில் வறட்சியும், கையறுநிலையும் நிறைந்துகிடந்தன. எனது மண், எனது மக்கள், எனது பண்பாட்டு வாழ்க்கை, எனக்குத் தெரிந்த துயரங்கள் என்ற வகையில் அவை கற்பனைகளாவதில்லை. பல இயக்கங்கள் ஒரே இலக்கோடு எனப் போராட்டங்களைத் தொடங்கினாலும் தாய் மண்ணிலும்; புலம் பெயர்ந்து தஞ்சமடைந்த நாடுகளின் நகரங்களிலும் அவர்களிடையிலான முரண்பாடுகளும்; உட்பகைமையும், இழப்புகளும் என ஏராளமான கதைகள் சொல்வதற்கு உள்ளன. மனம் முட்டிக்

பொ. திராவிடமணி

கிடக்கின்றன. பெண்களும், குழந்தைகளும் அங்கவீனர்களான போராளிகளும், தலைவனை இழந்த குடும்பத் தலைவியரும், நீண்ட காலம் வசதிகள் ஏதுமின்றி, வாழ்வை நிலைநிறுத்து வதற்குப் போராடும் குடும்பங்களின் அவநம்பிக்கை நிறைந்த வாழ்க்கை அனுபவங்களையும் கேட்டிருக்கிறேன்; அத்தகைய வற்றை எழுதும் ஊக்கமும் ஆசைகளும் நிறையவே உள்ளன.

கனடாவில் நிரந்தரமாகக் குடியேறிய பின் இருபது ஆண்டுகளுக்கு முன்பு காலூன்ற முயற்சிகள் மேற்கொண்ட பிரான்ஸ், ஜெர்மன், இங்கிலாந்து போன்ற பல நாடுகளுக்கும் பயணம் செய்துள்ளேன். பல பழைய எனது வாழ்விடங்களையும், பழைய நண்பர்கள் சிலரையும் காணும்போதெல்லாம் துயர் நிறைந்த பழைய வாழ்வின் நிகழ்வுகள் வந்து போகும். என்மீதே நான் கழிவிரக்கம் கொள்வதுண்டு. இறந்து போன பல இளைஞர்களையும் அவர்களுடன் பிணைந்திருந்த அக்கால சோகங்களும் நினைவுக்கு வரும். அதிலிருந்து விடுபட சில நாள்கள் ஆகும். காலத்தால் ஆற்ற முடியாத துயரங்களின் கதைக் குவியல்கள் நிறையவே என் மனத்தில் நிறைந்து கிடக்கின்றன. சிலவற்றை எழுதுகிறேன். எழுதித் தீராதவை ஏராளம் உள்ளன.

புலப்பெயர்வால் தங்களது கதை அல்லது பொருண்மையில், மொழிநடையில், படிமங்களில் ஏற்பட்ட மாற்றங்கள் என்ன?

எனக்கு எண்ணங்கள் வரும்போது எழுதுகிறேன். கல்வி கற்ற புலமையாளர்கள் எழுதுவதுபோல அல்லது அரசியல் தலைவர்கள் எழுதுவதுபோல எழுதுவதற்கான தனி ஏற்பாடுகள் என ஏதுமில்லை. கதைகளின் மொழி என்பது இயல்பாக எழுதும் போது வந்துவிழுகின்ற என்னுடைய மக்களது மொழி; நான் மொழி பயின்ற எனது பண்பாட்டுச் சூழலின் மொழி; இயல்பாகவே என்னுடைய உணர்வுகளை, அனுபவங்களைக் கவிதையாக்கும்போது தானாக வந்து விழுகின்ற மொழிதான் எனது கவிதை மொழி. எனது கவிதைக் கான மொழிநடைகூட அவ்வாறுதான் வடிவம் கொள்கிறது. எங்கள் தொல்தமிழ் இலக்கியங்களின் வழியாகவும் பண்பாடு சார்ந்த ஆய்வாளர்களது மொழியின் வழியாகவும், இனப்படு கொலை பற்றிய புனைவுகளை எழுதியவர்களது உணர்வு வழியான மொழி வழியாகவும்; உரைநடைகளைப் பல மாதிரிகளில் கற்றிருக்கிறேன். இரசித்து வருகிறேன். எனது முதல் நாவலான, 'எழுதித் தீராப் பக்கங்கள்' முழுவதும் செயற்கை யானதல்ல. நான் வலிந்தும் தேடிப் பாவித்த சொற்களும் அல்ல. ஒவ்வொரு கதாபாத்திரமும் எங்கள் கழனியில் எப்படிப் பேசினார்களோ அப்படியே உள்வாங்கி எழுதியிருக்கிறேன்.

ஒரு காலத்தில் யாழ்ப்பாணத்துப் பேச்சுத்தமிழ் இலக்கிய படைப்புகளுக்குத் துணை செய்வதில்லை, வாசிப்பவர்களுக்குப் புரிவதில்லை என்றெல்லாம் 1960களில் தமிழக இலக்கிய வாதிகள் சொல்வதுண்டு. இன்று முத்துலிங்கம், ஷோபாஷக்தி, டானியல் போன்றோர்களது எழுத்துகளும், புனைவுகளும் தமிழக மக்களாலும், உலகத் தமிழர்களாலும் ஏற்றுக்கொள்ளப் படுகிறது. எனது கதாபாத்திரங்களின் உரைநடையும், பேச்சு மொழியும் விளங்கிக்கொள்ளப்பட்டிருப்பது என் மகிழ்ச்சியை இரட்டிப்பாக்குகிறது.

இயன்றளவு எனது கிராமத்து மொழியை வாசிப்பின் வாயிலாக மாற்றியுள்ளேன். அதேபோல், பொருண்மையில் நிறைய மாற்றங்கள் செய்துள்ளேன். கிராமங்களிலிருந்து பெருநகரங்களுக்கு எனது வாழ்க்கை நகர்ந்துள்ளது. இதேபோல, வேலைக்குப் புறம்பான சமூகவாழ்க்கை எனது தாய் மண்ணில் முதன்மையாயிருந்தது. கனடா தொழிலை மையப்படுத்திய வாழ்வு. தொழில் பற்றிய சமூக உணர்வு, தனிமனிதனைப் பாதிப்பிலிருந்து விடுவிக்கிறது; இது கனடிய வாழ்வு பிள்ளைகள் மீதான பெற்றோர் கட்டுப்பாடு சமூகப் பண்பாட்டிலிருந்தது. கனடாவில் பிள்ளைகளின் முடிவுகளுக்கு இணங்குகின்ற பெற்றோராக வாழ்தல் அவசியமாகிவிட்டது. இத்தகைய புலம் பெயர் வாழ்வு கற்பித்துவருகின்ற சமூகப் பண்பாட்டு அசைவுகள் பற்றியதான பொருண்மைகளில் உடன்பாடு எனக்குண்டு. எனது சம்பாசனைகளில், உரையாடல்களில் மாத்திரமன்றி எனது கதைகளிலும் அவற்றைப் பின்பற்றுகிறேன்.

பா அல்லது கவிதை அல்லது நாவல்களில் ஊடாடும் மனிதர்கள் மாறும்போது, அவர்களது வாழ்வியலுக்குரிய பண்பாட்டுச் சூழல் மாறும்போது நிச்சயமாகப் பொருண்மை, மொழி நடை, படிமம் என்பவற்றில் மாற்றம் ஏற்படவேண்டும் என்று நம்புகிறேன். அனுபவ முதிர்ச்சி பெற்ற அநேக எழுத்தாளர்களின் படைப்புகளில் இந்த மாற்றங்கள் இயல்பாக நிகழ்வதாக நான் நம்புகிறேன்.

படைப்பாளராய்த் தாங்கள் உணர்ந்த தருணம் எது?

எனது முதல் நாவல், 'எழுதித் தீராப் பக்கங்கள்' பல முறை மறுபதிப்புச் செய்யப்பட்ட போதும், பல நாடுகளில் படைப்பாளர்களின் கலந்துரையாடல்களில் அதுபற்றிச் சிலாகித்துப் பேசப்பட்ட போதும், மின்னியல் ஊடகங்களில் பலமாதிரி விமர்சனங்கள் அது பற்றி வந்தபோதும் ஓர் உணர்வு, தன்னம்பிக்கை துளிர்த்தது. புலம்பெயர் இலக்கியம் என்ற அடையாளத்துடன் இலக்கியங்கள் வகையீடு செய்யப்பட்ட

பொ. திராவிடமணி

போது, அதற்குள் ஒதுங்குகின்ற படைப்பாகப் பலரும் பேசுகிறபோது தள்ளி நின்று இரசித்தேன். மெல்லமெல்ல படைப்பாளராக உணரத் தலைப்பட்டேன்.

அநேகமான நண்பர்கள் என்னைக் கவிஞர் செல்வம் என்று அழைப்பதை உள் மனத்தில் அதிகம் இரசிப்பேன். இதேபோல கூத்துகளை எழுதும்போதும், அதற்கான இசைப் பாடல்களைப் பாடும் போதும்கூட அதிக மனநிறைவை நான் பெறுவதுண்டு.

ஆனால், ஏராளமான தொழில்நுட்ப ஆற்றல் மிக்கவர்கள் பலரது துணையோடு ஒரு திரைப்பட நடிகர் பெறுகின்ற அங்கீகாரத்துடன் ஒப்பிடும்போது இலக்கியப் படைப்பாளர்கள் பாவம்தான்.

அறிவும் தர்க்கமும் ஆக்க இலக்கியத்துக்கு ஊறு செய்யலாம். உணர்வே இன்றியமையாதது எனும் கருத்தியலைப் பற்றிய உங்கள். எண்ணம் என்ன?

ஆக்க இலக்கியம் என்பதில் அறிவு, தர்க்கம், உணர்வு தொடர்பான கருத்தியல் பற்றி ஏராளமான விவாதங்கள் நிகழ்ந்து வந்துள்ளன. ஆக்க இலக்கியம் என்பதன் பரப்பு தொடர்ந்து அகலப்படுத்தப்பட்டே வருகிறது. தலித் இலக்கியம், பெண் இலக்கியம், புலம்பெயர் இலக்கியம், மின்னியல் இலக்கியம் என்றவாறு ஆக்க இலக்கிய வகையீடு விரிந்து செல்கிறது. இதற்கு அதிகம் தர்க்கமும் துணை செய்ததா? ஊறு விளைவித்ததா? என்ற ஒரு கேள்வி எழுகிறது.

உணர்வுகள் பற்றிப் பேசுகிறபோதுதான் கல்விமான்களின் கட்டுரைகளிலிருந்து ஆக்க இலக்கியம் வேறுபடுகிறது.

உணர்வுகள்தான் இலக்கியப் படைப்புகளுக்குத் தனியான அடையாளங்களையும் அங்கீகாரத்தையும் பெற்றுத் தந்துள்ளன. வாசகர்களின் வழியாகவே ஆக்க இலக்கியங்கள் கவனத்தையும், கணிப்பையும் பெற்று வருகின்றன. நியதிகள் எதற்கும் அகப்படாமல், மனிதர்கள் தம் போக்கில் வாழ்க்கையில் குதூகலம் நிறைவாகும் நிலைமைகளிலும், துன்பமும், தோல்வியும் மனித வாழ்வைக் கடித்துக்குதறும் போதும் உணர்வுகள்தான் மேற்கிளம்புகின்றன. அதன் வழியாகவே மொழியும் நடத்தைகளும் வடிவம் பெறுகின்றன. படைப்புச் சூழலின் தனித்தன்மை அதிலிருந்துதான் கட்டமைக்கப்படுகிறது.

எங்கள் வாழ்வியல் அனுபவங்களும் சூழல்களும் அச்சமும், அவநம்பிக்கையும், ஏக்கமும், வடிந்துவிடாத துயர்களும் நிறைந்ததாகவே இன்றும் காணப்பட்டுவருகின்றன. யுத்த பூமியிலிருந்து அகதியாகப் புலம்பெயர்ந்த பிறகுகூடத் தனது

சிதைந்துபோன குடும்ப உறவுகளை ஒன்றிணைப்பதற்கும், புதிய சூழலில் கால் ஊன்றுவதிலான தடைகளும், அதற்குமேல் மாற்றங்களுடன் இசைந்து செல்வதிலான செயல்களும் பலமாதிரி உணர்வுகளையே முன்னிறுத்துகின்றன. இந்தப் போக்கில் உணர்வே முதன்மையானது.

குறிப்பாகக் கவிதைகளை எழுதும்போது அறிவுபூர்வ மானதைப் பின்தள்ளி உணர்வே சொற்களைத் தருகிறது. தர்க்கம் என்பது பிரிக்கமுடியாத உணர்வுகளின் படிமுறை ஒழுங்கு; நியாயம்; அதை உணர்வின் வழி சொல்லும்போது தர்க்க சிந்தனையில்லாவிடில் கவிதை நிற்காது; நிராகரிக்கப்பட்டு விடும். அறிவையும், தர்க்க அணுகுமுறையையும் மனித உணர்வுகளின் வழியாக எளிமைப்படுத்தலாம் அப்போது அந்தக் கவிதையோ சிறுகதையோ வாசகர்களின் அதிகரித்த கவனவீச்சைப் பெறுகின்றன. சுந்தர ராமசாமி, ஜெயகாந்தன், ஜெயமோகன், புதுமைப்பித்தன் படைப்புகளில் உணர்வும், அறிவும், தர்க்கமும் பிரிக்கமுடியாமல் பிணைந்து கிடப்பதை அவதானிக்கலாம். இதில், எனக்கு உடன்பாடு உண்டு.

தர்க்கம் எதுவுமேயில்லாமல் உணர்வுகளின் வழி படைக்கப் படும் ஆக்க இலக்கியம் தன்னை எப்படி நிலைநிறுத்தமுடியும்? சிலப்பதிகாரத்திலும் கண்ணகி வழக்குரை காதையில், "தேரா மன்னா?" என்கிறாள். இது உணர்வுதானா? தர்க்கம்தானா? இரண்டுமே இணைந்ததா?

சில பேரிலக்கியங்கள் அறிவு, தர்க்கம் என்பவற்றைப் பின்தள்ளி உணர்வு வழியாகச் சம்பவங்களை விரிப்பதாகவே யுள்ளன என்ற ஒரு விமர்சனப் பார்வையும் உண்டு.

என் பார்வையில் தர்க்கமும் உரியவாறு உணர்வுகளைச் சுமந்து மனித உரையாடல்களிலும், சமூக நிகழ்வுகளிலும் படைப்பிலக்கிய மொழியாக எப்போது விரிகிறதோ அப்போது ஆக்க இலக்கியங்கள் ஏற்றுக்கொள்ளப்படும். உணர்வு முரண்களே இலக்கிய இரசனைகளில் ஆதிக்கம் செலுத்துவது இயல்பு என்றே உணர்கிறேன்.

மாக்சிய இலக்கியப் பார்வை கொண்டவர்கள் சிலப்பதிகாரத்தைக் கற்பின் மேன்மை பற்றியதாகப் பார்க்காமல் சத்திரியர், வைசியர் போட்டியாக அணுகி, அதன்வழி கண்ணகியின் குரலையும், கோபத்தையும் விளக்குவதை இங்கு தொடர்புபடுத்தலாம். இது அறிவு மற்றும் தர்க்க சிந்தனை சார்ந்த கருத்தியலுக்கு உட்பட்டதாக இளங்கோவடிகள் காவியத்தை அணுகுவதாகும்.

பொ. திராவிடமணி

ஜெயகாந்தனின் ‘சில நேரங்களில் சில மனிதர்கள்’ நாவலின் கதாநாயகியின் பேச்சும் செயலும் எத்துணை அறிவு பூர்வமானவை; எத்துணை தர்க்க ரீதியானவை; அதற்காக உணர்வு வழி நின்று பாத்திரங்கள் பேசவில்லையா?

இலக்கியப் படைப்பாளிகளில் அறிவு நிலைப்பட தர்க்கிப்பதும், அதேசமயம், உணர்வுகளின் வழி சமுதாயப் பிரச்சினைகளையும் தனிமனித முரண்பாடுகளையும் இரசனைக்குரியதாக வெளிப்படுத்துவதும் நியாயமான ஒன்றே என நம்புகிறேன். இது ஆக்க இலக்கியத்துக்கு ஊறு செய்வதாகாது என்பது எனது உறுதியான கருத்துநிலை. முரண்பாடுள்ள விவாதங்கள் இவை தொடர்பாக விரிவடைந் தால், ஆக்க இலக்கியம் புதிய பாதையைக் கட்டமைக்க முடியுமல்லவா?

தமிழின் சொற்களஞ்சியங்களுக்குள்ளும் சொற்கிடங்குகளுக்குள்ளும் உரிய சொற்களைத் தேடுவதுண்டா? எப்படி?

ஆக்க இலக்கியங்களைப் படைக்கின்ற படைப்பாளிகளது வாழிடங்கள் இன்று தமிழகத்துக்கு வெளியே விரிந்து கிடக்கின்றன. இலங்கை, மலேசியா, சிங்கப்பூர் போன்ற நாடுகளுக்கும் வெளியே பரந்து கிடக்கின்ற ஐரோப்பிய நாடுகளி லிருந்தும், வடஅமெரிக்கா, அவுஸ்திரேலியா போன்ற பல வேற்றுமொழிப் பேசும் நாடுகளிலிருந்தும் தமிழ்மொழியில் ஆக்க இலக்கியங்களும், பத்திரிகைகளும் வெளிவருகின்றன. எங்கள் இலங்கைத் தமிழர்களது பண்பாட்டுச் சூழலில் பயன்படும் தமிழ்ச் சொற்கள் பல வகைகளில் மாறிவந்துள்ளன. புதியவகை சொற்கள் சரியாகவும் அல்லது சிதைவடைந்த மாதிரியிலும் புனைவுகளில் நிறைந்து வருகின்றன. பிரெஞ்சு, ஜெர்மனி, போர்த்துக்கீசிய சொற்கள் அந்தந்த நாடுகளின் சிறுகதைகளில் தமிழ்ச் சொற்கள் போலவே பேச்சுமொழியாகியிருக்கின்றன: அவை தமிழ்மொழிப் போலாகின்றன.

இலங்கையில் கொழும்பு, மலை நாடுகளில் வாழ்கின்ற தமிழ்ப் படைப்பாளிகளின் மொழியில், சொற்களஞ்சியங்களில் சிங்களச் சொற்கள் இயல்பாக விரவிக்கிடக்கின்றன.

தமிழ்ச் சொற்களஞ்சியங்களுக்கு உள்ளிருந்தும் உரிய சொற்களை நான் தெரிவு செய்வதுண்டுதான். திருக்குறள், நாலடியார், பைபிள், திருமந்திரம் போன்றவற்றில் நிறைந்து கிடக்கும் எளிய கருத்தாழம் மிக்க தமிழ்ச் சொற்கள் என்னில் அதிக ஆதிக்கம் செலுத்துவதுண்டு. அவை எனது உடன்பாடில் லாமலேயே எனது புனைவுகளில் ஆங்காங்கே வருவதுண்டு.

அது நல்லதென்றே எண்ணுகிறேன். வேண்டுமென்றே சொற்களஞ்சியங்களில் சொற்களைத் தேடுவதில் விருப்ப மில்லை: உடன்பாடுமில்லை.

ஆயுத கலாசாரம் வளர்ந்த சூழலில் அநேக புதுவகைச் சொற்களை இயக்கங்கள் கையாண்டு, அச்சூழலில் வாழ்ந்த புதிய தலைமுறையினரின் பிரயோகங்களாகியுள்ளன. அவை. எனது புனைவுகளில் வந்திருக்கலாம். அது தவறானதென்று நான் உணர்ந்ததுமில்லை.

உயர்கல்வி நிறுவனங்களில் முனைவர் பட்ட ஆய்வுகளில் ஈடுபடுவோர்க்கான சொற்தொகுதிகளில் கட்டுப்பாடுகளும் வழிகாட்டல்களும் உள்ளன.

இலக்கியவாதிகளுக்கு அப்படி எதுவும் தேவையில்லை. மக்களின் மொழியும், அவர்களது பயன்பாட்டுச் சொற்களும் எனக்கு எப்போதுமே சொற்களஞ்சியங்களாகவும், சொற்கிடங்கு களாகவும் பயன்படுகின்றன. அதில் நான் நிறைவு காண்கின்றேன்.

தமிழிலக்கியப் படைப்புலகம் இன்று எல்லாக் கண்டங்களின் பல நகரங்களிலும் பரந்து கிடக்கின்றது. எல்லாப் பிரதேசப் பண்பாட்டின் வழிவந்த பல மொழிச் சொற்கள் தமிழாகி வருகின்றன. எனது வாசிப்பின் வழியாக அவை என் படைப்புகளில் வந்துவிடலாம்.

படைப்பாளிகள் சமூகத்தின் சூழல்களிலிருந்து வளர்கின்ற தாவரங்கள்; பயன்தரு மரங்கள்; படைப்பாளிகளுக்குரிய, கதைக்குரிய கருவையும், பாத்திரங்களையும், ஊடாட்டங்களின் தனி இயல்புகளையும் பேசுகின்ற மொழியையும் சூழலிலிருந்து தான் படைப்பாளி பெறுகின்றான். அகதி முகாமில் வாழ்கின்ற படைப்பாளியின் எழுத்து, நியூயார்க் பெருநகர நவீன ஹோட்டல் ஒன்றில் பணிபுரியும் ஒருவனது படைப்பாளிக்குரிய எழுத்திலிருந்து நிச்சயம் வேறுபட்டதாகவேயிருக்கும். படைப்பாளிகளின் படைப்புகளுக்குரிய கரு சமூகம்தான்.

இதனால் அவன் கவிதையோ, கதையோ, நாவலோ, புனைகின்றபோது அதிக பொறுப்புணர்வுடன்தானே படைக்க வேண்டும். காலம் கடந்தும் நிலைத்து நிற்கும் பேராற்றல் நல்ல படைப்புகளுக்கிருக்கிறது. டால்ஸ்டாயின் போரும் அமைதியும் அல்லது சேக்ஸ்பியரின் மெர்ச்சன்ட் ஓஃப் வெனிஸ் இன்றும் நிலைக்கிறது; இரசிக்கப்படுகிறது. படைப்பாளியின் கூர்ந்த அவதானங்களும், சமூகச்செயற்பாடுகள் பற்றிய தொலைநோக்கும் பொறுப்புணர்ச்சியும் இதற்கு அடிப்படை யாகின்றன. சுந்தர ராமசாமியின், ‘ஜே.ஜே. சில குறிப்புகள்’

எத்துணை விவாதங்களை, எத்தனை வருடங்கள் நீட்சியுறச் செய்துவருகின்றன. இதில், படைப்பாளிகளின் பொறுப்புணர்ச்சி மிக மிக முக்கியமானதல்லவா?.

எனது படைப்புகள் செல்வச் செருக்கில் வாழ்கின்ற மேட்டுக்குடியினரை மையப்படுத்தியதல்ல. நான் எழுதத் தொடங்கிய காலத்திலிருந்து இன்றுவரை உரிமைகள் மறுக்கப் படுகிற இனத்தின் இன்னல்கள், ஏக்கங்கள், ஏமாற்றங்கள் பற்றிய புனைவுகளையே செய்து வருகின்றேன். எங்கள் இனத்தின் போராட்ட வரலாறு நேர்மையாக வரலாற்று படைப்பிலக்கியங்களில் பதியப்படவேண்டும் என்பதில் தெளிவும், உறுதியும், பொறுப்புணர்ச்சியும் எனக்குண்டு.

கடந்த கால சமூக அனுபவங்களும், வரலாறுகள்தானே!

படைப்பாளி என்ற வகையில் உங்கள் பொறுப்புணர்வு என்ன?

எங்கள் வாழ்விடங்கள்தான் எங்கள் நிகழ்கால மற்றும் எதிர்காலப் புனைவுகளின் தேவையையும், மரியாதையையும் நிலைநிறுத்தும். இதன்படி எனது, காலம் சஞ்சிகையில் பிரசுரத்திற்காகக் கதைகளையோ, கட்டுரைகளையோ, நாவல்களையோ, கவிதைகளையோ தெரிவுசெய்யும்போது அதிக சமூகப் பொறுப்புடன் செயற்படுகிறேன்.

எனது படைப்பு சிறிதானால் என்ன, பெரிதானால் என்ன வாசிக்கவும், விமர்சிக்கவும் கண்டனம் தெரிவிக்கவும் கனடாவிலேயே நல்ல இலக்கியவாதிகளும்; இலக்கிய இதழ்களும் உயிர்ப்புடன் இயங்குகின்றன. அவை என்னை எப்போதுமே பொறுப்புணர்வுடன் செயல்படுமாறு எச்சரித்துக்கொண்டுதான் இருக்கின்றன.

சில படைப்புகள் மேற்குலகில் தடைசெய்யப்பட்டிருக் கின்றன. படைப்பாளி இறந்து பல வருடங்களின் பின்பே வாசகருக்குக் கிடைக்கத்தக்கதாக அவை பிரசுரமாகி இருக்கின்றன. இவை சில எச்சரிக்கைகளைத் தருகின்றன.

பள்ளிச் சிறுவன் கையெழுத்துப் பிரதியில் எழுதுவதுபோல் நான் எழுதமுடியாது. எழுதக்கூடாது எனத் தெளிவாக இருக்கின்றேன்.

பலவாறான மாற்றுச் சிந்தனையுடன் பல இயக்கங்கள் போராட்டங்களில் தூய இலட்சியங்களோடு ஈடுபட்டன. அவை பற்றிப் புனைவுகளைப் படைக்கும்போது பொறுப்புணர்வு பற்றிய விமர்சனங்கள் மாறுபட்டத் தளங்களிலிருந்து வெளிவந்துள்ளன; நிச்சயம் வெளிவரும்.

எங்கள் படைப்பிலக்கியச் சூழல், கடந்த நான்கு தசாப்தங்களாக ஒடுக்கப்படும் இனம் சார்ந்த வாழ்வியல் பற்றியதாகவே உள்ளது. இதில் என்னைப் போன்று இச்சூழலிலிருந்து விலகி விடாமலே வாழ்கின்ற ஓர் எழுத்தாளன் நிச்சயமாகச் சமூக பொறுப்புடன்தான் எழுதுவான்; செயற்படுவான்.

உங்கள் படைப்புகளின் தலைப்புகளை எப்படித் தேர்ந்தெடுக்கிறீர்கள்?

இது ஒரு நல்ல கேள்வி. இப்போதுதான் யோசிக்கிறேன். எப்படித்தான் தலைப்புகளைத் தேர்ந்தெடுத்தேன்? என்னுடன் பழகுகின்ற சாதாரண மனிதர்களின் உரையாடல்களிலிருந்து தான் தலைப்புகளைத் தேர்வு செய்திருக்கிறேன். இயல்பாக நண்பர்களுடன் படைப்புகள், படைப்பாளர் பற்றி உரையாடும் போது சில தொடர்கள் இயல்பாக வெளிப்படும். அவை எனது இதயத்தில் அல்லது மூளையின் எங்கோ ஓரிடத்தில் பதிவாகிவிடுகிறது. உரியபோது அவை என்னை மீறி தானாக வெளியே வந்து விழுந்துவிடுவதுண்டு.

திக்குத்தெரியாத காட்டில் அலைகின்ற ஓர் எளிய மனிதனது பயம், உணர்வு, நாதியற்ற நிலை போலவே நான், "கட்டிடக் காடுகள்" எனும் முதல் கவிதைத்தொகுப்பை வெளியிட்டபோதும் உணர்ந்தேன். உதவியில்லாமல், நம்பிக்கை ஒளி தெரியாமல் சின்னஞ் சிறுவனாகப் பிரான்சின் நகரங்களில் அலைந்தபோது கட்டடக் காடுகளுக்குள் அலைகின்ற உணர்வு தான் ஏற்பட்டது. வியப்பும், பயமும், அவநம்பிக்கையும் கட்டடகாடுகள் என்று பெயர் வைக்கத் தூண்டின.

இப்படித்தான் ஏனையப் படைப்புகளுக்குரிய தலைப்புகளும்; இலக்கியங்களிலிருந்து தலைப்புகளைத் தேடும் மன ஓட்டமோ, நாட்டமோ எனக்கு ஒருபோதும் ஏற்பட்டதில்லை. எளியவர்களிடமிருந்து பெற்று அவர்களுக்கே சமர்ப்பிக்கும்போது அவர்களது மொழியிலிருந்தே என் தலைப்புகள் பிறக்கின்றன.

மற்றைய படைப்பாளிகளின் ஆக்கங்களை வாசித்துவிட்டு, அட, இதனை நான் எழுதியிருக்கலாமே என ஆதங்கப்பட்டிருக்கிறீர்களா? அப்படியானால் என்ன படைப்பு அது? மாதிரிக்குச் சிலவற்றைச் சொல்ல முடியுமா?

எந்தவொரு படைப்பாளிக்கும் இத்தகைய ஏக்கம் அல்லது ஆசை அல்லது தன்னிலை ஒப்பீடு இயல்பாக வரக்கூடியது தானே!

வியப்பு மேலிடச் செய்யும் ஆற்றலும் புனைவுகளின் ஒருவகை வெற்றிதான்! புனைவுகளின் கருவோ கையாளப்

படுகின்ற சொற்களோ, சொற்களின் ஒட்டுமுறைகளோ, வெளிப்படும் சந்தங்களோ, ஓத்திசைவோ, கையாள்கின்ற உதாரணங்களின் இரசிப்புக்களோ, தாங்கள் கூறுவது போன்ற ஆதங்கத்தை ஏற்படுத்தலாம். எனக்கும் பல தடவைகள் அவ்வாறு ஏற்பட்டதுண்டு.

மீண்டும் மீண்டும் வாசிக்கும் துடிப்பை, ஆவலை இத்தகைய ஆக்கங்கள் ஏற்படுத்தலாம் சிலர் சில நூல்களைத் தமக்கெனச் சொந்தமாக வைத்திருக்கும் ஆசையைக்கூட இத்தகைய நினைப்புகள் உருவாக்குவதுண்டு.

கட்டிளமைப் பருவத்தில் நான் ஜெயகாந்தனின், 'உன்னைப்போல் ஒருவன்' நாவலை வாசித்தேன். அப்போது 'எனக்குள் எழுந்த உணர்வு' அட என்னைப் பற்றியல்லவா எழுதியிருக்கிறார். 'ஜெயகாந்தன்' என்று எண்ணி வியப்படைந்தேன். பிற்காலத்தில் ஜெயகாந்தன் படைப்புகள் மீது பெரிய உடன்பாடுகள் வளரவில்லை. ஆனாலும் அவரது 'உன்னைப்போல் ஒருவ'னின் படைப்பாக்கத்தில் பல அம்சங்கள் என்மீது பெரிய ஆதிக்கத்தைச் செலுத்தியிருந்தன என்பது உண்மைதான்.

கதாபாத்திரத்தின் பண்புநலன்கள், மொழிநடை என்ற இரண்டுமே என்மீது அதிக தாக்கத்தை ஏற்படுத்தியிருந்தன.

என்னை அதிக பாதிப்புக்குள்ளாக்கியவன் கம்பன்தான். அவன் சொல்லுகின்ற மானிட மேம்பாடு சார்ந்த கருத்துகளும் என்னிடம் இத்தகைய இரசனையையும் வியப்பையும் இன்று வரை ஏற்படுத்திக்கொண்டுதான் இருக்கின்றன.

"அறையும் ஆடு அரங்கும் மடப்பிளைகள்
தறையில் சீறிடில் தச்சரும் காய்வரோ

இறையும் ஞானம் இலாத என்புன்கவி
முறையின் நூல் உணர்ந்தாரும் முனிவரோ"

இந்தப் பாடலில் கம்பனின் கண்ணோட்டம், பொறாமை யற்ற பார்வை அதனுள் புதைந்துகிடக்கும் கருத்தாழம் என்பன வியக்கத்தக்கவை.

சுந்தர ராமசாமியின் கட்டுரைகளின் தனித்தன்மை என்னை மிகவும் கவர்ந்திருக்கின்றது. பலர் கற்றுக்கொள்ளக் கூடிய சிறப்புப் பண்புகள் கொண்ட புலமைப் பள்ளியாக அவரைப் பார்க்கிறேன். கட்டுரைகளில் கையாளும். சொற்சிக்கனமும் கருத்துகளின் தொடர்புகளில் நிறைந்து கிடக்கும் ஒழுங்கும், தர்க்கமும் என்னை அதிகம் ஆட்கொள்வதுண்டு.

மு. தளைய சிங்கத்தின் சுய சிந்தனையும், ஏ.ஜே. கனக ரட்னாவின் இலக்கிய ஞானமும் எனக்கு மிகவும் பிடிக்கும். ஏ.ஜே.யை எனது நண்பராகவும், வியத்தகு சிந்தனையாள ராகவும், மறக்கமுடியாத மேதையாகவும் உணர்வதுண்டு. இந்த உருவகம் அவரது உரையாடல்களின் வழியாக உருவானதொன்றுதான்.

முத்துலிங்கம், சேரன், ஷோபாஷக்தி போன்றவர்களது எழுத்துகளும், படைப்புகளும் எங்கள் மண்ணின் துயரங்கள், தமிழ் மக்களது துயர் சுமந்த வாழ்வின் அப்பழுக்கற்ற பல மாண்புகள் பற்றியதாக உள்ளமை தனித்தன்மைதான். தமிழ் மக்கள் பற்றியும், பிரச்சினைகள் பற்றியும் ஏராளமானவர்கள் எழுதுகிறார்கள். இன்னும் எழுத வருவார்கள். ஆனால், இவர்கள் தனியான அடையாளங்களைப் பதித்திருக்கின்றார்கள் என்பது என்னில் அதிக பாதிப்பை ஏற்படுத்தியமைக்குக் காரணமாகின்றது.

எஸ்.பொ. முத்துலிங்கத்தின் படைப்புகள் பற்றி இப்படிச் சொல்கிறார்: துன்பம் எனும் நாளில் மகிழ்ச்சி எனும் பூக்களைத் தொடுத்த மாலைதான். எனக்கு நெருங்கிய நண்பராக உள்ள எழுத்தாளர் முத்துலிங்கத்தின் எழுத்துகள் பற்றி இதே உணர்வும், கருத்தும் எனக்குண்டு.

புலம்பெயர்ந்த தமிழ் எழுத்தாளர் அணியொன்று உருவாகிக்கொண்டு வருகிறது. ஆர்வமும், ஆற்றலும் கொண்டவராகவும், எதிர்காலத்தில் இலக்கியம், புனைவுகள் தொடர்பான நம்பிக்கையை விதைப்பவர்களாகவும் அவர்கள் வளர்ந்து வருகிறார்கள் என்பதும் மகிழ்ச்சியானதாகும்.

8

பவானி சற்குணசெல்வம்

இவர் பதுளையில் பிறந்தவர் தனது ஆரம்பக் கல்வியைப் பதுளை கன்னியாஸ்திரியர் பாடசாலையில் பெற்று, பின் அளவெட்டி அருணோதயக் கல்லூரியில் கல்வி கற்றவர். யாழ்ப்பாணத்தில் உயர்தரக் கல்வியை மேற்கொண்டு இலங்கைக் கிழக்கிலங்கைப் பல்கலைக்கழகத்தில் விவசாயப் பீடத்தில் கலைமாணிப் பட்டம் பெற்று அங்கு விரிவுரை யாளராகக் கடமையாற்றியவர்.

திருமணத்திற்குப் பின்னர் நெதர்லாந்திற்குப் புலம்பெயர்ந்து, 'டச்சு மொழி'யைத் திறம்படக் கற்றார். மேலும், உளவியல் மற்றும் சட்டத்துறையில் கல்வி கற்றுப் பட்டம் பெற்றார். இவர் நெதர்லாந்தில் அரச நிறுவனங்களிலும் அரச சார்பற்ற நிறுவனங்களிலும் பணியாற்றியவர். பின் அகதிகளுக்கான உதவிக்காரியாலயத்தில் மொழிபெயர்ப்பாளராகவும் அங்கீகாரம் பெற்ற மொழிபெயர்ப்பாளராகவும் பணியாற்றிவருகிறார்.

தமிழில் மட்டுமன்றி டச்சு மொழியிலும் சிறப்பான திறமைகளைக் கொண்ட பவானி அவர்கள் புலம்பெயர்ந்த நாடுகளில் சிறுவர்களின் தமிழ் வளர்ச்சியில் அயராது பாடுபட்டவர். தமிழ்ப் பாடசாலைகளில் ஆசிரியராகக் கடமையாற்றி மாணவர்களின் நல்ல அபிப்பிராயத்தைப் பெற்றவர்.

தமிழ் மாணவர்களுக்கு நாடகம், நாட்டியம், இசை போன்றவற்றைப் பயிற்றுவித்து அவர்களை

முன்னேற்றியவர். புலம்பெயர்ந்த மக்கள் தமிழையும் சமயத்தையும் இரு கண்களைப்போல பேணிப்பாதுகாக்க வேண்டும் என்பதைக் குறிக்கோளாகக் கொண்டவர்.

இவர் சேரனின் கவிதைகளை மொழிபெயர்த்து, 'கடலின் கதை' எனும் நூலைத் தமிழ் நெதர்லாந்து ஆகிய இருமொழிகளில் வெளியிள்ளார். மேலும், சேரனின் காதல் கவிதைகளைத் தொகுத்து 'அன்பு திகட்டாது' எனும் தலைப்பில் நெதர்லாந்து மொழியில் மொழிபெயர்ப்பு செய்து வெளியிட்டுள்ளார். 'சிலகணங்கள்' எனும் இளையோர்க்கான கவிதைத் தொகுப்பையும் வெளியிட்டுள்ளார்.

'மனச்சோலை' என்ற 26 ஆய்வுக் கட்டுரைகள் அடங்கிய நூலை வெளியிட்டுள்ளார். இந்தப் புத்தகம் இலங்கைக் கல்வியமைச்சின் அங்கிகாரம் பெற்ற நூல். பல பாடசாலைகளும், நலன்புரிச் சங்கங்களும் இந்த நூலைப் பயன்படுத்தி வருவது குறிப்பிடத்தக்க விடயம். மேலும், புதிய பல கட்டுரைகளையும் இணைத்து இந்த நூல் விரைவில் புதிய பதிப்பாக வெளிவர உள்ளது.

அண்மைக் காலங்களில் சிறுகதைகளை எழுதிவரும் இவர், 'பைந்தமிழ்ச் சாரல்' எனும் தளத்தை அமைத்து சர்வதேச ரீதியாக நூல்களின் திறனாய்வு, பட்டிமன்றம், கவியரங்கம் தமிழ்மொழி வளர்ச்சி தொடர்பான நிகழ்வுகளை நடாத்துவதன் மூலம் தமிழ் எழுத்தாளர்களை ஊக்குவித்தும், தமிழ் கற்கும் மாணவர்கள் கற்க வேண்டிய விடயங்களைப் 'பைந்தமிழ்ச் சாரல்' தளத்தில் பதிவாக்கியும் வருகிறார்.

இவர் எழுதிய 'குழந்தைமொழி' எனும் பள்ளி மாணவர்களுக்கான நூல் விரைவில் வெளிவர உள்ளது. இளம் குழந்தைகள் பள்ளிப் பாடங்களைக் கற்பதற்கு முன், தானே பாடங்களைப் பாடல் மூலமாகவும், காட்சிகள் மூலமாகவும், கதைகள் மூலமாகவும் பார்த்தும் கேட்டும் மகிழ்ந்து ஆர்வத்துடன் கற்கும் வகையில், 'குழந்தைமொழி' என்ற இந்த நூல் வடிவமைக்கப்பெற்றுள்ளது. இதில் கதைகள், பாடல்கள், எண்கள், நிறங்கள், உயிரினங்கள் போன்றவை தெளிவான வண்ணப் படங்கள் மூலமாகக் குழந்தைகள் புத்தகத்தை விரும்பிப் படிக்கும் வகையில் காட்சிப்படுத்தப்பட்டுள்ளன.

நேர்காணல்

தங்கள் படைப்புகளின் ஊற்று எது? அது எவ்வாறு காலத்துக்குக் காலம் மாறி வந்திருக்கிறது?

சமூகமாற்றம் பற்றிய கவலைதான் பெரும்பாலும் எனது படைப்புகளின் ஊற்றாக இருந்து வந்துள்ளது.

படைப்பாற்றல் நம்மைச் சுற்றியுள்ள உலகின் மாற்றத்துடன் தொடர்புடையது, எனவே அதன் மாற்றம், அதன் வளர்ச்சி, அதன் பரிணாமம், மக்களிடையே அதன் தாக்கத்தை ஏற்படுத்தும் காரணியாக எப்பொழுதும் இருந்து வந்துள்ளது.

ஆரம்ப காலங்களில் கல்வி மேம்பாடு, சமூகச் சீர்குலைவுகள், காதல், இயற்கை, காலநிலை வேறுபாடு எனப் பல்வேறு தளங்களில் எழுதிவந்த நான் படிப்படியாக மனித உணர்வுகளின் பிறழ்வுகள், திடீர் சமூக மாற்றங்களுக்கான காரணங்கள், அதற்கான ஆய்வுகள் எனக் காலத்திற்குக் காலம் எனது தேடலும் சிந்தனையின் ஊற்றும் மாறி வந்துள்ளது.

தங்கள் படைப்புகளுக்கும் தன்னனுபவங்களுக்கும் இடையே இருக்கும் உறவு, ஊடாட்டம் என்ன? உங்கள் படைப்புகளைத் தன்வரலாறு சார்ந்தவை எனச் சொல்வீர்களா?

காலத்துக்குக் காலம் எனது அனுபவங்களுள் பிரதானமான வற்றை அல்லது மற்றவர்களும் அறிந்துகொள்வது அவசியம் என்று நான் கருதியவற்றை எனது படைப்புகளூடாக மக்களுடன் பகிர்ந்துள்ளேன்.

ஆம். சில படைப்புகள் அவ்வாறு அமைந்துள்ளன. சில சிறுகதைகள், கவிதைகளின் ஊடாக எனது அனுபவங்களை எழுதியுள்ளேன்.

தங்கள் படைப்புகளில் பிறரது வாழ்வனுபவங்களின் தாக்கம் எவ்விதம் வசப்படுகிறது?

என்னுடைய படைப்புகளில் பிறர் என்னுடன் பகிர்ந்து கொண்ட வாழ்பனுபவங்களின் தாக்கம் கணிசமானஅளவு உள்ளது. நான் மக்களின் அந்தரங்க விடயங்களைத் தெரிந்து கொள்ளக்கூடிய பணியில் ஈடுபட்டுள்ளதால், மனிதம், பிறழ்வுகள், உளவியல் சிக்கல்கள், போதை வஸ்துப் பிரச்சினைகள், இளையோரின் பிரச்சினைகள், பெண்களின் பிரச்சினைகள், ஆண்களின் சிக்கல்கள், கலாச்சார மாறுதல்

களினால் வரக்கூடிய சிக்கல்கள் எனப் பல்வேறு தலைப்புகளில் ஆக்கங்களும் ஆய்வுக் கட்டுரைகளும் எழுதியுள்ளேன்.

மற்றவர்களுடைய அனுபவங்களை அடியொற்றியும் படைப்புத் தரக்கூடிய, "படைப்பாக்க உணர்வுத் தோழமை" என்ற வகையில் எழுத முயற்சித்திருக்கிறீர்களா? எடுத்துக்காட்டாக பலஸ்தீன மக்கள், இனப்படுகொலைகள், ஆதிகுடிகள், பெண்கள் போன்றோரது அனுபவங்கள்?

ஆம். போரினால் ஏற்படக்கூடிய மனவடு நோய், பெண்களுக்கெதிராக இளைக்கப்படும் பாலியல் வன்முறைகள், வீட்டு வன்முறை அதனால் ஏற்படக்கூடிய பாதிப்புகள் பற்றி நிறையவே எழுதியுள்ளேன்.

புலப்பெயர்வால் தங்களது கதை அல்லது பொருண்மையில், மொழிநடையில், படிமங்களில் ஏற்பட்ட மாற்றங்கள் என்ன?

புலப்பெயர்வால் சில படிமங்கள், இயற்கையின் வர்ணனைகள் என்று பலவிதத்தில் எனது மொழிநடையில் மாற்றம் நிகழ்த்துவது திணைகள் பற்றிய கருத்தில் பனிப்புலம் பற்றிய படிமங்களில், இங்கு வளரக்கூடிய மரங்கள், தாவரங்கள் பற்றிய விடயங்களில் கணிசமானளவு மாற்றங்கள், கற்பனைகள் உருவாக்கப்படுள்ளமை குறிப்பிடத்தக்கது. கலாசார வேறுபாடுகள், சரித்திரம் சம்பந்தமாகப் பொருண்மையில் மாற்றங்கள் ஏற்பட்டுச் செல்வதைத் தவிர்க்க முடியாம லுள்ளது. உதாரணமாகப் பாலியல் கல்வியின் அவசியம் பற்றித் தமிழில் கட்டுரைகள் எழுதியுள்ளேன். நான் எழுதி வெளியிட்ட 'மனச்சோலை' என்ற புத்தகத்திலும் இதுபோன்ற கட்டுரைகள் இடம்பெற்றுள்ளன. வாழ்வியல், மறுமணம், போன்ற விடயங்கள் பற்றியும் எனது கருத்துகளை உள்ளடக்கி ஆக்கங்களை எழுதியுள்ளேன்.

படைப்பாளராய்த் தாங்கள் உணர்ந்த தருணம் எது?

- எனது படைப்பை வாசித்து மற்றவர்கள் அழுத தருணங்கள்.
- எனது படைப்பை வாசித்து அதன் பயன் பற்றிப் பிறர் பேசிய தருணங்கள்.
- இது எனது சொந்தக் கதை என்று நான் கூறாமலே வாசகர்கள் அதை உணர்ந்த தருணங்கள்.
- எனது படைப்புகளை வாசித்து எனது எழுத்தாற்றலை மற்றவர்கள் பாராட்டிய தருணங்கள்.

அறிவும் தர்க்கமும் ஆக்க இலக்கியத்துக்கு ஊறு செய்யலாம். உணர்வே இன்றியமையாதது எனும் கருத்தியலைப் பற்றிய உங்கள் எண்ணம் என்ன?

அறிவும் ஆரோக்கியமான தர்க்கமும் இலக்கியத்திற்கு இன்றியமையாதது என்றே நான் கருதுகிறேன். தற்காலத்தில் தர்க்கங்கள் வெறும் விதண்டாவாதங்களாக மாறுவதால் இப்படி ஓர் அபிப்பிராயம் தோன்றியிருக்கலாம். உணர்வு இலக்கியத்திற்கு இன்றியமையாதது. உணர்வு இல்லாத படைப்புகளை உப்புச்சப்பில்லாத உணவுக்கு ஒப்பிடலாம். இயற்கையின் அழகை இரசிக்கும்போது வரும் உணர்வையும், குழந்தையின் மழலையையும் அதன் கனிவையும், மனத்தில் ஏற்படும் மென்உணர்வுகளையும், காதலையும் வார்த்தைகளில் வடிப்பதே படைப்புக்கலை.

தமிழின் சொற்களஞ்சியங்களுக்குள்ளும் சொற்கிடங்குகளுக்குள்ளும் உரிய சொற்களைத் தேடுவதுண்டா?

ஆம் நிச்சயமாக. அகராதி, விக்கிப்பீடியா, இணையத்தளம் போன்றவற்றில் தொடர்ச்சியாகச் சொற்களைத் தேடிக் கொண்டே இருப்பேன். தேடியெடுத்த சொல்லில் திருப்தியில்லா விடின் வேறு நிபுணர்களிடமோ அல்லது சக எழுத்தாளர்கள், மொழிபெயர்ப்பாளர்களுடனோ கலந்தோலோசித்துப் பொருத்தமான சொற்களைத் தேர்ந்தெடுப்பேன். நான் நிறைய மொழிபெயர்ப்புக் கட்டுரைகளையும் எழுதிவருவதால், சொற்பஞ்சம் ஏற்படுவதுண்டு. சில சமயங்களில் பிறமொழிச் சொற்கள் காரணப் பெயராக இருந்தால் அந்தச் சொற்களை நேரடியாக மொழிபெயர்த்து எழுதுவேன்.

படைப்பாளி என்ற வகையில் உங்கள் பொறுப்புணர்வு என்ன?

தரமான தேவையான படைப்புகளை உருவாக்குவதன் மூலம் சமூக முன்னேற்றத்திற்குப் பங்களிப்பது. மொழி பெயர்ப்புக் கட்டுரைகள் மூலம் கலாசாரப் பரவலாக்கம், அறிவுப் பரிமாற்றம், தொழில்நுட்ப வளர்ச்சி என்பவற்றில் பங்கெடுத்தல்.

உங்கள் படைப்புகளின் தலைப்புகளை எப்படித் தேர்ந்தெடுக்கிறீர்கள்?

சிலசமயம் எதேச்சையாக, சிலசமயம் பலரின் வேண்டுகோளுக்கமைய, பல சமயங்களில் தேவைக்கேற்ப தலைப்புகளைத் தேர்ந்தெடுக்கிறேன்.

மற்றைய படைப்பாளிகளின் ஆக்கங்களை வாசித்துவிட்டு, அட, இதனை நான் எழுதியிருக்கலாமெ என ஆதங்கப் பட்டிருக்கிறீர்களா? அப்படியானால் என்ன படைப்பு அது? மாதிரிக்குச் சிலவற்றைச் சொல்ல முடியுமா?

இல்லை.

தமிழ் இலக்கிய வளர்ச்சியில் பெண் எழுத்துகளுக்கான சூழல், இடம் என்ன?

தமிழ் இலக்கிய வளர்ச்சியில் பெண்களின் பங்களிப்பு இன்றியமையாதது. ஆனால், பல பெண் படைப்பாளர்களுக்குச் சூழலும் சந்தர்ப்பங்களும் அமைவதில்லை என்பது மனவருத்தம் தருகிறது.

தங்களது படைப்பு முயற்சிக்கு எழுந்த தடை, அதைத் தகர்த்துக் கடந்த வந்த அணுகுமுறை குறித்துச் சொல்லுங்கள்?

திருமணமாகிப் புலம்பெயர்ந்து வந்ததால் இங்கு வந்து மொழிக்கல்வியோடு தொழில்சார் கல்வியிலும் ஈடுபடவேண்டி இருந்தது. அதைவிடக் குழந்தைகள் சிறுவர்களாக இருக்கும் போதும் எழுதுவதற்கு நேரம் கிடைக்கவில்லை. அதைவிட எனக்குத் தடைகள் எதுவும் வந்ததாக ஞாபகம் இல்லை. என்னைப் பொறுத்தவரை ஓர் எழுத்தாளன் எழுத நினைத்தால் எழுதலாம், தனக்குரிய நேரத்தை உருவாக்கலாம். எழுத்து என்பது கரைபுரண்டோடும் வெள்ளம் போன்றது. அதற்குத் தடைபோட முடியாது. நான் நேரடியாகவும் வெளிப்படை யாகவும் சில வேளைகளில் எவராலும் பேசப்படாத விடயங் களையும் எழுதி வருகிறேன். மக்கள் அவற்றை வாசிக்கிறார்கள்; விமர்சிக்கிறார்கள்; அறிவுறுத்தப்படுகிறார்கள்; பாராட்டு கிறார்கள். அது எனக்கு ஆத்மதிருப்தியைத் தருகிறது.

தமிழ்மொழியிலிருந்து நெதர்லாந்து மொழிக்குக் கவிஞர் சேரன் கவிதைகளை மொழிபெயர்த்துள்ளீர்கள். அந்த மொழிபெயர்ப்பு அனுபவம் பற்றிச் சொல்லுங்கள்.

நான் பலகாலமாக மொழிபெயர்ப்புகளைச் செய்து வருகிறேன். கவிதை மொழிபெயர்ப்பு என்பது ஏனைய மொழி பெயர்ப்புகளிலிருந்து சற்று வித்தியாசமானது. கொஞ்சம் சவாலாகத்தான் இருந்தது. சரியான சொற்களை, சில சிலேடைகளைத் தேர்ந்தெடுப்பதும் கலாசார வேறுபாட்டிற் கூடாகக் கவிதையைக் கொண்டு போவதும் ஒரு கலைதான். கவிஞர் சேரனின் பல கவிதைகளை மொழிபெயர்த்தேன். அவற்றுள் முப்பத்துநான்கு கவிதைகளைத் தேர்ந்தெடுத்து

ஒரு புத்தகமாகத் தொகுத்து, ‘கடலின்கதை’ என்ற பெயரில் வெளியிட்டேன்.

நீண்ட காலமாகப் புலம்பெயர்ந்து வாழ்கிறீர்கள். ஊரோடு முன்பு உங்களுக்கு இருந்த உறவு, இப்போதும் இருக்கிறதா? அல்லது உறவில், உணர்வில் மாற்றங்கள் ஏற்பட்டுள்ளனவா?

இது மிகவும் சங்கடமான கேள்வி. ஊரில் மிகக் குறைவானவர்களே எஞ்சியிருக்கிறார்கள். நாற்பது ஆண்டு களாகப் போர் அவர்களை ஊரிலிருந்து அடித்து விரட்டி விட்டது என்றுதான் கூறவேண்டும். எனது ஊர் அளவெட்டி. ஒரு அழகிய கலைப் பண்பாட்டு விழுமியங்கள் நிறைந்த ஊர். பல ஆண்டுகளுக்குப் பின் இரண்டாயிரத்து இருபதாம் ஆண்டு எனது புத்தக வெளியீட்டை நான் பயின்ற கல்லூரியில் நடாத்தியிருந்தேன். ஊரின் ஒரு பகுதி ஓய்ந்துபோயிருந்தது. மனத்தில் பழைய ஞாபகங்கள் வந்து வந்து அலைமோதிச் சென்றன. கலைஞர்கள், கவிஞர்கள் எல்லோரும் புறப்பட்டு விட்டார்கள் அல்லது இறந்து போயினர் என்ற யதார்த்தம் மனத்தை வாட்டியது. புலம்பெயர்ந்து வாழும் ஊரவர்களுட னும் இலங்கையில் பரந்து வாழும் ஊரவருடனும் நிறையத் தொடர்புகள் உண்டு. பலருடன் சேர்ந்து கலைப்பணிகள் செய்துவருகிறேன். அண்மையில் ஊரவர் பலர் சேர்ந்து, ‘ஊருணி: நிலமெங்கும் கலையூறும் அளவெட்டி’ என்ற நூலை எழுதியிருந்தோம். அந்தப் புத்தகம் அந்த ஊர்வாசியொருவரின் நினைவு மலராக வெளிவந்தது. அது எமது ஊரின் ஓர் ஆவணப் பதிவாகவும் அமைந்தது மகிழ்ச்சி. இப்படியான கலைப் பணிகளில் ஊரவரோடு பயணிப்பதிலும் இடையிடை அந்தப் பழைய நினைவுகளை மீட்டிப் பார்ப்பதிலும் ஒரு தனிச் சுகம் உண்டு.

9

பொ. கருணாகரமூர்த்தி

பொ. கருணாகரமூர்த்தி 1954ஆம் ஆண்டு மே திங்கள் 8ஆம் நாள் இலங்கையில் புத்தூர்–வடமாகாணத்தில் முருகேசு. பொன்னையா, இராசம்மா இணையருக்கு மகனாகப் பிறந்தார். இலங்கையில் இலந்திரனியல் படிப்பை (Diploma in Marine Radio -Telecommunications) ஸ்ரீ சோமாஸ்கந்தா கல்லூரியில் படித்துள்ளார். ரஞ்சினி என்பாரை மணந்த இவருக்கு காருண்யா, அச்சுதன், ஜெயசுதா, பூமிகா என நான்கு பிள்ளைகள் உண்டு. இலங்கையிலிருந்து 1980இல் ஜெர்மனிக்குப் புலம்பெயர்ந்து அங்கே தன் குடும்பத்துடன் வாழ்கிறார். இவரது நான்கு பிள்ளைகளில் அச்சுதன் குழந்தை + உளவியல் மருத்துவராகவும், கருண்யா Lexxion எனும் வர்த்தக / முகாமைத்துவ / பொருளாதாரச் சஞ்சிகையின் ஆசிரியராகவும் இருக்கின்றனர்.

ஈழத்தின் புனைகதையாளர்களில் பொ. கருணாகரமூர்த்திக்கு ஒரு சிறப்பிடம் உண்டு. ஈழப்போரின் விளைவையும் அதன் தொடர்ச்சியான புலப்பெயர்வு வாழ்வையும் பெரும்பான்மையாக மையப்படுத்தி எழுதி வருபவர். அங்கதத்தோடு வாழ்வியல் வலிகளை யதார்த்தப் போக்கில் கதைகளில் சொல்வதிலும், சலிப்பற்ற மொழிநடையைக் கையாண்டுச் சுவைகுன்றாமல் புனைவுகளை அளிப்பதிலும் தனித்துவமானவர். மனிதர்கள் வாழ்க்கையில் எதிர்கொள்ளும் சவால்களையும், மனித நடத்தைகள் உருவாக்கும் நன்மை தீமைகளையும் இவரது கதைகள் வெளிப்படுத்துகின்றன.

பல்வேறு இதழ்கள் நடத்திய புனைகதைப் போட்டிகளில் கலந்துகொண்டு முதல் பரிசுகளைப் பெற்றுள்ளார். இவரது, 'பதுங்குகுழி' எனும் சிறுகதைத் தொகுப்பை 2010ஆம் ஆண்டு கனடா தமிழ் இலக்கியத்தோட்டம் எனும் அமைப்பு சிறந்த சிறுகதைத் தொகுப்பாகத் தேர்வுசெய்து இயல் விருது வழங்கிச் சிறப்பித்துள்ளது.

1985இல் கணையாழி நடத்திய தி. ஜானகிராமன் குறுநாவல் போட்டியில் பரிசு பெற்றது, 'ஒரு அகதி உருவாகும் நேரம்' குறுநாவல்.

2021ஆம் ஆண்டு பேசும் புதியசக்தி இதழ் எழுத்தாளர் 'ராஜகுரு' நினைவாக நடத்திய சிறுகதைப் போட்டியில், 'ஒரு பாய்மரத்துப் பறவை' எனும் குறுநாவல் முதாலாவதாகத் தேர்வு செய்யப்பட்டுள்ளது.

இதுவரையில் இவரது பத்து நூல்கள் வெளிவந்துள்ளன. நூறுவரையில், சிறுகதைகளை எழுதியிருக்கும் இவரது நூல்கள்:

1. 'கிழக்கு நோக்கி சில மேகங்கள்' (சிறுகதைத் தொகுப்பு) – ஏப்ரல் 1996, (ஸ்நேகா)

2. 'ஒரு அகதி உருவாகும் நேரம்' (மூன்று குறுநாவல்கள்) – ஏப்ரல் 1996, (ஸ்நேகா)

3. 'அவர்களுக்கு என்று ஒரு குடில்' (சிறுகதைத் தொகுப்பு) – 1999, (குமரன்)

4. 'கூடு கலைதல்' (சிறுகதைத் தொகுப்பு) – டிசம்பர் 2005, (கனவுப்பட்டறை)

5. 'பெர்லின் இரவுகள்' (நினைவலைகள்) – டிசம்பர் 2005, (உயிர்மை)

6. 'பதுங்குகுழி' – சிறுகதைத் தொகுப்பு டிசம்பர்

7. 'பெர்லின் நினைவுகள்', 2014 (காலச்சுவடு)

   (இது பெர்லின் இரவுகளின் நீட்சியும், விரிவாக்கமுமாகும்)

8. 'அனந்தியின் டயறி', 2014 புதினம் (காலச்சுவடு)

9. 'வனம் திரும்புதல்', 2020 (காலச்சுவடு) சிறுகதைத் தொகுப்பு

10. 'வெயில்நீர்' எனும் குறுநாவல் தொகுப்பு 2021 (காலச்சுவடு), இவரின் தேர்ந்தெடுக்கப்பட்ட கதைகள் மலையாளத்திலும் வெளிவரவுள்ளன.

நேர்காணல்

தங்கள் படைப்புகளின் ஊற்று எது? அது எவ்வாறு காலத்துக்குக் காலம் மாறி வந்திருக்கிறது?

வாசிக்கும் பழக்கந்தான் எழுதவும் தூண்டுகிறது. எங்கள் குடும்பத்தில் எல்லோருக்கும் வாசிக்கும் பழக்கம் இருக்கிறது. குமுதம், கல்கி, ஆனந்தவிகடன், கலைமகள் ஆகிய சஞ்சிகைகளிலிருந்து ஜெயகாந்தன், நா. பார்த்தசாரதி, லஷ்மி, விக்கிரமன். அசோகமித்திரன், புதுமைப்பித்தன். தகழி சிவசங்கரப்பிள்ளை ஆகியோரது பல சிறுகதைத் தொகுதிகளும், நாவல்களும் வீட்டில் இருந்தன. இன்னும் எமது புத்தூர் ஸ்ரீ சோமாஸ்கந்த கல்லூரி நூலகத்திலும் அரிய பல நூல்கள் வாசிக்கக்கிடைத்தன. ஜெயகாந்தன், ஆதவன், ஆ. மாதவன், எம். முகுந்தன், ஃப்ரான்ஸ் கஃப்கா, அல்பேர்ஸ் கம்யூ, ஹெமிங்வே, டோல்ஸ்ரோய், அன்ரன் செக்கோவ், மிஷயீல் ஷோலக், ஹெர்மன் ஹெஸ்ஸ ஆகியோர் என்னை மிகவும் பாதித்த எழுத்தாளர்களாக இருந்தனர். இன்னும் படித்த பல நல்ல படைப்புகளைவிடவும், மோசமான படைப்புகளே, ‘அடே இவர்களைவிடச் சிறப்பாக உன்னால் எழுத முடியும்’ என்கிற அகம்பாவத்தை என்னுள் வளர்த்ததுடன் என்னை எழுதவும் தூண்டின.

இலக்கியர்களும் கலைஞர்களும் எப்போதுமே பல்வேறு உலகங்களில் வாழ்ந்துகொண்டு இருப்பவர்கள். ஒன்று அரிசி, பருப்பு, காய்கறி, குழம்பு, வீட்டுவாடகை, டியூஷன் ஃபீஸ், துணிமணி, சலவைச்செலவுகளுடன் அல்லாடும் அசல் உலகம்; மற்றவை அவன் இஷ்டப்பட்ட நேரம் அவனாகத் தன் கனவுப் படுதாக்களை விரித்துவிரித்து அவனே அரசனாக, அவனே குடியாக, பல்லக்கில் அமர்ந்து செல்பவனாக, சுமப்பவனாக, அவனே பயிராக, அவனே மழையாக, அவனே நிலவாக, அவனே கடலாக, அவனே புயலாக, அவனே தென்றலாய், அவனே இடியாக, அவனே இசையாக, தன் தீராத கற்பனைகளுடன் சிருஷ்டிக்கும் பேரானந்தமும் அதிசயங்களும் நிறைந்த அற்புத உலகங்கள். ஒரு படைப்பின் சிருஷ்டிகர்த்தா தான் சிருஷ்டிக்கும் ஒவ்வொரு பாத்திரத்துடனும் வாழ்வான், விவாதிப்பான், முரண்படுவான், கொஞ்சுவான், குலவுவான், குதூகலிப்பான். கலை – இலக்கிய வாழ்வு சுகமானது. அதன் உச்சங்களைத் தான் தொடமுடியாது போனாலும் உயரத்தில் ஓர் இடத்தையாவது பிடித்துக்கொண்டு உச்சத்தைத்தொடும் விக்கிரமாதித்த முயற்சியில் உற்சாகமாக இருக்கலாம்.

இதனாலேயே தொடர்ந்தும் அவர்கள் தமது அவாவுதல்களை, கனவுகளை விதைத்துக்கொண்டே இருப்பார்கள். அவர்களிடம் விளைச்சலைப் பற்றிய கவலைகள் இருக்காது. அவர்களில் ஒருவன்தான் நானும்.

என் படைப்புக்களின் ஊற்று என்று நோக்கின் இவ்வாழ்வில் புலம்பெயர்வாழ்வில் என்றுசொல்லலாம், நான் பெறும் இந்த விநோதமான அனுபவங்கள், என் பணிகளின் நிமித்தம் நான் சந்திக்க நேர்ந்த விநோதமான மனிதர்கள், அவர்களுக்கும் எனக்குமிடையேயான ஊடாட்டங்கள். நான் காணும் சில அரியகாட்சிகள் இவை ஒரு தமிழ் வாசகனுக்குக் கிடைத்திருக்காது எனும் எண்ணம் வரும்போது, அவற்றை எல்லாம் என் படைப்புகளினுள்ளும் பதிவுகளாகக் கொண்டுவந்துள்ளேன். ஒரு வாடகை வண்டியோட்டியாக பெர்லினின் இரவுகளில் நான் பார்த்தவை களியாட்ட விடுதிகள், பாலியல் விடுதிகள், பொருட்பெண்கள் அவர்களின் விநோதமான வாடிக்கையாளர்கள் போன்றவற்றை எல்லாம் என், 'பெர்லின் நினைவுகள்' (நினைவோடை) என்னுரையில் விவரமாக எழுதியுள்ளேன். என் படைப்புக்கள் காலத்துக்காலம் மாறியுள்ளதா, வளர்ந்துள்ளதா போன்றவற்றை, தொடர்ந்து என் எழுத்தை அவதானிக்கும் வாசகர்களும், விமர்சகர்களும், திறனாய்வாளர்களும் இயம்புவதே இன்னும் பொருத்தமானதாக இருக்கும்.

தங்கள் படைப்புகளில் பிறரது வாழ்வனுபவங்களின் தாக்கம் எவ்விதம் வசப்படுகிறது? மற்றவர்களுடைய அனுபவங்களை அடியொற்றியும் படைப்புத் தரக்கூடிய, "படைப்பாக்க உணர்வுத் தோழமை" என்ற வகையில் எழுத முயற்சித்திருக்கிறீர்களா? எடுத்துக்காட்டாக பலஸ்தீன மக்கள், இனப்படுகொலைகள், ஆதிக்குடிகள், பெண்கள் போன்றோரது அனுபவங்கள்?

எனது படைப்புகளில் என் சொந்த அனுபவங்களும் சூழலில் இருப்பவர்களின் அனுபவங்களும் கலந்தேயிருக்கும், 'பெர்லின் நினைவுகளில்' என் சக வாடகை வண்டிச்சாரதிகள் நாம் கலந்துபேசுகையில் அவர்கள் விபரித்த அனுபவங்கள் சிலதையும் அவற்றின் சுவாரஸ்யம், முக்கியத்துவம் கருதி என் நினைவோடையில் கலந்துவிட்டிருக்கிறேன். எங்கள் நாட்டில் நடந்த போர்களும், பதுங்குகுழி வாழ்க்கை, இடப்பெயர்வுகள், இறுதியுத்தம் போன்ற அவலங்களையே இன்னும் நான் எழுதி முடிக்கவில்லை. பாலஸ்தீனம், வியட்நாமிய அகதிகள் அவலம், அவுஸ்திரேலியப் பழங்குடிகளாகிய அபொறிஜீன்ஸ், வட அமெரிக்காவின் புராதானக் குடிகளாகிய குளோவிஸ், பிக்மிஸ், செவ்விந்தியர்கள் பற்றி நிறைய தெரிந்துகொள்ள

வேண்டுமென்றும், எழுத வேண்டுமென்ற அவாவும் கனவுகளும் இல்லாமலில்லை. அதற்கு என் ஆரோக்கியமும் ஆயுளும் ஒத்துழைக்கவேண்டும்.

தமிழின் சொற்களஞ்சியங்களுக்குள்ளும் சொற்கிடங்குகளுக்குள்ளும் உரிய சொற்களைத் தேடுவதுண்டா? எப்படி?

முடிந்த விடத்திலெல்லாம் தமிழிலேயே எழுதவேண்டும் என்கிற கருத்தும் முயற்சியும் எனக்குண்டு. அதற்காக உ.வே.சா, தேவநேயப்பாவாணர், மறைமலையடிகள், பெருஞ்சித்திரனார், பாரதிதாசன் அளவுக்குச் சென்றவனல்ல.

இலக்கியம் என்பது அதன் ஒரு பகுதி உளவியலும் சார்ந்ததுதான். அதாவது அகம். அகஞ்சார்ந்த விஷயங்களைப் பேச வடமொழியில் பல வார்த்தைகள் உள்ளன. அவை தமிழிலும் புழக்கத்திலுள்ளன என்பது மறுக்கமுடியாத நிஜம். சந்தோஷம், சோபிதம், சோபனம், ஆனந்தம், திவ்வியம், விச்சிராந்தி, கருணை, காருண்யம், புனிதம், அந்தரங்கம், நித்தியம் இப்படிப் பல.

ஒருமுறை த. ஜெயகாந்தனுடனான ஓர் இலக்கிய உரையாடலின்போது ஒரு இரசிகர் எழுந்து, “தங்களுடைய ‘அந்தரங்கம் புனிதமானது’ குறுநாவலின் தலைப்பின் இரண்டு சொற்களுமே வடமொழி. அப்படியிருக்க நீங்கள் எப்படி உங்களை ஒரு தமிழ் எழுத்தாளரென்று சொல்லிக் கொள்ளலாம்?” என்றாராம்.

ஜெயகாந்தன், “அது எனக்கும் தெரியும், தோழர் அதுக்கு இணையான தமிழ்வார்த்தையை எனக்கு முன் மொழிந்தால் நான் இப்பவே மாற்றி வைச்சுக்கிறேன்” என்றாராம். இது எப்படி இருக்கு? அதுவும் அத்தனை சுலபமல்ல. ஒரு மொழியில் அழகியல் செறிந்த வார்த்தைகளை இன்னொரு மொழிக்கு நகர்த்திவிடுவதென்பது அத்தனை இலகுவான காரியமல்ல.

அகராதிகளும், சொற்கிடங்குகளும் ஓரளவுக்கும்மேல் எமக்குக் கைகொடுப்பதுவுமில்லை. அவையும் மனிதரால் ஆக்கப்பட்டவை, ஆதலின் எல்லைகள் கொண்டவை.

தமிழ் வாசகர்கள் எல்லோரும் நிறைந்த தமிழறிஞர்களல்ல, அவரவரும் அவரவருடைய மொழியறிவுக்கேற்பவே ஒரு படைப்பை புனைவைப் புரிந்துகொள்வர். ஒரு பொருளை வாங்குவதற்கான, ‘ஓர்டரை’ வழங்குவதை எப்படித் தமிழ்ப் படுத்தலாம் என்று முயன்றேன். அகராதிகள் உத்தரவு, கட்டளை, ஆணை வழங்குதல் என்றே சொல்லும். ஆனால் அவை யாவுமே அதிகாரவர்க்கத்தின் அதிகாரஞ்செறிந்த வார்த்தைகள்

அல்லவா?. நான் 'அந்தத் தேநீரகத்தில் ஒரு தேநீருக்கான, 'ஆக்ஞை'யைக் கொடுத்துவிட்டு அமர்ந்திருந்தேன்' என்று எழுதினால் இந்த ஆள் ஏதோ புரியாத வார்த்தையை எல்லாம் கலந்துகொண்டு எழுதுகிறார் என்று நகைப்பவர்களுமுண்டு. ஆனால், தேடலுள்ள தேர்ந்த வாசகனுக்கு 'ஆக்ஞை' என்பது இவ்விடத்தில் ஓர்டரை தான் குறிக்கிறது என்று புரிந்து கொள்வதில் சிரமமிருக்காது.

சில விமர்சகர்கள் இவர் தமிழின் பெருநிலப்பரப்பின் வாசகர்களை மனத்தில்கொண்டு தன் மொழியைத் தேர்வுசெய்து / மாற்றிக்கொண்டு எழுதுகின்றார் என்ற குற்றச்சாட்டை என் மேல் வைத்ததுண்டு. ஆக, தமிழக வாசகர்களும் இலங்கை வாசகர்களும் மலேஷிய வாசகர்களும் புரிந்துகொள்ளும்படி யான ஒரு மொழியில் எழுதுவதென்பதைக் கொடுங்குற்றமாக நான் இன்னமும் கருதவில்லை. சென்ற ஆண்டு, 'நீர்வழிப்படூஉம்' நாவலுக்காக இந்திய சாகித்திய அகெடமியின் விருதைப்பெற்ற தேவிபாரதி கொங்குநாட்டில் புழக்கத்திலுள்ள ஏராளம் வார்த்தைகளைத் தன் புதினம் முழுவதும் விரவி வைத்திருக்கிறார். அவை தொடர்ந்த வாசிப்பில் அவ்வார்த்தை களின் அர்த்தம் என்னவாக இருக்குமென வாசகன் புரிந்து கொள்ளவும், அவ்வட்டார வழக்கு வர்த்தைகளைத் தெரிந்து கொள்ளவும் முடிகிறது. வாசிப்பின் ஓட்டத்திலும் அவ்வந்நிய வார்த்தைகள் இடைஞ்சல் ஏதும் பண்ணவில்லை. இன்னொரு உதாரண சொல்லலாம்.

ஆங்கிலத்தில், 'பிஸி' எனும் வார்த்தையை நிகர்த்த எல்லாச் சந்தர்ப்பத்திலும் பிரயோகிக்க வல்லதொரு வார்த்தை தமிழில் இல்லை. அல்லது அது எனக்கின்னும் தெரியவில்லை. நான் அக்கேள்வியைச் சில வருடங்களுக்கு முன்பதாக முகநூலில் எழுப்பியபோது ஒருவர் நாங்கள் எங்கள் கொங்குநாட்டில் நான் 'பிஸியாக' இருக்கிறேன் என்பதை நான், 'முசு'வாக இருக்கிறேன் என்று சொல்வோம் என்று எழுதினார். அது நாட்டுப்புற/ வட்டார/பிராந்திய வழக்கிலான வார்த்தையேயாயினும் தமிழாக இருப்பதால் நானும் என் படைப்புகளில், 'முசு' எனும் வார்த்தையை நெடுங்காலமாகப் பயன்படுத்தி வருகிறேன். பாரதிதாசன் சொன்னதைப்போல ஆர்வமுள்ளவர்கள் புதிய வார்த்தைகளைக் கற்றுக்கொள்ளட்டும், ஆர்வமற்றவர்களுக்குத் தண்ணீரை நாம் காட்டமட்டும் முடியும், குடிப்பதுவும் விடுவதுவும் அவரவர் இஷ்டம். உங்களுக்கு என் படைப்புகள் புரிகின்றனவா இல்லையா, அதுதான் முக்கியம். அதற்கும்மேல் எழுத்தாளனை ஒரு மொழியியல் அறிஞனாகப் பார்க்கக்கூடாது. அப்படி இருக்கவேண்டியதும் இல்லை.

ஒரு படைப்பாளராய்த் தாங்கள் உணர்ந்த தருணம் எது?

என் ஒவ்வொரு படைப்பையும் நிறைவுசெய்யும்போதும் என்னைப் படைப்பாளராக உணர்கின்றேன். சந்தேக மில்லாமல். .

அறிவும் தர்க்கமும் ஆக்க இலக்கியத்துக்கு ஊறு செய்யலாம். உணர்வே இன்றியமையாதது எனும் கருத்தியலைப் பற்றிய உங்கள். எண்ணம் என்ன?

காவியங்களும், இதிகாசங்களும் (புராணங்களும்) அவற்றைக் கற்போரிடையே உணர்வுகளை அருட்டுவன எழுப்புவனதாம். அறிவும் தர்க்கவியலாளனுமான ஒரு விமர்சகன் ஒரு சுவைஞனால் மேற்சொல்லப்பட்டவற்றை ஏற்றுக்கொள்ளமாட்டான். உழவுசாலுக்குள்ளிருந்து, 'சீதை' கிளம்பினாள் என்பதை அவனது புத்தியும் அறிவும், தர்க்கமும் ஒருபோதும் ஒத்துக்கொள்ளாது, அவற்றை நிராகரித்து விடுவான். ஒரு சினிமாவைப் பார்ப்பதானால்கூட ஒவ்வொரு காட்சியிலும் அதன் அமைப்பிலுள்ள உருவாக்கத்திலுள்ள குறைபாடுகள் அவனுக்கு முன்னுக்குத் துருத்திக்கொண்டு நிற்கும். அவன் மீதியை உள்வாங்கிக்கொள்ளமாட்டான். எடுத்துக்காட்டாக 'வசந்த மாளிகை' எனும் படத்தில் சிவாஜி கணேசன் அவர்கள் வாணிஸ்ரீக்கு போதையில் மதுப்புட்டி ஒன்றினால் தலையில் அடித்துவிடுவார், பிளந்த அவரது மண்டையிலிருந்து வடியும் இரத்தத்தினை அரை லிட்டரள வுள்ள மதுக்கோப்பை நிறைய ஏந்திவைத்துக்கொண்டு அவர் ஒரு பாடலைவேறு பாடுவார். அக்காட்சியை அமைத்த அப்பாமர இயக்குநருக்கு உடற்றொழியல் அறிவு சுழியம். ஒருவரின் தலையிலிருந்து அத்தனை இரத்தம் கொட்டிய பிறகும் அவரால் எழுந்து நிற்கவோ பாடவோ முடியுமா என்கிற யதார்த்தமே தெரியவில்லை. நம்ம சுவைஞன் தொடர்ந்து அப்படத்தினைப் பார்க்க மாட்டான், எழுந்துப் போய் விடுவான். இதன் மறுதலையாகப் புனைவென்பது கொஞ்சம் கற்பனையும், கொஞ்சம் மாயவித்தைகளும் சேர்க்கப்பட்ட இன்னொரு வித்தைதான். அதனால் சுவைஞனைக் கொஞ்சம் கிறங்கவும், கொஞ்சம் மயங்கவும் வைத்து உணர்வூட்டிக் கொண்டிருக்கிறோம்! ஒரு கையில் அறிவையும், ஒரு கையில் தர்க்கத்தையும் வைத்துக்கொண்டிருக்கும் ஒருவருக்கு இலக்கியம் தானாகவே விரும்பித்தொலையும் வனமாகத்தான் இருக்க முடியும். அவருக்குப் படைப்பது ஒரு சிரமமான காரியமாக இருக்கும்.

உங்கள் படைப்புகளின் தலைப்புகளை எப்படித் தேர்ந்தெடுக்கிறீர்கள்?

தலைப்புக்கள் பூடகமானவையாக, படிமங்களாக, கவித்துவமானவையாக இருக்கவேண்டுமென விரும்புபவன். என் 'தனிமைக்குள் நீந்தும் ஓங்கில்', 'பிறகு மழை பெய்தது', 'வனம் திரும்புதல்', 'ஒரு பாய்மரத்துப் பறவை' ஆகிய நெடுங்கதைகள் அவற்றின் தலைப்புகளுக்காக மிகவும் சிலாகித்துப் பேசப்படுபவை.

நீண்ட காலமாகப் புலம்பெயர்ந்து வாழ்வதால் ஊருடன் இருந்த உறவு எப்படியிருக்கிறது?

புலம்பெயர்ந்து வாழ்வது நிஜமே, அதனால் எமது தாயகத்துடனான உறவுகள் அறுந்துபோய் விடவில்லையே. இன்னும் நவீனத் தொலைத்தொடர்பாடல்கள் ஊடகங்கள் வளர்ந்துவிட்ட யுகத்தில் அங்கு நிகழ்வனவற்றையெல்லாம் கண்ணுறுகின்றோம். எப்படி ஒருவரால் அதுவும் இலக்கியரால் தவழ்ந்த மண்ணையும் ஒன்றியிருந்த உறவுகளையும் பழகிய மனிதர்களையும் மறந்துபோக முடியும்?

என்ன... நிறைவிகிதம் மக்களை இயற்கையாகவும் போரிலும் இழந்துவிட்டோம் என்பதுதான் சோகம். இன்னொரு விதத்தினருக்குக் குறிப்பாக இளந்தலைமுறையினருக்கு எம்மை யாரென்று தெரியவில்லை. அவர்களை அவரது குணாதிசயங்களைப் படைப்புகளில் வெளிக்கொணர்வதென்பது படைப்பாளியின் திறமை / ஆளுமை / சம்பந்தப்பட்ட விஷயம். நான் 'பதுங்குகுழி'யை (குறுநாவல்) எழுதியபோது இவரெப்படி எழுதலாம் என்பது போன்ற முணுமுணுப்புக்கள் எழவே செய்தன. ஆனாலும் படைப்பு நிறைந்தபோது எவராலும் படைப்பில் படைப்பாளி இக்குறைகள் புலம்பெயர்ந்திருப்பதனால் உண்டானது என்றவகையான குற்றங்களைச் சுமத்த முடியவில்லை.

நீண்டகாலமாக ஜெர்மனியில் வாழநேர்ந்ததால் ஜெர்மன் அரசே என்னை ஜெர்மன் பிரஜை ஆக்கிவிட்டது. ஆண்டுக்கொரு முறையோ, அல்லது ஈராண்டுகளுக்கு ஒருமுறையோ ஸ்ரீலங்கா செல்லும்போது என் நாட்டுக்கான 'விஸா'வை எடுத்துக்கொண்டு செல்ல நேர்கையில் தான் நெஞ்சு வலிக்கின்றது.

தங்கள் கதைகளில் அங்கத நடையை வெகுஇயல்பாகக் காண முடிகிறது. வலிகளின் ஊடாக எப்படி இப்படி ஒரு மொழிநடை சாத்தியப் பட்டது?

எங்கள் அப்பாவிடமிருந்துதான் எனக்கு நகைச்சுவை யுணர்வு வந்தது, எந்த வலியும் நாளாக நாளாகப் பழகிப்போய் இல்லையென்றாகிவிடும்.

அப்பா ஒருநாள் அம்மாவிடம் பாற்தேநீர் போடச் சொல்லிக் கேட்டார், அன்று தகரப்பால் தீர்ந்துபோச்சோ. பாற்காரர் வரவில்லையோ என்னமோ... அம்மா மிகுந்த தயக்கத்துடன் "பால்தான் இன்றைக்கு இல்லையே" என்றார்.

"அதனாலென்ன... அப்போ நீர் பாலை விட்டுக் கொண்ணந்தாற்போச்சு" என்றார் அப்பா இயல்பாக.

எங்க அப்பா ஓர் ஆசாரியார், எங்களிடம் ஒரு தொழிற் பட்டறை சொந்தமாக இருந்தது. எங்களூரில் அதைக் 'கம்மாலை' என்போம். என் 'நிதிசாலசுகமா' கதையைப் படித்திருந்தால் அதில் வரும் 'ஐயா' வேறு யாருமல்ல என் அப்பாவேதான். பொதுவாகப் பீடி – சுருட்டுச்சுற்றும் தொழிலாளர்கள், ஆசாரிமார், சிற்பிகள் போன்றோர், கூடியிருந்து வேலை செய்யும்போது அவர்களின் பேச்சிடையே நகைச்சுவைச் சொட்டிச்சொட்டித் தெறிக்கும். இதனை மறைந்த எழுத்தாளர் கி. ராஜநாராயணனே என்னிடம் கூறியிருக்கிறார். அவரூர்க்காரரும், அவருடைய நண்பரும், எழுத்தாளருமான கு. அழகிரிசாமியின் அப்பாவும் ஒரு ஆசாரியாராம், அவரும் இடைச்சேவல் கிராமத்தில் பட்டறை ஒன்றை வைத்திருந்தாராம். தனக்குப் பொழுதுபோகாவிட்டால் தான் அழகிரிசாமியைத் தேடிக்கொண்டு அங்கே போய்விடுவாராம். அங்கேயுள்ள 'ஆசாரிமாரும், உதவித் தொழிலாளர்களும் கொட்டிக்கொண்டிருக்கும் அங்கத மழையில் தோய்வதானால் தன்க்கு மிகவும் பிடிக்கும்' என்றார். இன்னும் எனக்கு ஆர்.கே. நாராயணன் மிகவும் பிடித்த எழுத்தாளர். வெகு இயல்பான நடையில் அங்கதத்தில் தோயும்படி எழுதுவார். சிறுவயதில் அவரை விரும்பிப் படிப்பேன். என் ஆர்வ மிகுதியால் அவரது *'An Astrologer's day, A Horse and Two Goats'* ஆகிய கதைகளையும், அவரது சுயசரிதை நாவலாகிய *'My Days'* இன் சில பகுதிகளையும் தமிழில் மொழிபெயர்த் துள்ளேன். ஆர்.கே. நாராயணன், அ. முத்துலிங்கம், புதுமைப்பித்தன், அசோகமித்திரன், பாக்கியம் ராமசாமி, அனுராதா ரமணன் இவர்களெல்லாம் என் முன்னேர்க் காரர்கள்! புலம்பெயர் எழுத்தாளர்களில் அங்கத நடையில் கதைசொல்வதில் (கனடா) அ. முத்துலிங்கம் அவர்களை யாரும் விஞ்சமுடியாது. நானெல்லாம் அவரது முட்டி உயரத்துக்கே இல்லை என்பேன்.

தொடக்கத்தில் புலம்பெயர்ந்த படைப்பாளர் மீது தங்கள் தாயகத்தில் (ஈழத்தில்) உள்ள படைப்பாளர்களிடம் ஒரு வெறுப்புணர்வு இருந்ததை அவதானிக்க முடிந்தது. தற்போது அது மாறியிருப்பதாக உணர்கின்றீர்களா?

எஸ். பொன்னுத்துரை, புலத்திலிருந்தபோது புலம்பெயர் எழுத்தாளர்களைப் பற்றி எதுவும் சொல்லவில்லை. ஆனால் தானே புலம்பெயர்ந்த பின்னால் அவருக்கு எதனால் தோன்றியதோ "புலம்பெயர் இலக்கியந்தான் உலகத் தமிழிலக்கியத்துக்கே இனிமேல் முன்னோடியாக இருக்கப் போகிறது" என்று சொன்னார்.

இன்னுமொரு இலக்கியர் தமிழறிஞர் "புலம்பெயர் எழுத்தாளர்களுக்குச் சிறந்த இலக்கியங்களைப் படைக்குமள வுக்குப் படிப்பறிவு போதாது" என்று சொன்னார். அப்படி நுவன்ற அறிஞரோ பல்கலைப்பட்டங்கள் பல பெற்றவர். அவரும் தன் குடும்பத்துடன் புலம்பெயர்ந்து வந்து இரண்டு தசாப்தங்கள் ஆகின்றன. தமிழுலகம் திரும்பிப்பார்க்கும் எந்தப் படைப்பையுந்தான் அவர் இன்னுந்தரவில்லை. மனிதர்களும் அவர்களது கருத்துகளும் காலத்துடன் மாறிக்கொண்டு தானிருக்கும். நாம் எல்லாவற்றையும் அவதானிக்கமட்டும் செய்வோம், எல்லாவற்றுக்கும் எதிர்வினையாற்ற வேண்டிய தில்லை.

தமிழ்ப் படைப்பாளர்களுக்கும் ஜெர்மன் மொழிப் படைப்பாளர்களுக்கு மான உறவுநிலை எப்படி இருக்கிறது? தமிழ் படைப்பாளரது படைப்புகளை எப்படி எதிர்கொள்கிறார்கள்?

இந்தக் கேள்வி ஏறத்தாழ, 'ஒரிசா அல்லது பீகாரி மொழிப் படைப்பாளர்கள் தமிழ்ப்படைப்பாளர்களது படைப்புகளை எப்படி எதிர்கொள்கிறார்கள்' என்று கேட்பதை ஒத்தது. தமிழ்ப் படைப்புகள் எப்படி ஒரிசா / பீகாரி எழுத்தாளர்களுக்கு எடுத்துச் செல்லப்படவில்லையோ, அதேபோல் தமிழ்ப் படைப்புகள் ஜெர்மன் படைப்பாளர்களுக்கு மொழிபெயர்த்து எடுத்துச்செல்லப்படவில்லை. (அது பற்றிய தகவல்களே என்னிடம் இல்லை என்பேன்.)

ஜெர்மனியின் அறியப்பட்ட தமிழ்ப் படைப்பாளர்களின் வாரிசுகள் இரண்டாவது தலைமுறை எழுத்தாளர்களாக, சாந்தினி வரதராஜனின் மகன் செந்தூரன் வரதராஜா, சந்திரவதனா செல்வக்குமாரனது மகன் துமிலன் செல்வ குமாரன், இன்னும் ஸ்டீபன் அன்பழகன் என்று விரல்விட்டு எண்ணிவிடக் கூடியவர்களே எழுதத் தலைப்பட்டுள்ளனர்.

அவர்களுள் குறிப்பாகச் செந்தூரன் பிறமொழியைத் தாய்மொழியாகக் கொண்டும் ஜெர்மனில் இலக்கியம் படைக்கும் எழுத்தாளர்களுக்கு வழங்கப்படும் *'Adelbert-von-Chamisso-Preis'* எனும் விருதைத் தன் *'Rot'* (பசி) எனும் நாவலுக்காக *2016*இல் பெற்றுள்ளார். ஜெர்மன் மொழியில் கவிதைகள் எழுதும் ஆற்றலுள்ள இளைஞர்கள் சிலர் இப்பொழுதுதான் மெல்ல உருவாகிக்கொண்டு வருகின்றனர். ஒப்பீட்டளவில் *France, U.K. Norway* நாடுகளில் ஜெர்மனியைவிடவும் புதிய தலைமுறை படைப்பாளிகளின் எண்ணிக்கை அதிகம்.

தங்கள் கதைகளில் ஆங்கில வார்த்தைகளை சிற்சில இடங்களில் அப்படியே பயன்படுத்துகின்றீர்கள், தபுதாரன், இணைவி, கணவி, அணுக்கம் போன்ற நல்ல தமிழ்ச்சொற்களையும் எடுத்தாள்கின்றீர்கள். சாமர்த்தியப்பேசி *(Smartphone)*, இடியாப்பப் பிரியாணி *(Friedrice)*, வீறமைவாக *(seriously)* எனப் புதிய சொல்லாட்சிகளையும் உருவாக்குகின்றீர்கள் இவற்றுக்கான காரணமென்ன?

எனது 2000க்கும் முந்திய கதைகளில் சில இடங்களில் ஆங்கில வார்த்தைகளைப் பயன்படுத்தியிருக்கிறேன். முடிந்த போதெல்லாம் தமிழியே பாவிக்கவேண்டும் எனும் விருப்பு இப்போது அதிகரித்துள்ளதெனக் கூறலாம். பாத்திரங்களின் உரையாடல்களில் அவர்களின் இயல்புக்கேற்ப ஆங்கில வார்த்தைகளை யதார்த்தமாக இருக்கவேண்டுமே என்கிற விருப்பில் ஆங்கிலத்தைப் பயன்படுத்தியதுண்டு.

தமிழில் பல நல்ல வார்த்தைகளை உருவாக்குவதில் அல்லது கண்டுபிடிப்பதில் எனக்குப் புதுவை முனைவர். திரு. முருகன் போன்ற மொழியியலறிஞர்களும் கவிஞர் மகுடேஸ்வரன், இரா. சலபதி போன்ற இலக்கியர்களும் உதவியும் ஆலோசனைகளும் வழங்கியுள்ளார்கள். 'பெர்லின்' நினைவுகளில் நான் 'டாக்ஸிக்குப்பதிலாக சீருந்து' எனும் பதத்தையே அந்நினைவோடை முழுவதும் பயன்படுத்தி யிருப்பேன். இப்போது சாதாரணமாகப் புழக்கத்திலுள்ள கார்களுக்கு 'மகிழுந்து' எனும் பதம் பொருத்தக் குறைவாகவும் அவற்றைச் 'சீருந்து' எனும் பதத்தினால் சுட்டுவது இன்னும் பொருத்தமாகவும் படுகிறது. 'வீறமைவு' எனும் பதத்தைச் சொன்னவர் கவிஞர் மகுடேஸ்வரன். வளமனை எனும் பதத்தை முதன்முதலாகத் தன் எழுத்தில் பயன்படுத்தியவர் இரா. சலபதி. எனதல்லாத பிறர் தந்த வார்த்தைகளை என் படைப்புகளுள் முதன் முதலாகப் பிரயோகிக்கும்போது அவர்களின் பெயரையும் அடைப்புக்குள் தந்துவிடுவேன்.

10

பொன் சுந்தரராசு

பொன் சுந்தரராசு 1947ஆம் ஆண்டு தமிழகத்தில், தஞ்சை மாவட்டத்தில் உள்ள திருமங்கலக்கோட்டை எனும் ஊரில் அழகன் பொன்னுசாமி, மாசிலாமணி இணையருக்கு மூத்த மகனாகப் பிறந்தார். இவரது குடும்பம் 1956இல் சிங்கப்பூருக்குப் புலம்பெயர்ந்தது. சிங்கப்பூரில் உயர்நிலைப் பள்ளிக்கல்வியை நிறைவு செய்த இவர் 1990 இல் மதுரைக் காமராஜர் பல்கலைக்கழகத்தில் (தொலைதூரக் கல்வி) இளங்கலைப் பட்டத்தை (B.A.,)யும், 2009இல் சென்னைப் பல்கலைக் கழகத்தில் (தொலைதூரக் கல்வி) முதுகலைப் பட்டத்தை (M.A.,)யும் பெற்றார்.

உயர்நிலைக் கல்வியை முடித்ததும் தமிழாசிரியரான இவர், பணியாற்றிக்கொண்டே ஆசிரியர் பயிற்சிக் கல்லூரியில் 1967ஆம் ஆண்டு சேர்ந்தார். 1970ஆம் ஆண்டு முதல் பயிற்சி பெற்ற ஆசிரியராகப் பணியாற்றத் தொடங்கினார். 2003இல் முதன்மையாசிரியராகப் பணி மேம்பாடு பெற்ற இவர் 2007 வரை இப்பணியில் நீடித்தார். சிங்கப்பூரில் இந்த நிலையை எட்டிய முதல் தமிழாசிரியர் இவர்தான் என்பது குறிப்பிடத்தக்கது.

பொன் சுந்தரராசு அவர்கள் பணிபுரிந்த காலத்தில் பல்வேறு சிறப்புக்குரிய பொறுப்புகளை

வகித்துள்ளார். 1967 முதல் 1983 வரை தொடக்கப் பள்ளிகளின் தமிழாசிரியர் & தமிழ்மொழி ஒருங்கிணைப்பாளராகவும், 1983 முதல் 1991 வரை சிங்கப்பூர் பாடத்திட்ட மேம்பாட்டுக் கழகத்தில் பாடநூல்களை உருவாக்கும் சிறப்பு எழுத்தாளராகவும், 1992ஆம் ஆண்டு பாலர்பள்ளி மாணவர்களுக்குப் பாடநூல், பயிற்றுக் கருவிகள் உருவாக்கும் ஆயத்தக் கல்வி பாடத்திட்டத்தின் தலைவராகவும், 1993 முதல் 1999 வரை தொடக்கப் பள்ளித் தாய்மொழித்துறைத் தலைவராகவும், 2000 முதல் 2003 வரை உயர்நிலைப் பள்ளித் தாய்மொழித் துறைத் தலைவராகவும், 2008 முதல் 2013 வரை சிங்கப்பூர்க் கலைப்பள்ளியின் தமிழ்மொழிப் பிரிவுத் தலைவராகவும், பொறுப்பேற்றுச் சிறப்பாகச் செயல்பட்ட பெருமைக்குரியவர். 2013 மார்ச் முதல் 2022 மார்ச் வரை பகுதி நேர விரிவுரையாளராக, தேசிய கல்விக்கழகம், நன்யாங் தொழில்நுட்ப பல்கலைக்கழகத்தில் பணியாற்றியுள்ள சிறப்புக்கும் உரியவர்.

சிறுவயதிலேயே நாடகத்தின்மீது ஈடுபாடுடைய இவர் 6ஆம் வகுப்பு படிக்கும்பொழுதே, 'ஒரே வழி' எனும் ஓரங்க நாடகத்தில் நடித்துச் சிறந்த நடிகருக்கான பரிசைப் பெற்றார். அதனைத் தொடர்ந்து, 'குமண வள்ளல்', 'இளங்கோ துறவு', 'சாக்ரடீஸ்' போன்ற மேடை நாடகங்களிலும் நடித்தார். மேடை நாடகங்களில் நடித்து வந்த இவர், அதன் தாக்கத்தின் காரணமாக 1963இல், 'வேலைக்காரன் வேலாயுதம்' என்ற நாடகத்தை எழுதித் தம் நண்பர்களை நடிக்க வைத்து மேடை யேற்றினார். 1968இல் இவர் எழுதிய, 'பெரிய மனிதன்' எனும் நாடகம் வானொலியில் முதல் முறையாக ஒலிபரப்பானது. அதனைத் தொடர்ந்து இவர் 1983இல் எழுதிய 'உதயத்தை நோக்கி', 1987இல் 'புதிய தொடக்கம்', 1990இல் 'ஒரு மனிதன் ஒரு சாதனை', 2007இல் 'புதிய கல்லணை', 2009இல் 'தீபாவளி விருந்து' போன்ற நாடகங்கள் தேசிய நாள் சிறப்பு நாடகங்களாக வானொலியில் ஒலிபரப்பாகிப் பலரது பாராட்டையும் பெற்றன.

இவர் 1970 முதல் தொலைக்காட்சி நாடகங்களையும் எழுதத் தொடங்கினார். 1981இல் 'அலைகடல் ஓரத்திலே', 1987இல் 'கன்னிப் பூக்கள்', 1989இல் 'உள்ளங்கள் உறவுகள்', 1990இல் 'திரைகள்', 1995இல் 'இருளுக்குப் பின்', 1996இல் ஏட்டிக்குப் போட்டி' (தொடர் நாடகம்) போன்ற தொலைக்காட்சி நாடகங்கள் பொதுமக்களின் ஆதரவைப் பெற்றுச் சிறந்தன.

1973இலிருந்து இவர் சிறுகதைகளை எழுதத் தொடங்கினார். இவரது சிறுகதைகள் *தமிழ் முரசு*, *தமிழ்நேசன்*, *தமிழ்மலர்* முதலிய நாளேடுகளிலும் *குங்குமம்*

(தமிழ்நாடு), திசைகள், திண்ணை போன்ற மின்னிதழ்களிலும் வெளிவந்துள்ளன. சிங்கப்பூர் வானொலி நிலையத்திலும் ஒலிபரப்பாகியுள்ளன. ‘குழந்தை’ (1968), ‘ஏணி’ (1968), ‘என்னதான் செய்வது?’ (1973), ‘இப்படியும் ஒரு பிழைப்பு!’ (1978), ‘பட்டுச்சேலை’ (1978), ‘நியாயங்கள் தர்மங்களல்ல’ (1979), ‘வாடகை வீடு’ (1981), ‘முதலீடு’ (1983) முதலிய சிறுகதைகள் பலரது பாராட்டுகளையும், பரிசுகளையும் பெற்றவை என்பது குறிப்பிடத்தக்கது. இவர் 1984இல் ‘என்னதான் செய்வது?’ எனும் சிறுகதைத் தொகுப்பையும், 1984இல் ‘புதிய அலைகள்’ எனும் சிறுகதைத் தொகுப்யையும், வெளியிட்டுள்ளார். இவ்விருத் தொகுப்புகளும் 2006லும், 2011லும் மறுபதிப்பு செய்யப் பெற்று வெளியிடப்பட்டன. மேலும், 1990இல் ‘உதயத்தை நோக்கி’ எனும் நாடகத் தொகுப்பும், 2007இல் ‘பொன் சுந்தரராசு படைப்புகள்’ எனும் தொகுப்பு நூலும் வெளிவந்துள்ளன.

பொன் சுந்தரராசு அவர்களுக்குச் சிங்கப்பூர்த் தமிழ்மொழிப் பண்பாட்டுக் கழகம் 2005ஆம் ஆண்டில் திருக்குறள் விருதையும், உலகத் தமிழ் ஒப்புரவாளர் பேரவை (தமிழ்நாடு) 2007இல் புலமைத் தென்றல் விருதையும், சிங்கப்பூர்த் தமிழ் எழுத்தாளர் கழகம் 2013இல் தமிழவேள் விருதையும், சிங்கப்பூர் கடையநல்லூர் முஸ்லீம் லீக் 2013இல் ஏ.என். மெய்தீன் விருதையும், தமிழாசிரியர் சங்கம் 2013இல் ஊக்கமூட்டும் நல்லாசிரியர் விருதையும், 2014இல் வாழ்நாள் சாதனையாளர் விருதையும், வழங்கிச் சிறப்பித்தன. 2015இல் சிங்கப்பூர் முன்னோடி விருதைப் பெற்ற இவருக்கு, சிங்கப்பூர் இலக்கியக் களம் 2016இல் பாவேந்தர் விருதை வழங்கி பெருமைபடுத்தி யுள்ளது. இவர் இன்னும் பல விருதுகளும் பெற்றுள்ளார்.

தமது படைப்புகளுக்காகப் பல்வேறு அமைப்புகளிடமிருந்து பரிசுகளையும், பாராட்டுகளையும் பெற்ற இவர் பல பயிலரங்குகளிலும், கருத்தரங்குகளிலும் மாநாடுகளிலும் கலந்துகொண்டு ஆய்வுக்கட்டுரைகளை வழங்கியுள்ளார்.

சிங்கப்பூர் தமிழ் எழுத்தாளர் கழகத்தில் (1973–1982) செயலாளராகவும், வானொலி, தொலைக்காட்சிகளில் (1975–2003) செய்தி வாசிப்பாளராகவும், கல்வியமைச்சின் (1994–2004) பணிக்குழுவிலும், 2005இல் பாடத்திட்ட மறுபரிசீலனைக் குழு, சிங்கப்பூர்த் தமிழாசிரியர் சங்கத்தில் (1991–2002) துணைத் தலைவராகவும், (2003–2008) உதவித் தலைவராகவும், (2009–2013) செயலவை உறுப்பினராகவும், சிண்டா துணைப்பாட நிலையம், சிங்கப்பூர் இந்தியர் மேம்பாட்டுச் சங்கத்தில் (2000–2010) தலைமையாசிரியராகவும் பொறுப்பிலிருந்து திறம்பட

செயலாற்றிய இவர் உமறுப்புலவர் தமிழ் உயர்நிலைப் பள்ளி முன்னாள் மாணவர் சங்கத் தலைவராக 2015ஆம் ஆண்டிலிருந்து 2022 வரை சிறப்பாகச் செயல்பட்டு வந்திருக்கிறார்.

தமிழின்பால் கொண்ட பற்றால் தனது பதினான்கு வயது சிற்றிளமைப் பருவத்திலேயே எழுத்துலகில் காலடி எடுத்து வைத்தார் பொன் சுந்தரராசு. வானொலி நாடகங்கள், தொலைக்காட்சி நாடகங்கள் ஏராளமான சிறுகதைகள் எழுதியுள்ள இவர் மூன்று சிறுகதைத் தொகுப்புகளையும் வெளியிட்டுள்ளார். இவரது படைப்புகள் இந்தியச் சமூகத்தினால் பெரிதும் வரவேற்கப்பட்டன. அதற்கு முக்கியக் காரணம் இவரது படைப்புகள் நமது சமூகம் சந்திக்கும் சவால்களைப் பேசுகின்ற படைப்பாக அமைந்துள்ளன என்று தேசிய நூலக வாரியம் ((National Libarary Board), 2009) இவரைப் பாராட்டியுள்ளது.

நேர்காணல்

‘தங்கள் படைப்புகளின் ஊற்றுக்கண’ எது? அது எவ்வாறு காலத்துக்குக் காலம் மாறி வந்திருக்கிறது?

சிங்கப்பூரில் தமிழ்ப் பள்ளிகள் மலிந்து தமிழ்மொழியை முதல்மொழியாகக் கற்றுக்கொடுத்த காலத்தில் தொடக்க வகுப்பிலிருந்து உயர்நிலை நான்கு வகுப்பு வரை (பத்தாம் வகுப்பு) தமிழ்வழிக் கல்வி பெற்றேன். பின்னர், தொலைதூரக் கல்விமுறையின்கீழ் தமிழ்நாட்டின் காமராஜர் பல்கலையில் இளங்கலைப் பட்டமும் சென்னைப் பல்கலையில், ‘தமிழியல்’ படிப்பில் முதுகலைப் பட்டமும் பெற்றேன். அதனால், நிறைய தமிழ் இலக்கிய நூல்களையும் ஏனைய நூல்களையும் படிக்கும் வாய்ப்பு ஏற்பட்டது. கட்டுரை நூல்கள், கதை நூல்கள் நூல்கள் படிப்பதில் அடிநாள் முதல் ஆர்வம் கொண்டிருந்தேன். அந்தப் பழக்கமும் தமிழறிஞர்களின் தமிழ்ச் சொற்பொழிவைக் கேட்டு தமிழின் அருமை அதன் செழுமை முதலியவற்றை அறிந்து கொண்டேன். அவையே என் படைப்புகளின் ஊற்றுக்கண் என்று குறிப்பிட்டுக் கூறலாம்.

தங்கள் படைப்புகளுக்கும் தன்னனுபவங்களுக்கும் இடையே இருக்கும் உறவு, ஊடாட்டம் என்ன? உங்கள் படைப்புகளைத் தன்வரலாறு சார்ந்தவை எனச் சொல்வீர்களா?

தன்னனுபவங்கள் என்று தாங்கள் குறிப்பிட்டிருக்கும் என் அனுவங்கள் இல்லை என்றால் படைப்புகளே வெளிவர வாய்ப்பிருந்திருக்காது. புதினங்களையும் சிறுகதைகளையும் பற்றிச் சொல்லுகையில், ‘அனுபவம் பாதி, கற்பனை பாதி’ என்று கூறுகிறார் சாகித்ய அகாடமி விருதுபெற்ற புகழ்பெற்ற எழுத்தாளர் எஸ்.ராமகிருஷ்ணன். ஓர் எழுத்தாளன் வாழ்க்கைப் பாதையில் பெறும் அனுபவம் அவன் நெஞ்சினுள் அலை அலையான அதிர்வுகளை ஏற்படுத்தும்போதுதான் அவை கொந்தளித்துப் பீரிட்டுப் படைப்புகளாக வெளிவருகின்றன. சாதாரண மனிதர்களைப்போல் வாழ்க்கைச் சம்பவங்களை ஒதுக்கிவிட்டு ஒரு படைப்பாளனால்போக முடியாது. அனுபவங்களும் அதன் ஊடாட்டமும் கலக்கும்போது அவை படைப்புகளாகப் பரிணமிக்கின்றன. தன் அனுபவத்தைச் சமூகத்தோடு பகிர்ந்துகொள்வதற்காகவே ஒரு படைப்பாளன் எழுதுகோல் ஏந்துகிறான். என் படைப்புகளைத் தன் தன்வரலாறு சார்ந்தவை எனச் சொல்வதைவிட என் அனுபவங்களின் வெளிப்பாடு என்பதே பொருந்தும்.

தங்கள் படைப்புகளில் பிறரது வாழ்வனுபவங்களின் தாக்கம் எவ்விதம் வசப்படுகிறது? மற்றவர்களுடைய அனுபவங்களை அடியொற்றியும் படைப்புத் தரக்கூடிய. "படைப்பாக்க உணர்வுத் தோழமை" என்ற வகையில் எழுத முயற்சித்திருக்கிறீர்களா? எடுத்துக்காட்டாக பலஸ்தீன மக்கள், இனப்படுகொலைகள், ஆதிகுடிகள், பெண்கள் போன்றோரது அனுபவங்கள்?

பிறரது வாழ்வனுபவங்களின் தாக்கம்தான் என் கதைகளுக்கு ஜீவநாடி. சிங்கப்பூர்த் தமிழர் வாழ்க்கை, அவர்கள் எதிர்நோக்கும் சவால்கள், தங்களோடு வாழும் சீனர், மலாயர் மற்றும் ஏனைய இனத்தவரோடு ஒன்றித்து வாழ அவர்கள் எதிர்நோக்கும் போராட்டங்கள் போன்றவற்றை மட்டுமே நான் இதுவரை எனது படைப்புகளில் வெளிப்படுத்த முயன்றிருக்கிறேன். ஒரு சிறிய வட்டத்திக்குள்ளேயே இதுவரைச் செக்கு மாடுபோல் சுற்றி வந்திருக்கிறேன். இந்த எல்லையை மீறி எதிர்காலத்தின் என் படைப்புகள் விரிவடையும் என்று நம்புகிறேன்.

சிங்கப்பூரில் வாழ்வதால் தங்களது கதை அல்லது பொருண்மையில், மொழிநடையில், படிமங்களில் ஏற்பட்ட மாற்றங்கள் என்ன?

நிச்சயமாக மாற்றம் ஏற்பட்டிருக்கிறது.

பொருண்மையில் – சிங்கப்பூர்த் தமிழர்களின் வாழ்வியலைக் கருவாகக் கொண்டே பெரும்பகுதியான எனது படைப்புகள் அமைந்திருக்கின்றன. சில, 'பொதுவான' கதைக்கருக்களையும் கையாண்டிருக்கிறேன்.

மொழிநடை – சிங்கப்பூர்த் தமிழர்கள் பேச்சுவழக்கில் நிறைய மலாய்ச் சொற்களும் கொஞ்சம் சீனமொழிச் சொற்களும் கலந்திருக்கும். அம்மொழிப் பழக்கத்தை அப்படியே வெளிப்படுத்துவதாக எனது படைப்புகள் அமைந்திருக்கின்றன. தற்காலத்தில் ஆங்கிலச் சொற்கள் கலந்து வருவதை கவனிக்கின்றேன்.

ஒரு படைப்பாளராய்த் தாங்கள் உணர்ந்த தருணம் எது?

1973ஆம் ஆண்டு டிசம்பர் மாதம் என் வாழ்வில் முக்கிய மான நாள். அக்காலக்கட்டத்தில் மலேசியாவின் புகழ்பெற்ற நாளிதழாக, தமிழ் நேசன் விளங்கியது. அது பெரிய நாடு. சிங்கப்பூரைவிடப் பரந்துபட்ட விரிவான வாசகர்கள் அங்கிருந்தார்கள்; இருக்கிறார்கள். அதனால், நான் 'என்னதான் செய்வது?' என்ற சிறுகதையை எழுதி, தமிழ் நேசன் நாளிதழுக்கு அனுப்பிவைத்தேன். அது உடனே பிரசுரமாகவில்லை. அதனை

நான் மறந்தே போனேன். ஞாயிற்றுக்கிழமைகளில் 500 பிரதிகள் சிங்கப்பூரில் அந்நாளிதழ் விற்பனையாகின. நான் ஒரு மளிகைக் கடையில் எனக்கு ஒரு பிரதிக்குச் சொல்லி வைத்திருந்தேன். 1973ஆம் ஆண்டு டிசம்பர் மாதம் அதிகாலையில் ஒருநாள் நண்பர் நா. கோவிந்தசாமி வீட்டுக்கதவைத் தட்டினார். தமிழ்நேசன் செய்தித்தாளைக் காண்பித்து, 'டிசம்பர் மாதத்திற் கான பவுன் பரிசு' என் சிறுகதைக்குக் கிடைத்திருப்பதாகக் கூறிக் கைகுலுக்கிப் பாராட்டினார். தமிழ்நேசன் நாளிதழ் 1972ஆம் ஆண்டிலிருந்து பவுன்பரிசுத் திட்டத்தைத் தொடங்கி நடத்தி வந்தது. அன்றுதான் அங்கீகரிக்கப்பட்ட ஓர் எழுத்தாளனாக நான் உணர்ந்தேன். என்னை ஓர் எழுத்தாளனாக நிலை நிறுத்திய பெருமை தமிழ்நேசனுக்கே உரித்தானது.

அறிவும் தர்க்கமும் ஆக்க இலக்கியத்துக்கு ஊறு செய்யலாம். உணர்வே இன்றியமையாதது எனும் கருத்தியலைப் பற்றிய உங்கள். எண்ணம் என்ன?

அறிவும் தர்க்கமும் ஆதிகாலத்திலிருந்தே இலக்கியத்தோடு தொடர்பு கொண்டுள்ளன. பின்னிப் பிணைந்துள்ளன என்றுகூடச் சொல்லாம். நல்லது கெட்டதை ஆராய்ந்து நடுவு நிலையிலிருந்து கருத்துச் சொல்வது இலக்கிய வளர்ச்சிக்கு மிகவும் இன்றியமையாதது. மரம் வளரத் தண்ணீர் தேவை. அதைப்போல் படைப்பாளன் வளர ஆய்வு நிலையிலிருந்து கூறும் கருத்துரை முக்கியமானது. சங்க காலத்திலிருந்து அறிஞர்கள் சூழ்ந்த அவைகளில் புலவர்களின் நூல் அரங்கேற்றம் நிகழ்ந்திருக்கிறது. அறிஞர் சபையால் ஏற்றுக் கொள்ளப்பட்ட படைப்புகளே மக்கள் மன்றங்களில் பயன் படுத்தப்பட்டிருக்கின்றன. நடுவுநிலை தவறிச் சொல்லும்போது தான் ஒருபக்கச் சார்பு கருத்தாக அமைகிறது. அத்தகைய கருத்துகள்தான் இலக்கியத்திற்கு உதவாது. அதனால் வீண் சர்ச்சை ஏற்படும். அத்தகைய சர்ச்சைகளினால் காலம் வீணாகுமே தவிர நன்மை விளைவதில்லை.

தமிழின் சொற்களஞ்சியங்களுக்குள்ளும் சொற்கிடங்குகளுக்குள்ளும் உரிய சொற்களைத் தேடுவதுண்டா? எப்படி?

உரிய சொற்களை மேற்குறிப்பிட்ட நிலைகளில் தேடுவது உண்டு. உரிய சொற்களும் சொல் வளமும் இருந்தால்தான் அரிய படைப்புகளை அழகாகப் படைக்க முடியும். கழகத் தமிழ் அகராதி, மதுரைப் பேரகராதி, க்ரியா போன்ற அகராதிகளும் இலக்கிய நூல்களும் என் சொல்வளம் பெருகப் பெருந்துணை புரிந்திருக்கின்றன.

தமிழகத்துக்கு அப்பால் தமிழ்

படைப்பாளி என்ற வகையில் உங்கள் பொறுப்புணர்வு என்ன?

என் படைப்புகள் பொதுவெளிக்கு வருவதால் பொதுநெறிகளைப் பின்பற்றி எழுத வேண்டும் என்ற பொறுப்புணர்வு என்னிடம் உள்ளது. 'உலகம் பழித்தது ஒழித்துவிடின்' என்ற அறக்கருத்தை நம்புபவன் நான். அதனால், அந்த அளவுகோலை மனத்திற்கொண்டு சமன்செய்து இலக்கியத்தைப் படைப்பதில் கவனமாக இருக்கிறேன். சமூகத்திலிருந்து பெற்றதைச் சமூகத்திற்குக் கொடுப்பதைக் கடமையாகக் கொண்டுள்ளேன். இருந்தாலும் சமூகத்தில் நிலவும் குறைகளை நான் சொல்லத் தயங்குவதில்லை. என் படைப்புகள் சமூகத்தின் விமர்சனப்பார்வைக்குட்பட்டு சில அதிர்வுகளை ஏற்படுத்த வேண்டும் என்ற அவா எனக்குண்டு.

உங்கள் படைப்புக்களின் தலைப்புகளை எப்படித் தேர்ந்தெடுக்கிறீர்கள்?

தலைப்பை முடிவு செய்துவிட்டுச் சிறுகதையையோ புதினத்தையோ எழுத நான் எத்தனிப்பதில்லை. ஒரு படைப்பை எழுதிக்கொண்டிருக்கும்போதே தலைப்பு தட்டுப்படும். சில நேரங்களில் கதையின் தேவையைக் கருதி ஒருவரிடம், 'நேர்காணல்' செய்யும்போதும் சில தலைப்புகள் தட்டுப்படும். அண்மையில் நான் 'சுண்ணாம்பு அரிசி' என்ற நாவலை எழுதினேன். அது இரண்டாம் உலகப்போரின் பின்னணியில் அமைந்த கதை. அக்காலத்தில் வாழ்ந்த ஒருவரிடம் பேசும்போது அவர், "நாங்கள் உணவு சாப்பிட அரிசி கிடைக்காமல் அல்லல் பட்டோம். நல்ல அரிசி கிடைக்காது. ஜப்பானியர்கள் அவற்றைப் பதுக்கி வைத்துச் சொந்தப் பயனீட்டுக்காகவும் ஜப்பானிய இராணுவப் படைகளுக்கும் பயன்படுத்துவார்கள். அவர்களை எதிர்த்துக் கேட்க முடியாது. அப்போதெல்லாம் சுண்ணாம்பு கலந்த அரிசிதான் கிடைக்கும். அரிசி நீண்ட நாட்கள். கெட்டுப் போகாமல் இருக்க அரிசியில் சுண்ணாம்பைக் கலப்பார்கள். அதுவும் நொய் அரிசியாகத்தான் இருக்கும். அதைச் சாப்பிட்ட பலருக்கும் வயிற்றுப் போக்கு வந்து அவதிப்பட்டார்கள். அதன் பாதிப்பால் பலர் இறந்தும் போனார்கள்," என்று வருத்தம் தோய்ந்த குரலில் கூறினார். அதைக் கேட்டுக்கொண்டிருக்கும் போதே 'சுண்ணாம்பு அரிசி' என்று நாவலுக்குத் தலைப்பிட லாமே என்று என் சிந்தனையில் ஒரு பொறி தோன்றி மறைந்தது. பின்னர், அதையே புதினத்திற்குத் தலைப்பாக வைத்தேன். கதையை எழுதி முடித்துப் படித்துப் பார்க்கும்போதும் படைப்பில் இடம் பெறும் சொல், சொற்றொடர்கூடத் தலைப்பாக அமைந்திருக்கிறது.

மற்றைய படைப்பாளிகளின் ஆக்கங்களை வாசித்து விட்டு, அட, இதனை நான் எழுதியிருக்கலாமே என ஆதங்கப் பட்டிருக்கிறீர்களா? அப்படியானால் என்ன படைப்பு அது? மாதிரிக்குச் சிலவற்றைச் சொல்ல முடியுமா?

ஆதங்கப்பட்டிருக்கிறேன். என் இலக்கியத் துரோணர் ஜெயகாந்தனின் பல படைப்புகள் என்னை அலைக்கழித் திருக்கின்றன. அவருடைய நேரிய சிந்தனை, எதனையும் ஊடுருவிப் பார்க்கும் நுணுக்கும் தன்னுடைய கருத்தை அவர் நிலைநாட்டும் வீரியம் யாவும் என்னைக் கவர்ந்திருக்கின்றன. 'ஏன் நான் இந்தக் கோணத்தில் சிந்திக்கத் தவறினேன் என்று வருத்தப்படுவது உண்டு. சிங்கை எழுத்தாளர் மா. இளங்கண்ணனின் பல சிறுகதைகளும் புதினங்களும் என் சிந்தனையைக் கிளறிவிட்டிருக்கின்றன. 'அலைகள்', வைகறைப் பூக்கள்' போன்ற புதினங்களும் ஊர்ச் சுற்றிப் பார்க்க வந்தவர், வழிபிறந்தது; 'தூண்டில்மீன்' முதலிய கதைகளும் அத்தகைய உணர்வைத் தூண்டியவை.

தமிழ், சீன, மலாய் உறவுகளைத் தங்கள் படைப்புகளில் எப்படி வெளிப்படுத்துகின்றீர்கள்?

தமிழ், சீன, மலாய் உறவுகளை எனது படைப்புகளில் சிறுகதாபாத்திரங்கள் வழியாகவோ ஆசிரியர் கூற்றாகவோ வெளிப்படுத்துவேன். அண்டை வீட்டுக்காரர், கடை முதலாளி, ஒரு பெரிய நிறுவனத்திற்குச் சொந்தக்காரர்களாக மிகுதியாகச் சீனர்களும் உணவுக் கடைக்காரர், பாரம்பரிய மலாய் உடைக் கடைகளை நடத்துபவர்கள், சுவையான பலகாரங்கள் செய்பவர் என்ற வகையில் மலாய்க்காரர்களையும் உள்ளடக்கி என் சக சிங்கப்பூரர்களை என் படைப்புகளில் வெளிப்படுத்தி வருகிறேன். தொடக்க காலம் முதல் சிங்கப்பூரில் வாழும் தமிழர்களின் பேச்சு வழக்கில் மிகுதியாக மலாய்ச் சொற்களும் ஓரளவு சீனச் சொற்களும் கலந்திருப்பதை மண்ணின் மணம் கருதி எனது படைப்புகளில் சிங்கப்பூர் பேச்சுவழக்கை வெளிப்படுத்தியுள்ளேன். இது கற்றறிந்த அறிஞர்களால் ஊன்றிக் கவனிக்கப்பட்டுப் பாராட்டைப் பெற்றுள்ளது. தற்காலத்தில் ஆங்கிலமொழியின் தாக்கம் மற்ற மொழிக்கலப்பைப் பின்னுக்குத் தள்ளிவிட்டது.

11

மந்தாகினி குமரேஸ்

இலங்கை வடமாகாணத்தில் உள்ள யாழ்பாணத்தில் திருநெல்வேலி எனும் ஊரில் கமலநாதன் புவனேஸ்வரி இணையருக்கு மகளாகப் பிறந்தார். இவரது தந்தை கமலநாதன் தமிழ்ப் பண்டிதர், கவிஞர் எனப் பன்முக ஆளுமையாக விளங்கியவர். மந்தாகினி திருநெல்வேலி சைவ பாடசாலையில் தொடக்கக் கல்வியையும், திருக்குடும்பக் கன்னியர் மடத்திலும், வேம்படி மகளிர் வித்யாலையத்திலும் உயர்தரக் கல்வியையும் முடித்துள்ளார்.

சில ஆண்டுகள் ஆங்கில ஆசிரியராகவும், மனிதவள முகைமைத்துவப் பணியில் சில ஆண்டுகளும் சிறப்பாகப் பணியாற்றியுள்ளார் மேலும், 'Centre for Policy Alternatives' அமைப்பிற்காகப் 'பெண்களும் அவர்களுடைய சொத்தின் மீதான உரிமைகளும்' எனும் பொருண்மையில் நடத்திய ஆய்வில், கள ஆய்வு அலுவலராகவும் பணியாற்றியுள்ளார். பெண்கள் ஆய்வு நிறுவனத்தின் (Women's Educational Recharch Center) திட்ட ஒருங்கிணைப்பாளராக இருந்து, 25 இளம் பெண்களுக்குத் தொழில்முறைக் கல்வியையும், விழிப்புணர்வுக் கருத்தரங்குகளையும், பயிற்சிப் பட்டறைகளையும் நடத்தியுள்ளார்.

கனடாவிற்குக் கணவர் இரு பிள்ளைகளுடன் புலம்பெயர்ந்த இவருக்குக் படிப்பைத் தொடர முடியவில்லை எனும் ஆதங்கம் இருந்துகொண்டே இருந்தது. இலங்கையில் இருந்த போர்ச்சூழல்,

பொ. திராவிடமணி

போராட்டக் களம் இவருக்குக் கல்லூரியில் சென்று படிப்பதற்கான வாய்ப்பை வழங்கவில்லை. அந்நிலையில் கனடாவிற்கு வந்த பிறகு 'Ryerson' பல்கலைக்கழகத்தில் வணிகவியல் துறையில் (B.Com.,) இளநிலைப் பட்டத்தையும், டொரொண்டோ பல்கலைக்கழகத்தில் 'Master Of Health Science' எனும் முதுநிலைப் பட்டத்தையும் பெற்றுள்ளார். தற்போது 'Master of Business Administration' எனும் பட்டத்திற்காகப் படித்து வருகிறார்.

13 வயதிலிருந்தே தொடர்ந்து எழுதிவரும் இவர் 2003ஆம் ஆண்டு, 'புரிதல்' எனும் சிறுகதைத் தொகுப்பை வெளியிட்டுள்ளார். தொடர்ந்து எழுதி வந்தாலும் புலப்பெயர்வு, குடும்பச் சூழல்களால் அடுத்தடுத்து நூல்களை வெளியிடும் வாய்ப்பு அமையவில்லை. 2024இல் ஏற்கனவே வெளிவந்த 'புரிதல்' எனும் சிறுகதைத் தொகுப்பில் மேலும் ஆறு சிறுகதைகளைச் சேர்த்து, 'புரிதல்' எனும் இரண்டாவது சிறுகதைத் தொகுப்பையும், 'இரை தேடும் பறவைகள்' எனும் கவிதைத் தொகுப்பையும், 'வள்ளியும் யஸ்மினும்' எனும் சிறுவர் கதைத் தொகுப்பையும், 'Midnight's Toll' எனும் ஆங்கிலக் கவிதைத் தொகுப்பையும் வெளியிட்டுள்ளார்.

நேர்காணல்

தங்கள் படைப்புகளின் ஊற்று எது? அது எவ்வாறு காலத்துக்குக் காலம் மாறி வந்திருக்கிறது?

என்னை எதிர்மறையாகவும் நேர்மறையாகவும் பாதித்த எந்த ஒரு விடயத்தையும் நான் எழுதியிருக்கிறேன். என்னுடைய நூல்கள் போர் தொடர்பான போரால் விளைந்த வலிகள், வேதனைகள் பற்றியதாகப் பெரும்பாலும் இருக்கும். அதுதான் என் படைப்பின் ஊற்றாக அமைந்தது அது தான் என்னை எழுதத் தூண்டியது.

தங்கள் படைப்புகளுக்கும் தன்னனுபவங்களுக்கும் இடையே இருக்கும் உறவு, ஊடாட்டம் என்ன? உங்கள் படைப்புகளைத் தன்வரலாறு சார்ந்தவை எனச் சொல்வீர்களா?

நான் நேரடியாக அனுபவித்த என் உணர்வுகளும் பிறரது அனுபவங்களைக் கேட்டறிந்ததால் எனக்குக் கிடைத்த அனுபவங்களும் எனது படைப்புகளில் உள்ளன. என்னுடைய வரலாறு என்றுகூட என் படைப்புகளைச் சொல்லமுடியும். என்னுடைய மக்கள், தமிழினம், என் நாடு அந்த நாட்டில் நடந்த போராட்டங்கள் எல்லாவற்றிலும் என்னையும் பார்க்கிறேன். அதனால், அதனை தன் அனுபவம் சார்ந்தது எனலாம்.

தங்கள் படைப்புகளில் பிறரது வாழ்வனுபவங்களின் தாக்கம் எவ்விதம் வசப்படுகிறது? மற்றவர்களுடைய அனுபவங்களை அடியொற்றியும் படைப்புத் தரக்கூடிய, "படைப்பாக்க உணர்வுத் தோழமை" என்ற வகையில் எழுத முயற்சித்திருக்கிறீர்களா? எடுத்துக்காட்டாகப் பலஸ்தீன மக்கள், இனப்படுகொலைகள், ஆதிகுடிகள், பெண்கள் போன்றோரது அனுபவங்கள்?

பிறரது அனுபவங்களைக் கேட்டபொழுது என் மனத்தில் என்ன மாதிரியான உணர்வுகள் தோன்றின. அது தொடர்பாக எனக்குள் வருகின்ற வேதனை, வலி, கோபம், இயலாமை என்று எல்லா உணர்வுகளும் என்னுடைய ஆக்கங்களாக வெளிவருகின்றன. இனப்படுகொலைத் தொடர்பாக எழுதியுள்ளேன். ஆதிக்குடிகள் தொடர்பாகக் கவிதை எழுதியுள்ளேன். பெரும்பாலும் பெண்களுக்கு நடக்கின்ற அநீதிகள், அவர்களுக்குச் செய்யப்படுகின்ற அவமரியாதை போன்றவையும் என்னை எழுதத் தூண்டுகின்றன.

புலப்பெயர்வால் தங்களது கதை அல்லது பொருண்மையில், மொழிநடையில், படிமங்களில் ஏற்பட்ட மாற்றங்கள் என்ன?

புலம்பெயர்வால் என் எழுத்து வடிவங்களில் நிறையத் தாக்கங்கள் ஏற்பட்டுள்ளன. உதாரணமாகச் சொல்வதென்றால் நான் இலங்கையில் இருந்தவரை சிறுகதைகள்தான் எழுதிக் கொண்டு இருந்தேன். நான் சொல்ல வேண்டியதைச் சொல்லுவதற்குரிய நேரத்தையும், இடத்தையும், சிறுகதைகள் தான் தருகிறது எனும் உணர்வுதான் எனக்கிருந்தது. ஆனால், புலப்பெயர்வுக்குப் பிறகு சின்ன கவிதை வடிவங்களில் எழுதுவதற்கான வாய்ப்பு இங்கு நிறைய எனக்குக் கிடைத்தது. முன்பே நான் கவிதை எழுதியிருந்தாலும், இங்குள்ள சூழலில் சிறுகதைகளையோ, பெருங்கதைகளையோ இங்குப் படிப்பதற்கு யாருக்கும் நேரமில்லை. அதனால் அதன்மீதான ஆர்வமும் குறைந்தது. என்னுடைய நேரத்தையும் வாசிப்பவருடைய நேரத்தையும் கருத்தில் கொண்டபோது கவிதை சிறியாதாகச் சுவையுடையதாக இருந்தது. சிறுகதை எழுதுவதற்கு ஆகும் நேரத்தைவிட கவிதை எழுதுவதற்கான நேரம் குறைவாக இருந்தது. சில நேரங்களில் நான் வாகனத்தை ஓட்டிக்கொண் டிருக்கும்பொழுது எனக்கு ஏதாவது கவிதை தோன்றினால் அலைபேசியில் ஒலிப்பதிவு செய்வதன் மூலமாகக்கூட நான் எழுதியிருக்கிறேன். வாழ்க்கை முறைமை மாறியது இதற்குக் காரணமாக இருக்கலாம். சிறுகதைகளைவிடக் கவிதை எழுதுவது இங்குக் கூடுதலாக இருந்தது.

படைப்பாளராய்த் தாங்கள் உணர்ந்த தருணம் எது?

சிறுவயதிலேயே நான் எழுதத் தொடங்கினேன் 13 வயதில் கவிதை எழுதினேன். 16ஆவது வயதில் குறுநாவல் ஒன்று எழுதினேன். அந்தக் குறுநாவலைக் கையெழுத்துப் பிரதியாக 40 பக்கங்களில் எழுதி என்னுடைய தோழிகளிடமும், சக பாடசாலைகளில் படிக்கும் மாணவிகளிடமும் காட்டிய பொழுது அது ஒவ்வொருவர் கைகளிலும் மாறிமாறிப்போய் நிறைய நல்ல விமர்சனங்களுடன் என் கைகளில் வந்து சேர்ந்தது. இடப்பெயர்வால் அது அழிந்துபோய்விட்டது. போராளியின் காதல் பற்றிய கதை அது. அதை வாசித்துவிட்டு என் தோழிகளும் பிற பாடசாலை மாணவர்களும் எல்லாரும் தந்த ஊக்கம் எனக்குப் பெருமகிழ்ச்சி தந்தது. அதுதான் படைப்பாளராய் நான் உணர்ந்த முதல் தருணம்.

அறிவும் தர்க்கமும் ஆக்க இலக்கியத்துக்கு ஊறு செய்யலாம். உணர்வே இன்றியமையாதது எனும் கருத்தியலைப் பற்றிய உங்கள் எண்ணம் என்ன?

அறிவும், தர்க்கமும் நீங்கள் புனைகதைகள் எழுதுவது தொடர்பாக ஆய்வுகள் செய்வதற்கு உதவலாம். உதாரணமாக

நீங்கள், கடலில் பயணம் செய்வது தொடர்பான உண்மைக் கதையை எழுதத் தொடங்குகின்றீர்கள் என்றால் கடலில் பயணம் செய்பவர் அனுபவம் எப்படி இருந்திருக்கும் என அறிவுடனும், தர்க்கத்துடனும் ஆய்ந்து எழுதுவீர்கள். ஆனால். பெரும்பாலும் உண்மைச் சம்பங்களை எழுதும்பொழுது உணர்வு இன்றியமையாதது. உணர்வோடு எழுதமுடியாத ஆக்கங்கள் மற்றவர் மனதைத் தொடமுடியாது என நான் நினைக்கின்றேன். என்னுடைய உணர்வை நான் வெளிப்படையாகப் பிரதிபலிக்கும்போது அது மற்றவர் உணர்வைத்தொடும் சாத்தியம் இருப்பதாக நான் நம்புகிறேன். என்னுடைய சிறுகதைத் தொகுப்பை வாசித்த நிறையபேர் தொலைபேசியில் அழைத்து என்னிடம் கேட்டது. எப்படி என் அனுபவத்தை எழுதியிருக்கின்றீர்கள்? எப்படி இப்படி உண்மையை எழுதியிருக்கின்றீர்கள்? என்று. ஆனால் அவை அவர்களுடைய அனுபவங்கள் அல்ல. நான் என்னுடைய அனுபவத்தைத்தான் எழுதியிருக்கிறேன். அது உணர்வுப்பூர்வமாக இருப்பதால் மற்றவர்களாலும் அவர்களுடைய அனுபவமாக உணரமுடிகிறது என்று நான் நினைக்கிறேன்.

தமிழின்சொற்களஞ்சியங்களுக்குள்ளும் சொற்கிடங்குகளுக்குள்ளும் உரிய சொற்களைத் தேடுவதுண்டா? எப்படி?

சொற்களை நான் அகராதியிலும், இணையத்திலும் தேடுவதுண்டு. அது தொடர்பாக அறிய சிலருடன் கதைப்பதுண்டு, தேவாரங்களைத் தற்போது வாசித்து வருகிறேன். தேவாரத்திற்குள் நம்மால் அறிந்துகொள்ளமுடியாத தமிழ்ச் சொற்கள் இருக்கின்றன. சில நேரங்களில் எழுதிக் கொண்டிருக்கும் பொழுது எழுதுவதற்கான சரியான சொல் இல்லாததுபோல இருக்கும். அந்நிலையில், இப்படிப் பலவிதமாகத் தேடித்தான் சொற்களைக் கண்டடைவதுண்டு.

படைப்பாளி என்ற வகையில் உங்கள் பொறுப்புணர்வு என்ன?

என் அனுபவத்தில் சொல்வதென்றால் என்னுடைய மன உணர்வுகள், என்னுடைய இயலாமைகள், வலிகள், வேதனைகள், ஆக்ரோசங்கள், கோபங்கள்தான் எழுத்துகளாக வெளியில் வருகின்றன. அதன் மூலமாக நான் என் இனத்துடைய மக்களுடைய அல்லது நான் வாழும் சமூகத்தினுடைய கருத்துகளைச் சொல்வதால் என் சமூகத்தைப் பிரதிபலிக்கின்றேன். ஒரு வரலாற்றை எழுதிச்செல்கிறேன் என்று சொன்னால் அது ஒரு பொறுப்புணர்வு என்று நான் சொல்லுவேன்.

உங்கள் படைப்புகளின் தலைப்புகளை எப்படித் தேர்ந்தெடுக்கிறீர்கள்?

நான் தலைப்பைத் தேர்ந்தெடுக்கும்பொழுது என் மனதில் தோன்றும் தலைப்பையெல்லாம் எழுதுவேன். பிற்பாடு இந்தப் படைப்புக்கு எந்தத் தலைப்புப் பொருந்தமாக இருக்கும் என யோசிப்பேன். ஒரு காலமும் தலைப்பை முதலில் தேர்ந்தெடுத்து அந்தத் தலைப்புக்கு ஏற்றபடி எழுதுவதில்லை.

மற்றைய படைப்பாளிகளின் ஆக்கங்களை வாசித்துவிட்டு, அட, இதனை நான் எழுதியிருக்கலாமே என ஆதங்கப்பட்டிருக்கிறீர்களா? அப்படியானால் என்ன படைப்பு அது? மாதிரிக்குச் சிலவற்றைச் சொல்ல முடியுமா?

தற்போது அம்பையின், 'அம்மா ஒரு கொலை செய்தாள்' எனும் சிறுகதைத்தொகுப்பை வாசித்துக்கொண்டிருக்கிறேன். அதில் உள்ள கதைகளில், 'அம்மா ஒரு கொலை செய்தாள்' கதை, எல்லா பெண்களும் தங்களுடைய அனுவத்தை யோசிக்க வைக்கும் கதை. எனக்கும் அது பொருந்தும். அப்படியொரு கதையை என்னால் எழுதமுடியுமா? என நான் ஆதங்கப் பட்டதுண்டு. அம்பையின் எழுத்துநடை மிக வித்தியாசமானது. குறுகிய வசனங்கள் ஏன்? சில நேரங்களில் தனிச்சொல்கூடப் பல அர்த்தங்களைத் தாங்கி நிற்கின்றன. சேரன் உருத்ரமூர்த்தி யின் கவிதைகளிலும் குறுகிய வசனங்கள் தனிச்சொற்கள் ஆழமான விடயங்களைக் கூறுவதைக் காண்கிறேன். அப்படி எழுத வேண்டும் என்பது என் விருப்பம்.

தமிழ் இலக்கிய வளர்ச்சியில் பெண் எழுத்துகளுக்கான சூழல், இடம் என்ன?

காசி ஆனந்தன் எனக்கு எழுதியிருந்த வாழ்த்துமடலில் எழுதியிருந்தார். ஔவையார் காலத்திலிருந்து இலக்கியத்தைத் தூக்கிப்பிடிப்பது பெண்களாகத்தான் இருக்கிறார்கள் என்று... நான் நினைக்கின்றேன். பெண்களின் தாய்மை உணர்வு எல்லா வற்றையும் உற்றுநோக்க வைக்கிறது தன் வலியுடன் மற்றவரின் வலியை, தன் மகிழ்ச்சியுடன் பிறரது மகிழ்ச்சியை ஒப்பிட்டு நிறைய உற்றுநோக்க வைக்கின்றது. இந்தச் சமூகத்தில், குடும்பங்களில் நடக்கும் நிகழ்வுகளை அறிவதில் பெண்கள் கூடுதல் நுண்ணுர்வு மிக்கவர்களாக, புத்திக் கூர்மை உடையவர்களாக இருக்கிறார்கள். அதன் பிரதிபலிப்பைப் படைப்பில் காணமுடியும். என்றாலும் எவ்வளவு தூரத்திற்குப் பெண் படைப்பாளர்கள் அடையாளப்படுத்தப்படுகிறார்கள்; உயர்த்தப்படுகிறார்கள் என்பது எனக்குத் தெரியவில்லை. ஆண் எழுத்தாளர்களுடன் ஒப்பிடுகையில் அது குறைவாகத்தான் இருக்கிறது என்று நினைக்கின்றேன்.

தங்கள் படைப்பு முயற்சிக்கு எழுந்த தடை, அதைத் தகர்த்துக் கடந்து வந்த அணுகுமுறை குறித்துச் சொல்லுங்கள்?

என் படைப்பு முயற்சிக்கு நான்தான் தடை என நினைக்கின்றேன். வேறு யாரும் தடையாக இல்லை. 16 வயதில் நான் குறுநாவல் எழுதியபொழுது. நான் படிப்பில் கவனமில்லாமல் போகிறேன் என்று அம்மாவும், சின்னம்மாக்களும் பேசியதால். அதனை அந்த 16 வயதிற்கான உணர்வில் கிழித்தெறிந்தேன். இப்போது அதைப்பற்றி யோசித்தாலும் முட்டாள்தனமாகத் தோன்றுகின்றது. குடும்பத்தில் இது போன்ற சிறுசிறு தடைகள் தோன்றின. மற்றபடி எனக்கு நான்தான் தடை. என்னுடைய நேரமின்மை. சோம்பேறித்தனம் போன்றவைதான். முதல் புத்தகம் 2003இல் வெளிவந்தது அடுத்த நூல் 2024இல் வெளிவந்துள்ளது. 20 ஆண்டுகளாக நான் எழுதிக்கொண்டிருந்தாலும் அவ்வளவு அதிகமாக எழுத வில்லை. இப்பொழுது மூன்று நூல்கள் வெளியிட்டேன். ஆனாலும் அவை போதுமானதல்ல என்றுதான் சொல்லுவேன். இதற்கெல்லாம் காரணம் என் சோம்பேறித்தனம் என்று சொன்னாலும் அந்தச் சோம்பேறித்தனத்திற்குக் காரணம் உள்ளார்ந்த மனத்தடைகள்தான். ஒரு பெண்ணாகக் குடும்பத் தலைவியாகப் பொறுப்புகள், வீட்டு வேலைகள், பிள்ளைகளைப் பார்க்கவேண்டிய நிர்ப்பந்தம் போன்றவையும் எழுதுவதற்கான ஒரு தடைதான். இது எல்லாப் பெண்களுக்கும் இருக்கும் என்று நினைக்கிறேன் எனக்கும் அது இருந்தது. மேலும் புலப்பெயர்வு என்பது ஒரு பெரும் மரத்தை அடியோடு பிடுங்கி நடுவதுபோல. கலாச்சார அதிர்ச்சி, பூச்சியத்திலிருந்து மீண்டும் தொடங்க வேண்டிய தேவை, பொருளாதார அழுத்தங்கள், எனப் பலத் தடைகளைத் தாண்ட வேண்டியிருந்தன. எழுதுவதற்கும் எழுத்தைப் பற்றி யோசிப்பதற்கும் நேரமில்லாத ஓர் அவசர ஓட்டம் மிகுந்த வாழ்க்கை. இரவு நேரம்தான் மனமும் வீடும் ஓர் அமைதி நிலையை அடையும். அந்நேரம்தான் எழுதுவதற்கான உணர்வு தோன்றும்.

பொ. திராவிடமணி

12

றஷ்மி

"புலப்பெயர்வு புதிய சவால்களைத் தந்திருக்கிறது. வேர்களில் அங்கும் கிளைகள் இங்குமான ஒருவகை அந்தரம் நிறைந்தது இந்த வாழ்வு. இரண்டு நாடுகளைத் தலையில் சுமந்து கொண்டு நகரவேண்டியிருக்கிறது – இரண்டு நாடுகளின் பிரச்சினைகளைத் தீர்த்துவைக்க வேண்டி இருக்கிறது. பொருளாதாரம் மற்றும் வாழ்க்கையின் தரம் குறித்து ஓரளவு தன்னிறைவு இருந்தாலும் அது தவிர்த்து பிற விடயங்கள் எல்லா வற்றிலும் மனம் ஒரு வெறுமையை உணர்ந்து கொண்டே இருக்கிறது. இந்த வாழ்க்கைக்காகக் கொடுத்த விலை அதிகம் என்று தோன்றிக் கொண்டேயிருக்கிறது. ஆனாலும் எனது படைப்பு களினூடே "அந்த வெறுமையை நிரப்பப் போராடிக்கொண்டே இருக்கிறேன்" என்று வாழ்வையும் படைப்புகளையும் பற்றிக் குறிப்பிடும் றஷ்மி, 1974ஆம் ஆண்டு பங்குனி மாதத்தின் 30ஆம் தேதி கடைசி சனிக்கிழமை அதிகாலையில் இலங்கையின் கிழக்குக் கரையோரம் அக்கரைப்பற்றில் பிறந்தார்.

1990களின் ஆரம்பத்தில் கவிதைகளினூடு படைப்புலகத்திற்கு அறிமுகமானவர். இயல்பாகவே ஓவியத்திலும் ஆர்வமுள்ள இவர் 1996 காலப்பகுதியில் கவிஞர் சேரனை முதன்மை ஆசிரியராகக் கொண்டு வெளிவந்த மாற்றுப் பத்திரிகையான, *சரிநிகர்*இல் வடிவமைப்பாளராக இணைந்துகொள்கிறார். "இந்தக் காலப்பகுதி தான் தனது பிற்கால வாழ்வைத் தீர்மானிப்பதாக இருந்தது – நிறையப் புத்தகங்கள், நிறைய தீவிர

அரசியல் மற்றும் இலக்கியம் சார்ந்த நண்பர்களின் அறிமுகம் எனப் பயனுள்ள ஐந்து வருடங்கள்" என அந்த நாட்களை நினைவுகூர்கிறார்.

'காவுகொள்ளப்பட்ட வாழ்வு முதலாய் கவிதைகள்' – 2002 (எக்சில் பதிப்பகம், பிரான்ஸ்), 'ஆயிரம் கிராமங்களைத் தின்ற ஆடு' – 2005 (வெளி பதிப்பகம், கனடா), 'ஈதேனின் பாம்புகள்' – 2010 (காலச்சுவடு பதிப்பகம், இந்தியா), 'ஈ தனது பெயரை மறந்துபோனது' – 2011 (காலச்சுவடு பதிப்பகம், இந்தியா), 'அடைவுகாலத்தின் பாடல்கள் – 2022' (தாயதி பதிப்பகம், சுவிற்சர்லாந்து) ஆகிய கவிதைத் தொகுதிகள் இதுவரை வெளிவந்துள்ளன. அண்மைக்காலமாகச் சிறுகதைகள் எழுதுவதிலும் ஆர்வம் காட்டிவரும் இவருடைய முதலாவது சிறுகதைத் தொகுதி, 'சற்றே பெரிய எட்டுக்கதைகள்' என்ற பெயரில் கடந்த ஆண்டு காலச்சுவடு பதிப்பகத்தினால் வெளியிடப்பட்டது.

நூல் மற்றும் சஞ்சிகை வடிவமைப்புத் துறையில் கடந்த இருபது ஆண்டுகாலமாக இயங்கிவரும் றஷ்மி சுமார் இருநூறுக்கு மேற்பட்ட புத்தகங்களுக்கு அட்டைவடிவமைப்புச் செய்துள்ளார். இதில் தமிழ் தவிர்த்து பலமொழி நூல்களும் அடங்கும்.

இங்கிலாந்தில், ஓவியத்துறையில் பட்டப்படிப்பையும், பட்டப்பின் படிப்பையும் நிறைவுசெய்துள்ள இவரின் ஓவியங்கள் பெரும்பாலும் போரையும் இடப்பெயர்வையும் கருவாகக் கொண்டவை.

றஷ்மி, இப்போது புலம்பெயர்ந்து குடும்பத்துடன் ஐக்கிய இராச்சியத்தில் வசித்துவருகிறார்.

நேர்காணல்

தாங்கள் எவ்வாறு படைப்பாளியானீர்கள்?

வாசிப்பினூடகத்தான் என்று நினைக்கிறேன். என் தந்தை தினமும் இரண்டு செய்திப் பத்திரிகைகள் வாங்குபவராக இருந்தார் – ஞாயிற்றுக்கிழமைகளில் மூன்று. அவர் பாடசாலை ஆசிரியர். வீட்டில் இருக்கும்போதெல்லாம் எதையாவது வாசித்துக்கொண்டிருப்பார், அது பத்திரிகை அல்லது புத்தகங்களாக இருக்கும். அவரைப் பார்த்து வளர்ந்தவன் நான். பாடசாலையில் ஆசிரியர்கள் ஊக்கிகளாக இருந்திருக்கிறார்கள். காமிக்ஸ் உலகில் வாழ்ந்துகொண்டிருந்த எனக்கு, ஏழாம் வகுப்பில் தமிழாசிரியர் ஒருவர் மூலம் மு. மேத்தாவின், 'கண்ணீர்ப்பூக்கள்' தொகுப்பு வாசிக்கக் கிடைக்கிறது. பிறகு வைரமுத்து, அப்துல் ரகுமான் என்று வாசிப்புத் தொடர்ந்தது. மறுபுறத்தில் சாண்டில்யன், தமிழ்வாணன் துப்பறியும் நாவல்கள் என்று வாசிப்பு வளர்ந்து வந்தது. எங்கள் ஊரின் பொது நூலகத்தில் உறுப்பினரான வயதில் மிகவும் குறைந்த சிறுவன் நான் – நூலகரோ பலருடன் கலந்தாலோசித்து விட்டுத்தான் எனது விண்ணப்பப் படிவத்தை ஏற்றுக்கொண்டார். தினகரன் நாளிதழின் செவ்வாய்க் கிழமைப் பதிப்பிற்கு விஞ்ஞான விளக்கங்கள் மற்றும் ஞாயிற்றுக்கிழமைக்கு கவிதைகள் அனுப்பிவிட்டுப் பத்திரிகைக் கடைகளின்முன் முதல் ஆளாகக் காத்திருந்திருக்கிறேன்.

ஒவ்வொரு காலப்பகுதியிலும் நான் தேடிக்கொண்ட அல்லது என்னைத் தேடிச் சேர்ந்த நண்பர்கள் என்னில் ஆதிக்கம் செலுத்தியிருக்கின்றனர். சனரஞ்சக இலக்கியத்தின் பக்கமிருந்து சீரியசான தமிழ் நவீன இலக்கியங்களின் புறமாய் என்னைத் திசைதிருப்பிவிட்டவர்களும் அவர்கள்தான். அந்த வகையில் நான் மிகவும் பாக்கியவான். நான் எழுதத் தொடங்கிய மிக ஆரம்பகாலத்திலேயே மிகவும் பிரபலமாயிருந்த இலக்கிய வாதிகளோடு எனக்கு நட்பு இருந்தது. அவர்களிடம் இரவல் பெற்று வாசித்திருக்கிறேன். அவர்களின் கைப்பிடித்து நடைபழகியவன் நான்.

வாசித்துவாசித்து வாசிப்பினூடாக படைப்பாளியானவன் நான்.

தங்கள் படைப்புகளின் ஊற்று எது? அது எவ்வாறு காலத்துக்குக் காலம் மாறி வந்திருக்கிறது?

எனது சுகமும் துக்கமும் சுற்றி வாழ்ந்தவர்களும்தான். அங்கிருந்துதான் கவிதைகளுக்கான பொறி அல்லது ஒரு சொல் கிடைக்கிறது. கதைகளுக்கான விடயம் உருவாகின்றது. ஓவியங்களுக்கான வர்ணங்களைக் கண்டடைந்து கொள்கிறேன். பிறகு அவற்றை ஒரு கலைப்படைப்பாக வளர்த்தெடுத்துக் கொள்கிறேன். எனது படைப்புகளின் ஊடாக மனிதர்களையும் சூழலையும் புரிந்துகொள்ள முயல்கிறேன். நான் எவ்வளவு தூரம் அவற்றையெல்லாம் அவதானித்திருக்கிறேன் என்பதைக் குறித்து, எழுதும்போது பிரமித்துப்போயிருக்கிறேன்.

சுமார் முப்பது ஆண்டுகள் வாழ்விற்குப் பிறகு, இப்போது வாழும்படி நேர்ந்துள்ள புதிய சூழலும் புதிய சவால்களும் புதிய வாழ்வு குறித்தாக என்னை எழுதத் தூண்டுகின்றன.

தங்கள் படைப்புகளுக்கும் தன்னனுபவங்களுக்கும் இடையே இருக்கும் உறவு, ஊடாட்டம் என்ன? உங்கள் படைப்புகளைத் தன்வரலாறு சார்ந்தவை எனச் சொல்வீர்களா?

முற்றுமுழுதாகத் தன்னனுபவங்களையே நான் படைப்புகளாக வெளிக்கொணர்கிறேன் என்று சொல்ல முடியாது. எனது கவிதைகளும் ஓவியங்களும் பெரும்பாலும் தன்னனுபவங்கள் சார்ந்தவை. கதைகள் தன்னனுபவங்களையும் கொண்டவை. நிஜமான மாந்தர்களைப் பாத்திரங்களாகச் சிதைத்து அவர்களுக்குப் புதிய அடையாளங்களைக் கொடுக்கிறேன். கதைகளின் தன்மைக்கு ஏற்ப அவர்களுடைய இயல்புகளில் மாற்றம் விழைவிக்கிறேன். அவர்களை நீங்கள் அடையாளம் கண்டுவிடக்கூடாதென்பதில் மிகவும் கவனமாக இருக்கிறேன். கதை என்பதைவிட நிஜமான மனிதர்களின் இருத்தலும் சுயமரியாதையும் எனக்கு முக்கியம், மனிதர்களைக் காப்பாற்ற முடியாது போகும் புள்ளியில் குறிப்பிட்ட அந்தக் கதையைக் கைவிட்டுவிடுகிறேன். படைப்பாளியாக இப்படி யான சவால்கள்தான் என்னைப் பரவசப்படுத்துவதாக இருக்கின்றன. மிகவும் நெருக்கமாக அறிந்த சிலரின் அனுபவங்களை ஆங்காங்கே எழுதியிருக்கிறேனாயினும் முற்றுமுழுதாகப் பிறருடைய அனுபவங்களை எழுதும் அளவிற்கு நான் இன்னும் பயிற்சிபெறவில்லை – அது ஒரு புதிரான விடயமாகத் தோன்றுகிறது. ஆனாலும் பிறிதொரு சமயம் இதே கேள்வி கேட்கப்படுகையில் அப்போது நான், "ஆம்" என்று பதில்கூறி அதன்பாலிருக்கும் என்னுடைய வியப்புகள் பற்றி நான் பேசலாம். இப்போதைக்கு எழுத என்னுடைய அனுபவங்கள் இன்னும் நிறைய இருக்கின்றன.

புலப்பெயர்வால் தங்களது கதை அல்லது பொருண்மையில், மொழிநடையில், படிமங்களில் ஏற்பட்ட மாற்றங்கள் என்ன?

பொ. திராவிடமணி

புலப்பெயர்வு எனது படைப்புகளில் பெரியளவில் மாற்றங்களை அல்லது பாதிப்புகளை ஏற்படுத்தியிருக்கிறதா என்று கேட்டால் முற்றிலும் இல்லை என்று சொல்லலாமா தெரியவில்லை. இவை குறித்து நான் யோசித்துப் பார்ப்பதோ கவனமெடுப்பதோ கிடையாது என்பதே உண்மை. ஆனாலும் புலப்பெயர்வு புதிய சவால்களைத் தந்திருக்கிறது. வேர்களில் அங்கும் கிளைகள் இங்குமான ஒருவகை அந்தரம் நிறைந்தது இந்த வாழ்வு. இரண்டு நாடுகளைத் தலையில் சுமந்துகொண்டு நகர வேண்டியிருக்கிறது – இரண்டு நாடுகளின் பிரச்சினைகளைத் தீர்த்து வைக்கவேண்டி இருக்கிறது. பொருளாதாரம் மற்றும் வாழ்க்கையின் தரம் குறித்து ஓரளவு தன்னிறைவு இருந்தாலும் அது தவிர்த்து பிற விடயங்கள் எல்லாவற்றிலும் மனம் ஒரு வெறுமையை உணர்ந்துகொண்டே இருக்கிறது. இந்த வாழ்க்கைகாகக் கொடுத்த விலை அதிகம் என்று தோன்றிக் கொண்டேயிருக்கிறது. ஆனாலும் எனது படைப்புகளினூடே அந்த வெறுமையை நிரப்பப் போராடிக்கொண்டே இருக்கிறேன். வாழும் சுழல் நம்மிடம் ஏற்படுத்தக்கூடிய மாற்றங்களுக்கு நானும் விதிவிலக்கல்ல. விடயதானங்களில் சிறிதளவு மாற்றங்கள் நிகழ்ந்திருக்கின்றன என்பதை முழுதாக மறுக்கமுடியாது. மொழி இலகுவாகியிருப்பதாய் நண்பர்கள் சொல்கிறார்கள் – அது புலப்பெயர்வால்தான் நிகழ்ந்த ஒன்று உறுதியாகக் கூறமுடியாது.

படைப்பாளராய்த் தாங்கள் உணர்ந்த தருணம் எது?

நான் மிகவும் நேசிக்கிற மதிக்கிற பிறபடைப்பாளிகளோ அல்லது முன்பின் அறியாத வாசகர் ஒருவரோ எனது படைப்புகளின் ஒரு வரியைக் குறிப்பிட்டுச் சொல்லும்போது, எழுத்துகள் குறித்து தங்களுடைய மகிழ்வை அல்லது விமர்சனத்தைப் பகிர்ந்துகொள்கிற ஒவ்வொரு நொடியும் என்னை படைப்பாளனாக உணர்ந்துகொள்கிறேன்.

அறிவும் தர்க்கமும் ஆக்க இலக்கியத்துக்கு ஊறு செய்யலாம். உணர்வே இன்றியமையாதது எனும் கருத்தியலைப் பற்றிய உங்கள் எண்ணம் என்ன?

உணர்வு இன்றியமையாதது என்ற கருத்தோடு நான் உடன்படுகிறேன். நான் பாடசாலையில் உயர்தர விஞ்ஞானம் கற்றவன். எனது படைப்புகளில் விஞ்ஞானக் கலைச்சொற்கள் பயன்பட்டிருப்பதைக் கவனிக்கலாம். ஓவியம் பயின்றவன் என்ற வகையில் ஓவியங்கள் குறித்தும் நிறங்கள் குறித்தும் என்னால் எழுத இயலுமாயுள்ளது. அறிவு படைப்புக்கு அழகு சேர்க்கிறது – செழுமைப்படுத்துகிறது. தர்க்கத்தின் மூலமே நாம் விடயங்களில்

தெளிவடைகிறோம் – அதுவோ இந்த நாகரிக வளர்ச்சிக்குப் பங்காற்றிக் கொண்டிருக்கிறதல்லவா? வெறும் தர்க்கங்களே படைப்புகளாவதுமில்லை.

தமிழின் சொற்களஞ்சியங்களுக்குள்ளும் சொற்கிடங்குகளுக்குள்ளும் உரிய சொற்களைத் தேடுவதுண்டா? எப்படி?

இல்லை. தமிழின் சொல்வளம் குறித்து எப்போதும் பிரமிப்பவன் நான். அருகிவரும் சொற்கள் குறித்து ஈடுபாடு கொண்டவன். சாதாரணமாகப் பாவனையில் இருந்து மறைந்து போன சொற்களை எனது படைப்புகளில் நீங்கள் சந்திக்கலாம். தேடி நேரத்தை வீணடிக்காமல் பொருத்தமான சொற்களைத் பிரயோசிப்பதென்பது எனக்கு இயல்பான ஒன்று. வாசிப்பு குறைந்துபோகின்ற காலங்களில், எழுதிக்கொண்டிருக்கும் போது இடை நடுவில் சொற்கள் இடர நேர்கின்றது. அப்படிச் சொற்களைத் தேர்ந்தெடுக்கத் தடுமாறும்போது ஆங்கிலத்திலோ அல்லது வேறு எந்த வகையிலேயோ எழுதிவிட்டு நகர்ந்து விடுவேன். இரண்டாவது வாசிப்பின்போது அந்த இடத்திற்குத் திரும்பிவருவேன்.

படைப்பாளி என்ற வகையில் உங்கள் பொறுப்புணர்வு என்ன?

படைப்பாளியாக இந்தச் சமூகம் எனக்கு எந்தவிதமான சலுகைகளையும் தந்தது கிடையாது – நான் எதிர்பார்ப்பது மில்லை. எனது குடும்பத்திற்காக வாரம் ஏழுநாளும் வேலை செய்து உழைப்பவன் நான். வரிசைகளில் எனது முறைக்காகக் காத்திருப்பவன் நான். பொதுவாழ்வில் "நான் ஒரு படைப்பாளி" என்ற தோரணையில் பெருமாறுவதில்லை. ஆக, சாதாரண மனிதன் ஒருவனுக்கு இருக்கவேண்டிய பொறுப்புணர்வு எனக்கும் உண்டு. எனது படைப்புகளூடாக எவரும் காயம்பட்டுவிடக்கூடாது என்பதில் கவனமான இருப்பேன். ஒரு படைப்பாளி என்ற தோரணையில் நான் யாருக்கும் கருத்துகூடச் செல்வதில்லை – எனது கருத்துகளை யாரும் ஏற்றுக்கொள்ளவேண்டும் என்று எதிர்பார்ப்பதுமில்லை. படைப்பை விடவும் எனக்கான கடமைகளை முன்னிறுத்துபவன் நான். எழுதத் தோன்றுகிற விடயத்தை எழுதத் தோன்றும்போது மட்டும் எழுதுவேன். படைப்பு எனது ஜீவனோபாய மூலமல்ல. நான், படைப்பாளி என்ற வகையில் மற்றவர்களைவிட ஒருபடி உயர்ந்தவனோ தாழ்ந்தவனோ அல்ல. நான் வாழுகின்ற சூழல் எல்லோரையும் சமமாக மதிக்கக் கற்றுத் தந்திருக்கிறது. மனிதர்களே எனக்குப் பிரதானம், பிறகுதான் படைப்பு.

உங்கள் படைப்புகளின் தலைப்புகளை எப்படித் தேர்ந்தெடுக்கிறீர்கள்?

முதலாவது வரைவை எழுதத் தொடங்கும்போது பெரும்பாலும் படைப்பின் தலைப்பையும் பக்க இலக்கத்தையும் எழுதிய பின்பே விடயத்தை எழுதுவேன். சில சமயங்களில் தலைப்பை மாற்றவேண்டியும் நேர்ந்திருக்கிறது. தலைப்புகள் விடயத்தில் நான் அவ்வளவு திறமையானவன் என்று தோன்ற வில்லை – தலைப்பை முடிவுசெய்ய அதிக நேரம் செலவுசெய்து, இறுதியில், 'பரவாயில்லாத' ஒரு தலைப்பைக் கண்டடைகிறேன். எழுதிக்கொண்டிருக்கும்போது இடை நடுவில் தலைப்பு தோன்றிய நிகழ்வுகளுமுண்டு. மிக அழகாகப் பொருத்தமாகத் தலைப்புகளிடும் பிற படைப்பாளிகளின் தீவிர இரசிகன் நான்.

மற்றைய படைப்பாளிகளின் ஆக்கங்களை வாசித்துவிட்டு, அட, இதனை நான் எழுதியிருக்கலாமே என ஆதங்கப்பட்டிருக்கிறீர்களா? அப்படியானால் என்ன படைப்பு அது? மாதிரிக்குச் சிலவற்றைச் சொல்ல முடியுமா?

வாசிப்பினூடகவும் இரசனையுடாகவும் படைப்புலகிற்குள் வந்தவன் நான். எனக்குப் பிடித்த படைப்பாளிகள் படைப்புகள் நிறைய, பலருடைய கவிதைகள் வரிகள் எனக்குப் பாடமாக இருந்தன. ஆனாலும் பிற படைப்பாளிகளின் படைப்புகளை நான் எழுதியிருக்கலாமே என்று ஆதங்கப்பட்டதில்லை. அவர்களின் படைப்புகளை நான் எழுதிவிடமுடியாது என்று உறுதியாக நம்புபவன் நான். அது போலவே எனது படைப்புகளையும் எனக்கு மிகவும் பிடித்த படைப்புகள் என்னுடைய படைப்புகள்தான். அவரவர்க்கு அவரவர் வாழ்வு.

உங்களுடைய "ஈ தனது பெயரை மறந்தபோனது", "ஆயிரம் கிராமங்களைத் தின்ற ஆடு" ஆகிய கவிதைத் தொகுப்புகள் காவியப் பாங்கானவை எனச் சில விமர்சகர்கள் குறிப்பிட்டுள்ளனர். இந்தக் காவியத் தன்மை திட்டமிடப்பட்டதா?

இல்லை, அவை காவிய வடிவில் திட்டமிட்டு எழுதப் பட்டவையல்ல. வெவ்வேறு காலப்பகுதிகளில் எழுதப்பட்ட தனித்தனிக் கவிதைகள் காவிய வடிவில் தொகுக்கப்பட்டவை என்று சொல்லலாம். தொகுப்பில் ஒரு தொடர்ச்சியைப் பேணும்பொருட்டு, "கொழுவிகளாக" சில வரிகள் மட்டும் திட்டமிட்டு எழுதப்பட்டவை. படைப்புகளில் பரிசோதனை செய்துபார்ப்பதில் மிகுந்த ஆர்வமும், உற்சாகமும் காட்டுபவன் நான். தொடர்ந்து ஒரே மாதிரி படைத்துக்கொண்டிருப்பது சலிப்புட்டும்போது வேறு மாதிரிகளில் முயன்றுபார்க்கிறேன். – ஓவியங்களிலும் சரி, கவிதைகளிலும் சரி. எனது அண்மையக் கவிதைத்தொகுதியில் (அடைவுகாலத்தின் பாடல்கள்) வழமையை நீண்ட கவிதைகளிலிருந்து வேறுபட்டு பத்துப்

பன்னிரண்டு வரிகளுக்குள் குறுகி, இலகுவான மொழிநடை யுடன் இருப்பதை நீங்கள் அவதானிக்கலாம். படைப்பு விடயத்தில், "திட்டமிடுதல்" என்பது எனக்குக் கைவராத ஒன்று.

கதை, கவிதை இவற்றுள் எதை எழுதுவது என்று எவ்வாறு முடிவு செய்துகொள்கிறீர்கள்?

எனது கவிதைகளில் உணர்வுகள் சம்பவங்களோடு பின்னிப்பிணைந்தே தோன்றுகின்றன. ஆரம்பகாலக் கவிதைகள் மிகவும் நீளமாகவும் சம்பவங்களைக், கதைகளைச் சொல்கின்றனவாகவும் இருக்கின்றன, காலப்போக்கில் அவை குறுகி வந்திருக்கின்றன. உணர்வுகளின் அடிப்படையிலேயே வடிவம் தீர்மானிக்கப்படுகின்றது. சொல்ல வருவது ஒரு பெரிய ஓவியத்தின் அளவைக் கொள்ளும் என்று தோன்றும்போது அது கதையின் வடிவத்தைத் தெரிந்துகொள்கின்றது – ஒரு தெறிப்பு என்று தோன்றும்போது அது கவிதை அளவில் நின்று கொள்கிறது.

எழுத்து ஓவியம் தாங்களுக்கு எந்தத் துறையில் ஈடுபாடு அதிகம். எப்படி உங்களை அடையாளப்படுத்திக்கொள்ள விரும்புகிறீர்கள்?

சிறிய வயதில் இருந்தே ஓவியனாக ஆசைப்பட்டவன் நான். அப்போது முறையாகக் கற்பதற்கான வசதிகள் இருக்க வில்லை. இப்போது இரண்டிலும் சம அளவு ஈடுபாடு இருந்தாலும், நடைமுறைச் சாத்தியங்கள் எழுத்தின் பக்கமாய்ச் சாயப்பார்க்கின்றன. ஓவியம் என்பது பொருளாதாரச் செலவீடு களோடு தொடர்புடையது. தீந்தைகள் தொடங்கி கான்வஸ், ஸ்ரூடியோ என்று எல்லாமே பணத்தோடு சம்பந்தப்பட்ட வேலைகள். இன்றுள்ள சூழலில் முற்றுமுழுதாக ஓவியங்களில் இயங்குவதென்பது சாத்தியக்குறைவானது. இருந்தாலும் ஓவியத் துறையோடு தொடர்புடைய வடிவமைப்பு மற்றும் ஸ்கெச் துறைகளில் தொடர்ந்தும் ஈடுபட்டு வருகின்றேன். படைப்பு மனோநிலை தோன்றுகிறபோது பேனாவைத்தான் தூக்கவே மனம் சொல்கிறது. ஓவியன் ஏக்கத்தோடு பார்த்துக்கொண் டிருக்கிறான் – நான் அவனையும்.

எளிய மனிதர்களின் துயரைப் பேசும் தங்கள் கவிதைகள் செறிவான மொழிநடையைக் கொண்டிருப்பதாக உணர்கிறேன். அவை வெகுசன மக்களைச் சென்றடையும் என நம்புகின்றீர்களா?

செறிவான மொழிநடை எனக்கு இயல்பாக கைகூடி வந்த ஒன்று. அதுவே என் பலமும்கூட. எனது கவிதைகளுக்குள் வெளியே கேட்காத இசையின் ஒத்திசைவு ஒலித்துக்கொண் டிருப்பதை நீங்கள் கேட்டிருத்தல் கூடும். கவிதைகளை அப்படித்

பொ. திராவிடமணி

தான் என்னால் எழுதியிருக்க முடியும். எனது வாசகர்கள் யாரென்று இன்றுவரை நான் யோசித்துப் பார்த்ததுமில்லை – மேலாக, எனக்கும் தெரியாது. படித்தவர்கள், தேர்ந்த வாசகர்கள் என்று நான் நினைத்திருந்தவர்களே, பொதுநிகழ்வுகளில் எனது கவிதைகளைப் பிழையாக வாசிப்பதைக் கண்டு வியந்திருக்கிறேன். முன்பரிச்சயமற்ற வாசகர்கள் நேரிலோ அல்லது வேறு தளங்களிலோ எனது கவிதை வரிகளைச் சிலாகித்துப் பேசுவது நிகழும்போது படைப்புகள் சென்றடைய வேண்டியவர்களைச் சென்று சேரும் என்று தோன்றுகிறது. "செவியுள்ளவர் கேட்கக் கடவர்..."

13

ஸர்மிளா ஸெய்யித்

கிழக்கு இலங்கையின் சிற்றூர்களில் ஒன்றான ஏறாவூரில் 1982இல் ஸெய்யித் அகமட், கயறுநிஸா இணையருக்கு மகளாக பிறந்த ஸர்மிளா ஸெய்யித், 'சிறகு முளைந்த பெண்' என்ற கவிதைத் தொகுப்பு ஊடாக நவீனத் தமிழ் இலக்கியப் பரப்பில் தனது தடத்தைப் பதித்தார். தொடர்ச்சியாக, புனைவுப் பிரதிகளை மட்டுமல்லாமல் அபுனைவு பிரதிகளையும், அரசியல் ஆய்வுகளையும் அவர் முனைப்புடன் எழுதிக்கொண்டிருக்கிறார். அரசியல் பிரச்சினைகளிற்குள் சிக்கிக் கொள்ளாமல் இலாவகமாக நழுவும் மற்றைய பல படைப்பாளர்களைப் போலல்லாமல் அரசியல் – மதம் – கலாசாரம் – உடல் என அனைத்தின்மீதும் கேள்விகளை எழுப்பும் துணிச்சல் மிக்க எழுத்தாளர்.

தான் சொல்லிய கருத்துகளுக்காக மத அடிப்படைவாதிகளால் மிகக் கடுமையாகப் பாதிக்கப்பட்டிருந்தாலும், இன்றுவரை சமூகப் புறக்கணிப்புகளை எதிர்கொண்டாலும்; தனது உரத்த குரலை ஒளிவுமறைவின்றித் தொடர்ச்சியாகப் பதிவு செய்கிறார் ஸர்மிளா ஸெய்யித்.

2012இல் இவர் பிபிசி தமிழ் செய்திச் சேவைக்கு அளித்த பாலியல் தொழிலுக்கு ஆதரவான ஒரு நேர்காணல் உண்டாக்கிய சர்ச்சைகளால் உயிர் அச்சுறுத்தல் வரையில் எதிர்கொண்டு தலைமறைவாக வாழும் நிலைக்குத் தள்ளப்பட்டார். சமூகச் செயற்பாட்டாளராகச் சுதந்திரமாக இருந்தவரின்

வாழ்வு மிக விரைவிலேயே அந்த வெளியை இழந்தது. எனினும் அசராமல் தொடர்ந்து கற்றலிலும் எழுத்தியக்கத்திலும் தன்னை முழுமையாக ஈடுபடுத்தினார்.

2014இல் ஸர்மிளாவின் சமூகச் செயற்பாடுகளை மதித்து இலங்கையிலுள்ள *'Women and Management'* அமைப்பு, *'Inspirational Women'* விருதளித்தது.

தலைமறைவு வாழ்விலிருந்து வெளிவந்து இவரால் நிறுவப்பட்ட மந்த்ரா லைஃப் நிறுவனம், பெண்களைப் பொருளாதார ரீதியாக வலுப்படுத்தவும் குடும்ப, சமூக வன்முறைகளினால் பாதிக்கப்பட்ட பெண்கள் கற்றலைத் தொடரவும் உதவியது. குடும்ப, சமூக வன்முறைகளால் பாதிக்கப் பட்ட பெண்கள், சிறுமிகளுக்கான பாதுகாப்பு இல்லத்தின் நிறுவனராகவும் ஸர்மிளா ஸெய்யித் இயங்குகிறார்.

'சிறகு முளைத்த பெண்' (கவிதைகள் 2012), 'உம்மத்' (நாவல் 2013), 'ஒவ்வா' (கவிதைகள் 2014), 'பணிக்கர் பேத்தி' (நாவல் 2018), 'உயிர்த்த ஞாயிறு' (அனுபவம் 2021), 'அடங்க மறு' (அனுபவம் 2022), 'எங்கள் விருப்பத்திற்கு எதிராக' (கட்டுரைகள் 2022), 'மறுப்பும் உயிர்ப்பும்' (கட்டுரைகள் 2022), 'இருசி' (சிறுகதைகள் 2022), 'சூழ்ச்சிகளின் நிலம்' (ஆய்வு 2024) ஆகியன இவரது நூல்கள்.

'சிறகு முளைத்த பெண்' கவிதை நூலும் 'உம்மத்' நாவலும் தமிழ் முற்போக்கு எழுத்தாளர் கலைஞர்கள் சங்கம் (தமுஎகச) விருதுகளைப் பெற்றன. 'உம்மத்' நாவல், ஹாப்பர்கொலிங் வெளியீடாக ஆங்கிலத்தில் கிடைக்கிறது. இவரது 'பணிக்கர் பேத்தி' நாவல் 2021க்கான தமிழக நூலக ஆணையைப் பெற்றது.

தொடர்ச்சியாக எச்சரிக்கைகளையும், அச்சுறுத்தல் களையும் எதிர்கொண்டுவந்த ஸர்மிளா, 2021இல் *'Institute of International Education'* அமெரிக்கத் தன்னார்வ நிறுவனத்தின் *'Artist Protection Fund Fellowship'* அளிக்கப்பட்டு. *'University of Nebraka at Omaha'*வில் பணியில் சேர்த்துக்கொள்ளப்பட்டார். நெப்ராஸ்கா பல்கலைக்கழகத்திலுள்ள *'Goldstein Canter for Human Rights'* உடன் இணைந்தும் ஓமகா நகரிலுள்ள சமூக இயக்கங்களுடன் கூட்டிணைந்தும் அகதிகள், பெண்களுடன் செயற்பட்டு வருகிறார். எழுத்துப் பட்டறைகள், பயிலரங்குகள், மாநாடுகள், கருத்தரங்குகளில் பேச்சாளராகவும், வழங்குநராகவும் இருந்துவருகிறார்.

இவரது எழுத்து, செயற்பாடு இரண்டையும் குறித்த மாதிரிக் கருப்பொருள் கண்காட்சி 2023இல் நெப்ரஸ்காவிலுள்ள ஓமகா

பல்கலைக்கழக நூலகத்தில் தொடர்ந்து பத்து மாதங்கள் இடம்பெற்றன. 2022 வசந்த காலத் தவணையில் ஓமகாவிலுள்ள நெப்ரஸ்கா பல்கலைக்கழகத்தின் ஆங்கிலத்துறையில் பேராசிரியர்களின் வாசிப்புக்கு 'உம்மத்' நாவல் எடுத்துக் கொள்ளப்பட்டது.

சமூகப் பணித்துறையில் பட்டப்படிப்பையும் இதழியல், கல்வி முகாமைத்துவம், உளவியல் துறைகளிலும் பயின்றவர். இவரது பட்டமேற்படிப்புத் துறை அரசியல், விஞ்ஞானம். பத்திரிக்கையாளராகப் பணியாற்றியவர்; சமூகச் செயற்பாட்டாளர்; ஆய்வாளர்.

தற்சமயம் தனது இணையருடனும் மகன்களுடனும் அமெரிக்காவில் 'ஓமகா' நகரில் வசிக்கிறார்.

நேர்காணல்

தங்கள் படைப்புகளின் ஊற்று எது? அது எவ்வாறு காலத்துக்குக் காலம் மாறி வந்திருக்கிறது?

வாழ்க்கை மீது எனக்கிருந்த பெருந்தேடல், குரலை உயர்த்திப் பேசவும் அனுமதிக்காமல் திணறவைத்த சமூக அமைப்பு, என் சுதந்திரங்களுக்கு நான் கொடுத்த விலைகள், தண்டனைகள், என் ரணங்கள், என் சீற்றங்கள், என் காயங்கள் – இவையெல்லாம்தான் என் படைப்புகளின் ஊற்று.

தன்னனுபவத்திற்கும் கலை இலக்கியத்திற்கும் எந்தத் தொடர்புமில்லை என்று சிலர் சொல்கிறார்கள். தன்னனுபம் சேராத படைப்பு ஒரு மீளுருவாக்கம், உருவாக்கம் அல்ல என்பது என் எண்ணம். கலை இலக்கியம் என்றால் என்ன எனத் தெரியாமலேயேதான் நானெல்லாம் எழுத வந்தேன். அதற்குக் காரணமாக இருந்தது வாழ்வு. வாழ்வு மட்டுந்தான். பெண்ணுக்குப் பாதுகாப்பளிக்கும் முறைமை என்று சொல்லப் பட்ட மதமும், கலாசாரமும் என்னை ஓடஓட விரட்டிய அனுபவங்கள். என் மீது திணிக்கப்பட்ட கட்டுப்பாடுகள், மீறல்கள், தாக்கங்கள், சிறுபான்மை இனம் என்பதாலும், பெண் என்கிற பால் வேறுபாட்டினாலும் நான் சந்தித்த சமூக–அரசியல் சூழலிலிருந்து உருவாகும் கோர்வையான தாக்கங்களும் பிரளயங்களும் எழுதுவதைச் சுவாசிப்பதற்கு இணையான இடத்தில் என்னை நிறுத்தியது. தொடக்கத்தில் சுயம், அடையாளத்துடன் போராடுதல், சமூக எதிர்ப்புகளையும் சவால்களையும் சந்திப்பதாக உள்ளார்ந்திருந்த எனது படைப்புலகம், அரசியல் பார்வையும் பன்முகைத்தன்மையும் கொண்ட பரந்த அளவிலான கருப்பொருள்களுக்கு மாறியதிலும் தன்னனுபவம் காரணமாயிருந்திருக்கிறது.

தனிப்பட்ட முறையில் மட்டுமில்லாமல் தொழில் ரீதியாகவும் எனது தொடர்பு எல்லைகள் விரிந்து, உலகின் சிக்கல்களுடன் நெருக்கமாக்கியுள்ளது. எனது அரசியல் பார்வை கூர்மை அடைய அடைய இடப்பெயர்வு, மனித உரிமைகள், கலாச்சார அடையாளங்களின் உலகளாவிய பிரச்சினைகளை ஆராயும் படைப்புகளின் பக்கம் எனது கவனம் திரும்பியிருக்கிறது. பலதரப்பட்ட சமூகங்களுடனான எனது ஊடாட்டம், தொடர்ச்சியான கற்றல் எனது கவனத்தை வளப்படுத்திக்கொண்டேயிருக்கிறது. படைப்புச் செயல்முறை காலத்துக்குக் காலம் மாற்றத்துக்குள்ளாகியிருப்பது வாசகரோ

சமூகவியல் துறை சார்ந்தவர்களோ செய்யவேண்டிய ஆராய்ச்சி. சுருக்கமாகச் சொல்வதானால், எனது படைப்புகள் சுயத்தைப் பிரதிபலிக்கும் உள்ளார்ந்த இயல்பிலிருந்து வரலாற்றையும் அரசியலையும் பிற மனிதர்களின் கதைகளையும் இணைக்கும் கலவையாகப் பரிணாமம் பெற்றுள்ளது என்பேன்.

தங்கள் படைப்புகளுக்கும் தன்னனுபவங்களுக்கும் இடையே இருக்கும் உறவு, ஊடாட்டம் என்ன? உங்கள் படைப்புகளை தன்வரலாறு சார்ந்தவை எனச் சொல்வீர்களா?

முன்னரே சொல்லியது போல எனது படைப்புகளுக்கும் தன்னனுபவங்களுக்கும் இடையிலான உறவு ஆழமானது. வாழ்க்கைப் பயணத்தின் பிரதிபலிப்புகள், என்னைச் சோதனைக்குள்ளாக்கிய நிகழ்ச்சிகள், உணர்ச்சிகள் அனைத்தினதும் பிரதிபலிப்புகள். நம்மைச் சுற்றியுள்ள எல்லாமே அந்நியமாகவும் எதிராகவும் திரும்பியிருக்கும் போது வாழ்வை நேசிக்கவும், பற்றுக் கொள்ளவும் ஏதாவதொரு பிடிமானம் தேவைப்படும். அதுதான் நம்மை இயங்கவைக்கும். அதுதான் நாம் உயிர்ப்போடு இருப்பதை உணர்த்திக் கொண்டிருக்கும். அப்படியானதுதான் அனுபவங்களுக்கும் படைப்புக்குமிடையிலான ஊடாட்டம்.

என்னைப் பொறுத்தவரை எழுத்தானது அனுபவங்களைச் செயலாக்குவதற்கும் அர்த்தப்படுத்துவதற்குமான ஒரு கருவி. பொதுவாக எனது படைப்புகள் சொந்த வாழ்க்கை அனுபவத்தால் தூண்டப்பட்டவையாக இருந்தாலும் அவற்றைத் தன்வரலாறு என்று கண்டிப்பாக வகைப்படுத்தமாட்டேன். சொந்த அனுபவங்களை அடிப்படையாக எடுத்துக் கொண்டாலும் புனைவு, குறியீடுகள், கலாசாரம், சமூகக் கருப்பொருள்களின் கூறுகளை இணைக்கும்போது அது வெறுமனே தன்னனுபவமாக மட்டுப்படுத்தக் கூடியதில்லை. தன்வரலாறு என அவை அறிவித்துக்கொண்டாலே தவிர ஒருவரது எல்லாப் படைப்புகளையும் தன்வரலாறாகச் சுருக்கி விட முடியாது.

தங்கள் படைப்புகளில் பிறரது வாழ்வனுபவங்களின் தாக்கம் எவ்விதம் வசப்படுகிறது? மற்றவர்களுடைய அனுபவங்களை அடியொற்றியும் படைப்புத் தரக்கூடிய, "படைப்பாக்க உணர்வுத் தோழமை" என்ற வகையில் எழுத முயற்சித்திருக்கிறீர்களா? எடுத்துக்காட்டாக பலஸ்தீன மக்கள், இனப்படுகொலைகள், ஆதிகுடிகள், பெண்கள் போன்றோரது அனுபவங்கள்?

பதின்பருவத்திலிருந்து பத்திரிகையாளராகக் களப்பணி அனுபவம். பதினைந்து ஆண்டுகளுக்கும் மேலாகச் சமூகப்பணித்

துறையில் களப்பணி அனுபவம். போரினால் பாதிக்கப்பட்ட தமிழ், முஸ்லிம் பெண்களோடு அகதி முகாம்களில் பணியாற்றி யிருக்கிறேன். பல்வேறு சட்ட மறுசீரமைப்புக் குழுக்களோடு இயங்கியிருக்கிறேன். மலையகப் பெருந்தோட்டத் தொழிலாளர்களோடு வாழ்ந்து களப்பணியாற்றியிருக்கிறேன். இப்படியாக எனது அனுபவம் எல்லாப் படிநிலைகளையும் குறுக்கீடு செய்வதாக இருந்திருக்கிறது. இல்லத்து வன்முறை களால் துன்புறுத்தப்பட்டு, கனவுகள் நசுங்கிப்போனப் பெண் பிள்ளைகளுக்கு வாழ்வும் கனவு காண வசதியும் அளிக்கும், "பெண்கள் சிறுமிகளுக்கான பாதுகாப்பு இல்லம்" செயல் திட்டத்தின் நிறுவுனராக இன்றும் இயங்கிக்கொண்டிருக்கிறேன். சொல்லப் போனால் நான் என்பவளே வாழ்வனுபவங்களின் உருவாக்கம்தான்.

இதைத் தாண்டி வெவ்வேறு சமூகங்களின் வரலாறுகள், போராட்டங்களைப் பிரதிபலிக்கும் படைப்புளும் எனக்குச் சாத்தியமாகியிருக்கிறது. 'சூழ்ச்சிகளின் நிலம்' ஆப்கானிஸ்தான் நாட்டின் பழங்குடி இனத்தவர்களின் அடையாளப் பிரக்ஞை மிக்க நீண்ட காலப் போராட்டத்தையும் தலிபான்களின் எழுச்சியையும் ஆய்வு செய்து எழுதப்பட்டது. 'உயிர்த்த ஞாயிறு' நூலுக்காக, 'யசீதி' இனவழிப்பை ஆய்வு செய்திருந்தேன். லைபிரிய நாட்டு சமாதான செயற்பாட்டாளர் லேமா கோபோவி, கென்யா நாட்டு அரசியல் செயற்பாட்டாளர் வங்காரி மாதாய் உள்ளிட்ட பல பெண் ஆளுமைகள் குறித்த ஆய்வுகளைப் படைப்பாக்கியுள்ளேன்.

தற்சமயம், பாலஸ்தீனிய மக்களின் அனுபவங்களை, அவர்களுக்கு நிகழ்ந்த நில ஆக்கிரமிப்பு, பின்னடைவு, அடையாளம் போன்ற கருப்பொருள்களைத் தொட்டு ஆராய்ந்துள்ளேன். இனப்படுகொலையின் கொடூரங்களை, வரலாற்றிலிருந்தும், தனிப்பட்ட சாட்சியங்களிலிருந்தும், இத்தகைய அட்டூழியங்களின் ஆழமான தாக்கத்தையும் ஆய்வுகளில் பதிவுசெய்திருக்கிறேன்.

புலப்பெயர்வால் தங்களது கதை அல்லது பொருண்மையில், மொழிநடையில், படிமங்களில் ஏற்பட்ட மாற்றங்கள் என்ன?

அடிப்படையில் என்னை ஒரு புலம்பெயர்ந்தவராக நான் கருதவில்லை. முக்கியமாக எனது படைப்பு மொழியில், படிமங்களில் புலத்தின் தாக்கங்கள் நிச்சயமாக இன்னும் செல்வாக்குச் செலுத்தவில்லை என்றே நம்புகிறேன். பலர் நினைப்பதுபோல வெளிநாட்டிலிருந்து எழுதுவதெல்லாம் புலம்பெயர் இலக்கிய வகைமைக்குள் வந்துவிடாது.

படைப்பாளராய்த் தாங்கள் உணர்ந்த தருணம் எது?

ஒரு படைப்பாளரைப் படைப்பாளரென உணர்த்துவது வாசகர்கள். எனது எழுத்துக்களைப் படித்துவிட்டு உண்டான பாதிப்புகளைக் குறித்துப் பேச விரும்பும் ஒவ்வொரு வாசகரும் உயர்ந்த அத்தருணத்தைப் பரிசளிக்கிறார்கள், உணர்த்து கிறார்கள். ஒரு படைப்பு வாசிப்பவரைக் கண்ணாடியில் பார்ப்பதுபோல, அவர்களின் சொந்தப் போராட்டங்களோடு வாழ்வோடு எதிரொலிப்பதுபோல நம்பிக்கையையும் புரிதலையும் தந்ததெனச் சொல்லப்படுவதை விடவும் ஒரு சிறந்த தருணம் படைப்பாளருக்கு இருக்கவே முடியாது.

அறிவும் தர்க்கமும் ஆக்க இலக்கியத்துக்கு ஊறு செய்யலாம். உணர்வே இன்றியமையாதது எனும் கருத்தியலைப் பற்றிய உங்கள் எண்ணம் என்ன?

அமெரிக்க எழுத்தாளர் வில்லியம் பால்க்னர் (William Faulkner) கூற்றை இங்கே நினைவுபடுத்த விரும்புகிறேன். "A writer needs three things, experience, observation, and imagination." – ஓர் எழுத்தாளனுக்கு அனுபவம், அவதானம், கற்பனை ஆகிய மூன்று விஷயங்கள் தேவை என்கிறார். ஒரு படைப்பு சுமந்திருக்கும் உணர்வைப் பொறுத்து அதன் கருத்தியலைப் பொறுத்து அதற்கான முகத்தை அது பெற்றுவிடும். உணர்வுதான் இங்குப் பிரதானம் என்றாலும், முற்றாக அறிவையும் தர்க்கத்தையும் புறக்கணித்த உணர்வாக அது இருக்க முடியுமா?. குரலற்றவர் களின் குரலாக, எழுத்தை ஆயுதமாகக் கொண்டு இயங்கு கின்றவர்களுக்கும் மனித உரிமைகளை நிலைநாட்டும் சக்தி வாய்ந்த கருவியாக இலக்கியத்தைப் பயன்படுத்துவோருக்கும் உணர்வும் அறிவும் தர்க்கமும் தேவை என்றே எண்ணுகிறேன்.

தமிழின் சொற்களஞ்சியங்களுக்குள்ளும் சொற்கிடங்குகளுக்குள்ளும் உரிய சொற்களைத் தேடுவதுண்டா? எப்படி?

சொற்களைத் தேடுவது முடிவு பெறாத ஒரு செயல்பாடு. முக்கியமாக எனது படைப்புகள் தமிழிலிருந்து ஆங்கிலத்திற்கு மொழிமாற்றப்படும்போது இந்தத் தேவை அதிகமாக இருக்கும். மொழிபெயர்ப்பாளரின் பிரதியை வாசிக்கும்போது சில ஆங்கிலச் சொற்களைத் துல்லியமாக அல்லது பொருத்தமாகப் பயன்படுத்தியிருக்கிறார்களா என்பதை உறுதிப்படுத்துவதற்கு அதிகம் பயன்படுத்துகிறேன். ஆங்கில மொழியில் சொல்லிப் பழகிப்போன உபகரணங்களை எழுதுகிறபோது அகராதி தேவைப்படுவதுண்டு.

பொ. திராவிடமணி

இப்போதெல்லாம் தமிழ்மொழிப் படைப்புகளைப் படிப்பதற்குமே அகராதி தேவைப்படுகிறது. தூய தமிழில் எழுதுகிறோம் என்று சிலர் எதையோ எழுதிவிடுகிறார்கள். அருகலை *(Wifi)*, பகிரலை *(Hot spot)*, முடக்கலை *(Offline)*, ஆலலை *(Broad band)* என்றெல்லாம். இவற்றிக்காக அகராதியைத் தேடத்தானே வேண்டும்.

படைப்பாளி என்ற வகையில் உங்கள் பொறுப்புணர்வு என்ன?

ஒரு படைப்பாளியின் பொறுப்புணர்வு பன்முகத்தன்மை யானது. படைப்புகளில் நம்பகத்தன்மை நேர்மை அறவுணர்வை உறுதிசெய்ய முயற்சி செய்கிறேன். பிற மனிதர்களின் அனுபவங் களை என் அனுபவம் என்னும் கண்ணாடி வழியாகப் பிரதிபலிப்பதாக இருந்தாலும் கதாபாத்திரங்கள், கலாச்சாரங்கள், அனுபங்களைத் துல்லியமாகவும் அதற்குண்டான மதிப்புடனும் படைக்கின்ற பொறுப்பு எனக்குள்ளது. பிறரின் சூழ்நிலையில் என்னைப் பொருத்தி *(Empathy)* எழுதும் சந்தர்ப்பங்களில் மாறுபட்ட அனுபவங்களை உள்நோக்கி உணர்ந்து சார்புகள் அல்லது உணர்ச்சியற்ற சித்திரிப்புகளால் தீங்கு உண்டாகிவிடக் கூடாதென்ற பொறுப்போடு இருக்கிறேன்.

மிக முக்கியமாகச் சமூக இயங்குதலின் நிலை மாறியும் உருவாகியும் வருவதைக் கூர்ந்து கவனிப்பதும் இடைவிடாத வாசிப்பும் படைப்பாளிக்குரிய பொறுப்புணர்வுகள். வாசகர்களை மதிப்பது, உண்மை, நீதி, அர்த்தமுள்ள மாற்றத்தின் குரலாயிருப்பது எல்லாமும் எனது பொறுப்புணர்வென்றே நம்புகிறேன்.

உங்கள் படைப்புகளின் தலைப்புகளை எப்படித் தேர்ந்தெடுக்கிறீர்கள்?

படைப்புகளின் தலைப்புகளைத் தெரிவுசெய்வதில் அவ்வளவாக மெனக்கெட்டதில்லை. என் அனுபவத்தில் படைப்பு தனக்குரிய தலைப்பை அதுவாகத் தேர்ந்தெடுத்துக் கொள்வதையே பார்க்கிறேன்.

கவிதை, சிறுகதை, புதினம், தன்வரலாறு, ஆய்வு எனப் பல தளங்களில் ஆழமாக இயங்குகிறீர்கள். உங்களுடைய சிந்தனையில் இவற்றில் எதற்கு முன்னுரிமை அளிக்கிறீர்கள்?

இதற்குத்தான் முன்னுரிமையளிக்க வேண்டும் என நிபந்தனை விதித்துக்கொண்டு எதையும் எழுதவில்லை. உண்மையில் கவிதையிலும் சிறுகதை, நாவல் இலக்கியத்திலும் கூடுதல் விருப்பம் உள்ளது. அதேநேரம் ஒரு நாணயக் கூற்றியின் மறுபக்கம் போல அரசியல் ஆய்வுகளும் என்னை எழுதத்

தூண்டுகின்றன. அரசியல் சூழ்நிலைகளைக் கூர்ந்து அவதானிக்கும்போது கால, சூழல் தேவைகளுக்காக எழுதுவது நிறைய உண்டு.

உங்களுடைய 'உம்மத்' ஒரு சிறப்பான நாவல். அதற்கு ஈழத்து இஸ்லாமியச் சமூகங்களில் எத்தகைய வரவேற்பும் விமர்சனமும் இருந்தது.

ஈழத்தில் அதிகம் வாசிக்கப்பட்ட நாவல்களில் 'உம்மத்' நாவலும் ஒன்று. தமிழ்ச் சூழல் விமர்சனப் பரப்பு ஒரு குறுகிய பரப்புக்குள் இயங்கிறது என்றால், ஈழத்து இஸ்லாமிய சமூக இலக்கியச் செயற்பாடு இன்னும் சுருங்கிய வட்டத்திற்குள் உள்ளது. இலக்கியம், இஸ்லாமிய இலக்கியம் என இலக்கியத் தாலும் பிரிவுண்டிருக்கும் ஈழத்து இஸ்லாமியச் சமூகத்திலிருந்து உம்மத் போன்ற அரசியல் நாவல்களுக்கு அதிலும் ஒரு பெண் எழுதிய நாவலுக்கு விமர்சனத்தை எதிர்பார்ப்பது இருட்டிலே ஊசி தேடும் கதை. ஆனால், தமிழகத்திலிருந்தும் புலம்பெயர்ந்தோர் சமூகத்திலிருந்தும் பல விமர்சனங்கள் எழுதப்பட்டன.

'உம்மத்' நாவல் ஆங்கில மொழியில் பிரசுரமாகிய பிறகு சர்வதேச அளவில் இஸ்லாமியச் சமூகத்தின், முக்கியமாகக் கற்ற சமூகத்தின் கவனத்தை ஈர்த்துள்ளது. உம்மத் நாவல் தனியாகவும், பெண்களால் எழுதப்பட்ட வேறு பல அரசியல் நாவல்களுடன் இணைந்ததாகவும் பல ஆய்வுகளுக்கு எடுத்துக் கொள்ளப்பட்டுள்ளது. *Muslim Women's Writing: Islam in South and Southeast Asia* – தெற்கு, தென் கிழக்கு ஆசிய முஸ்லிம் பெண்களின் எழுத்துகள் மீதான ஆய்வுகளைக் கொண்ட நூலில் 'உம்மத்' நாவல் குறித்த ஆய்வும் இடம்பெற்றுள்ளது. *'Journal of International Women Studies'* உட்பட்ட பல சர்வதேச ஆய்வுகளில் உம்மத் இடம்பெற்றுள்ளது.

இலங்கையில் முஸ்லிம் மக்கள் தம்மைத் தனியான இனக்குழுமமாகக் கட்டமைத்துள்ளனர். இது அரசியல், வரலாறு சார்ந்தும், இலக்கியம் சார்ந்தும் நிகழ்ந்திருக்கிறது. உங்கள் படைப்புகளில் இது எப்படி வெளிப்படுகிறது எனக் கருதுகிறீர்கள்?

எனது படைப்புகளிலும் இலங்கை முஸ்லிம்கள் தனி இனமாகவே வாழ்கிறார்கள். இது சிரமப்பட்டுக் கட்டமைக்க வேண்டிய ஒன்றில்லை. பள்ளிப்பருவத்திலிருந்து, கல்வி முறைகளிலிருந்து வாழ்க்கையிலிருந்து நாங்கள் வேறுபட்டு இருக்கிறோம். வேறுபட்டுப் பழக்கப்படுத்தப்பட்டிருக்கிறோம்.

இந்த ஆண்டு வெளியாக இருக்கும் உங்கள் புதிய நாவல் பற்றிச் சொல்ல முடியுமா?

பொ. திராவிடமணி

புதிய நாவல் 'ஒரு சிறுமியின் கதை'. பிணிக்கும் மீட்புக்குக்கு மிடையிலான அனுபவத்தைச் சொல்கிற கதை. கனவுகளோடும், வரலாற்றோடும் மன்றாடும் குரலாகப் புதிய நாவல் இருக்கும்.

தமிழ் இலக்கிய வளர்ச்சியில் பெண் எழுத்துகளுக்கான சூழல், இடம் என்ன?

இது ஆராய்ச்சிக்குரிய பெரிய கேள்வி. சுருக்கமாகச் சொல்வதானால் மாறிவரும் சமூக, கலாச்சார, அரசியல் சூழல்களைப் பிரதிபலிப்பதோடு இலக்கியப் பாரம்பரியத்தை வடிவமைப்பதிலும் வளப்படுத்துவதிலும் தமிழ் இலக்கியத்தில் பெண்களின் பங்களிப்பு பண்டைய காலங்களிலிருந்து சமகாலம் வரை பரவியுள்ளது. சங்க காலக் கவிஞர் அவ்வையாரிலிருந்து பின் இடைக்காலத்தில் அழகும் ஆழ்ந்த பக்தியும் உணர்ச்சிப் பெருக்கும் மிகுந்த பாடல்களை இயற்றிய ஆண்டாள் தொடங்கி காலனித்துவ காலத்தில் சுதந்திர இயக்கம், சமூகச் சீர்த்திருத்தம், பாலினச் சமத்துவம், தேசிய அடையாளப் பிரக்ஞையுடன் பெண்கள் தங்கள் குரலை உயர்த்த தொடங்கினார்கள். சுதந்திரத்திற்குப் பிறகு தமிழ் இலக்கியப் பரப்பில் பெண் எழுத்தாளர்களின் எண்ணிக்கையில் குறிப்பிடத்தக்க அதிகரிப்பைக் காணமுடியும். பெண்ணியம், சமூக நீதி, சுதந்திரம் உள்ளிட்ட பல்வேறு கருப்பொருள்களைப் பெண்கள் ஆராய்ந்துள்ளார்கள். சமூக அடுக்குகளில் பெண்களின் நுணுக்கமான அனுபவங்களைப் பேசும், பாலினம், சாதியக் கட்டமைப்பு, தமிழ்ச் சமூகத்திலுள்ள சமூகப் படிநிலைகள் இக்காலத்தில் வெளியான பெண்களது எழுத்துகளின் குரலாயிருந்தது.

தமிழ் இலக்கிய வளர்ச்சியில் இலங்கைத் தமிழ்ப் பெண் எழுத்தாளர்களினது பங்களிப்பும் அளப்பரியது. தமிழ் இலக்கிய வெளியைச் செழுமையாக்குவதிலும் தமிழ்ச் சமூகத்தின் சமூக–கலாச்சார அரசியல் இயக்கவியல் பற்றிய மதிப்புமிக்க நுண்ணறிவுகளை வழங்குவதிலும் இலங்கைப் பெண்கள் முக்கியமானப் பங்கு வகித்துள்ளார்கள். இலங்கை சுதந்திரமடைந்த பிறகு உள்நாட்டுப் போரின் சகாப்தம் – இனப் பதட்டங்கள், தமிழர் உரிமைகளுக்கான போராட்டம், சமூக அரசியல் சூழல் இலக்கியக் கருப்பொருள்களை ஆழமாகப் பாதித்தன. இலங்கைத் தமிழ்ப் பெண் எழுத்தாளர்களிடமிருந்து அடையாளம், மோதல்கள், இடப்பெயர்வு, உயிர்வாழ்வதற் கானச் சிக்கல்களைக் கருப்பொருளாகக் கொண்ட கவிதை களின் புதிய அலையை 1980களில் பார்க்க முடியும். ஊர்வசி, மைத்ரேயி, சிவரமணி, செல்வி, அவ்வை போன்ற படைப்பாளர் களின் குரல்கள் அழுத்தமாகப் பதிவுசெய்யப்பட்ட காலமது.

சமகாலத்தில் மலையக எழுத்தியக்கம் மிக அழுத்தமான தாக்கங்களை ஏற்படுத்திக்கொண்டிருக்கிறது.

இந்த வரலாற்றுப் பாதையிலிருந்து இப்போதுள்ள சூழலைக் கவனித்தால், பல பெண்கள் தொடர்ந்து சமூக நெறிமுறைகளுக்குச் சவால் விடும் தனித்துவமான குரல்களை வெளிப்படுத்துகிறார்கள். எதையெல்லாம் பெண்கள் பேசக் கூடாது என்று மறுக்கப்பட்டதோ அதையெல்லாம் தைரியமாக எழுதுகிறார்கள். பெண்களின் அக உலகம் என்று ஆண்கள் படைத்துக்காட்டிய கற்பிதங்களை உடைத்துத் தள்ளவும் செய்கிறார்கள். சமூக வலைத்தளங்கள், தொழில்நுட்பங்களின் பங்களிப்பு பெண்களின் அபார ஆற்றல்களை வெளிக்கொணர உந்துதலாய் இருக்கிறது. இலக்கிய வகைமைக்குள் சேர்க்க முடியாதென்று பெண்களின் படைப்புகளை ஒதுக்கித் தள்ளிய காலம் நம் கண் முன்னே கடந்து கொண்டிருக்கிறது.

மிக முக்கியமாகப் பெண்கள் மொழிபெயர்ப்புத் துறையில் அதிகம் பங்களிப்புச் செய்கிறார்கள். சமீப காலங்களில் பெண்களால் மொழிபெயர்க்கப்பட்ட பல படைப்புகளைக் காண முடிகின்றது. வ. கீதா, லதா அருணாச்சலம், அம்பை, பத்மஜா நாராயணன், சசிகலா பாபு, அனிதா ஜெயராம், அனுராதா ஆனந்த், லதா, சுபத்ரா, கௌரி, ஷஹிதா, கீதா சுகுமாரன், பெருந்தேவி, ரீனா ஷாலினி, பிரேமா ரேவதி, விலாசினி ரமணி, தீபலக்ஷ்மி, காயத்ரி, கயல் இப்படியாக இந்தப் பட்டியல் மிக நீண்டது.

சமீபத்தில் நான் வியந்து பார்க்கும் ஒரு பெண்ணியப் பதிப்பகம், 'ஹெர் ஸ்டோரிஸ்'. இத்தனை பெண்கள் சமகாலத்தில் எழுதுகிறார்களா என மலைப்புண்டாக்கு கிறார்கள். பதிப்பகம் என்பதையும் தாண்டி பல்வேறு எழுத்து இயக்கங்களை முன்னெடுக்கிறார்கள். 'ஹெர் ஸ்டோரிஸ்' இணையத்தளத்தில் பல பெண்கள் அரசியல், புலம்பெயர் வாழ்வனுபவம், தொழில்நுட்பம், தலித்தியம், பெண்ணியம், வரலாறு போன்ற எல்லாத் துறைகளிலும் எழுதுகிறார்கள்.

மேடைகளுக்குப் பெண்களை அழைக்கப்படுவதில்லை, பெண்களின் நூல்களை மொழிபெயர்க்கப்படுவதில்லை, பெண்களின் படைப்புகளுக்கு விருது தரப்படவில்லை போன்ற குறைகளும் பெண் எழுத்து என்று இளக்காரமாகப் பார்க்கும் போக்கும் இன்னமும் இலக்கியப் பரப்பில் தொடர்ந்தபடிதான் உள்ளது. ஆனால், பெண்கள் தங்களுக்கு வேண்டியதை உருவாக்கிக்கொண்டு தாண்டி முன்னேறிப் போய்க்கொண் டிருக்கிறார்கள் என்பதற்கு, 'ஹெர் ஸ்டோரிஸ்' ஒரு சிறந்த

பொ. திராவிடமணி

உதாரணம். பெண்ணியச் சிந்தனையாளர் கீதா இளங்கோவன் எழுதி பரவலான கவனத்தை ஈர்த்த, 'துப்பட்டா போடுங்க தோழி' நூலை வெளியிட்டு ஆங்கிலத்திலும் மொழி பெயர்த்துள்ளது 'ஹெர் ஸ்டோரிஸ்'. சிறந்த பெண்ணிய நூலுக்கான முதற்பரிசு கமலி பன்னீர்செல்வம் எழுதிய 'ஹார்மோன் விளையாட்டு'க்குக் கிடைத்துள்ளது.

2014இல் நான் பர்தாவைப் பற்றி எழுதியபோது எனது முகத்தில் ஆசிட் வீசுவதாக எச்சரித்தார்கள் மத அடிப்படை வாதிகள். 2024இல் இலண்டனில் வசிப்பவரான இலங்கை எழுத்தாளர் மாஜிதா 'பர்தா' என்ற பெயரிலேயே ஒரு நாவலை எழுதியுள்ளார். மதவாதிகளின் கூச்சல் அரங்கேறவில்லை. ஏனென்றால், இன்று பல பெண்கள் பேனாவை ஆயுதமாகக் கொண்டு இயங்கிக்கொண்டிருக்கிறார்கள். அவர்களின் குரல்கள் ஒன்றுபட்டொலிக்கும் என்பதைத் தெரிந்துகொண்டு மத அடிப்படைவாதிகள் அமைதியாகியிருக்கிறார்கள்.

சூழலும் இடமும் மாறிக்கொண்டேயிருக்கும். அதற்குத் தகுந்தபடி எதிர்ப்பாயுதங்களைக் கூர்த்தீட்டும் உத்தியைப் பெண்கள் கற்றுக்கொண்டுவிட்டார்கள். தமிழ் இலக்கிய வளர்ச்சிப் பாதையில் இந்தக் காலம் ஒரு பாய்ச்சலை நிகழ்த்திக் கொண்டிருக்கிறது. அது பெண்களால் நிகழ்கிறது.

தங்களது படைப்பு முயற்சிக்கு எழுந்த தடை, அதைத் தகர்த்துக் கடந்த வந்த அணுகுமுறை குறித்துச் சொல்லுங்கள். . .

இரண்டாயிரமாம் ஆண்டிலிருந்து எழுத்துத் துறைக்குள் சொல்லிக்கொள்ளும்படியாகப் பிரவேசித்தேன். எங்கள் குடும்பத்தில் எழுதுகிறவர்கள் யாருமில்லை. வாசிக்கிறவர்களும் இல்லை. இந்தப் பின்புலம் காரணமாக எனது எழுத்துகளை வாசித்து ஊக்கப்படுத்துவதற்கான சூழல் அமையவில்லை. பள்ளியில் இடம்பெறும் கட்டுரை, கவிதை, சிறுகதைப் போட்டி களில் பரிசு வெல்லும்போது ஆசிரியர்கள் பாராட்டுவார்கள். ஆனால், எனது கதைகள் தேசிய வார இதழ்களிலும் பெண்ணிய சஞ்சிகைகளிலும் விரைவிலேயே வெளிவரத் தொடங்கியபோது அதிர்ச்சிகரமான அனுபவங்கள் காத்திருந்தன. எனது படைப்புகள் மதம், பெண் சுதந்திரம் பற்றிப் பேசுவது இன்னும் சூழலைச் சிக்கலாக்கியது. 'எழுதிக் குவித்து என்ன செய்யப் போறாய்', 'எழுத்துச் சோறு போடாது' என்றெல்லாம் அறிவுரைகள். . . இதழியல் படிக்க ஆசைப்பட்டபோது பெரியளவில் தடை. எனக்கும் தகப்பனாருக்குமிடையிலான உறவு முறிந்தது. உண்ணா நோன்பிருந்து மயங்கிச் சரிந்து மருத்துவமனையில் சேர்க்கப்பட்ட பிறகே தலைநகருக்குப்

படிக்கப்போக அனுமதித்தார்கள். அது வெறும் அனுமதி. 'ஒரு சதம் காசு தரமாட்டேன், படித்துக் காட்டு' என்று வாப்பா சவால் வைத்தார். மொழி தெரியாத, முற்றிலும் அந்நிய மனிதர்கள் சூழ்ந்த தலைநகரில் பகுதி நேரம் பயிற்சிப் பத்திரிகை யாளராக வேலை செய்துகொண்டுதான் இதழியல் படித்தேன்.

இப்படித் தொடங்கிய பயணம்தான். அதெல்லாம் நடந்து இருபது ஆண்டுகளாகிவிட்டது. இலங்கை இஸ்லாமியச் சமூகமும் நிறைய மாற்றங்களுக்குள் பயணித்திருக்கிறது. எங்கள் ஊரில் வாசிப்பு வட்டம் தொடங்கி பல்வேறு முற்போக்குச் செயற்பாடுகளில் இளைஞர்கள் ஈடுபடுகிறார்கள். தமிழகத்தி லிருந்து இலங்கைக்கு வரும் எழுத்தாளர்களை எல்லாம் வரவழைத்துப் பேசவைக்கிறார்கள். எனது எழுத்துகளுக்கு இன்னமும் அங்கு எதிர்ப்புதான் உள்ளது. 'பணிக்கர் பேத்தி' நாவல் முற்றிலும் எனது ஊரை மையமாகக் கொண்ட ஒரு பெண்ணின் கதை. ஒரு வகையில் ஏறாவூர் வரலாற்றுக் கதையும். தமிழக நூலக ஆணையைப் பெற்றுப் பரவலாக வாசிக்கப்பட்ட பேசப்பட்ட நாவல். அந்த நாவலுக்கு அறிமுக நிகழ்ச்சி நடத்துவதற்கு அதே குழு அங்கத்தவர்களே எதிர்ப்பு. ஸர்மிளா ஸெய்யித்தின் புத்தகத்தினை அறிமுகப்படுத்தினால் அமைப்பிலிருந்து விலகிச் செல்வோம் என்று சொன்னால் யார் நிகழ்ச்சி நடத்த முன்வருவார்கள்? அந்தளவு துணிவு யாருக்குள்ளது?

ஸர்மிளா ஸெய்யித் எழுதுவதெல்லாம் 'இஸ்லாம் வெறுப்பு' என்ற பிரச்சாரத்தினை இஸ்லாமியச் சமூகத்துக்குள் அடிப்படைவாதிகள் கனகச்சிதமாகப் பரப்பிவிட்டுள்ளார்கள். என் குரல், மண்டையில் அடித்தாற்போல நான் பேசும் உண்மையும் நியாயங்களும்தான் இவர்களுக்குப் பிரச்சினை. பர்தா/ஹிஜாப் என்றால் என்னவென்றே அறியாத மேட்டிக்குடி யானவள் என்று என்னைச் சிலர் கற்பனைசெய்கிறார்கள். பர்தாவை எளிதாகக் கழற்றி வைக்க எந்தப் பெண்ணும் முன்வரமாட்டாள். அப்படியே வந்துவிட்டாலும் அதனைப் பொதுவெளியில் பேசவோ அதன் அரசியலை உரத்துக் கேள்வி கேட்கவோ துணிய மாட்டாள். படித்த அரசியல் செல்வாக்குமிக்க தகப்பனாரும், பாதுகாப்பாகக் கரம் பற்றி நடக்க ஓர் ஆண் துணையும் இல்லாதிருந்த தனிமனுஷி எப்படி இவ்வளவு துணிவாகச் செயற்பட முடியும்?. ஒரு பெண்ணின் அக எழுச்சியைப் புரிந்துகொள்ள முடியாதவர்கள் தங்களுக்கு வசதியாகப் பல கதைகளைச் சோடித்துக்கொண்டார்கள்.

நான், எனது மூன்று தங்கைகளோடு பர்தா அணிந்து மதரஸாவுக்கும் பள்ளிக்கும் போய்வந்த எளிமையான சிறுமி.

பன்னிரண்டாம் வகுப்பு வரையிலும் பர்தாவுடன்தான் பள்ளிக்குப்போய் வந்தேன். என் இருபத்து மூன்றாவது வயதில் தான் பர்தாவைக் கழற்றி வைக்கும் மனத்துணிவு எனக்கு உண்டானது. படித்து, சொந்தக் காலில் நின்றபோது!. ஒரு பெண் எழுத்தினாலோ பேச்சினாலோ கல்வியினாலோ துணிவினாலோ மட்டும் சுதந்திரம் பெறுவதென்பது வெறும் கற்பனை. அவள் பொருளாதார சுதந்திரமும் பெறவேண்டும். தனது உழைப்பைத் தானே நிர்வகிக்கும் முழுச்சுதந்திரத்தை உணர்ந்தனுபவிக்க வேண்டும். முக்கியமாக அவள் தனக்கே யுரிய மூளையில் சிந்திக்கவேண்டும். இப்படியொரு மாறுதல் என் இருபதுகளிலேயே எனக்கு நிகழ்ந்துவிட்டதால் பலரது கற்பனைகளுக்கும் ஊகங்களுக்கும் அப்பாற்பட்டவளாகி யிருக்கிறேன்.

ஆக, நான் எதிர்கொண்ட, எதிர்கொண்டு வரும் அனைத்து தடைகளும் புறக்கணிப்புகளும் என் மீதான வெறுப்பே தவிர படைப்பு மீதானதல்ல.

நான் ஒவ்வொரு முறையும் மிக இக்கட்டான சூழ்நிலை களை உயிராபத்தான அச்சுறுத்தல்களைச் சந்திக்கும் போதெல்லாம் அதிகமும் என்னோடு இருப்பது தமிழகத்தி லுள்ள நண்பர்கள். எந்தப் பின்புலமும் வழிகாட்டுதலும் இல்லாமல் எழுத வந்த எனக்கு, சிறகு முளைத்த பெண் (கவிதை), உம்மத் (நாவல்) இரண்டுக்குமான விருது தமிழ்நாடு முற்போக்கு எழுத்தாளர் கலைஞர் சங்கத்திடமிருந்து கிடைத்தது. இது எனது பயணத்தில் மாபெரும் திருப்பம் என்றே சொல்வேன். தமுஎகச வின் தோழமை ஒரு திசை காட்டியைப்போல அறவுணர்வுடன் அரசியல் தெளிவுடன் நான் செல்லவேண்டிய பாதையில் வெளிச்சம் பாய்ச்சியது. பல பெண்ணிய, இடதுசாரி தோழர்களும், இலங்கையிலிருந்து போரினால் புலம்பெயர் சமூக நண்பர்களும் வாசக அபிமானிகளும் தொடர்ந்தும் ஆதரவளிக்கிறார்கள். எவ்வளவு பெரிய தடைகளாக இருந்தாலும் இந்தச் சின்னத் தோழமை வட்டம்போதும் எழுதிக்கொண்டேயிருப்பேன்.

14

ஷோபாஷக்தி

ஈழத் தமிழ் படைப்பாளராகவும், நடிகராகவும் அறியப்படும் ஷோபாஷக்தி இலங்கையில் யாழ்ப்பாணத்தில் அல்லைப்பிட்டி எனும் ஊரில் கொலஸ்ரிகா ஜீவராணி, பிரான்சிஸ் யேசுதாசன் இணையருக்கு மகனாக 1967ஆம் ஆண்டு நவம்பர் திங்கள் 18ஆம் நாள் பிறந்தார். இவருக்கு மூன்று சகோதரர்களும் சகோதரியும் ஒருவரும் உள்ளனர். இவர் பத்தாம் வகுப்புவரை வேலணை மத்திய மகா வித்தியாலயத்தில் படித்தார். இவரது இயற்பெயர் அன்ரனிதாசன் யேசுதாசன் என்பதாகும்.

1983இல் ஈழத்தில் நடைபெற்ற கருப்பு ஜூலை கலவரத்தையும், வன்முறையையும், இனப்படு கொலைகளையும் கண்டு மனம் வருந்திய இவர் தமிழீழ விடுதலைப் புலிகள் இயக்கதில் இணைந்தார். அவ்வியக்கத்தில் இருந்தபொழுதே கவிதைகளை எழுதத் தொடங்கினார். அக்காலக் கட்டத்தில் அவர் எழுதிய கவிதைகள் யாழ்ப்பாணத்திலிருந்து வெளியான, *ஈழமுரசு*, *செய்திக் கதிர்* போன்ற இதழ்களில் வெளியாகின. 1985இல் புலிகள் நடத்திய விடுதலைக்காளி தெருக்கூத்தில் முதன்மைப் பாத்திரத்தை ஏற்று நடித்தார். பிற்பாடு 1986இல் அமைப்பைவிட்டு வெளியேறினார். ஈழப்போரின் காரணமாகப் புலம்பெயர்ந்த இவர் தற்பொழுது பிரான்சில் வாழ்ந்துவருகிறார்.

ஷோபாஷக்தியின் ஊரில் ஆண்டுதோறும் நடைபெறும் கிறித்துவத் தென்மோடிக் கூத்துகளும்

அதற்காக மாதக்கணக்கில் நடைபெற்ற ஒத்திகைகளும் அவரது கலையுலகிற்கான அறிமுகம் எனலாம். இக்கூத்தில் 10 வயதிலிருந்தே ஷோபாஷக்தி நடித்துவந்தார்.

90களில் புரட்சிக் கம்யூனிஸ்ட் கழகத்துடன் (சர்வதேச நான்காவது அகிலம்) இணைந்து செயல்பட்ட காலத்தில் சர்வதேச முற்போக்கு இலக்கியமும், மார்க்சியக் கல்வியும் அவருக்கு அறிமுகமாயின. 90களின் பிற்பகுதியில் ஷோபாஷக்தி எனும் புனைபெயரில் சிறுகதைகள், நாடகங்கள், புதினங்கள், கட்டுரைகள் என எழுதத் தொடங்கினார். பாரிசிலிருந்து வெளிவந்த, *அம்மா*, *எக்ஸல்* என்னும் இதழ்களில் தொடர்ந்து எழுதிவந்தார். இவர் தாய்லாந்தில் இருந்தபொழுது, *நெற்றிக்கண்* என்ற கையெழுத்து ஒளிநகல் பத்திரிகையையும் நடத்தியுள்ளார்.

இவர் 'கொரில்லா' (2001), 'ம்' (2003), 'Box கதைப்புத்தகம்' (2015), 'இச்சா' (2019), 'ஸலாம் அலைக்' (2022) போன்ற புதினங்களையும்; 'தேச துரோகி' (2003), 'எம்.ஜி.ஆர். கொலை வழக்கு' (2009), 'கண்டி வீரன்' (2014), 'மூமின்' (2021) போன்ற சிறுகதைத் தொகுப்புகளையும் 'வேலைக்காரிகளின் புத்தகம்' (2007), 'முப்பது நிறச்சொல்' (2014) போன்ற கட்டுரைத் தொகுப்புகளையும் 'அட்டென்ஷன் ப்ளீஸ்' (1996), 'சிங்காரவனம்' (1998), 'ஜெய் ஹிந்த் ஜெய் சிலோன்' (பிரிஜிட்டுடன் இணைந்து 2000), 'செரஸ் தேவதை' (2015), 'ஆறாம் படை' (2017) போன்ற நாடகங்களையும் படைத்துள்ளார்.

'விடுதலைக்காளி' (1985), *'Counting and Cracking'* (2019) போன்ற நாடகங்களிலும், 'செங்கடல்', 'தீபன்', 'ரூபா', *'The Loyal Man'*, *'Woman at sea'* என 15 திரைப்படங்களிலும், *'Un lock'*, *'Little Jaffna'* போன்ற குறும்படங்களிலும் நடித்துள்ளார். பல திரைப்படங்களுக்குத் திரைக்கதையும் எழுதியுள்ளார்.

வெளிக்கடை சிறைப் படுகொலையைக் கருவாகக் கொண்டு இவர் எழுதிய, 'ம்' எனும் நாவல் ஆங்கிலத்தில் *'Traitor'* என மொழிபெயர்க்கப்பட்டுள்ளது. *மாத்ரு பூமி* இதழ் மலையாளத்தில் இப்புதினத்தை மொழிபெயர்த்து வெளியிட்டுள்ளது.

சுகன் இன்பருடன் இணைந்து 'சனதரும போதினி' (2001), 'கறுப்பு' (2002) என்ற இரு நூல்களைத் தொகுத்து வெளியிட்டுள்ளார்.

'குழந்தைப் போராளி', 'அகாலம்', 'குவர்னிகா', 'தனுஜா' போன்ற நூல்களைப் பதிப்பாசிரியராக இருந்து வெளியிட்டுள்ளார்.

- விகடன் விருது –2007 (சிறந்த கட்டுரைத் தொகுப்பு, 'வேலைக்காரியின் புத்தகம்')
- விகடன் விருது –2009 (சிறந்த சிறுகதைத் தொகுப்பு, 'எம்.ஜி.ஆர் கொலை வழக்கு')
- கனடா இலக்கியத்தோட்ட விருது –2016. ('கண்டிவீரன்' சிறுகதைத் தொகுப்பிற்காக)
- கு. அழகிரிசாமி விருது –2017
- சிறந்த நடிகர் –2015 (ICS Cannes Award)
- சிறந்த நடிகருக்கான விருது–2016 (Cannes Film Festival –பரிந்துரைத்தது)

போன்ற பல விருதுகளுக்குச் சொந்தக்காரர்.

கு. அழகிரிசாமி, ப. சிங்காரம், எஸ். பொன்னுத்துரை, சாரு நிவேதிதா, ரமேஷ் ப்ரேம் போன்ற எழுத்தாளர்கள் தன்னைப் பாதித்ததாகக் குறிப்பிடுகின்றார். ஈழ இனப்படுகொலை, போர், அதன் கொடிய விளைவுகள், புலப்பெயர்வு, புலப்பெயர்வு சிக்கல்களை, வலிகளை மையப்படுத்தி இவரது படைப்புகள் வெளிவந்துள்ளன.

ஷோபாஷக்தி, "எனது படைப்புகளில் எனக்கான அரசியலை முன்வைக்கிறேன்" என்று சொல்கிறார். என்றாலும், அவரது படைப்புகளில் பிரச்சாரத் தன்மையைப் பார்க்க முடியவில்லை. பகடியும், எள்ளலும் மிக்கிருத்தலைக் காண முடிகிறது. அவரது நடை அங்கதத்துடன் மிளிர்ந்தாலும் கதையின் மையநீரோட்டத்தைத் தவறவிடுவதில்லை. அங்கதத்தின் ஊடாக கடுஞ்சீற்றம் உறைந்திருப்பதையும் அவதானிக்கமுடிகிறது.

"இச்சன்னல் வழியே தெரிவது
வானத்தின் ஒரு பகுதிதான்
என்றான்
முழுவானமும் தெரியும் வசமாய்
ஒரு ஜன்னல் செய்ய முடியுமா?"

– பிரான்சிஸ் கிருபா

ஆம் இன்பமோ, துன்பமோ எந்த ஒரு நிகழ்வையும் துல்லியப்படுத்தல் எவருக்கும் சாத்தியமில்லை. என்றாலும், தம் கதைகளின் வழி முடிந்தவரை ஆவணப்படுத்தும் முயற்சியோடு உலக நாடுகளுக்கு உண்மையை எடுத்துரைக்கும் அரிய பணியை ஷோபாஷக்தி செய்துவருகிறார் என்பது தெளிவு.

நேர்காணல்

தங்கள் படைப்புகளின் ஊற்று எது? அது எவ்வாறு காலத்துக்குக் காலம் மாறி வந்திருக்கிறது?

நான் இலங்கைப் போர்ச்சூழலில் வளர்ந்தவன். பிரான்ஸில் அகதிச் சூழலில் வாழ்பவன். எனவே போரும், புலப்பெயர்வும் கொடுத்த அனுபவங்களும் தாக்கங்களும் உணர்வுகளுமே எனது படைப்புகளின் அடிப்படை.

தங்கள் படைப்புகளுக்கும் தன்னனுபவங்களுக்கும் இடையே இருக்கும் உறவு, ஊடாட்டம் என்ன? உங்கள் படைப்புகளைத் தன்வரலாறு சார்ந்தவை எனச் சொல்வீர்களா?

எனது தொடக்க காலப் படைப்புகளில் – குறிப்பாக 'கொரில்லா' நாவலில் – தன்வரலாற்றையே புனைவு அம்சங்க ளோடு எழுதினேன். ஆனால் எனது எல்லாப் படைப்புகளையும் தன்வரலாறு சார்ந்தவையாகச் சொல்லிவிட முடியாது. பிறர் வரலாறு சார்ந்தும், கேட்டும் படித்தும் அறிந்தவை சார்ந்தும், சில படைப்புகளை முழுக்கமுழுக்க என் கற்பனையாலும் உருவாக்குகிறேன்.

தங்கள் படைப்புகளில் பிறரது வாழ்வனுபவங்களின் தாக்கம் எவ்விதம் வசப்படுகிறது? மற்றவர்களுடைய அனுபவங்களை அடியொற்றியும் படைப்புத் தரக்கூடிய 'படைப்பாக்க உணர்வுத் தோழமை' என்ற வகையில் எழுத முயற்சித்திருக்கிறீர்களா? எடுத்துக்காட்டாகப் பலஸ்தீன மக்கள், இனப்படுகொலைகள், ஆதிகுடிகள், பெண்கள் போன்றோரது அனுபவங்கள்?

இலக்கியத்தில் என்னால் எந்தப் பிரச்சினைகளைச் சரிவரக் கையாள முடியுமோ அந்த எல்லைக்குள்ளேயே நான் நிற்கிறேன். எடுத்துக்கொள்ளும் பிரச்சினையில் எனக்குக் குழப்பம் இருந்தால் அது படைப்பிலும் பல்லிளித்துவிடும். பிறரது வாழ்வனுபவங்களின் அடிப்படையில் 'ம்', 'இச்சா' போன்ற நாவல்களை எழுதியுள்ளேன். குறிப்பாக, 'இச்சா' நாவல் பெண்ணை மையப் பாத்திரமாகக் கொண்ட நாவல். தீவிரமான கேட்டறிதலினாலும், ஆய்வுகளினாலும் இது சாத்தியமாகும்.

புலப்பெயர்வால் தங்களது கதை அல்லது பொருண்மையில், மொழிநடையில், படிமங்களில் ஏற்பட்ட மாற்றங்கள் என்ன?

எனது படைப்புகளில் அகதி மனநிலை மையமாக இருப்பது புலப்பெயர்வால் நிகழ்ந்திருக்கிறது. பிரான்ஸ் எழுத்தாளர்கள்,

கலைஞர்கள், பதிப்பாளர்களோடு இலக்கியம் சார்ந்த எனது நீண்ட உரையாடல்கள் எனது எழுத்துகளில் குறிப்பிடத்தக்க மாற்றத்தை ஏற்படுத்தியுள்ளன. பிரான்ஸில் எந்த விதமான அரசியல் – கலாசார அழுத்தங்களும் நேரடியாக என் எழுத்தின்மீது திணிக்கப்படாததால் சுதந்திரமாக எழுதுவதற்கான மனநிலை வாய்த்துள்ளது. சுயதணிக்கை என்ற நிர்ப்பந்தம் எனக்கு இல்லை. இது புலப்பெயர்வால் வாய்த்தது.

படைப்பாளராய்த் தாங்கள் உணர்ந்த தருணம் எது?

விவரம் புரியாத வயதிலேயே அதை உணர்ந்துவிட்டேன். அதற்கு எனது தீவிரமான வாசிப்புப் பழக்கம் காரணமாயிருக்கலாம். பதினாறு வயதிலேயே எனது எழுத்துகள் பத்திரிகைகளில் பிரசுரமாகிவிட்டன.

அறிவும் தர்க்கமும் ஆக்க இலக்கியத்துக்கு ஊறு செய்யலாம். உணர்வே இன்றியமையாதது எனும் கருத்தியலைப் பற்றிய உங்கள். எண்ணம் என்ன?

உணர்வு, இலக்கியத்திற்கு இன்றியமையாதது என்பது எனக்கும் ஏற்பே. ஆனால், அத்துடன் அறிவு, அரசியல் பார்வை, தர்க்கம் சேரும்போதே இலக்கியம் முழுமையடைகிறது. உலகத்தின் மாபெரும் எழுத்தாளர்கள் எல்லோருமே இவற்றை இணைத்து எழுதியவர்களே.

தமிழின் சொற்களஞ்சியங்களுக்குள்ளும் சொற்கிடங்குகளுக்குள்ளும் உரிய சொற்களைத் தேடுவதுண்டா? எப்படி?

தேடுவதில்லை. ஆனால், பைபிள் மொழிநடையின் பாதிப்பு என்னிலுள்ளது.

படைப்பாளி என்ற வகையில் உங்கள் பொறுப்புணர்வு என்ன?

என்னுடைய ஒவ்வொரு எழுத்திற்கும் நான் பொறுப்புக்கூறக் கடமைப்பட்டவனே. என்னுடைய இலக்கியம் ‘வாசிப்பு இன்பம்’ அல்லது ‘விற்பனை வெற்றி’ கருதி எழுதப்படுபவையல்ல. இலக்கியம் சமூக மாற்றத்தின், முன்னேற்றத்தின் முதன்மையான ஊக்கிகளில் ஒன்று என்ற எண்ணத்துடனேயே என்னுடைய எழுத்து வாழ்க்கையை அமைத்துக்கொண்டுள்ளேன்.

உங்கள் படைப்புகளின் தலைப்புகளை எப்படித் தேர்ந்தெடுக்கிறீர்கள்?

தலைப்புகளுக்காகத் தனியாக மெனக்கெடுவதில்லை. படைப்பை எழுதிச் செல்லும்போது, படைப்பே தன்னுடைய பெயரைச் சொல்லிவிடும்.

மற்றைய படைப்பாளிகளின் ஆக்கங்களை வாசித்துவிட்டு, அட இதனை நான் எழுதியிருக்கலாமே என ஆதங்கப்பட்டிருக்கிறீர்களா? அப்படியானால் என்ன படைப்பு அது? மாதிரிக்குச் சிலவற்றைச் சொல்ல முடியுமா?

இல்லை. ஏனெனில் தமிழில் எழுதும் படைப்பாளிகளில் என்னுடைய பார்வையும் அனுபவமும் எழுத்துமுறையும் தனியானது என்று என்னிடம் ஓர் எண்ணம் உண்டு. எனவே யாருடனும் என்னை இணைவைத்துப் பார்ப்பதில்லை. அதே வேளையில், இப்படியெல்லாம் எனக்கு எழுத வரப்போவதே யில்லை என்ற துக்கத்துடனும் ஆற்றாமையுடனும் டால்ஸ்டாயையும், தாஸ்தயேவேஸ்கியையும், ஆன்டன் செகோவையும் திரும்பத்திரும்பப் படிப்பதுண்டு.

படைப்பின் வழி பெறப்படும் சிக்கலை எப்படி எதிர்கொள்கின்றீர்கள்?

எழுதும்போது பெரிய சிக்கல்கள் எதுவும் நேர்வதில்லை. படைப்பு வெளியான பின்னாக அரசியல் காரணங்களால், 'இனத் துரோகி', 'தமிழ்த் துரோகி' போன்ற வசைகளுடன் கண்டனங்கள் வெளியாகும். மகிழ்ச்சியாக ஏற்றுக்கொள்ள வேண்டியதுதான். "தேசாபிமானம், பாஷாபிமானம், மதாபிமானம், குலாபிமானம் ஆகியவற்றை விட்டொழிப்பதே ஈடேற வழி" என்று தந்தை பெரியார் எனக்குச் சொல்லிக் கொடுத்திருக்கிறார். எனவே என் எழுத்து என் ஈடேற்றத்திற்கான ஆயுதம்.

தமிழ் படைப்பாளர்களுக்கான சூழல் பிரான்ஸில் எப்படி இருக்கிறது. அந்நாட்டுப் படைப்பாளர்கள் தமிழ்ப்படைப்பாளர்களை அரவணைத்துச் செல்கிறார்களா?

அப்படியொன்றும் சிறப்பான நிலைகள் இங்கில்லை. பிரெஞ்சு மொழிபெயர்ப்பில் அரிதாகவே தமிழ் நூல்கள் வெளியாகின்றன. என்னுடைய மூன்று நூல்கள் வெளியாகி யுள்ளன. தமிழ் – பிரஞ்சு இலக்கிய மொழிபெயர்பாளர்களாக முனைப்புடன் செயற்பட்டுவந்த பிரான்சுவா குரே, எலிசபெத் சேதுபதி இருவரும் சமீபத்தில் ஒருவர் பின் ஒருவராகக் காலமாகிவிட்டார்கள். இப்போது லெற்றிஷியா இபானேஸ் மட்டுமே இருக்கிறார். தமிழ் இலக்கியங்கள் பிரெஞ்சு மொழியில் பரவலாக மொழிபெயர்க்கப்பட்டு வெளியாகும்போதுதான் இந்த நிலை குறித்துத் தெளிவாகக் கணிப்பிட முடியும். இப்போதைக்கு பிரெஞ்சு எழுத்தாளர்களுக்கும் தமிழ் எழுத்தார்களுக்குமிடையில் தொடர்பாடல் அவ்வளவு

திருப்திகரமாக இல்லை. பிரெஞ்சு இலக்கிய வெளிகளுக்குள் தமிழ் படைப்பாளர்கள் போதுமான அளவு பிரவேசிக்கவில்லை.

புலப்பெயர்வு வாழ்வைத் தொடர்ந்து ஈழத்துடனான உறவு எப்படி இருக்கிறது?

அந்த உறவு எப்போதுமிருக்கிறது. புலம்பெயர்ந்து வாழ்ந்தாலும் எனது நினைவு எழுத்து செயற்பாடுகள் எல்லாமே ஈழத்துச் சனங்களை நோக்கியே இருக்கிறது. இதைப் புரிந்துகொள்வது கொஞ்சம் சிரமம்தான். எனினும் இதுதான் ஓர் அரசியல் அகதியின் மனநிலை. முப்பத்து மூன்று ஆண்டு களுக்குப் பின்பு சென்ற வருடம் ஈழத்திற்குச் சென்று வந்தேன். அங்கு வாழும் சனங்களின் துயர்களையும் கண்ணீரையும் யுத்தத்தின் வடுக்களையும் எழுதிக்கொண்டேயிருப்பேன். உண்மையில் இப்போது எனது எழுத்து தான் எனக்கும் ஈழத்துக்குமான முதன்மை உறவு. என் மக்களிடம் எழுத்தின் மூலம் கடைசிவரைப் பேசிக்கொண்டேயிருப்பேன்.

பொ. திராவிடமணி

பின்னிணைப்புகள்

சாம்பல் பொம்மை

அனார்

“நினைவு கொள்வதுதான் மீட்சியின் ரகசியம்” பஹத் கூறியபோது. . .

“யார் சொன்னாங்க அப்படி” என்று மின்னா கேட்டாள்.

“அது யாரோ சொன்னதுதான். யூதப் பழமொழி. எங்கோ வாசித்த ஞாபகம்” என்றவன் மின்னாவின் கையிலிருந்த புத்தகப் பைகளை வாங்கிக்கொண்டான்.

“ஏதாவது சாப்பிடுறியா, இல்ல இன்னும் கொஞ்ச தூரம் நடந்திட்டே இருப்போமா” மின்னாவின் கண்களைக் கூர்ந்து பார்த்துக் கேட்டான்.

“நடக்கத்தானே வந்தோம். நடப்போம்” என்றவளிடம், “சரி, உனக்கு போதுமென்ற வரைக்கும்” என்றான். சிரித்துக் கொண்டே கடைகள் நிறைந்த தார்வீதியில் இறங்கி ஓரமாக நடந்தார்கள்.

பின்னிரவு என்பதால், பூட்டப்பட்ட ஒரு சில கடைகளின் கண்ணாடி வழியாகத் தெரிகின்ற அந்தப் பொம்மைகளைப் பார்த்தபடியே மின்னா கேட்டாள்.

“இந்தப் பொம்மைகளைப் பார்த்தால் உனக்கு என்ன தோணும்?”

“என்ன தோணனும், அழகா இருக்கும்”

“இப்ப பார்க்கும்போது யாரையோ எதிர்பார்த்துட்டு நிற்கிற மாதிரி தெரியுது.

வேறெதுவும் எனக்குத் தோணுவதில்லை. உனக்கு ஏதாவது தோணுதா என்ன?"

"நீ ஒரு பொம்மைப் பைத்தியமாச்சே" எனச் சீண்டிய பஹத்தைத் திரும்பிப் பார்த்து புன்னகையால் தாக்கினாள். அப்போது, மின்னாவின் கூந்தல் சிறிது முகத்தை மூடியது. கோதிய விரல்கள் மட்டும் இருளின் நிழலில் ஏதோ மந்திரம் போன்று மின்னின.

"நான் பொம்மைகளைக் காதலிப்பவள்தான். 'பார்', அதன் தனிமையிலுள்ள உக்கிரம் வேறெங்கும் இல்லை. இந்த இரவையும் வெறிச்சோடிப்போன வீதியையும் வெறித்தபடி அசையாமல் நிற்கின்றன. ஆனால், மனிதர்கள் யாரும் பொம்மைகளைப் பொருட்டாக மதிப்பதில்லை. பொருட்படுத்துவதுமில்லை."

"நீ பொம்மைகளை எவ்வளவோ மதிப்பவள்தானே, அது எனக்குத் தெரியும். பொம்மைகளிடம் குழந்தைபோல மாறிவிடுவாய்."

"குழந்தைகள் அப்படியல்ல பஹத். குழந்தைகளுக்கு அவை பொம்மைகள் போலவே தோன்றுவதில்லை. அதனால்தான் பொம்மைகளுடன் குழந்தைகள் உரையாடுகின்றார்கள். மனிதர்களுடன் இருப்பதைக் காட்டிலும் மகிழ்ச்சியாக இருப்பது குழந்தைகள் பொம்மைகளோடு விளையாடும்போதுதான். நீ கவனித்ததில்லையா?"

தூரம் நடந்து வந்துவிட்டார்கள். இருள் சூழ்ந்து நிரம்பிய வீதியில் நடக்கின்றபோது விரைந்து இரைச்சலுடன் எதிர்ப்படும் வாகனங்களின் ஒளி முகத்தில் படும்போதெல்லாம் மின்னாவும் ஒரு பொம்மை போலவே தோன்றினாள்.

"நமது சுயங்களையே தொந்தரவுக்குள்ளாக்கும் வகையில் ஒருவர் மீது அதீதப் பிரியத்தை எது உருவாக்குகின்றது?. அன்பு என்கிற விசித்திரமான பைத்தியக்காரத்தனமான உணர்வொன்றை நான் அறிந்ததில்லை. பைத்தியங்களால் உருவாக்கப்படும் எந்தப் பேரன்புமே பரிசுத்தமானதும் கேள்விகளற்றதுமாகின்றது. இரு வகைப் பிரிவுகள் அங்கு இருப்பதில்லை. பிரிவுகளுக்குள்ளாக, வகைப்படுத்தலும் கிடையாது. அத்தகைய ஒன்றுதான் பேரன்பான நேசம். வாழ்வின் சில பகுதிகளை முழுஅர்த்தப்பாடும் கொண்டதாக நம்மை உணரச் செய்கிறது, பஹத்."

"உன்னோடு நடப்பதன் இதம் இந்தக் காற்றின் தொடுகை மிதக்கும் பனிப்புகைக் குளிர். அற்புதமான இரவு இது"

பொ. திராவிடமணி

"பேசுகிறாயா? இல்லை இது கவிதையா?" என மின்னா கேட்டுச் சிரித்ததைப் பார்த்தபடியே அவளது வலது கைவிரல்களைத் தனது கைகளால் கோத்துக்கொண்டான்.

"பேசுவதும் ஒருவகையில் மனத்திலுள்ள பாதைகளால் நம் எண்ணங்கள் நடப்பதுபோலத்தான் இருக்கிறது. கண்ணுக்குத் தெரிந்த பாதைகளில் கால்களும் அறியப்படாத பாதைகளில் மனமும் நடக்கின்ற இந்த நடை அற்புதமானதுதான்" என்றான்.

"நீ சொல்வது சரியானது ஒரு வகையில், மனதுக்குள்ளாகவும் உலவுகின்றோம்."

"அப்படியும்தான். . ."

"மனம் திரும்பிப் பார்க்க விரும்புகின்றது. இருவரும் ஒரே சமயத்தில் இரு காலங்களில் நடப்பது போன்று இருக்கின்றது" என்றாள் மின்னா.

"வரும் வழியில் கண்ணாடி வழியே பார்த்த அந்தப் பொம்மையை வாங்க வேண்டும் பஹத்."

"அது சரி. இந்த வயதிலும் பொம்மைகளை வாங்கிவாங்கிச் சேர்ப்பது பற்றி யாரிடம் சொன்னாலும் சிரிப்பார்கள்" என்றான்.

"சிரிப்பது லேசானது. அதிலும் மற்றவர்களைப் பார்த்துச் சிரிப்பது அதைவிட லேசானது. யாருக்கும் தெரிவதில்லை தானே. உள்ளே என்ன நினைக்கின்றோம் என்பதெல்லாம் தெரிவதில்லை. பல சமயங்களில் நமக்கு நாமே அச்சம் தருகின்றவர்களாக மாறிவிடுகின்றோம் பஹத்."

"எனக்குத் தோன்றும், பொம்மைகளுக்குப் பசிப்ப தில்லையா? அவை அடம்பிடிப்பதே இல்லையா? நமக்கெல்லாம் விளையாடப் பொம்மைகள் தேவை என்பதை யார் முதலில் யோசித்திருப்பார்கள்? இப்படி. . ."

"என்ன நமக்கெல்லாமா!" என்ற பஹத்தின் கைகளைச் சற்றே கிள்ளினாள். நோவு தரும் அவனது பாவனையைப் பொருட்படுத்தாமல் "இவ்வளவு அதிர்ச்சி எதற்கு, நீ பொம்மை களை விளையாடியதில்லையா?" என்றாள்.

"விளையாடி இருக்கிறேன்தான்" என்றான்.

"ஆனால், அது விளையாட்டு மட்டுமில்லை என்பது உனக்குத் தெரியுமா?. அப்போது, எனக்கு ஆறு அல்லது ஏழு வயதிருக்கும். கோழிக்குஞ்சு பொம்மை வச்சிருந்தேன். ரொம்பச் சின்னது. உள்ளங்கைக்குள்ள பொத்தலாம். அப்படிக் குட்டியானது. எங்க ஊர் கொடியேத்தப் பள்ளியில் மாமா

வாங்கித் தந்தது. ஆனா அதை யாருமே விளையாடத் தரமாட்டாங்க. அலுமாரியில் ஒளிச்சிவச்சி பூட்டிடுவாங்க. வெள்ளித் திறப்பொன்றினால் முறுக்கித் தரையில் விட்டாக் கொக்கொக்கெனக் கொத்திக் குருணல் சாப்பிடும். தூரம் போகும் திரும்பி வரும் சிவப்புக் கோழி, அதற்கு மஞ்சள் சொண்டு. பார்க்க அவ்வளவு வடிவா இருக்கும்."

"அதை ஏன் அலுமாரியில் வைப்பான்?"

"உடஞ்சிடக் கூடாது என்றுதான். நான் எங்கேயாவது விழுந்து காயம் வந்துட்டென்றால் இல்லாட்டிக் 'காய்ச்சல்' என்றால் இருந்து விளையாடத் தருவாங்க. அதுக்காக நமக்கெல்லாம் அடிக்கடி காய்ச்சல் வருமா என்ன?. பிறகது எங்குதான் போனதோ காணவே இல்ல. தேடித்தேடிப் பார்த்துட்டு விட்டுட்டேன்."

"மின்னா, உனது கோழி செத்துவிட்டதோ என்னவோ?" என்றான் குறும்பாகச் சிரித்துக்கொண்டு.

"எந்தப் பொம்மையும் நோய் கண்டு மரணிப்பதில்லை. நாம்தான் கொன்று விடுகிறோம்" என்றாள்.

"மின்னா, நீ என்ன கவிதையா சொல்கிறாய்?" என்று என்னைக் கேட்டுவிட்டு, "நீதான் இப்போது கவிதை மாதிரிப் பேசுகிறாய்" என்ற பஹத்தைப் பார்த்தாள்.

"நாம் இருவரும் பேசுவது கவிதை மாதிரித்தானே இருக்கும்.' கவிதை உணர்வுகள் பொம்மைகளோடான நேசிப்பைப் போலத்தான்" எனப் பரவசமாகக் கூறினாள்.

"ஊரையே தாண்டி வந்துவிட்டோமோ இது வெசாக் காலமல்லவா? வீதி முழுக்கச் சந்தனக் கூடுகள், மரங்கள் எல்லாமே ஒளி விளக்குகளாய் மாறியிருக்கிறது. இரவையும் நிலவையும் பிரதானப்படுத்தி நடக்கும் இப்படியான சோடனைகள் எனக்கு விருப்பமானது. பாரேன், இரவில் 'தீப்பிழம்பு' என ஒரு குதிரையை அலங்கரித்திருக்கிறார்கள். ஒளிபொருந்திய யானையும் குதிரையும் உலவும் இந்த இரவுக்குள் நாம் இருவரும் பொம்மைகளைப்போல மாறிவிட்டோமோ?" என்ற பஹத்தின் குரல் கொண்டாட்டமானதாக மாறியது.

"வெசாக் காலமென்றால் இந்த விகாரை வீதி நெடுக ஒளி வலைகளால் போர்த்தப்பட்டதுபோல இருக்கும். அங்கே தெரியும் வாவியில் மூன்று செந்தாமரைகள் நீருக்குமேல் வைத்திருப்பார்கள். வாவி இருட்டில் பெரிய செந்தாமரைகள்

பொ. திராவிடமணி

அற்புதமாகவிருக்கும். நீரின் இருள் மேலே கனன்று ஒளிரும் செந்தாமரைகள்" என்றான் பஹத்.

"அப்படியா ! அழகாகச் சொல்கிறாய்" என்றாள் மின்னா.

"உன்மத்தமான தனிமைக்குள்ளாக நிற்பதுதான் பௌர்ணமி. அந்த நிலவோடு புத்தனுக்குள்ள பந்தம்தான் உலகின் பரிசுத்தமான அன்புணர்ச்சியென எனக்குத் தோன்றுவதுண்டு. குறைவதுமல்ல கூடுவதுமல்ல. முழுமையாக இருப்பது... தன்னிறைவானது நிலவொளி."

அந்தக் குரல் கனிந்து மென்மையாகிக் கரைந்தது. அந்தத் தருணத்தில் ஏதோ கனவினை நினைவூட்டுவதுபோல.

திடீரென மின்னா சொன்னாள். "நேற்றிரவு தூக்கத்திலிருந்து எழும்பித் தண்ணீர் குடிக்க வந்தேனா? பிரிட்ஜின் மேலே எப்போதும் இருக்கும் என் கரடி பொம்மை கீழே விழுந்து கிடந்தது. அப்படி அதைப் பார்ப்பதற்குக் கடும் கஷ்டமாக இருந்தது. இரவு கொஞ்ச நேரம் வீட்டுக்குள்ளே அதை இடுப்பில் வைத்தபடி நடந்துகொண்டிருந்தேன், யாரின் கண்ணிலும் படாமல். இப்படிப் பல இரவுகளில் நடப்பதுண்டு. தனித்த கரடி பொம்மையும் 'நானும் நீண்ட நேரம் ஆளையாள்' பார்த்தபடி இருப்போம். ஏன் எனக்கு இப்படித் தோணுகின்றது எனத் தெரியவில்லை பஹத். கிட்டத்தட்ட இதுவுமொரு பைத்தியத்தனம் என எண்ணுகிறாயா என்னைப் பார்த்து?"

"அப்படியில்லை. நீ பேசுவதைக் கேட்டுக்கொண்டே நீளும் வீதியைப் பார்த்தபடி நடப்பது ஒருவகை உணர்வுக் கலவைகளை என்னுள் உருவாக்குகின்றது மின்னா. உண்மைதான். நீ சொல்வது போன்றே இதுவும் ஒரு பைத்திய ருசி. யாருக்குள்ளும் இந்தப் பைத்தியத்தின் ருசி இருக்கும்தான்."

"ஆனால் அவர்களுக்கே அது தெரிவதில்லை. உற்றுக் கவனிப்பதற்குக் கலைமனம் தேவைப்படுகின்றது. உன்னிடம் இவ்விதமான செயல்கள் இருக்கிறதா?"

"ம்... ஒன்றிரண்டு சொல்லக்கூடியது. சிலது நான் பகிர்ந்து கொள்ள விரும்பாதது. மாலைவேளைகளில் தூங்கி எழும்பினால் எனக்கு அழ வேண்டும்போல் இருக்கும். மனம் அப்படியே ஒரு வகையாகக் கனிந்து கரையும். நிச்சயம் ஒரு ஆறுதலான சொல் அல்லது அணைப்பு முத்தம் ஏதாவது ஒன்று தேவைப்படும் அப்போது. இந்த இரவு என்பதே எல்லாத் திரைகளையும் விலக்கக் கூடியதுதான் இல்லையா?. நம்மை நிர்வாணிகளாக்கக் கூடியதும்கூட" சொல்லி நிறுத்தினான் பஹத்.

"எனக்கு இரவின் தனித்த தார்வீதி பிடிக்கும். அதிலும் தாழ்ந்தும் உயர்ந்தும் போகும் நீண்ட வீதி. கொஞ்சம் தூறல் மழையிலோ பனியிலோ ஈரமாகி இருக்கின்ற வீதிகள் ஒருவகை வெறுமைக்குள் ஆழ்ந்துபோன அதன் கருமை இப்படி இப்படி யாக. உனக்குத் தெரியுமா பஹத்? நீ இல்லாத சில நாட்களில் நான் வெறுப்பவர்களையும் நேசிக்கத் தொடங்கினேன். உனது அடையாளங்களை யாரிடமாவது தேடினேன். எவரிடமிருந் தாவது நான் கேட்டுணரும் உனது குரலின் ஒரு துணுக்கு ஒரு நாளுக்குப் போதுமானதாக இருந்தது. உனது நிறத்தை ஒத்த நிறத்தைக் காணும் உடலை வாஞ்சையுடன் கவனித்தேன். பின் கழுத்தும் மெல்லிய தாடி பரவிய கன்னங்களும் அதன் சாயல்கள் கொண்ட ஆண்களை அவசரமின்றிக் கடந்தேன். அந்தக் கணங்களில் உள்ளே பெய்யும் மழைத்தூறல் இதமாக இருந்தது. குளிர்ந்தது. உனக்கே தெரியாமல் உன் மீதான காதலில் திளைப்பது காமுறுவதன் வழியாக கிட்டாத ஆனந்தங்களை அடைவது வெளிப்படையான உறவின் ஆழத்தையும் உணர்வையும் இரகசிய எண்ணங்கள் வழியாக உன்னை அடைவதன் பேரின்பங்களையும் அடைந்தேன். பால் முற்றிய பருவங்களில் தலைசாயும் சோளகக் காடுகளின் கதிர்களைப் பசுந்தோல் விலகி மஞ்சள் தெரியத் தொடங்குவது போன்றே என் செயல்களும் தானாகப் பருவமடைந்துவிட்டன.

"நீ நீயாக இருந்த எல்லா நேரங்களிலும் நான் நானாக இல்லாமல் சமன் குலைந்தேன். உன்னை நான் விரும்புகின்ற படியான பொம்மையாக நினைப்பதுண்டு. அதையும் மீறி நீ எனும் செயலற்ற வடிவமாக உன்னை அணுகுவதற்கு அது வசதியானது. மோகம், காதல் துணை என்பதெல்லாம் எனக்கு மட்டுமேயான இரசனைகளால்தான் முழுமை பெறுகின்றது. அதற்கு உயிரும் சதையுமாகவிருக்கும் உன் உடம்பு அவசியமற்றது. அந்தரங்கத்தின் மிக அபூர்வ வெளிகளில் நாம் பொம்மைகளாக உலவுவதாகவே எனக்கு நம்ப முடிகின்றது. பொம்மைகளாக இருப்பது அச்சுறுத்தல் இல்லாதது. அங்கே முடிவுகளின் தீர்மானங்களின் அபத்தங்கள் எதுவும் இருப்பதில்லை. பொம்மைகளுக்குப் பொம்மைகளாக இருப்பதுதானே அர்த்தப் பூர்வமாகவிருக்கும்."

"நிறுத்து மின்னா! நீ பேசுகிறாயா! உளறுகிறாயா! நீயேன் பொம்மையாக இருக்க வேண்டுமென விரும்புகிறாய்? அதில் ஏன் என்னையும் சேர்த்துக்கொள்கிறாய். நாம் மனிதர்கள். நீ பெண் நான் ஆண் நாம் ஒரு போதும் பொம்மைகளல்ல."

"அதனால், என்ன இப்போது பஹத். மனிதர்கள் எனில் பொம்மைகளைவிட எந்த வகையில் மேம்பட்டு இருப்பவர்கள்?

அவர்களுக்கு உயிர் இருப்பதாலா? அவர்களுக்கு அதிகாரம் இருப்பதாலா? அவர்களுக்குப் பால்த் தன்மை இருப்பதாலா இல்லை, அவர்கள் துரோகமும் யுத்தமும் கொலைகளும் அழிவுகளையும் அறிவைக் கொண்டு செய்வதாலா? இவர்கள் தான் மனிதர்கள் எனில் இதில் பெருமை கொள்வதற்கு என்ன இருக்கிறது?. பொம்மையாக இருப்பதே மேலானதல்லவா? உனக்குத் தெரியாது பஹத். நீ என்னைப் போலவே பொம்மை யாகிவிடு. உன்னுடன் நான் வாழ்வதற்கு நீ என்பதும் அவசிய மற்றது. அதாவது நான் பொம்மையாக இருக்கும்பட்சத்தில். புரிகின்றதா பஹத்?"

"புரிகிறது மின்னா, நமது நடை ஒரு யுகத்தில் இருந்து இன்னொரு யுகத்திற்குச் செல்லக் கூடியது. உன் கால்கள் நடந்துநடந்து புதைந்துபோயுள்ள இரகசியங்களை மிதித்துப் பிளந்துவிடுகின்றன மின்னா."

"கால்களால் நடந்து இரகசியங்களைப் பிளப்பது படிமமான வார்த்தைதான். அப்படி ஒரு யுகத்திற்குப் போக முடியுமானால் என்னோடு பொம்மைகளை மட்டும்தான் எடுத்துச் செல்வேன் பஹத்."

"நடந்தது போதுமென்றால் திரும்பலாமா? பனிக்காற்று குளிரத் தொடங்குகிறது" என்றான் பஹத்.

"சரி, திரும்பி நடப்போம்" என்றாள்.

"நம்மைப்போல பொம்மைகள் தூரம் நடப்பதில்லை. பொம்மைகள் நடப்பது குறைவுதான். அவற்றின் கால்கள் என்பது தோற்றம் மாத்திரமே. கிட்டத்தட்டப் பொய்க்கால்கள் மாதிரி. பொம்மையின் உடலில் அச்சுறுத்தக் கூடியதும் கால்கள்தான். நமது சௌகரியங்களுக்கு ஏற்றவாறு அவற்றின் கால்களை உறுதியற்றதாக வடிவமைத்துவிடுகிறோம்.

"இப்படித்தான் இரு கால்களும் ஒட்டிய நிலையில் நிற்கும் பிளாஸ்டிக் பெண் பொம்மையொன்றுதான் நான் முதன்முதல் விளையாடியது. அதன் உடம்பு ரோஸ் நிறமானது, நீல நிறக் கண்கள். அன்று மிக மலிவான விலையாக இருந்திருக்கும். ஊரில் அப்போது சிறுவர்கள் விளையாட்டு பொம்மையை – 'பாவப்பிள்ளை' என்றுதான் சொல்வது வழக்கம். மெல்லிய பாவப்பிள்ளை கிடைத்த பொழுதிலிருந்து என்னோடு ஒருபொழுதும் விலகாமல் பார்த்துக்கொண்டேன். உறங்குவது, குளிப்பது, சாப்பிடுவது என எல்லா நேரத்திலும் என்னுடனேயே இருக்கும். மீதி நேரம் ஜன்னல் கட்டில் நிறுத்திவைப்பேன். வெளியே புதினங்கள் பார்க்கட்டுமென்று.

பாவம் கால்களைப் பிரித்து அதற்கு ஊன்றி நிற்க முடியாததால் அடிக்கடி கீழே விழுந்துவிடும் தெரியுமா. . .”

“பார்ப்பதற்குச் சிரித்த மாதிரித்தான் எப்பவும் இருக்கும். அதிகமான சிரிப்புமில்லை.. குறைஞ்ச சிரிப்புமில்லை. . . ஒரு நடுத்தரச் சிரிப்பு. நடுத்தரமானவர்கள் அப்படித்தான் சிரிக்க வேண்டும். அவர்களுக்கு அப்படித்தான் சிரிக்கவும் தெரியும் இல்லையா பஹத்? சிலநேரம் மனஸ்தாபங்கள் எனக்கும் பாவப்பிள்ளைக்கும் வரும்தான். அதெல்லாம் ஏன் என்றால் ஒழுங்காச் சாப்பிடுவதில்லை, ஒழுங்காகக் குளிப்பது இல்லை என்று வரும் கோபங்கள்.

ஒழுங்காய் இருப்பதன் மேலான பயங்களால் ஆனது எங்களின் சண்டைச் சச்சரவுகள். அதற்காகவெல்லாம் எனது குட்டிப் பாவப்பிள்ளை சிரிக்காமல் விட்டதில்லை பஹத்.”

“ம். . . சரி, அப்புறம் என்ன நடந்தது சொல்லேன். . . உன் பாவப்பிள்ளை கஷ்டம் தாங்காமல் ஓடிவிட்டதா என்ன?”

“அப்படி இல்லை பஹத். அதன் பிறகு நாளாகநாளாகப் பாவப்பிள்ளையின் கன்னம் கொஞ்சம் கறுத்து உதடும் வெடித்து குதிகாலிலும் சிறுஓட்டை விழுந்து. . . மண்ணுக்குள்ளேயும் புழுதிக்குள்ளேயும் கிடந்ததை நான் பார்த்தேன். ஸ்கூல் விட்டு வந்து சோப்போட்டுக் கழுவினாலும் ஊத்தைப் போவதில்லை. உம்மா, அடிக்கடி அதைக் குப்பையோட போட்டுவிடுவாங்க எனக்குத் தெரியாமல். நான் பிறகு எப்படியோ தேடி எடுப்பேன். அன்றும் அப்படித்தான் என் பாவப்பிள்ளையைக் காணவில்லை.

வீடு முழுக்கத் தேடினேன். தேடித்தேடிப் பார்த்து வரும்போது, வீட்டின் பின்னுக்குக் கூட்டிவச்சி எரிச்ச சருகுக் குப்பைக்குள்ள கழுத்துவரை பத்தினமாதிரி என் பொம்மை கிடக்கு. ஓடிப்போய்ப் பார்த்தேன். மூக்கும் சிரிப்பும் அப்படியே இருக்கு. அதன் இரு கண் குழிகளாலேயும் புகை வந்தபடியே இருக்கு. நான் பார்த்தேன்.

என்னோட, ‘அபோஷனான’ குழந்தையும், அந்த பொம்மையைப் போலத் தான் சாம்பல் நிறமாக இருந்தது தெரியுமா? அதிகமான சிரிப்புமில்லாம. . . குறைஞ்ச சிரிப்பு மில்லாம. . . நடுத்தர சிரிப்போட.”

“இதோ தண்ணி குடி” என்றான் பஹத். சிப்ஸ் பக்கெட்டை உடைத்து அவளிடம் நீட்டினான். பேசித் தீர்க்கும் முடிவிலிருந்தாள் என்பது மட்டும் அவனுக்குப் புரிந்தது. அந்த

வெசாக் சோடனை வீதியிலிருந்து ஒளிர்ந்து கனலும் ஒரு பொம்மைதான் தன்னோடு வருகிறதா என ஒரு கணம் பஹத் அதிர்ந்தான்.

அந்தப் பாதை நெடுக அவர்களது தோற்றம், மிக நிதானமான நடை விவரிக்க முடியாத தொலைவுகளுக்குள் செல்லும் வழிகளுக்கூடாகத் தொடரும் பயணம் போன்று மிருந்தது. நிர்ணயிக்கப்படா இலக்குகளுக்குச் செல்லும் நடையாக அவ்வளவு புதியதாக அந்த இரவு அவர்களுக்கு மாத்திரம் அனுமதித்த வீதியில் நடந்துகொண்டே இருந்தார்கள்.

தேன்சுவைக்காத் தேனீக்கள்

ஆசி கந்தராஜா

பட்டப் பின்படிப்புக்குப் புலமைப்பரிசில் பெற்று, நளாயினி யப்பான் வந்து ஆறு மாதமாகிறது. பாஷை இன்னமும் சரியாகப் பிடிபடவில்லை. இதனால், மொழியில் பயிற்சி பெறவென யப்பானிய சிறார்களுடன் வலிந்து ஒட்டிக்கொள்வாள்.

அன்று பல்கலைக்கழகத்திருந்து நளாயினி வீடு திரும்புகையில் யப்பானியச் சிறுமிகள் இருவர் சாமான் நிரம்பியக் கைகளுடன் நடந்து வந்தார்கள். வயது பத்தும் பன்னிரண்டுமாக இருக்கலாம். நிச்சயம் பதினைந்தைத் தாண்டாது. பைகளின் சுமை அவர்களின் முகங்களில் தெரிந்தது.

'நான் உதவட்டுமா..?' என நளாயினி பேச்சை ஆரம்பித்தாள். பெரியவள் பதிலுக்குப் புன்னகைத்தாள். சின்னவளோ நளாயினியை ஏக்கத்துடன் பார்த்தாள்.

'இப்படிக் கொடு நான் தூக்கிவருகிறேன்' என்று சின்னவளின் கையில் இருந்த பைகளை நளாயினி தன் கைகளுக்கு மாற்றிக்கொண்டாள்.

'உன் பெயரென்ன. . ?'

'கெய்கோ' என்றாள் பெரியவள்.

'என் பெயர் சடகோ' என்றாள் சின்னவள், நளாயினி கேட்காமலே அவளுக்கு நன்றி தெரிவிக்கும் பாவனையில். . .

'இந்த வீதியில் உங்கள் வீட்டுக்கு முன்னால்தான் எங்கள் வீடும் இருக்கிறது. உங்களை ஓரிருநாள்கள் உங்கள் வீட்டின்

முன்னே கண்டிருக்கிறேன்' எனச் சம்பாஷனையைத் தொடர்ந்தாள் கெய்கோ.

சாமான் வாங்குவதற்கு வீட்டில் பெரியவர்கள் இல்லையா. . ?

அ வர்கள் மௌனமாக நடந்தார்கள்.

'அம்மா வேலைக்குப் போய்விட்டாளா. . ?' நளாயினி தொடர்ந்து கேட்டாள்.

அம்மா தொழிற்சாலை விபத்தொன்றில் இறந்துபோனாள். அப்பாவுக்கு இன்று இரண்டு நேர 'சிப்ட்' (*Shift*), வீட்டுக்கு வர நேரமாகும்' என்றாள் பெரியவள் மெலிந்த குரலிலே.

அவளுக்கு மனசும் பையும் கனத்திருக்க வேண்டும். 'நப்கின்' பெட்டியைப் பையிருந்து எடுத்து தங்கை சடகோவிடம் கொடுத்தாள்.

'நப்கின் யாருக்கு. . ?' நளாயினி விடாது கேட்டாள். இதை விடுப்பு என்றும் சொல்ல முடியாது. ஏதோ ஓர் உந்துதல்.

'தம்பிக்கு. அவனுக்கு மூன்று வயதாகிறது. இன்னமும் நப்கின் கட்டவேண்டும். ஆனாலும் சுட்டிப்பயல். . .' என்றாள் சின்னவள்.

'அது சரி, எங்களைப் பற்றியே கேட்கிறீர்கள், உங்களைப் பற்றிச் சொல்லவில்லையே? ஆங்கிலம்தான் உங்கள் மொழியா?' எனப் பெரியவள் மீண்டும் உரையாடலில் நுழைந்தாள்.

'அப்படியல்ல, ஆங்கில மொழியை நன்றாகப் பேசுவேன். அதனைத் தாய்மொழி போன்றுதான் கற்றிருக்கிறேன். ஆங்கிலம் கற்றுக்கொள்ள உங்களுக்கு விருப்பமா?' என நளாயினி கேட்டாள்.

'நான் பாடசாலையில் ஆங்கிலமும் பிரெஞ்சும் படிக்கிறேன். எனக்கு இன்று ஆங்கிலத்தில் நிறையவே வீட்டுப்பாடம் இருக்கிறது. வீட்டில் வேலை முடிந்தபின்பு உங்களிடம் வந்தால் உதவுவீர்களா?'

'நிச்சயமாக. அது சரி, நீதான் வீட்டு வேலைகளையும் செய்து, உன் தம்பியையும் கவனித்துக்கொள்வாயோ. . ?'

அப்பா வேலை செய்யும் தொழிற்சாலையில், பிள்ளை பராமரிப்பு நிலையமுண்டு. ஆனால், அங்கு பாரிய இடநெருக்கடி. அதனால், அரை நாள் மாத்திரம் அவன் அங்கு போக அனுமதி. நான் பாடசாலையில் இருந்து திரும்பும்போது அவனை

வீட்டுக்குக் கூட்டிவந்து விடுவேன் என்றாள் கெய்கோ பெரிய மனுஷத் தோரணையில்...

அவர்களது வீடு நெருங்கியது!

'மாலை வீட்டுக்கு வருகிறேன்' என்று கூறி, கெய்கோ தங்கையுடன் விடைபெற்றாள்.

அங்குள்ள வீடுகளில் பெரும்பாலானவை மரப் பலகைகளால் செய்யப்பட்டவை. இடநெருக்கடி காரணமாக எல்லாமே பரப்பளவில் சிறிய வீடுகள். தொடர்மாடிக் குடியிருப்புகளும் அப்படித்தான்.

நளாயினியின் வாடகைக் குடியிருப்பில் ஓர் அறை மாத்திரம்தான். இரவில் அதைப் படுக்கை அறையாகப் பாவிப்பாள். பாயைச் சுருட்டி வைத்துவிட்டால் பகலில் அது வரவேற்பறை. அறையுடன் இணைந்து சிறிய கழிப்பிடம். அறையின் ஒரு பகுதியைச் சமையல் செய்வதற்குத் தோதாக மூங்கில் கழிகளால் தடுத்திருந்தார்கள். இந்தப் புறாக்கூட்டுக்கே நளாயினி தன் புலமைப்பரிசில் பணத்தின் பெரும்பகுதியை வாடகையாகச் செலுத்த வேண்டியிருந்தது. யப்பானுக்குப் புறப்படும்போது யாரும் இத்தகைய இடர்பாடுகள் பற்றி அவளுக்குச் சொல்லவில்லை. இங்கு படிக்க வாய்ப்புக் கிடைத்தபோது சொர்க்கத்தின் வாயில் திறந்ததாகவே நளாயினி துள்ளினாள். பளபளக்கும் அழகிய கார்களும், நுட்பமான எலெக்ரோனிக்சாமான்களும் வலுவான பொருளாதாரமும்தான் அவள் யப்பானைப் பற்றி அறிந்து வைத்திருந்தவை.

நளாயினியின் வதிவிடம், தொழிலாளர் வாழும் பகுதியில் அமைந்திருந்தது. அங்குள்ளவர்கள் உழைப்புகளுக்கும் கஷ்டங்களுக்கும் இடையே வாழ்ந்து பழக்கப்பட்டவர்கள். இருபதடிக்குப் பத்தடி விஸ்தீரணமுள்ள குடியிருப்புகளிலே தொழிலாளர்கள் முணுமுணுப்பின்றி வாழ்ந்தார்கள். குளியல் அறையில்லாத வீடுகள் ஏராளம். அந்தக் குறைபாட்டினைப் பாராட்டாது, இயல்பாக அவர்கள் வாழ்ந்ததுதான் நளாயினிக்கு ஆச்சரியமாக இருந்தது. குடியிருப்பினுள்ளே எடுத்துச் செல்லக் கூடிய பிளாஸ்டிக் தொட்டிகளில் தண்ணீரை நிரப்பி அதற்குள் குந்தியிருந்து குளித்துக் கொள்வார்கள். சம்பிரதாய முறைப்படி முதலில் வீட்டுத் தலைவனின் முறை. பின்னர் பிள்ளைகள் குளிப்பார்கள். இறுதியில் வீட்டுத் தலைவி, அவர்கள் அனைவரும் குளித்த தண்ணீரில் தன் உடம்பைச் சுத்தம் செய்துகொள்வாள். தண்ணீரை வீணாக்காத முறைதான் இதுவென்றாலும், இத்தகைய 'காக்கா' குளிப்புக்கு நளாயினி பழக்கப்பட்டவளன்று.

பொ. திராவிடமணி

இதனால், அவள் பெரும்பாலும் பல்கலைக்கழகக் குளியல் அறையில் ஆசைதீரக் குளித்துக்கொள்வாள்.

மணி பத்தைத் தாண்டிவிட்டது. வழமையாக எட்டு மணிக்குப் படிக்கவரும் கெய்கோ இன்னமும் வரவில்லை. நளாயினி பாயை விரித்துப் படுக்கைக்குத் தயாரானாள். முன்கதவு தட்டப்படும் சத்தம் கேட்டது. நளாயினி கதவைத் திறந்தாள். கெய்கோ நின்றாள். மன்னிப்புக் கேட்கும் பாவம் முகத்தில் அப்பியிருந்தது. வீட்டில் அதிக வேலைகள்போலும். படிக்க வரச் சுணங்கிவிட்டது. யப்பானியர்கள் கணக்குச் செய்யப் பாவிக்கும் 'Sorban' எனப்படும் மணிகள் கோர்க்கப்பட்ட மரத்தாலான 'மணிச்சட்டம்' புத்தகங்கள் சகிதம் வந்திருந்தாள். யப்பானிய வழக்கப்படி முட்டிப்போட்டு குதிகளில் பிட்டத்தைத் தாங்கி, அறையின் நடுவேயுள்ள குட்டையான மேசையின் முன் அமர்ந்து கொண்டாள்.

கெய்கோ வழமைபோல இன்றும் சிக்கலான கணக்குகள் நிறையவே வைத்திருந்தாள். சூழல்பாடத்திலும் வீட்டு வேலைகள் உண்டு. அத்துடன் தினமும் ஐம்பது புதிய ஆங்கிலச் சொற்களையாவது மனனம் செய்ய வேண்டுமென்ற பழக்கத்தையும் மேற்கொண்டிருந்தாள். அவளது ஆசை யெல்லாம் பல்வேறு மொழிகளில் 'பாண்டித்தியம்' பெற்று வெளிவிவகார இலாகா ஒன்றில் பணியாற்ற வேண்டு மென்பதே. அதற்கான வெறியும் வேகமும் அவளின் படிப்பில் தெரிந்தது. மணிச்சட்டத்தைப் பயன்படுத்திக் கெய்கோ கணக்குகளைச் செய்யத் தொடங்கினாள்.

நளாயினி யப்பான் வந்த புதிதில் யப்பானியர்கள் தேனீக்களைப் போன்று சுறுசுறுப்பாக உழைப்பதும், கலாச்சார விழுமியங்களுக்கு மதிப்பளித்து வாழ்தலும் மிகவும் பிடித்துப் போயின. இருப்பினும் எலெக்ரோனிக் யுகத்தின் உச்சத்தை அடைந்துள்ள நாட்டில், பலர் கல்குலேற்றர்களை நாடாது இன்னமும் 'Sorban' என்னும் மணிச்சட்டத்தைப் பாவிப்பது நளாயினிக்கு ஆச்சரியம் தந்தது. இது பற்றிக் கெய்கோவிடம் கேட்டாள்.

'என்னதான் விதம் விதமான இயந்திரங்களை நாம் உற்பத்தி செய்தாலும் யப்பானிய சமூகம் பழைமை பேணவும் விரும்புகிறது. இதனால்தான், ஆரம்ப பாடசாலைகளில் 'Sorban' பாவித்துக் கணக்குச் செய்யக் கற்றுத் தருகிறார்கள்' என்றாள் கெய்கோ நாட்டுப்பற்றும் கலாச்சார ஈடுபாடும் தொனிக்க.

வழமைபோல நாளையும் கெய்கோவுக்கு காலை ஏழு மணிக்கு பாடசாலை தொடங்கும். ஐந்து மணிக்கு எழுந்தால்

தமிழகத்துக்கு அப்பால் தமிழ்

தான் வீட்டு வேலைகளை முடித்து பாடசாலைக்கு செல்லலாம். இன்றைய வீட்டுப்பாடங்களை முடிக்க நிச்சயம் நள்ளிரவைத் தாண்டிவிடும். அவளின் சிறிய கண்கள் அசதியினால் மேலும் சிவந்து இருந்தன. சப்பையான தன் முகத்தைப் பஞ்சு விரல்களினால் அடிக்கடி அழுத்தி, 'மஜாஜ்' செய்தவாறே, தான் செய்த கணக்குகளை, 'மீளாய்வு' செய்து கொண்டிருந்தாள். கெய்கோவைப் பார்க்க நளாயினிக்குப் பரிதாபமாக இருந்தது. களைப்பைப் போக்க யப்பானிய பச்சைத் தேநீர் தயாரித்து வந்து அவள் முன் அமர்ந்துகொண்டாள். கெய்கோவின் வீட்டுப்பாடம் அவளது வயதுக்கும் தரத்துக்கும் அதிகமான தாகவே நளாயினிக்குத் தோன்றியது. யப்பானிய கல்வித்திட்டம் மிகத் தரமானவர்களை வடித்தெடுக்கும் வகையில் கடினமாக்கப் பட்டிருப்பதையும் அவள் அறிவாள்.

'வீட்டுப்பாடத்தை முழுதாக முடிக்காமல், நாளை வகுப்புக்குப் போனால் என்ன நடக்கும்?, என நளாயினி யப்பானிய பாடசாலைகளின் நடைமுறைகள் பற்றி அறியும் ஆவலில் கேட்டாள்.

'முடிக்காமல் போவதா..? உங்கள் நாட்டில் நீங்கள் அப்படியும் செய்வதுண்டா?, என விசித்திரமாக நளாயினியைப் பார்த்துக் கேள்விகளைத் தொடுத்தவள், நேரத்தை வீணாக்காது தேநீரை அருந்தியவண்ணம் ஆங்கிலச் சொற்களை மனனம் செய்ய ஆரம்பித்தாள்.

கெய்கோ எதிர்பார்த்திருந்த போட்டிப் பரீட்சையும் நெருங்கியது. யப்பானிய ஆரம்ப பாடசாலைகளின் இறுதி ஆண்டில் இத்தகைய போட்டிப் பரீட்சைகள் மூலம்தான், மாணாக்கரைத் தரம் பிரிப்பார்கள். எல்லோரும் விரும்பியபடி பல்கலைக் கழகத்துக்கோ தொழில்நுட்பக் கல்லூரிகளுக்கோ செல்வது இயலாத காரியம். இவர்களின் தலைவிதி இவ்வாறு ஆரம்பப் பாடசாலைகளிலேயே தீர்மானிக்கப்படுவது முறைதானா என்ற கேள்வி, வந்த நாள் முதல் நளாயினியின் மூளையைக் குடையும் விடயங்களில் முதன்மையானது. இது குறித்துப் பல்கலைக்கழக அதிகார வட்டத்தினரிடமும் பேசியிருக்கிறாள். இருப்பினும் இது பற்றிய நேர்மையான தெளிவான விளக்கங்களை யாராலும் தர முடியவில்லை.

பரீட்சையை எதிர்நோக்கி கெய்கோ நித்திரையையும் மறந்து தீவிரமாகப் படித்துக்கொண்டிருந்தாள். பாடங்களில் விளக்கம் கேட்க நளாயினியின் வீட்டுக்கும் அடிக்கடி வந்து போனாள். இதனால், இவர்களிடையே உள்ள நட்பு மேலும் கனிந்தது.

பொ. திராவிடமணி

யப்பானிய சிறார்களில் அதிகமானோர் பரீட்சைக் காலங்களில் ஒருவகை மன அழுத்தங்களினால் பாதிக்கப் பட்டிருப்பர். பரீட்சை பற்றிய பயம் இயல்பாகவே கெய்கோவை யும் பீடித்திருந்தது. இதனால், அவள் பரீட்சையில் வெற்றி பெற வேண்டுமென, நளாயினி தான் வணங்கும் இந்துக் கடவுள்கள் எல்லோரிடமும் வேண்டிக்கொண்டாள்.

பரீட்சை முடிந்தது!

செய்த உதவிக்கு நன்றி தெரிவித்து, கெய்கோ தன் கைபடத் தயாரித்த அழகான வாழ்த்து மடல் ஒன்றை, தங்கை சடகோவிடம் கொடுத்தனுப்பியிருந்தாள். மன அழுத்தங்களில் இருந்து விடுபட அவளுக்கு ஓய்வுதேவை என்ற எண்ணத்தில் நளாயினியும் அவளது வீட்டுக்குபோய் தொந்தரவு செய்ய விரும்பவில்லை.

அன்று மாலை பல்கலைக்கழகம் போகவென நளாயினி வீதியில் இறங்கினாள். கெய்கோ வீட்டுவாசலில் அயலவர்கள் கூடி நிற்பது தெரிந்தது.

கெய்கோ போட்டிப் பரீட்சையில் வெற்றி பெற்று விட்டாளோ..?

அறியும் ஆவலில், 'கெய்கோ எங்கே..?' என வாசல் நின்ற கெய்கோவின் தந்தை கமாடாவிடம் கேட்டாள். கமாடா எதுவும் பேசாது தலையைக் குனிந்துகொண்டார். கெய்கோவின் தம்பியைத் தன்மடியில் வைத்திருந்த கிமோனா அணிந்த யப்பானிய பெண் ஒருத்தி, நளாயினியைத் தனியாக அழைத்துச் சென்று விஷயத்தை சொன்னாள்.

'பரீட்சையில் தோல்வியுற்றதால் கெய்கோ, இரவு தூக்குமாட்டித் தற்கொலை செய்துகொண்டாளாம். அவளின் உடலை அவளது தந்தை பணிபுரியும் தொழிற்சாலை நிர்வாகம் வழமைபோல அப்புறப்படுத்தி விட்டதாம் அவர்களே அனைத்துச் செலவுகளையும் பொறுப்பேற்றுச் செய்வார்களாம். இன்று மாலை சவஅடக்கம் நடைபெறும்' எனச் சகல விவரங்களையும் சொன்னாள்.

நளாயினிக்கு வாய்விட்டு அழவேண்டும்போல் இருந்தது. அடக்கிக்கொண்டாள். சிறிது நேர மௌனத்தின் பின் தன்னைச் சுதாகரித்துக்கொண்டு. 'தங்கை சடகோ எங்கே..?' எனக் கேட்டாள்.

'பாடசாலைக்குச் சென்றுவிட்டாள்', என வெகு இயல்பாகவே அந்த யப்பானிய பெண்மணி பதிலளித்தாள்.

கெய்கோவின் முகத்தை ஒரு தடவை பார்க்க வேண்டும் போல் இருந்தது. எங்கே அவளது இறுதிச்சடங்கெனத் தந்தை கமாடாவிடம் கேட்டாள்.

'தொழிற்சாலைக்கு அருகிலுள்ள சவச் சாலையிலே, இன்று இரண்டாவது சிப்ட் (Shift) முடிந்தவுடன் நடைபெறும். வேலை முடிந்தவுடன் மாலை ஆறுமணிக்கு நான் சவ அடக்கத்துக்கு வந்துவிடுவேன். நீங்களும் அங்கு வாருங்கள்' என்றார் கமாடா கண்களில் நீர்த் ததும்ப...

வழமைபோல இன்று மாலை சவ அடக்கத்தின் பின்னர், கெய்கோவின் பெயரும், இம்மாதத் தற்கொலைப் பட்டியலில் பத்தோடு பதினொன்றாகப் பதிவு செய்யப்படும். மறுகணம் யப்பானின் அதிநவீன இணையத்தில், உயிர் ஒன்று புள்ளி விவரக் கணக்காகிவிடும்.

அலைகளின் முதுகிலேறும் வீரன்

இன்பா

குளிர் மேக நிரைகள்
யானைக் கூட்டமென மலையேறும்
பெருங்குறிஞ்சியில்
மூங்கிலரிசிகள் புன்னகைக்கும்
புலியின் உறுமலெனக் கவிதையைக் கண்டேன்
அதன் கூர் உகிர்கள் பூமியில் பட்டும்படாமல்
தாவுவதைப்போல நானும் அதைத் தொடர்ந்தேன்
களிறு மிதித்த சிறுபள்ளங்களில் தேங்கிய நீரில்
மிதக்கும் வேங்கைப் பூக்களை மெல்ல விலக்கி
அதனைப் பருகும் செந்நாய்களின்
மந்திர ஊளைகளில் முதுமொழியைக் கற்றேன்.
அருவிச் சுனைகளில்
நழுவும் பிஞ்சுப் பலாக்காயாய்
ஆறோடு மருதத்தில் நுழைந்தேன்

செங்கழு நீர்க்கொடிகளைக் கொம்புகளில்
சுற்றிய இருள்போல் கறுத்த எருமைகள்
ஊருக்குள் நுழைகின்றன.
அவற்றின் உடலெங்கும் வீசும்
சகதியின் வாசத்தில் மையெடுத்தேன்
கொள்வாய்க் கழுகுகள் அமர இடமின்றி
விரையும் பாலைகளில்
நிலமெங்கும் அலையும் அவற்றின் நிழலெனக்
கவிதையைக் கண்டேன்
ஈர நண்டுகள் தம் வயிற்றினைக் கிழித்து
ஈன்றெடுக்கும் நெய்தல் வெளிகளில்
கரைகளுக்குக் குதிரைகளையோட்டி வரும்
அலைகளின் முதுகில் ஏறி வீரனென அமர்கிறேன்.

என் மகனின் காதலிக்கு!
கவிதா லட்சுமி

கதவுகள் கழற்றிய சுவர்கள் இவை
எங்கினும் விரிந்திருக்கிறது
உனது வார்த்தைகளுக்கான
பிரபஞ்சவெளி

எல்லைகளற்ற காற்றினைப்போல
உன் உடல் காணப்போகும்
சுதந்திரப்பெருக்கு நிகழுமிடமாகுமிது

மௌனங்களால் நீ அதிர்வுறத் தேவையில்லை
பேச்சுகளைப் பூக்கச்செய்தவள் தோட்டமிது
நட்சத்திரத் தூவலைப்போல
முத்தம் கொட்டிய முற்றமிது

ஒவ்வொரு மாலையும்
அது நிகழும் இயற்கையென
உயிர்ப்பசித் தீர்க்கவே நாடிவருவான்
பிறவேர்களில் நீர்உறிஞ்சும் செடியல்ல மகளே
உன் காலச்செடிகளைத் தொலைவுகாணப் படரவிடு
அவன் நதிகளைக் கண்டவன்

மழைத்துளியின் புதல்வனவன்
அருவியும் பறவையும் கடலும் சுடுமணலும் அறிவான்
சிறகுகளை அவன்
பார்வையில் கொண்டிருப்பான்
கைவசப்படும் – இந்தக்
காதலினோடான சுதந்திரம் உனக்கு

பொ. திராவிடமணி

கூன்முதுகுக்கூட்டத்துக் குத்தல்களின்
பிடரியிலேறி,
தூரப்பறக்கும் இறகுகளை
ஒவ்வொன்றாய்த் தன்னில் ஏற்றி,
கனவுகளைக் கொய்து சூடி,
தனது நிழல்களைத் தானே அள்ளி,
அந்தக் கறுப்பினில் கவிதை நெய்து,
ஆடிக்களைத்ததொரு தாயினை முத்தமிட்டவன்
ஆயிரம் உதடுகளோடு நீ வந்தாலும்
வாழ்வுதனைச் சமைத்தளிப்பான்
மகளே!

ஒப்புக் கொடுக்கப்பட்ட மனிதக் கடத்தல்

குணா கவியழகன்

என்னை அவன் ஒரு இழி பிறவியென நிச்சயமாக நினைத்திருப்பான்.

பிச்சை கேட்டவனுக்குப் பத்து 'டொலர்' கொடுத்தேன். என்னால் அப்போது கொடுக்க முடிந்தது அவ்வளவுதான். அது அவனுக்குத் தெரிந்திருக்குமா என்று எனக்குப் புரியவில்லை. கொடுத்த பத்து டொலரைச் சில வினாடிகள் அவன் கையில் வைத்திருந்தபடி பார்த்தான்.

அந்தக் கியூப நாட்டுக் கடற்கரையில், உலகின் பல்வேறு மனித முகங்கள் உல்லாசமாக அலைந்தபடியிருந்தன. பளிச்சிடும் வர்ணத்திலான 'பிகினி' வகை உள்ளாடைகள்தான் கண்ணில் முதல் குத்தும். உல்லாசம் என்பதன் உள்ளடக்க மாகப் போகம் இருந்தது அநேகமாய். ஒவ்வொன்றும் ஒவ்வொரு விதமாக இருந்தாலும் எல்லாமே பணச்செழிப்பை முகத்திலும், உடல் அசைவிலும், உடையிலும் ஏந்தி நின்றன. இவனிடம் அது இருக்கவில்லை. பிச்சைக்காரர்கள் அப்படி இருக்கமாட்டார்கள்தான். உல்லாசம் கொள்ள வருபவர்களுக் காக ஒதுக்கப்பட்ட கடற்கரையில் பிச்சைக்காரர்களுக்கு அனுமதியில்லை. அதனால்தான் அவன் அப்படித் தோற்றம் தந்தான் என்றுமில்லை.

அவன் முகம் எப்படி இருந்தது என்று பத்துஆண்டு கழித்துக் கேட்டாலும் அச்சொட்டாக வரைந்து கொடுத்து விடுவேன். அதற்கு என் சொந்த அனுபவங்களும் காரணமாக இருக்கலாம். வறுமையில் வாடினாலும் சுயகௌரவத்திற் காகவே வாழ்ந்திருக்க கூடிய ஒருவன், ஒருவேளை தான்

சார்ந்த மக்களின் கௌரவத்திற்காகவும் வாழ்ந்திருக்ககூடிய ஒருவன், பிச்சைக் கொள்ள நேரும்போது அவன் மனச் சிதிலம் எப்படியிருக்கும்! அந்தச் சிதிலம் காட்டும் மனக்கோலம் எப்படி இருக்கும்? ஏறத்தாள அவன் முகமும் அப்படித்தானிருந்தது எனத் தோன்றுகிறது.

அவன் குரல் அவமானத்தின் விசக்கரங்களால் நசிந்திருப் பதைக் கேட்டேன். கறுத்த, உயர்ந்திருந்த அவன் உடலில் ஒருவிதப் பதட்டம் உள்ளோடியபடி இருப்பதாய்ப்பட்டது. வயிறு பசித்திருப்பதை வாயில் உமிழ்நீரின் போதிய ஈரலிப்பில் லாமல் நாக்குச் சொற்களைக் குழைந்து தடுமாறித் துப்பியதி லிருந்து புரிந்துகொண்டேன்.

முன்னர் திடகாத்திரமாக இருந்திருக்கக்கூடிய உடல் சோர்ந்து தளர்ந்திருந்தது. அவன் கண்களில் தெரிந்த மனக் கூச்சமும், கை நீட்டும் தன் செயலை வெட்கும் உட்குமுறலும் அவை கர்வமுற்ற கண்களாக முன்னர் இருந்திருக்ககூடும் என்று தோன்றுமாறு அழியும் ஒளியை உள் வைத்திருந்தன.

தடித்த கன்னத் தசையில் மளிக்கப்படாத தாடியைக் கைவிரலால் இழுத்துக்கொண்டே இருந்தான். எதையோ மறைக்க விரும்புபவனின் செயல்போல இருந்தது .

அந்த அழகிய கடற்கரை உல்லாசத்தில் ததும்பி மோகித்து நின்றது. கடற்கரையில் உள்ளூர் ஓலைகளால் வேயப்பட்ட குடைபோன்ற அழகிய வட்டக் கொட்டில்கள் வரிசை குலைந்த அழகில் இருந்தன. கீழே வெண்ணிற மணலில் சூரியக் குளியலுக்கான வர்ணப்படுக்கைகள்... இந்த இடத்திற்குச் சற்றுத்தள்ளி வர்ணவர்ணப் பளபளக்கும் துணியிலான வேறுவகை குடைகளின் வரிசை... மனிதர்கள் தங்கள் இரசனைக்கேற்ப இந்த நாட்டுப்புறம், நாகரிகம் என்ற வேறுபட்ட குடைகளின் பகுதிகளைத் தேர்ந்தெடுத்து நீச்சல் உள்ளாடைகளோடு சரசமாடித் திரிந்தார்கள். பின்னணியில் நட்சத்திர விடுதிகளின் ஆடம்பரம் அணிவகுத்திருந்தது. அவைக் கடற்கரைக்கு பெறுமதியூட்டமுனையும் கட்டடக் கலைநேர்த்திக் கொண்டவை. அதில் ஒன்றான, 'ஹோட்டல் மெலிய வரதெரோ' *(hotel Melia Varadero)* என்ற ஐந்து நட்சத்திர விடுதியில்தான் நானும் தங்கியிருந்தேன்.

கடற்கரையில் மாலைநேர மித வெயிலின் செம்மஞ்சள் வர்ணம், மனிதர்களுக்குக் காமவுணர்வின் நுண்நரம்புகளை மீட்டத் தொடங்கியிருந்தது என்று நினைக்கிறன். உடல்கள் மினுக்கமாய் இருந்தன. கடும் செம்மஞ்சள் வர்ண ஒளிக்குக் காமத்தை தூண்டும் குணமும் இருப்பதாய்ப்பட்டது. ஒருவேளை,

அது இரவை முன்னறிவிக்கும் இயற்கையின் வர்ணமாய் இருப்பதனாலாக இருக்ககூடும்.

கடலுக்குள் கூர்வாளைச் செருகியதுபோல இருக்கும் '*Varadero*' என்ற இந்தக் கடற்கரை. இது 'ஹவான'வில் இருந்து நூற்றைம்பது கி.மீ.இல் இருந்தாலும், மனிதர்கள் இதன் அழகை அள்ளிப்பருகி, போதையிலும் போகத்திலும் திளைத்து மோகிக்க அதிகமாக வருகிறார்கள். அத்தகையவர்களுக்கு இந்த மாலை நேர செம்மஞ்சள் வானம், ஆனந்தத்தின் அத்தனை சுரங்களையும் மீட்டியபடி இருந்தது. நானும் அதனை இந்த மூன்று நாளும் உணர்ந்தபடியேதான் இருந்தேன். அனுபவிக்கத் தகுதியான இடம்தான் இது. எனக்கதில் எந்தச் சந்தேகமும் இருக்கவில்லை.

ஆனால், அவனுக்கிந்த செம்மஞ்சள் வானம், துயருற்று அழும் உலகில், தனித்து விடப்பட்ட ஒருவனின் அவலத்தையை கோரமாய்க் கோலம்போடுவதாக இருந்ததென்றே நம்புகிறேன். வெறுக்கத்தக்க விரக்தி தரும் நாசத்தின் வர்ணம் அது. பௌத்தர்களின் 'பிரித்' இசைபோல வாழ்வை வெறுக்கத் தோன்றும் வர்ணம் அது. கடலின் முடிவிலாத வெற்று விரிவும், அலைகளின் கூச்சலும், இந்த வர்ணம் தரும் அழிவும் அவனுள்ளே மனத்தை மேலும் துன்பச் சுழிப்பில் வீரியமாக்கிய படி இருக்கும் என்பதை நிச்சயமாக என்னாலும் சொல்ல முடியும். வேர்வைகளின் எண்ணெய்ப் பிசிரான அவன் முகத்தில் ஓடும் துயரலைகளில் நானதைக் கண்டுகொண்டேன்.

"நீங்க தமிழா"

கடற்கரைக்குரித்தான அரைக் காற்சட்டையும் பெனியனும் ஜொக்கிங் சப்பாத்தும் அணிந்துகொண்டு அவசரமாய் விடுதியிலிருந்து கடற்கரைக்கு வந்த என்னிடம் அவன்தான் இப்படிக் கேட்டான்.

ஜீன்ஸ், ரீசேர்ட் போட்டிருந்த அவனைத் தயக்கத்துடன் மேலும் கீழுமாய் என்னையறியாமல் பார்த்துவிட்டு, இமையை உயர்த்தி "ம்ம். .." என்று தலையாட்டினேன்.

நான் தூரத்தில் அவனைக் கண்டபோது 'கொலம்பிய' நாட்டுக் கறுப்பினக் கலப்பு மனிதனாக இருக்கக்கூடுமெனக் கணித்திருந்தேன். அதற்கு, ஒருவேளை அவன் அந்தக் கடற்கரையில் நடந்துபோன ஒரு வயதான கனவானிடம் பணிந்து தயங்கி ஏதோ கேட்டதையும், அவர் சில்லறை நாணயங்களைத் தன் காற்சட்டை 'பொக்கற்'றிலிருந்து கைகளில் எடுத்து அதில் ஒன்றைத் தெரிந்து அவனிடம் கொடுத்ததையும்

கண்டது காரணமாக இருக்கலாம். ஏதோ ஒருவகை ஏமாற்றுப் பிச்சை எடுக்கிறான் என்ற மனப்படிமம் என்னுள் விழுந்திருந்தது என நினைக்கிறன். அவன் தமிழில் பேசியபோது எனக்கும் ஆர்வம் ஊற்றெடுத்தது உண்மை.

“அண்ணே! எங்க இருந்து வாரிங்கள். அமெரிக்காவா?” அவன் உடனேயே என்னை அண்ணை என்று விழிக்கத் தொடங்கிவிட்டான். அவனைவிடச் சில வயது நான் மூப்பனாக இருக்கக்கூடிய தோற்றத்தைச் சில ஆண்டுகளில் நான் அடைந்து விட்டேன்தான். ஆனால், என் மனத்துக்கு அவன் சமவயதினனை போலவோ, நான் இன்னும் இளையவன் போலவோதான் எனக்குத் தோன்றியது.

“இல்லை. கனடாவிலிருந்து வாறேன். சும்மா ‘ரிலாக்ஸ்க்’காக வந்தன்” என்றேன்.

கியுபாவுக்கு வரும் பலரும் காமபோகத்திற்காக வருகிறார்கள் என்பதை அவன் அறிந்திருப்பான். அதனால் என்னைத் தப்பாக அவன் எண்ணிவிடுவானோ என்றெழுந்த பதட்டம்தான் என் பின் சொற்களுக்கான காரணமாக இருக்கலாம். கியுபாவின் அழகிய பாலியல் தொழில் பெண்கள் இந்த உல்லாசப் பிராயாணிகளை இலக்கு வைத்து இந்த இடங்களில் சுற்றித்திரிவார்கள். ஹொட்டல்களுக்குக்கூட வந்து கேட்பார்கள். மயக்கும் உடல்மொழிக் கலையை வண்ணத்தோடு குழைந்து வெளிப்படுத்துவார்கள். ஆண்களைப் பார்த்த மாத்திரத்தில், அவர்களின் இரசனை எதுவாக இருக்கு மென்பதை எடை போட்டு, அதற்குதக அவர்களின் வெளிப்பாடு ஒரு புலமையோடு இருக்கும். செல்லக் குழைவு. . ., அடங்க மறுக்கும் குதிரை. . ., பட்டணத்து நாணம். . ., நாட்டுப்புறக் குடும்பப்பெண்களுக்கான அடக்கம். . ., சிறுமியின் குறும்பு. . . என்று இவை வேறுபடும். ஓர் அழகியிடமிருந்தே தருணத்திற் கேற்ப இப்படி வேறுபட்டு வெளிப்படும்.

“நீங்க ஈழத்தமிழா” அவன்தான் கேட்டான்.

“ஓம்” என்றேன்.

“எதுக்கு?” திரும்பி அவசியமின்றி அவனைக் கேட்டேன்.

“இல்லை, இங்கே தமிழ்நாட்டுத் தமிழர்களும் வருகினம். அவையள் கூடுதலா அமெரிக்காவிலயிருந்து வருகினம். உங்கடத் தலைமுடி வெட்டப்பார்த்து ஈழத்தமிழ் என்று நினைச்சன்” அவன் சொல்லும்போதே அவன் மனத்தில் உற்சாகம் கொஞ்சம் கூடிவிட்டிருந்ததைக் கண்டேன். ஆனால், அவனுடன் அடுத்து வந்த உரையாடல்கள் நான் எண்ணியது

அவ்வளவு சரியானதல்ல. உண்மையில், நான் கனடாவில் இருந்து வருகிறேன் என்பதனால் அவனுள் உருவாகிய உற்சாகம் அது என்று புரிந்து கொண்டேன்.

"நீங்க எங்கயிருந்து வாரிங்கள்." இப்போது நான் தான் கேட்டேன்.

"யாழ்ப்பாணத்திலிருந்து"

சொல்லிவிட்டு அவன் முகத்தைக் கோணினான். தலையைத் திருப்பிக் கடலின் வெறுமையைப் பார்த்தான். பிறகு என்முகத்தைப் பார்த்து அதில் எதையோ தேட முனைந்தான். எதை? கருணையையா? நான் புரிந்துகொண்டேன். அவன் அகதியாகக் கனடாவுக்குப் போய்க்கொண்டிருக்கிறான் என்று.

"இங்க எங்கத் தங்கியிருக்கிறிங்கள்" அவன் கேட்டான்.

"ஹொட்டல் மெலியா வறாடோ" என்றேன். நான் ஐந்து நட்சத்திர விடுதியில் தங்கியிருப்பது குறித்து அவனிடம் சொன்னதற்காகச் கூச்சமாக இருந்தது. ஆனால், சத்தியமாக அதை நான் பெருமைக்காகச் சொல்லியிருக்கவில்லை.

"நானும் அங்கதான் தங்கியிருந்தன்".

அவன் சொன்னதும் நான் நிலை தடுமாறினேன். அவன் குரலில் துயர் கட்டுண்டுக் கிடந்தது.

"அண்ணை நான் கனடாவுக்குப் போறதுக்குக் காசு கட்டி வந்தனான். ஏஜென்ட் இங்க வந்ததும் வீட்டுக்காரரிட்ட பேசிய காசில அரைவாசியத் தரச்சொல்லி வாங்கிட்டான். முப்ப தாயிரம் டொலர் குடுத்தாச்சு..." அவன் பேசத் தொடங்கினான். அதுவொரு முடிவுறாத துயர். ஒப்பாரிப் பாடல்.

அவன் சொல்லச்சொல்ல நான் அவனின் துயரைப் பிரதிபலித்தபடி கேட்டுக்கொண்டிருந்தேன். நான் அவ்வாறு கேட்பதைக் கண்டு அவன் முகத்தில் நம்பிக்கை அல்லது ஆறுதலின் ஒளி மெல்ல வெளிப்படத் தொடங்கியது. அதை நான் கண்டேன். அந்தத் துயர் என்னை மெல்லென ஆட்கொண்டது. அது என் முகத்தில் வெளிப்பட்டிருக்க கூடும். அவன் அதைத் தான் விரும்பினான் போலும். அவன் மேலும், இன்னும் மேலுமெனக் கதைக்க ஆர்வம் கொள்வதை உணர்ந்தேன்.

"அண்ணை ஏஜென்சிகாரன் இங்க கொண்டு வந்து நீங்கள் இருக்கிற ஹொட்டலில விட்டான் ஒரு கிழமை காசு கட்டி யிருந்தான். அங்கச் சாப்பாடு குடிவகை எல்லாமே இலவசம் தான். என்னட்ட எவ்வளவு காசு இருக்கெண்டுக் கேட்டான். நான் ஐந்நூறு டொலர் வைச்சிருந்தன். ஆனால், முன்னூறு

எண்டுச் சொன்னன். இருநூறு டொலரைத் தரச்சொல்லி வாங்கினான். இஞ்ச காசைக் கொண்டு திரியிறது பாதுகாப்பில்லையாம் எண்டான். நூறு டொலர் கைக் காவலுக்கு வைச்சிருங்கோ என்றுஞ் சொன்னான். கொழும்பில இருக்கிற அவன்ட கையாள் ஒருவன் ஏத்திவிட்டுத் தனியாத்தான் நான் இஞ்ச வந்தன். இஞ்ச நான் வந்ததும் அவன் கனடாவில் இருந்து வந்தான்.

"இஞ்ச என்னைச் சந்திச்சதும் வீட்ட கோல் பண்ணச் சொன்னான். கோல் பண்ணினதும் தான் கனடாவுக்கு ஏத்தப்போறன் என்று என்ர மச்சாளிட்டக் காசு கேட்டான். மச்சாள் கனடாவில இருக்கிறா. அவவிட்ட தான் அப்பா என்னை அனுப்ப அரைவாசிக்காசுக் கடன் கேட்டிருந்தார். மச்சாள் அப்பாவை முதல் அரைவாசிக்காசை குடுக்கச் சொன்னா. அப்பா 'கனடாவுக்குபோய்ச் சேராமல் எப்பிடிப் புள்ளைக் குடுக்கிறது. பேசினப் பேச்சு அதில்லையே. . .' என்று தயங்கினார். மச்சாள், 'அவன் பக்கத்தில கொண்டு வந்திட்டான் காசு கொஞ்சம் குடுத்தால் தானே முதலில ஏத்துவான். குடுக்கச் சொல்லு' என்று என்னிட்ட சொல்லி காசைக் குடுப்பிச்சாள். ஏஜென்சிக்காரன் மச்சாளுக்குச் சினேகிதம். தன்ர சொல்லு அவன் மீற மாட்டான் என்றும் சொல்லுவா. நான் நம்பாமல் இருக்கேலுமோ? மீதிக் காசு குடுக்கப் போறதும் அவள்தானே. நான் வீட்டுக்காரருக்குக் கோல்பண்ணி காசு போடுவிச்சதும், அவன் அடுத்த கிழமைதான் உங்களுக்குக் கனேடிய கள்ள பாஸ்போர்ட் வந்து சேரும் என்று மேசெச் வந்திருக்கு. நான் இங்க நிக்க ஏலாது போயிற்று ஞாயிற்றுக்கிழமை வாறன் எண்டு போயிற்றான்."

அவன் மேலும் சொல்லப்போவது என்ன என்ற பதட்டம் என்னுள் பரவத்தொடங்கியது. அப்போதுதான் முன் படியால் இறங்கி மணலில் இறங்கி வந்தது ஒரு சோடி. அந்தப் பெண் எங்களையே பார்த்தபடி சென்றாள். கண்ணில் கிறக்கம் காட்டி சென்றாள். அவள் என்னைப் பார்த்துக் கண்ணைச் சிமிட்டியதாய்பட்டது. கணப்பொழுதுதான். சரிதான் அவள் சிமிட்டினாளேதான். கூடப்போபவர் அவளிலும் இருமடங்கு வயதானவர் என்று பட்டது. அவள் எங்களைப் பார்த்ததை கண்டதும், அவர், அவளின் இதழில் அழுத்தி முத்தம் வைத்தார். அவள் இடையை வளைத்திருந்த தன் கைகளை மேலும் பதித்துத் திரட்சியில் அழுத்தப் பதித்து அணைத்து நடந்தார்.

அவள் எதற்கு அப்படி என்னைப் பார்த்தாள், கண் சிமிட்டினாள்? மனம் அதைப் பின்தொடராமல், இவன் சொன்ன கதை வில்லங்கமாய்க் குறுக்கறுத்து நின்றது. அவன்

முகமும் அதற்குக் காரணம். என்னில் பிரதிபலிக்கும் முகமாய் அது தெரிந்தது. கடற்கரைச் சூழல் மனத்தில் குலைந்தது. கால்களை அசைத்து ஊன்றும்போது அவை மணலில் புதைந்தன. அவன் மேலும் என்னை இரங்க வைக்க வேண்டும் என்ற ஆதங்கத்தில் இருந்தான். அவனது கதை என்னைப் பாதித்துவிட்டதை உணர்ந்து அவன் கதைப்பது இன்னும் வேகம் கொண்டது.

“போன ஏஜென்சிக்காரன் வரேல்ல. அலுவல் நடக்குது, அலுவல் நடக்குது என்று மச்சாள் சொன்னாள். ஒரு கிழமை முடிஞ்சதும் ஒரு அட்றஸ் அனுப்பினான். இஞ்ச பக்கத்தில ஒரு சின்ன விடுதி அது. இருபது டொலர் ஒரு நாளைக்கு. அங்க மூன்று நாள் என்ர காசைக்கட்டி நிக்கச் சொன்னான். ஐஞ்சு நாள் நிண்டன். பிறகு காசு இல்லை எண்டு மச்சாளுக்கு ‘கோல்’ பண்ணினன். மச்சாள் அவனோட கதைச்சிட்டு, அவன் அனுப்புவான் இண்டைக்கு என்றாள். அவன் அனுப்பேல்லை. நான் பயந்து போனன். அவன் தந்த ஃபோன் நம்பரும் வேலை செய்யேல்ல. சாப்பிட, படுக்க நான் காசுக்கு எங்க போவன். இஞ்ச ஓர் இடம் விசாரிச்சுத் தூரத்தில வீடுபோல ஒரு சின்ன விடுதி பத்து டொலருக்குக் கண்டுபிடிச்சு அங்கப் போனன். மூன்று கிழமை ஆச்சு. முதல் ஹொட்டலில இருந்த நேரமே கியுபா உளவுத்துறைக்காரங்கள் வந்து விசாரிச்சாங்கள். இங்க உளவுத்துறை காரங்கள் எங்களைச் சுத்திகொண்டே இருப்பாங்கள் தெரியுமோ. எனக்கு ஒரே பயமா இருக்கு. காசு முடிஞ்சுது. சாப்பிடாமலும் இருக்கலாம். இரவு படுக்க வேணுமே. எங்க போறது?”

அவன் சொல்ல நான் இடைமறிச்சு “மச்சாளிட்ட நீர் சொல்ல இல்லையா?”

“சொன்னன். அவன் காசு அனுப்பிட்டான். நான்தான் பொய் சொல்றன் எண்டு சந்தேகப்படுறாள். ஏஜென்சிகாரன் அவவுக்கு நெடுநாள் சினேகிதமாம். அவன் பொய் சொல்ல மாட்டானாம். அவன் என்ன சொல்லியிருக்கிறான் தெரியுமா அண்ணே? நான் என்ர ‘கேர்ள் பிரண்டு’க்கு சிறிலங்கா ‘கோல்’ எடுத்துக் காசைச் சும்மாச் செலவழிச்சிட்டுப் பொய் சொல்றன் எண்டு. எனக்கு முப்பத்தினாலு வயசு. கலியாணம் செய்யாமல் இருக்கிறன். நாட்டுப்பிரச்சனை இப்பிடி முள்ளிவாய்க்காலில முடிஞ்சதால, இப்பிடியே இருந்திடுவன் எண்டுதான் அப்பர் வீட்டை வட்டிக்கு ஈடு வைச்சார். மானம் பாக்காமல், கடன் கேட்டு என்னை வெளிநாடு போக வற்புறுத்தி அனுப்பினார். இப்ப நான் ‘கேர்ள் பிரண்ட்’டோட கதைச்சு காசை வீணாக்கிட்டன் எண்டு மச்சாள் சொல்றா”.

அவன் குரல் தேய்ந்துவிட்டது. அவன் தனக்குத்தானே சொல்லிக்கொள்வதுபோல அரற்றினான். கண்கள் பனித்து விட்டன. எனக்குச் சொல்வது போலவே குரல் இல்லை. தனக்குச் சொல்வதுபோல தொடர்ந்து அரற்றிக்கொண்டிருந்தான். எனக்குக் கேட்கும் மனநிலையே இல்லை. கியுபா வந்த என் சந்தோசமெல்லாம் சிதைந்துவிட்டது. அவன்தான் அதைச் சிதறடித்துவிட்டான்.

நான் அவனுடைய ஏஜென்சிக்காரனின் பெயரைக் கேட்க ஆர்வமுற்றேன். அவனோ கதையை நிறுத்துவதாயில்லை. எனக்கு அது வேண்டியதில்லை. நான் பொறுமையிழந்து இடைமறித்து "ஏஜென்சிகாரன் பேரென்ன" என்றேன்.

"தாஸ்" என்றான்.

நான் மனத்தில் பெயரை வாங்கிக்கொண்டேன். கடைசியில் அவன், "காசு கொஞ்சம் தரமுடியுமா அண்ணை" என்று தயங்கிக் கேட்டான். கேட்கும்போது இடது கன்ன தசை இருமுறை மேல்நோக்கி துடித்தது. பிறகு குனிந்துவிட்டான் .

"கேக்கிறதுக்குக் குறை நினைக்காதையுங்கோ. தங்கிற அறைக்குக் காசு குடுத்தாத்தான் இரவு படுக்க விடுவான். ஐஞ்சு நாளாய் இந்த கடற்கரையில களவாய்ப் பிச்சை எடுத்துதான் அறைக்குக் காசு கட்டுறன். இஞ்ச வெளிநாட்டுகாரர் உள்ளூர் பணத்துக்கு டொலரை மாத்தி ஏதும் வாங்க முடியாது என்ற சட்டம் எனக்கு தெரியாது. ஆனால், தூரத்தில ஒரு கடையில களவாய் டொலரை உள்ளூர் காசுக்கு மாத்தி கரும்புதண்ணி, தேங்காய் பால், சோளன் வாங்கலாம். ஐஞ்சு டொலர் மாத்தினான். உடம்பில உயிரைப் பிடிச்சு வைக்கிறளவுக்கு மட்டும் சோளன் வாங்குவன். அறைக்கு என்ன செய்ய நான் ?" என்று சொன்ன மாத்திரத்தில் அவனது தொண்டையின் கழலை மேலெழுந்து கீழ் உருண்டது . கன்னத்தில் வழிந்த நீர், கோட்டின் வழிமுடிவில் வெண்மணலில் வீழ்ந்தது.

கர்வத்தை ஒளித்து வைத்திருக்கும் கண்கள், இப்போ அவமானத்தில் சிக்குண்டு அழுவதுபோல என்னை அடித்து வாரிப்போட்டது. திடகாத்திரமாய் இருக்கக்கூடிய அந்த உயர்ந்த இளைய ஆணுருவம் கண்ணீர் சிந்துவது, அந்த உல்லாசம் ததும்பும் கடற்கரைச் சூழலுக்கு ஒரு போதும் ஒவ்வாதது. கடக்கும் மனிதர்கள் எவரும் கண்டுகொள்ளவில்லை. காதலில் உரசும் உடலின் களிப்பில் கண் சொருகி இருந்தார்கள். ஆனால், கடல் இதை நிச்சயமாய் கண்டிருக்கும். எப்படித்தான் இதையெல்லாம் இந்தக் கடல் சகிக்கிறதோ !

நான் என் 'பேர்ஸ்' எடுத்து அதிலிருந்த இருநூறு டொலரில் பத்து டொலரை அவனிடம் கொடுத்தேன். தயங்கி நீண்டது கை. அதை வாங்கிய மாத்திரத்தில் கையில் வைத்தபடியே ஏதோ எண்ணினான். கனடாவிலிருந்து வரும் நான், தன் கதையை கேட்டபிறகும், தனக்குத் தர மனமிளகியது வெறும் பத்து டொலர் தானா? என்பது போலிருந்தது அது. எனக்கோ அதைவிட அதிகம் கொடுக்க கொஞ்சமும் அப்போது மனமில்லை. வெட்கக்கேடு.

இரவு சாப்பிட வேண்டாம் என்று எண்ணி அந்த இடத்தில் நிற்கப்பிடிக்காமல் விடுதிக்குத் திரும்பி நடந்தேன். அவன் அந்த இடத்திலேயே நின்றுகொண்டிருந்தான். என் பின்னே விரிந்த கடலின் மேல் இருள் பரவத் தொடங்கியிருந்தது. மணலில் புதைந்து நடந்தேன். முன்னே, வீதியில் ஏறுவதற்கிருந்த படிக்கட்டில் காலை மிதித்தபோது, என் உடலைத் தூக்க கால் பலமிழந்து போயிருப்பதாய்ப்பட்டது. கொடுத்த வெறும் பத்து டொலர் வெட்கம்கெட்டு மனத்தை அருட்டியிருக்கக்கூடும்.

"அண்ணை, அண்ணை" என்று துரத்திக் கூப்பிடுவது கேட்டது. பலமிழந்த கால்களை நிறுத்திப் பதட்டத்தோடு திரும்பினேன். அவன் இப்போது நிதானித்தவன்போல தெரிந்தான்.

"அண்ணை இது என்ர மச்சாளின்ர நம்பர் நீங்கள் கனடாவுக்குத் திரும்பி போனதும் என்ர நிலைமையை அவவுக்குச் சொல்றிங்களா?" என்று தயங்கிக் கேட்டான்.

"ம்ம். . ." என்றேன்.

மீண்டும் மேலும் தயங்கி, "முடிஞ்சால் நேரிலபோய் சொல்லுவிங்களா?" என்று கேட்டான். இதை மறுத்தால் அவன் என்னை மனுசனாகவே பார்க்கமாட்டான் என்பதை மனத்தில் உணர்ந்தேன்.

"சரி சொல்கிறேன்" என்று நம்பரை வாங்கிக் கொண்டு மேலும் நிற்க விரும்பாமல் விடுதிக்குத் திரும்பினேன். ஐந்து நட்சத்திர விடுதி மினுக்கத்தில் இருந்தது. வீதி கடக்கையில் முன்னால் எதிரிட்ட ஒருவர்அழகி மெல்லெனக் குழைந்து "பேபி. . ." என்றழைத்தாள். திரும்பினேன் மிகக்குட்டையான பாவடையில் அவள் கால்கள் 'நியோன்' மின் விளக்கின் ஒளியில் பளபளத்தன. கொஞ்சம் குள்ளமானவள். வயிறு தெரிய மேல்சட்டைப் போட்டிருந்தாள். நான் நிமிரவில்லை. ஆனால், அவள் எதற்குக் கூப்பிடுகிறாளென்று தெரிந்த பிசாசு மனமோ, அவள் முகம் பார்க்காமல் விலக மறுத்தது. பார்த்த கணத்தில், ஒரு கிராமத்து நாணத்தைக் காட்டி, தன் வலக்கையால் இடப்புற

மார்பைப் பொத்தி, ஒரு அழுத்து அழுத்தித் தன் தொடையில் கைவைத்தாள். ஒரு கணத்தில்தான் நிகழ்ந்ததிது. அவள் கையில் அழுந்திய மார்பின் மெதுமை என் கையில் ஒட்டியதாய்ப் பிரமை. பிறந்த பறவைக் குஞ்சொன்றின் மெதுமைபோலப் பிரமை. “கான் ஐ மேக் யு கப்பிநேஸ்” என்றாள் குழைந்து. வம்பாய் போச்சு! சிதைந்துபோயிருக்கும் என் மனத்தை அவள் கண்டு பிடித்துவிட்டாள் போலும். நான் ஏதும் பேசாது நடந்தேன்.

அவள் பின்தொடர்வதாய் ஒரு பிரமை. உடைந்த ஆங்கிலத்தில் அவள் குரல் கேட்டது. தொனி மாறுபட்டிருந்தது. “ஏய் அழகிய வாலிபனே என்னைச் சந்தோசப்படுத்த உன்னால் முடியாதா” என்றாள். இப்போது வார்த்தையை முதல் கேட்டதற்கு எதிர் வளமாகப்போட்டாள். திரும்பிப் பார்க்கவும் தன் பின்னழகின் திரட்சியில் ஒரு தட்டுத் தட்டினாள். அது குலுங்கி தன் கனதிக் காட்டி அடங்கியது. நான் எதுவும் பேசாமல் நடந்தேன். மனம் பதறி ஓடியது. உடல்தான் நடந்தது.

மூன்றாவது மாடியிலிருந்த என் அறையைத் தடுமாறி திறந்து, ‘மெத்’ என்ற விரிந்த படுக்கையில் உடைகளை மாற்றமலேயே விழுந்தேன். படுக்கையின் மெதுமையைகூட உடல் உணராமல் மனம் உடலைக் கைவிட்டிருந்தது. அறையின் விளக்கொளி, கடும் குங்கும வர்ணத்திலிருந்த கட்டிலின் எதிர்ச்சுவரில் பட்டுச் செம்மஞ்சள் ஒளியைப் பரப்பியது. அந்த ஒளி மீது நேற்றிருந்த மோக மனம் இன்றில்லை. அச்சம், பயம், விரக்தி, பதட்டம் என்று அந்த ஒளி என் உடலில் பரவியது. எழுந்து அதை நிறுத்தினேன். இருள்! சுமைகொண்ட இருள். ஜன்னலுக்கு வெளியே கடற்கரையின் போகம் ஒளிகளாய் மினுங்கத்தொடங்கியது. இன்று அதைச் சுகிக்க பிடிக்காமல் திரைச்சீலையை இழுத்து மூடினேன். இருள்! கரிய, கனத்த இருள் உள்ளே! எனக்கது தேவையாய் இருந்தது போலும். இப்போதெல்லாம் சில சமயங்களில் இப்படி இருப்பதுண்டு.

அவன் இப்போது தங்கும் பத்து டொலர் அறை எங்கே என்று கேட்காமல் வந்த மடத்தனத்தை நொந்தேன். நிச்சயமான மடத்தனம் அது. எங்கோ தூரத்தில் களவாக உள்ளூர் பணத்திற்கு டொலரை மாற்றவும் பொருள் வாங்கவும் முடியும் என்றானே! அவனை இனிக் காணமுடியுமா? தெரியவில்லை. ஏஜென்சிக்காரனின் பெயரை ஞாபகப்படுத்தினேன். என்ன சொன்னான்? ஆங்ங். . . ‘தாஸ்’

தாஸ்தான். இருந்தும் இவர்கள் பெயர்களை மாற்றிச் சொல்லக்கூடும் என்றும் ஒரு எண்ணம் மனத்தில் ஓடியது. மாற்றினாலும் மாற்றாவிட்டாலும் எல்லோரும் தொழிலில்

ஒருவர்தான். 'அவன் என்ன நினைத்திருப்பான்?' மனம் மறுகியது. 'பத்து டொலர்', 'இழி மனம்' என்ற சொற்கள் மனத்தில் ஓடி அலைந்தன.

நான் திடுக்கிட்டு எழுந்து 'ஜீன்ஸ்' பொக்கற்றில் இருந்த என் 'பேர்ஸ்' எடுத்தேன். அவன் மச்சாளின் தொலைபேசி இலக்கமெழுதிய காகிதம் கீழே சுழன்றபடி விழுந்தது. காசைச் கவனத்தோடு எண்ணினேன். நூற்றுத் தொண்ணூறு இருந்தது. இன்னும் நான்கு நாள்களுக்குத்தான் எனக்கான அறைக்குப் பரமு என்ற 'அவன்' பணம் கட்டியிருப்பது ஞாபகம் வந்தது. அதற்கிடையில் தான் வருவதாயும் தொலைபேசியில் சொல்லியிருந்தான்.

பரமுவும் தாஸும் ஒருவேளை ஒரே ஆள் தானோ! பதறும் மனத்தை கட்டுக்குள் வைக்கத் தலையணையை எடுத்து மடத்தனமாய் நெஞ்சோடு அழுத்தி அணைத்தேன்.

இப்போதெல்லாம் என் மீதும், எவர் மீதும் எனக்குச் சந்தேகம்தான். சிறையிருப்பதை விடவும் தப்பிப்பிழைப்பதற் கான பயண மனம் அதிக அழுத்தமானது.

குழி

கோ. புண்ணியவான்

பாடை நடுக்காட்டை அடைந்தபோது காதருகே வந்து மீண்டும் சாத்து. “வேண்டாம்டா சொன்னாக் கேளு... கொந்தளிச்சிடுவானுங்க, வெட்டுக் குத்து நடந்திடும்... வீணா வம்ப வெலைக்கு வாங்காத,” என்று சொல்லிக் கைகளைப் பற்றி அழுத்தினான். அவன் நெருங்கி வந்து சொன்னது தான் சொல்ல வந்ததை அவன் தீர்க்கமாக உள்வாங்கிக்கொள்ள வேண்டுமென்பதற்கான மெனக்கெடலாக இருந்தது.

பாடைக்கு முன்னாலும் பின்னாலும் கூட்டம் நகர்ந்து கொண்டிருந்தது.

கொள்ளிச் சட்டி ஏந்திய பையன் தோளை அவ்வப்போது மாற்றிக்கொண்டிருந்தான். ஈர வேட்டி கால்களில் சிக்கிக் கொள்வது தொந்தரவாக இருந்தது அவனுக்கு.

பிணத்துக்கு முன்னால் சில அடி தூரத்தில், சங்கிலித் தன் இடுப்பின் முன்புறத்தில் கட்டி அடிக்கத் தோதாகத் தொங்க விடப்பட்ட பறையின் ஓசை தகரக்கூரையின் பெய்யும் சீரான மழையெனப் ‘பப்பரப் பர பப்பர பரபர’ பட்டையைக் கிளப்பிக்கொண்டிருந்தது. அவன் விரல்களுக்கிடையில் நாகத்தின் நாக்குபோல நீண்டிருந்த பிரம்புகள் பறையில் சீறிக்கொண்டிருந்தன. பறையை அறையும் பிரம்பின் ஆட்டம் வேகமாகச் சுழலும் விட்ட காற்றாடியைப்போல அதன் வடிவம் இன்னதெனக் காட்டாமல் கண்ணாமுச்சி ஆடியது. பறையின் இசைக்குச் சற்றும் குறையாமல் அதற்கு ஈடாக அக்குலுக்கும் இடது கையின் நான்கு விரல்களுக்கு வாகாய்ப் பிடித்திருந்த கருப்பனின் தப்பும் விண்ணைக்கிழிக்கும் ஓசையைக் கிளப்பிக்கொண்டிருந்தது. அவனின் இடது கை பெருவிரலும் சுண்டுவிரலும் கொடுக்குப் பிடியாய்ப் பிடித்து நீண்டிருந்த

குச்சியும், வலது கைகையில் நீண்டிருந்த மேலுமொரு, சற்றே தடினமான பிரம்பும் தப்பின் மீது சீறி அறைந்துகொண்டிருந்தன. அந்த இரட்டை ஓசை நேரம் போகப்போகத் தாளகதியைக் கூட்டியபடியே இருந்தது. அந்தக் 'கனத்த ஓசையே அவ்வூரின் பிற ஓசைகளை அமுக்கி' அடக்கியிருந்தது .

அடர்த்தியான மரயிலை இருளில் வெயிலின் தகிப்பில் இளைப்பாறிய பறவைகளை அச்சத்தம் அச்சுறுத்தி அவ்விடத்தைக் காலி செய்ய வைத்தன. அவை வேறெங்கோ பாதுகாப்பான மரத்தை நோக்கிப் படபடத்தன. அந்த இசைக்குள் தங்களையும் ஓர் அங்கமாக இணைத்துக்கொள்ள நான்கைந்து பேர் குத்தாட்டம் ஆடத் தொடங்கினர். நாள் முழுதும் உழைத்த களைப்பை இந்தக் குதூகல ஆட்டம் சமன் செய்துவிடும் அவர்களுக்கு. சமன் செய்யும் கருவியாகச் சம்சுவும் இருப்பது ஆசுவாசம். காற்று சற்றே ஓய்ந்திருந்ததால் அந்த இடத்திலிருந்த 'சம்சு' நெடி அங்கேயே வியாபித்திருந்தது. ஏற்கனவே போதைக்கு அடிமையானவர்களை அந்த நெடி அவர்களை நரம்பில் ஏறிய பித்தை நோக்கி ஈர்க்கத் தொடங்கிவிட்டிருந்தது. அவர்கள் கூட்டத்திலிருந்து கமுக்கமாய்க் கலைந்து விலகிச் 'சம்சு' கடைக்கு நகர்ந்தார்கள். ஒரே மிடறில் தொண்டைக்குள் ஊற்றும்போது அதன் போதை உடலுக்குள் சரசரவென ஊர்ந்துத் தீண்டுவதை உணரத் துடித்தார்கள். அலாதியாக அதன் ஊடுறுவல் உலகின் வேறெந்த இன்பத்துக்கும் ஈடானதில்லை என்பது அவர்களின் அபிப்பிராயம். அதற்கப்புறம் ஆட்டக் களத்துக்கு மேலும் கால்கள் சேர்ந்துவிடும். கால்களும் பிரம்பை ஒத்த ஆட்டம் போடும். வெப்பத் தகிப்பு ஆட்டத்துக்கு ஒரு பொருட்டன்று! வியர்வை துளிகளாய்த் துளிர்த்து நிற்பவை மீது கதிர்கள் தொட்டுத்தொட்டு மூக்குத்தி நுனிகாளாய் மின்னின. ஊற்றெனக் கிளம்பி வடியும் வியர்வைக் குதிக்காலைத் தொட்டுத்தொட்டு உலர்ந்தது.

"கொந்தளிக்கட்டும்...டா... காலங்காலமா இழுபறியா இருக்கும் பிரச்சினைக்கும் தீர்வு வரணும்னா அதிரடியா ஏதாவது செய்யனும். கலவரம் நடந்தாதான் தீரும்னு இருந்தா அது நல்லாவே நடக்கட்டும்." என்று சொன்னான், புஜத்தையும் மார்பையும் துருத்திக் காட்டும் 'சிவப்பு நிற டி சர்ட்' போட்டிருந்த சரவணன்.

"கெழவிய நல்லபடியா அடக்கம் செய்யனும், கடைசி பயணத்த. சண்டச் சச்சரவு இல்லாம அனுப்பி வைக்கணும். சாங்கியம் செய்யும்போது வாய்ப்பேச்சு முத்தி, கைகலப்பு வந்தா நல்லாவா இருக்கும்? கெழவி ரொம்பக் காலமா ஒத்தையாக் கெடந்து செத்துப் போயிருக்கு, இது என்னாப்

பண்ணிச்சி? ஒடம்பொறப்பா நம்ம இருந்து அதுக்குக் காரியம் செஞ்சி முடிச்சிடுவோம். . . வேணாம் சரா. . . கச்சிக் கட்டிக்கிட்டு நிப்பானுங்க ! நல்லபடியா அனுப்பி வச்சிடணும். அசிங்கமாயிடக்கூடாது."

"எதுடா அசிங்கம், நம்ம சாதி சனங்கள தலையத் தட்டித் தட்டி குனிய வச்சிக்கிட்டே இருந்தது அசிங்கமாப் படலையா ஒனக்கு? இந்த மாறிப் பயந்துபயந்து போனதாலத்தான் அவனுங்களுக்கு எளக்காரமாயிடுச்சி. நாய வெரட்டுற மாறி நம்ம சனங்கள ஓடஓட வெரட்டிக்கிட்டே இருப்பானுங்க. இதுக்கொரு முடிவு கட்டணும்னா இந்தச் சந்தர்ப்பம் ஒரு தொடக்கமா அமையட்டும். சாத்து, செத்தப் பொணத்த பொதைக்கிறதுலகூட வில்லங்கம் பண்ணக் கூடாது. மண்ணோட வரலாற பாத்தா, செத்த பொணங்களாலான மண்ணுதான் இது. இந்தச் சாதிச்சனம் பேதமெல்லாம் மண்ணு வித்தியாசம் பாக்கிறதில்ல. மனுஷந்தான் பிடிவாதமா பிரிவினைய உண்டுபண்ணிட்டே இருக்கான். இதுல என்ன நமக்கு வேற, அவங்களுக்கு வேற எடம்னு பிரிச்சு வைக்கிறது அசிங்கமில்லியா? நமக்கென்ன தன்மானம் சூடுசொரண எல்லாம் செத்தாப்போச்சு?" என்றான் சரவணன். அப்போது, அவன் கைகள் தன்னிச்சையாகப் புஜத்தில் இறுகப் பற்றியிருந்த 'டி சர்ட்' கையை மேலே தள்ளித் தளர்த்தியது. அவன் முஷ்டிக் கைமுட்டிக்குக்கீழ் உள்ள நிறம்போல இல்லாமல், சற்றே வெளுத்திருந்தது. தவளை தன் இருப்புக்கு ஆபத்தை உணருதுபோது உண்டாகும் திகைப்பைப்போல அவன் முஷ்டி உப்பியிருந்தது. அது அவன் உடல்வாகின் ஆண்மையைப் பறைசாற்றியது. அந்த எம்பிய தசைநாரைப் பார்த்தபோது சாத்துவுக்கு மேலும் அச்சம் துளிர்ந்தது.

"காலங்காலமான இருக்கிற நடமுறடா இது, நம்மளவங்க யாரும் இந்த வழக்கத்த ஏத்துக்கிட்டாங்கல்ல? எதுத்து நிக்கலல்ல, புரிஞ்சிக்கடா!"

"காலம் தாண்டா எல்லா வழக்கத்தையும் மாத்திட்டு வருது. காலம்னா காலமில்லடா. அந்தந்தக் காலத்துல வாழும் மக்க. அவங்க சிந்தனைப் போக்கு, படிச்ச படிப்பு, இதெல்லாத்தியும் தான் காலம்ங்கிறோம். நீ புரிஞ்சிக்கோ சேது!"

கெண்டைக்கால் வரை இறங்கிய பழுப்பாகிப்போன வேட்டி கட்டிய ஒரு வயதானவர், "தலமாட்ட தெக்கே மாத்துங்க, நடுக்காடு வந்துட்டம்," என்றார். கூட்டம் சற்று நேரம் நின்றது.

பாடை ஒரு கூரைகொண்ட படகுபோல இருந்தது. கூரையை அலங்கரித்தப் பட்டுச்சேலைகள் கிழவியினுடையவை.

அது சாயம்போய் வெளிறி, முந்தானை இழைகள் விலகித் தொங்கிக்கொண்டிருந்தன. அதிலிருந்து பிரிந்த நூல் இழைகள் சில தனியே வால்போலக் காற்றில் ஆடின. பின்னப்பட்ட பச்சை வாழைமட்டைப் பாடையை அலங்கரிக்க இளமஞ்சள் நிறத்திலான குருத்தோலையிலான கூந்தல் பாடையைச் சுற்றிச் சடைகள்போலத் தொங்கின. பாடையைத் தூக்கிவந்த நால்வரும் படகைத் திருப்புவதைப்போல திசையை மாற்றினர். தலைப்பக்கம் தெற்கு நோக்கிப் பார்த்தது. இளநீர் வெட்டிக் காவு கொடுத்த பின் சூடம் சாம்பிராணிடி கொலுத்தி ஊதுவற்றி ஏற்றி நடுக்காட்டுச் சாமியை வேண்டிக்கொண்டனர். சம்பிராண்டு ஊதுவத்திப் புகைக் காற்றில் கலைந்து மறைந்தது.

மீண்டும் பாடை பயணமானது. கிழவிக்கு அனுசரணை யாக இருந்த அண்டை வீட்டாரும் சில இளைஞர்களும் பாடையருகே நடந்து சுமையைத் தன் தோளுக்கு மாற்றிக் கொள்ளத் தயாராக இருந்தனர்.

சாத்து சொன்னான், “நீ டௌன்லியே இருந்திருக்கலாம். பொறப்பட்டு வந்த வில்லங்கம் பண்ற, மக்கள் நிம்மதியா இருக்கிறது ஒனக்குப் புடிக்கலபோல!” அவர் குரலில் கெஞ்சல் மறைந்து எரிச்சல் தொனித்தது.

“எங்கப்பனுக்கும் இதத்தான் பண்ணானுங்க, அப்ப பத்தனதுதான் எனக்கு! இப்ப நான் தெளிவாயிட்டேன். அப்ப கொழுந்தா எரிஞ்சது இப்ப மூண்டு எரியுது. உங்க ஒறவுக்கும் இதான் நடக்கும். இதோ சுத்தியிருக்காங்களே அவங்கத் தலயெழுத்தும் இப்படித்தான் இருக்கப்போவுது! மண்ணுல அப்படியென்னா வித்தியாசம் இருக்கும். யாரு செத்தாலும் கடேசில இந்த மண்ணுலதான் பொதைக்கணும்! சுடுகாட்டு மண்ணு எல்லாருக்குமானதுதான! வெளைச்சல் வந்தாமட்டும் கீழ்சாதி மண்ணுல வெளைஞ்சதுன்னு எவனாச் சொல்லக் கேட்டுறிக்கியா? ஏன்னா எல்லாருக்கும் பசிக்கும். சாப்பிடும்போது மட்டும் வசதியா மறந்துட்டு, இப்ப மட்டும் மேல் சாதி, கீழ் சாதின்னுப் பேசுறது எந்த வகையில நியாயம்? இந்த மண்ணுல மனுசப் பொணத்த பொதைக்காத எடம் எதுன்னு ஒன்னால காட்ட முடியுமா? எல்லா வகை மனுசாலுங்களையும் இந்த மண்ணு உள்வாங்கியிருக்கு. அதெல்லாம் மனுசால பிரிச்சுப் பாக்குறவனுங்களுக்குத் தெரியாதா என்ன?”

பாடைமேல் போர்த்தியிருந்த சாயம் தேய்ந்த நீலப் பட்டுச்சேலை முந்தானைச் சரிந்து மண்ணில் விழத் தாவியது. பாடையைத் தூக்கிவந்த ஒருவன் அதனைக் கொற்றைக் கையால் இலாவகமாகப் பற்றிப் பாடையின் மீது மீண்டும் விசிறி எரிந்தான்.

அது சரியாகப்போய் உட்கார்ந்துகொண்டதுபோல பாவனை செய்தது. அது மீண்டும் சரியலாம் என்ற சமிக்ஞையோடுதான் சிறிதாய்த் தொங்கி அல்லாடியது.

"ஒம் பேச்செல்லாம் அவனுங்க ஏத்துக்குவானுங்களா?"

"ஏத்துக்கமாட்டானுங்ககிறதனாலதான இந்த அதிர்ச்சி வைத்தியம். அப்றம் எப்பதான் அவனுங்களுக்கு உறைக்கிற மாறி செய்றது? இதான் சந்தர்ப்பம், நேரம் இப்பதான் கூடிவந்திருக்குன்னு வச்சிக்கோ" சரவணனின் தீர்க்கமாக இருக்கிறான் என்பதைப் புரிந்துகொண்டதும் சாத்து யாராவது தனக்கு ஆதரவாகப் பேசுவார்களா என்று சுற்றும் முற்றும் பார்த்தான். எல்லாரும் சரவணனைப் போலவே இரண்டில் ஒன்று பார்த்துவிடப்போகும் இறுக்கமான முகபாவனையைக் கொண்டிருந்தனர்.

சாவு வீட்டில் நேற்றிரவு முழுதும் இளைஞர்கள் கூடிக்கூடிப் பேசி முடிவெடுத்த ஒன்று இது. ஆனால். சாத்துக்கு மட்டுமே அதற்கு உடன்படவில்லை. அதனால். ஒற்றை ஆளாய் நின்று அவனால் சமாளிக்க முடியவில்லை. அவன் வார்த்தைகள் புறக்கணிக்கப்பட்டதில் சலிப்படைந்து போயிருந்தான்.

"சாத்து... எல்லாரும் ஒரே வைராக்கியத்தோட இருக்கணும். பொணக்குழி எல்லாம் தோண்டியாச்சு. அங்கதான் பொதைப்போம்னு கண்டிசனா இருப்போம். அப்படி ஒரே கொரலா இருந்தாதான் நம்ம ஒத்துமைய, வைராக்கியத்த காட்ட முடியும்!. அவனுங்க சாதிப் பித்த அடக்க முடியும். இங்கோர்ந்து தொடங்குவோம் நம்ம போராட்டத்த" என்று பாடையை இடது தோளுக்கு மாற்றிக்கொண்ட ஒருவன் சொன்னான். சாத்து அடங்க வேண்டியதாயிற்று. அவன் சொல் சபை ஏறாத ஏமாற்றத்தில் மெதுவாக நடந்து கூட்டத்துக்கும் பின்னால் போய்விட்டான். சுடுகாட்டுக்குப்போகும். நோக்கத்தைக் கைவிட்டான். அவன் நெஞ்சு வெடிப்பதுபோலத் துடித்துக் கொண்டிருந்தது.

வெட்டியான் பயந்துபயந்துதான் குழியைத் தோண்டி வைத்திருந்தான். தனக்கே குழி நோண்டிக்கொள்வதான அச்சம் அவனுக்கு. பயத்திலிருந்து விடுபட வழக்கத்துக்கு மாறாக கூடுதலாக இரண்டு அரை போத்தல்களைக் காலி செய்திருந்தான். அவன் வயிற்றுக்குள் குளம்கட்டியிருந்த நான்கு அரைபோத்தல் ஏபிசி கருப்பு பீர் அவனுக்கான துணிச்சலைத் தாரைவார்த்திருந்தது. அரைவாசிக் குழி தோண்டிக் கொண்டிருந்தபோதே தொடங்கிய முதல் போத்தலும் குழியைத் தோண்டி முடிக்கும்போது வெட்டியான் போத்தல் உதட்டில்

படாமல் பீரைத் தொண்டைக்குள் ஊற்றினான். ஊற்றிலிருந்து நீர்க்குமிழிகள் வெளியாகும் ஓசையைக் கிளப்பியது அவன் பீரை தொண்டைக்குள் ஊற்றி வயிற்றுக்குள் இறங்கும் ஓசை. வெட்டி முடித்தபோது கடைசி நான்கு போத்தல்கள் குழிக்கு வெளியே மண்ணில் கவிழ்ந்து கிடந்தன. நல்ல உஷ்ண நேரத்தில் உள்ளிறக்கிய அந்தக் கருப்பு இன்னும் இரண்டு மணி நேரத்துக்குத் தாக்குப் பிடிக்கும் என்று அவன் கணக்கிட்டிருந்தான். எல்லா வேலைகளையும் முடித்துவிட்டுக் கிளம்பும்போது கடைசி போத்தல் ஒரு மறைவிடத்தில் அவனுக்காகக் காத்திருப்பதை அவன் மறந்தும் மறந்துவிடப்போவதில்லை. அந்த அலாதியான போதை வஸ்துவின் நினைவாகவே இருந்தான். எதை மறந்தாலும் அதனை மட்டும் மறக்காத நினைவாற்றலை அவனுக்குக் கொடுத்திருந்தது. அவன் கோவணம் சேர் ஏறி செம்மஞ்சலாகித் தொங்கியது.

பாடை வந்து சேர்ந்திருந்தது. குழி பறித்து மேலே போட்ட மண்மேட்டின் மீது பாடை இறக்கப்பட்டிருந்தது. நண்பன் அழைப்பின்பேரில் சற்றுநேரம் கழித்தே சுடுகாட்டை அடைந்திருந்தான் சேது. பிணம் புதைக்கும் அந்த இடத்தைப் பார்த்ததும் அவன் திடுக்கிட்டான். அவனுக்குள் சினம் மெல்ல மெல்ல உச்சந்தலைக்குள் ஏறிப் பாரமாக அழுத்திக்கொண்டிருந்தது. முறைப்படி இந்த இடம் அவர்களுக்கானதன்று! இங்கிருந்து இன்னும் சில கெஜ தூரம் தள்ளியிருக்கிறது! வேலியிடப்பட்ட பிரித்த அடையாளமாய் நிற்கும் அந்த இடம். இப்போது வேலி சாய்ந்து, மண்ணில் புதைந்துவிட்டிருந்தது. வேலித் தியான்கள் கறையான் தின்று மக்கி முறிந்துவிட்டிருந்தன.

சேதுவின் கால்கள் பரபரத்தன. அழைத்த நண்பனிடம் ஒரு வார்த்தை பேசக்கூட முடியாமல் ஆவேசமும் பதற்றமும் அவனைத் தடுத்தது. உடனே ஐயாவிடம் தகவலைச் சொல்லியாக வேண்டும். இல்லையென்றால் எல்லாம் தாமதமாகிவிடும். “எங்கிட்ட ஒடனே ஓடியாந்து ஒரு வார்த்த சொல்லக் கூடாதா?” என்று ரௌத்திரம் ஆடிவிடுவார்.

சேது அங்கிருந்து கமுக்கமாக அகன்று ஓட்டமும் நடையுமாக ஐயாவின் வீட்டை நோக்கி ஓடினான். லாலான் காட்டை விலக்கிவிலக்கி விரைந்தான். லயத்தை இரண்டாகப் பிரிக்கும் மரப்பாலத்தின் மக்கி விலகியிருந்த பலகைகளைத் தவிர்த்து தாவினான். சாக்கடை ஒரே பாய்ச்சலில் தாண்டினான். இரப்பர் மரத்தில் உலர்ந்த குச்சிகள் நொறுங்கநொறுங்க அவன் பாதங்கள் பரபரத்தன. கால்பட்டு எம்பிக்கீறும் குச்சிகளை அவன் பொருட்படுத்தவில்லை!. சருகுகள் சரசரவென நசுங்கி ஓசையெழுப்பன. அந்த இரப்பர் மரக்காட்டைத் தாண்டினால்

ஐயாவின் வீடு. அவர் வீட்டை அடைந்தபோதுதான் அவனுக்கு மூச்சிரைத்தது. அவனுக்குள்ளிருந்து வெளியாகும் காற்று அதிரும் ஓசை கேட்டது. வாசலை அடைந்தவுடன் மேல்மூச்சு கீழ்மூச்சு அடங்க சிறிது நேரம் பிடிக்கும் என உணர்ந்தான். நெஞ்சு வெடிப்பதுபோல இருந்தது. விலா எலும்புகளும் நெஞ்செலும்புகளும் மேலெழுவதும் சரிவதுமான அசைவை நிறுத்தவில்லை.

ஐயா நல்ல வேளையாக வீட்டில் இருந்தார். அவனுக்கு அப்போதுதான் ஆசுவாசமாக இருந்தது. மூச்சு இயல்பு நிலைக்கு திரும்பி இருக்கவில்லை!

ஐயா பிரம்பு சாய்வு நாற்காலியில் சாய்ந்துகொண்டு. கிராமபோனில் தியாகராஜ பாகவதர் பாடல்களைக் கேட்டு முயக்க நிலையில் இருந்தார். கண்களை முழுதாய் மூடாததால் வீட்டுக்கு வெளியே பாதி காட்சி சாம்பல் பூத்து மங்கலாயத் தெரியத்தான் செய்தது.

இருக்கையை விட்டு எழுந்து நடந்து வந்துகொண்டே, “என்ன சேது? ஏன் இப்படித் தலதெறிக்க ஓடியாந்திருக்க?!”

“ஐயா நம்மளுக்குந்னு ஒதுக்குன மண்ணுல அந்தக் கீக்குச்சி நாய்ங்க, அவுங்க ஆளு பொணத்த பொதைக்க ஏற்பாடு பண்ணிட்டானுங்க. குழிய நம்ம மண்ணுல நோண்டி யிருக்கானுங்க. காரியம் நடந்திட்டிருக்கு! அவன் சொல்லி முடித்தபோதும் அவன் நெஞ்சு நடுக்கம் குறைந்திருந்தது.

கீக்குச்சி என்றதும் ஐயாவின் முகம் சட்டென மாறியது. உள்ளே சினம் பொங்கிக் கிளம்பியது. “யாருடா செத்தது?”

“ஒரு அனாதக் கிழவி. கீக்குச்சி கோடி வூடல் இழுக்கப்பறிக்க கெடந்துச்சே ஆறு மாசமா, அது.” என்றான்.

ஐயா லயக்காட்டை விட்டுச் சற்றுத் தள்ளி இருந்த பகுதியில் நிலம் வாங்கி தனிவீடு கட்டிக் குடியிருந்து வருவதால் அவருக்கு இந்தக் கிழவி சாகக் கிடந்ததை அவன் சொல்லித்தான் தெரியும்.

“நீ வா கார்ல ஒக்காரு, அவனுங்களுக்குப் பாடம் கத்துத்தறணும்!” ஒரு பிரும்மாண்ட ஆமையைப்போல ஹில்மன் கார் வாசலில் நின்றிருந்ததை அவன் அப்போதுதான் பார்த்தான். அவன் ஓடிவந்து சொல்ல வந்த தகவல் அழுத்தம், அவன் கண்ணை மறைத்திருந்தது.

சதா துருத்தித் திறந்த ஆந்தையின் கண்களைப் போன்ற அதன் முன் விளக்குகளும், கற்பினி யானை மல்லாக்கப் படுத்ததுபோல அதன் முதுகுப்புறமும், டயர்கள் நான்கும் ஆமை

தன் தலையைத் துருத்திக்கொண்டது போன்ற அமைப்பும் அக்காரைத் தனித்த அடையாளமாகத் திகழ்ந்தது. சமீப காலமாக ஒரு இரும்பு மிருகம் அந்த ஊருக்குள் நுழைந்து உலாவுவது போன்று இருந்தது. துருவ நட்சத்திரம்போல அவ்வப்போதுதான் கார்களைக் காண நேரும் அந்த ஒதுக்குப்புற ஊரில், அது கம்பீரத்தின் அடையாளமாகத் திகழ்ந்தது. அது செம்மண் சாலையில் ஓர் அன்னம்போல நீந்திவரும்போது தூசுப்படலம் அதன் இறக்கையாய்க் குமுமி நிற்கும். அதற்குச் சொந்தக்காரரான ஐயாவின் கௌரவத்தை அது மேலும் ஒரு படி உயர்த்திவிட்டிருந்தது. அக்காரை வாங்கியவுடன் அவரின் மிடுக்கு மேலும் கூடியது. மெல்லக் கதவைத் திறந்து அதை உட்காரும்போது அவனுக்குச் சொர்க்கம் அருகில் தட்டுப்பட்டது.

வேட்டியை மடித்து கட்டிக்கொண்டு டிரைவர் சீட்டில் அமர்ந்தார். முட்டிக்குக்கீழ் கெண்டைக்கால் தடித்து வலிமை யானதாகக் காட்டிக்கொண்டிருந்தது. கார் சுடுகாட்டை நோக்கி விரைந்தது.

"பொதச்சிட்டானுங்களா என்ன ஐயா பண்றது?"

"பொதச்சிடுவாங்களா அவ்ளோ நெஞ்சழுத்தம் வருமா அவனுங்களுக்கு? டேய் அது நமக்குனு கூட்டத்துல பேசி ஒதுக்கியாச்சி. இப்ப என்ன புதுசா இப்படி விதிய மீறது. நான் சொம்ம விடமாட்டேன்," என்று சொல்லிக்கொண்டே எக்சிலரேட்டரை மேலும் அழுத்தினார். செம்மண் புழுதி மண்டலம் கிளம்பி எழுந்து சாலையை மூடிகொண்டிருந்தது.

"அதையெல்லாம் அவனுங்க கொஞ்சமும் மதிக்கல போல இருக்கு. ஒரு பெரிய கூட்டமா ஒன்னாச் சேந்துக்கிட்டு இதச் செய்றானுங்க ஐயா."

"என்ன பெருசா மசிறு கூட்டம்? நமக்குக் கீலதான் அவனுங்க! நம்மலுக்கும் சாதி சனம் இருக்கு. நம்ம ஆளுங்களும் இந்நேரம் அங்க கூடியிருப்பாங்க. ஏன்னா இது காலங்காலமாக் காவந்து பண்ண கௌரவம்." என்று சூடு பறக்கச் சொல்லி விட்டுச் சில நொடிகள் நிறுத்தி, "ஆமா அத எவனோ தூண்டி விட்டிருக்கான்னு நெனைக்கிறேன். இவ்ளோ காலம் இல்லாம, இப்ப மட்டும் என்ன புதுசா? அந்த சனத்துக்கு இந்தத் துணிச்ச வந்ததில்லையே!" என்று காருக்கு வெளியே கேட்கும் அளவுக்கு அவர் குரல் ஓங்கியிருந்தது.

"சரவணன்னு ஒருத்தன் யா. படிச்சிட்டு டௌன் பக்கம் வேலயில இருக்கான்யா, சாவு செய்தி கேட்டு ஓடனே

வந்துட்டான்யா. அவன் கொடுத்த தைரியத்துலதான் எல்லாம் ஒன்னு சேந்துட்டானுங்க!"

"படிச்சிபுட்டா கிளிச்சிருவானாக்கும்?"

"அவன்தான்யா தூண்டியிருக்கணும், எஸ்டேட்ல இருக்கிறப்பையே தெனாவெட்டாப் பேசிட்டிருப்பான்யா. அந்தச் சாதி ஆளுங்க பெரிய கூட்டமா இருக்குய்யா அங்க!"

"கூட்டம் பெரிசா இருந்தாப் பயந்திடுவோமாக்கும்." இத இப்படியே விட்டுட்டா வெள்ளம் தலய அறுத்துட்டுப் போய்டும், தலைய தட்டித்தான் வைக்கனும்."

காரில் இருந்து இறங்கியதும் மல்லிகை மலரின் வெண்மையை ஒத்தத் தூய வெள்ளை வேட்டியின் முனையை விரல் நுணியில் பிடித்துக்கொண்டார். நீலக்கறைத் துண்டை வலதுகைத் தோளுக்கு மாற்றிப்போட்டுக்கொண்டார். நடையில் மிடுக்குத் தானாக ஏறிக்கொண்டிருந்தது.

உள்ளபடியே மனிதநெரிசல் இருந்தது சுடுகாட்டில். அவர்கள் இரண்டு கூட்டமாக நின்று பேசிக்கொண்டிருந்தனர். சினமேறிய வார்த்தைகள் அவர்கள் வாயிலிருந்து உதிர்ந்து கொண்டிருந்தன.

"தோ ஐயா வந்திட்டாரு." என்று ஒருவன் சொன்னவுடன் மொத்தக் கூட்டமும் அவரை நோக்கித் திரும்பியது.

"பாத்தீங்களா ஐயா சாதித் திமிற?" என்றார் ஒருவர்.

பிணம் புதைக்கப்பட்டு மண்தள்ளி மூடப்பட்டு விட்டிட்டிருந்தது.

தலைமாட்டில் நந்தியாவட்டம் பூச்செடிக் கம்பு ஊன்றப் பட்ட தண்ணீர் விடப்பட்டு நனைந்து கிடந்தது. மூடப்பட்ட குழியின் மேல் ஈர மண் சொதசொதப்புத் தெரிந்தது. 'சொர்க்கம்போ' சொல்லி முடித்து நீர்சட்டியைத் தலைமாட்டில் உடைத்துவிட்ட சாங்கியம் முடிந்துவிட்டிருந்தது. மண்சட்டியின் உடைந்த பாகங்கள் தலைப்பக்கம் சிதறிக் கிடந்தன. சட்டியை உடைத்த பையன் திரும்பிப் பார்க்காமல் போய்விட்டிருந்தான்.

மண்மூடி பிண மேட்டைப் பார்த்ததும் ஐயாவுக்குக் கோபம் தலைக்கேறியது.

சரவணனுக்குப் பின்னால் நண்பர்கள் கூட்டம் அசையாமல் நின்றிருந்தது. ஒரு கை பார்த்துவிடுவோம் என்ற தீர்க்கத்தோடு.

“இப்போ என்ன செய்றது?” என்று கேட்டான் இன்னொருவன்.

ஆங்காரம் பொங்கும் தொனியில், “என்ன செய்றது... பொணத்த தோண்டி அவைங்க எடத்துல பொதைக்கச் சொல்லுங்க” என்றான் இன்னொருவன்.

“இருங்கையா நீங்க பாட்டுக்குப் பேசிக்கிட்டிருந்தா காரியம் நடந்திடுமா? எப்பியும் ஐயாதான முடிவெடுப்பாரு. அவரு சொன்னா சரியா இருக்கும். எப்பியுமே அவர் எதுத்து யாரும் மறு வார்த்த பேசுனது இல்லை. செத்த வாய மூடுங்க,” என்றார் சற்றே வயது கூடியவர்.

ஐயா குழி அருகே சென்றபோதுதான் சட்டெனப் பார்வையில் பட்டது ஒரு பெண்ணுருவம். வேலைக்காரி பேச்சாயி, சரவணன் கூட்டத்தில் ஒருத்தியாய் நின்று கொண்டிருப்பதை பார்த்ததும். ஐயாவுக்குத் தூக்கிவாறிப் போட்டது!

அவர் வீட்டில் வேலை செய்துகொண்டிருந்தவள் ஒரு வாரத்துக்கு முன்னால் சொல்லாமல் கொள்ளாமல் வேலையை விட்டு நின்றுவிட்டிருந்தாள். அவள் விழிகளிலிருந்து ஜுவாலை சீறிக்கொண்டிருந்தது. அவள் கண் மாறாமல் ஐயாவைப் பார்த்துக்கொண்டிருந்தாள்.

நெஞ்சு வெடவெடக்கத் தொடங்கியது ஐயாவுக்கு. கால்கள் சிறிய நடுக்கத்துடன் பின்னகரப் பார்த்தது. மறுமுறை அவள் விழிகளை நோக்க அவருக்குத் திராணி போதவில்லை.

அவர் மீதான பார்வையை அவளும் விலக்கவில்லை!

பக்கத்தில் தகவல் சொல்லிக்கூட்டி வந்த சேது கேட்டான்.

“இப்ப என்னையா செய்றது... எல்லாத்தியும் முடிச்சிட்டா னுங்களே. சட்டுபுட்டுன்னு ஒரு முடிவ சொல்லுங்கய்யா..”

அவர் குரல் எழவில்லை. மேலண்ணமும் கீழண்ணமும் வரண்டு நாக்கு எச்சிலுக்குத் துழாவியது. அவர் உடல் விதிர்க்கத் தொடங்கியது. அவன் வினாவை அவர் சரியாக உள்வாங்க முடியவில்லை. அப்போதைய சூழலுக்கேற்ப என்ன வினாவாக இருக்கும் என்று சுதாரித்துப் பதிலிறுத்தார்.

“வாணாம்யா இதோட வுட்டுடலாம். காரியம் முடிஞ்சி போச்சி! பொணத்த பொதச்சித் தொலச்சிட்டானுங்க. அத மறுக்காத் தோண்டி எடுக்கிறது நம்ம வமசத்துக்கு. நல்லதில்ல! அதுக்கு ஐதீகமும் இல்ல! பெரிய இரத்தக்களறி வந்திடும். அவனுங்களும் வேணுமுன்னே செய்திருக்காணுங்கன்னு தெரியுது. வீணால வம்புக்கு நிக்க வாணாம். இந்த விஷயத்துக்

காக நாலு உசிரு போறத என்னால் பாக்க முடியாது. எப்படிப் பாத்தாலும் பொணத்த மண்ணுலதான் பொதச்சாகனும். கொஞ்சம் தள்ளிப் பொதச்சாலும் மழைகாலத்துல இங்குள்ள மண்ணு அங்குள்ள மண்ணோட கரைஞ்சி சேரத்தான் போவுது. அப்போ எல்லாம் கலந்திடும் இல்லையா. இப்போ தனியாப் பொதைக்கணும்னு போராடுறதுக்கு அர்த்தமில்லாம போய்டும் இல்லையா? இதுக்குப்போயி நாம சிண்டு முடிஞ்சிகிட்டு நிக்கிறது சரியாப் படல. செத்தப் பொணத்துக்காக சண்டபோட்டுச் சாகிறது புத்திசாலித்தனமாத் தெரில," என்றார் வார்த்தைகள் இடற இடற!

அவரைச் சார்ந்த எல்லாரும் ஒரு கணம், 'ஐயாவா இப்படிப் பேசுறது?' என்று வியப்புக்குள்ளானார்கள்.

வேலைக்காரி அங்கேயே அசையாமல் நின்றுகொண்டிருப்பது அவருக்குப் பதற்றத்தை ஏற்றிக்கொண்டிருந்தது. அவளின் கண்மாறாத பார்வையில் தீ 'கனன்று'கொண்டிருந்தது.

"ஐயா சண்ட சச்சரவு வேணாம்னா போலீசுக்குப் போலாம்யா. . ." என்றது கூட்டத்திலிருந்து வந்த ஒரு குரல்.

"வாணாம் மலாய்க்காரப் பேதா, ஒங்க சனங்களோட சுடுகாடுதான? எங்க பொதச்சா என்னான்னு கேப்பான், அவனுக்குச் சொல்லிப் புரியவைக்க முடியாது, சட்டத்திலியும் அதுக்கு எடமில்ல!" என்று சொல்லிவிட்டு,

"நம்ம வாழ்ந்த காலத்துல பொதச்சப் பொணத்தத் திருப்பித் தோண்டி எடுத்த சம்பவம் நடந்ததா வரலாறு சொல்லக் கூடாது. நம்ம சாதிப் பேரே நாசமாப் போய்டும். சரி யாரும் இங்க நிக்காதீங்க. என் சொல்லுக்கு மரியாத கொடுங்கன்னு வேண்டிக்கிறேன். பொறப்பட்டு வூட்டுக்குப் போங்க" என்று சுதிசரிந்த குரலில் கட்டளைப் பிறப்பித்தார். அவ்வாறு சொல்லிக்கொண்டே விரைந்து காரில் ஏறினார். கார் பயணப்பட்டுவிட்டது.

"ஐயா... ஐயா... கொஞ்சம் நில்லுங்க. . . ஒரு கேள்விக்குப் பதிலு சொல்ட்டுப் போங்க..." என்று ஒருவர் ஓடிவந்தார்.

அதற்குள் கார் சிறிது தூரம் போய்விட்டிருந்தது.

கூட்டம் கலையவில்லை. அதிர்ச்சியோடு அங்கேயே நின்றிருந்தது. சலசலப்பு எழுந்துகொண்டே இருந்தது.

❍

கீக்குச்சி = தோட்டப் புறங்களில் தாழ்ந்த சாதியினருக்கு ஒதுக்கப்பட்ட குடியிருப்புப் பகுதி.

வியாகூலப் பிரசங்கம்

செல்வம் அருளானந்தம்

வெளிக்கிட்டு
முப்பத்து மூன்றாம் நாள் வந்து சேர்ந்தேன்.
காலம் எல்லாம் நடந்தவன்போல்
களைத்திருந்தேன்.

குடிவரவு அதிகாரி
கடும்வெயில் கண்டவர்போல்
சிவந்திருந்தார்.

தலித்தாய்ப் பிறந்து
தமிழாய்க் குனிந்து
கறுப்பாய் என்னை உணர்ந்தேன்.

ஏன் வந்தாய்? என்றார்
அக்கிரமம் தலைதூக்கி
அன்பு தணிந்துபோன காலத்தில்
பிறந்தவன் ஐயா, என்றேன்
கல்லாகிப் பொல்லாகி இரும்பாகிக்
கலிபர் ஐம்பதான காலத்தில் வாழ்ந்தவன்

திரும்பவும் முறைத்து,
நீ ஏன் வந்தாய்? என்றார்
அண்ணனும் தம்பியும் அடித்து
அடுத்த வீட்டானும் அதற்கு அடுத்த வீட்டானும்
துரத்த

பொ. திராவிடமணி

ஆர் ஆரோ பட்டத் துயரெல்லாம் என் கதையாக,
அவர் கலங்கி,
என்ன கொண்டு வந்தாய்? என்றபோது
மூவாயிரம் ஆண்டு இழுத்து வந்த சிலுவை இருக்குது
முப்பதாண்டுகளாய்ச் செய்த ஆணிகள்
இருக்குதென்றேன்.
போய் நீ உன்னையே அறை என்று
கைகுலுக்கிக் கனடாவுள் அனுப்பிவைத்தார்
இங்கே,
இலைகொண்ட கொடி ஆட
என்னை அறைவேன் சிலுவையிலே.

சந்தனம் மெத்தினால்
பவானி சற்குணசெல்வம்

வாங்கோ! வாங்கோ! இருங்கோ.

பிள்ளை நித்திரையால எழும்பிக் குளிச்சிட்டாவோ?

இல்லைப் பாருங்கோ... அவ வழக்கமா ஏழு மணிக்குத் தானே எழும்புறவ. இப்ப விடியப்பறம் மூன்று மணிதானே எழுப்பஎழுப்ப சிணுங்கிக்கொண்டு படுத்திருக்கிறா...

இப்பதானே ஒன்பது வயது என்ன? சின்னப்பிள்ளைதானே. நான் எல்லா இடமும் மேக்கப் செய்யப் போறேன்தானே, இப்ப எல்லாப்பிள்ளைகளும் சின்ன வயதிலேயே பருவமடையினம். எங்கடை காலத்திலயெண்டால் பதின்மூன்று பதினான்கு வயதாகும்.

இங்கச் சாப்பாடுகளும் அப்பிடி இப்பிடித்தானே. 'fast food' இலதானே பிள்ளையளுக்கு விருப்பம். உடம்பில இருக்கிற 'fat percentage' இலதானாம் அது தங்கியிருக்கெண்டு டொக்டர் சொன்னவர்.

ஓம் அது சரிதான் பிள்ளையளை உடற்பயிற்சி விளையாட்டெண்டு வெளியில விடவேணும். நாங்கள் சும்மா ரியூசன்ரியூசன் எண்டுக் கூட்டிக்கொண்டு திரியிறதால அவைக்கு விளையாட நேரமில்லை.

ஓம் உண்மைதான் விளையாட்டு மூளைவிருத்திக்குக்கூட நல்லது. அதோட விளையாடப் போற பிள்ளைகள் வெற்றி தோல்விகளைச் சமமாக ஏற்றுக்கொள்ளப் பழகுவினம். வேறு பலரோட தொடர்புகள் கிடைக்கிறதால சமூகப் பண்பாடுகளும் வளர்க்கப்படும்.

பொ. திராவிடமணி

இனி அவவை எழுப்புங்கோ ஏனெண்டால் முதல்ல அவவுக்கு *'bleaching'* செய்ய வேணும்.

சின்னப்பிள்ளை அதை விட்டால் என்ன?

'Bleaching' வேண்டாம் பாருங்கோ.

எனக்கென்ன விடலாம். ஆனால், நீங்கள் *Dark* கலர் சாறி வாங்கி வைச்சிருக்கிறீங்கள். கொஞ்சம் நிறமாயிருந்தால் தானே எடுப்பாக இருக்கும்.

கவனம் உடன கழுவுங்கோ என்ன?

ஓம் அவவை முதல் எழுப்பிக் குளிக்கவாருங்கோ. தலை யெல்லாம் நேற்று கழுவிப் போட்டுத்தானே படுத்தவ என்ன?

ஓம் ஓம் *outdoor shooting* எல்லாம் முடிஞ்சுது இனி *indoor shooting* உம் *garden shooting* உம்தான். சரியாகப் பத்து மணிக்கு ஹெலிகொப்ரர் வரும் பிள்ளையை ஏற்றிக்கொண்டு மண்டபத்துக்குப்போக.

ஓ அப்ப கெதியாய்ப் பிள்ளையை எழுப்புங்கோ. . .

குளிச்ச உடனே *Bleaching* போட என்ன செய்யுதோ தெரியாது. . .

அதுக்குத்தான் வெள்ளன எழுப்பிக் குளிக்கவார்க்கச் சொன்னனான்.

Garden எல்லாம் புதிசாகச் செய்திருக்கிறீங்கள் போல, நல்ல வடிவாயிருக்கு.

ஓம் பாருங்கோ எல்லாம் செலவுதான். ஒரு பிள்ளைதானே எல்லாம் வடிவாகச் செய்து பார்க்க பெற்றாருக்கு ஆசைதானே.

ஓம் பின்னை. . . *outdoor shooting* எங்க எடுத்தனீங்கள்?

Europe trip போய் பிறரன்ஸில ஐவில் ரவர் அது இது எண்டெண்லாம் எடுத்துப் பிறகு நெதர்லாந்தில ரியூலிப் வயல் வின்ட் மில் எடுத்துப் பிறகு இற்றாலில பிஸ்ஸா ரவர் எண்டு நோர்வே சுவி ஸில மலைகள் அருவிகளெண்டு எடுத்தனாங்கள் பிறகு இலங்கைக்குப்போய் பரதேனியாப் பூங்கா கண்டிக் கம்பளைக் கோயில் கோபுரமெண்டு எல்லாம் ஆசைக்கு எடுத்தாச்சு.

சரி இங்க வாங்கோ குஞ்சு. . . இந்தக் கதிரையில இருங்கோ. . . அன்றி பிள்ளையை வடிவாக வெளிக்கிடுத்தி விடுகிறன் என்ன. . .

eye lash என்னமாதிரிப்பாருங்கோ. நான் ஒரு சென்றிமீட்டர் நீளமானதுதான் பாவிக்கிறனான் சின்னப் பிள்ளையளுக்கு ஒட்டிவிட்டால் வடிவாக இருக்கும்.

அது இவவுன்ட முகத்துக்கு *propotional* ஆக இருக்காது. சும்மா *mascare* பாவிக்கலாந்தானே இயற்கையாக இருக்கும். அவக்கு சும்மாவே நல்ல நீளமான இமை.

இல்லைப் பாருங்கோ ஒட்டுறதுதான் வடிவு.

தலைக்குப் பின்னலும் சடைநாகமும் வடிவாயிருக்கும் எல்லாச் சாமானும் வாங்கி வைச்சிருக்கிறன்.

இல்லை அது இப்ப *fashion* இல்லை நான் தேவையான எல்லாச் சாமானும் கொண்டு வந்தனான். நான் உங்கடை பிள்ளையை மொடேர்ன் பெம்பிளையாய் வெளிக்கிடுத்தி விடுகிறன் ஒண்டுக்கும் நீங்கள் பயப்படத் தேவையில்லை. சும்மா பழைய பாணியில வெளிக்கிடுத்திவிட்டால் தொழில் செய்யிற எனக்கும் மரியாதையில்லை உங்களுக்கும் மரியாதையில்லை.

ஒரு உடுப்புத்தானோ அல்லது பின்னேரம் வேற உடுப்பு மாத்திறதோ?

உடுப்பு மூன்றுதரம் மாத்த வேணும்.

ஓம் அப்ப நான் அதுக்கு ஏற்ற மேக்கப் சாமான்களை அங்க *hall* இக்கு கொண்டு வாறன்.

எத்தனை பேருக்குச் சொன்னனீங்கள்?

ஆயிரம்பேருக்குச்சொன்னாங்கள் எண்ணூறு தொளாயிரம் ஆட்களெண்டாலும் வருவினம். வெளிநாட்டுக்காரர் எங்கடையாக்கள் இவற்றையாக்கள் எல்லாரும் வந்திட்டினம். பிளேன்ட அம்மம்மாவும் ஊரில இருந்து வந்து நிக்கிறா.

ஆ... பிறகென்ன இப்ப விசாக் குடுக்கிறாங்களோ?

ஓம் கொஞ்சம் கஷ்டந்தான். லோயறைப் பிடிச்சுக்கிடிச்சு ஒரு மாதிரி எடுத்தாச்சு.

அம்மம்மா இங்கையே இருக்கிற பிளானோ அல்லது திரும்பிப்போற பிளானோ?

இங்க குளிரெண்டு சொல்லுறா. பாப்பம் என்ன செய்யலாமெண்டு.

அகதித் தஞ்சங் கேட்கலாம். ஆனால், வயது போனவைக்கு அங்கயென்ன பயமெண்டெல்லே கேக்கிறாங்கள்.

சரி குஞ்சு கையை நீட்டுங்கோம்மா... இது போட்டால் பிள்ளையின்ட கை நல்ல வெள்ளையாய் வரும்...

ஆ... ஆ... எரியுது வேண்டாம்... எனக்கிது வேண்டாம்... ஆ... கடிக்கிது...

ஐயோ... ஐயோ... கழுவுங்கோ உடனே. . . பிள்ளையின்ற தோல் தடிச்சுக் கொண்டு வருகுது. . .

பயப்பிடாதைங்கோ இந்தக் கிறீமைப் போட்டால் எல்லாம் சரியாய்ப்போம். நீங்கள் கொஞ்சம் அமைதியாக இருங்கோ ஒண்டுக்கும் பயப்பட வேண்டாம். நான் இப்ப பதினைஞ்சு வருஷமாக இந்தத் தொழில் செய்யிறன். நான் படிச்சுத்தான் இந்தத் தொழிலைச் செய்யிறன்.

பிள்ளையின்ற தோல் சரியான *sensitief*. சில இரசாயனப் பதார்த்தங்களுக்கு ஒவ்வாமை இருக்கு. உடனே கழுவுங்கோ.

எனக்கென்ன நான் கழுவுறன். ஆனால், '*bleaching*' போட்டதில எந்தப் பிரயோசனமும் இல்லை.

அன்ரி... சரியாய் எரியுது... கழுவுங்கோ அன்ரி... பிளீஸ்...

ஐயோ என்ற பிள்ளைக்கு மேலெல்லாம் தடிச்சுக் கொண்டு வருகுது. முகமெல்லாம் வியர்க்குது... என்ன செய்யுது குஞ்சு... தண்ணிக் குடிக்கப் போறீங்களே... பிள்ளை... பிள்ளை... குஞ்சு... ஏன் கதைக்கிறீங்களில்லை?

ஐயோ என்ற பிள்ளை மயங்கிப் போச்சு... அப்பா. . . அப்பா... இங்கை ஓடி வாங்கோப்பா. . . பிள்ளை மயங்கி விழுந்திட்டாள்... ஐயோ என்றைப் பிள்ளை... என்றைப் பிள்ளை... அம்புலன்சுக்கு அடியுங்கோப்பா.

'தனிமைக்குள் நீந்தும் ஓங்கில்'

பொ. கருணாகரமூர்த்தி

செலா (SELA) ஒரு சுற்றுலாப் பிரியன், அழகிய இலங்கைத் தீவின் குறுக்கும் நெடுக்குமாகப் பயணித்து ஒவ்வொரு ஊரையும் மக்களையும் தரிசித்து அவர்களின் வாழ்வுமுறையையும் அவதானிப்பதென்ற தீர்மானத்திலிருந்தான்.

தன் பணியலுவலகத்தில் முதலாண்டிலேயே 3 மாதங்களுக்கான விடுப்புக்கு விண்ணப்பித்திருந்தான். இவனது நெடு–விடுப்பு வழங்கலைத் தீர்மானிக்கும் மேலாளரும் ஒரு சுற்றுலாப் பிரியராதலால் அவனுக்கு விடுப்பை உவப்புடன் வழங்கியிருந்தார். செலா, சுற்றுலா கிளம்பமுதல் மேலாளர் ஓர் இயல்பான உரையாடலின்போது கேட்டார், "செலா ஒருவேளை நாங்கள் உனக்கு இந்த நீண்டவிடுமுறையை மறுத்திருந்தால் என்ன செய்திருப்பாய்."

"விடுமுறைக்கு மறுவிண்ணப்பம் செய்வதுதானே நடைமுறை... அவர்கள் அதன்மேல் ஒரு தீர்மானத்துக்கு வர மேலும் ஆறு மாதங்கள் கடந்துவிடும். அதற்குள் என் ஆர்வத்தை ஆவியாகவிடாமல் வேலையை ராஜினாமா செய்திருப்பேன் Chef."

(ஜெர்மனில் Chef என்றால் › Chief)

"இத்தனை ஆண்டுகள் சமூகவியலில் நீ வலிந்துகற்ற 'Diplom der Sozialpädagogik' கல்விக்கு அப்போ என்ன அர்த்தம்..?"

"இதொண்ணும் படிக்காமலேயே நல்லா மானுடத்துக்குச் சேவைசெய்யலாம் Chef, அப்படி முடியலேன்னா... நான் திரும்பி வருகையில் எனக்கொரு பூங்காவில் சருகுகூட்டும் பணியாவது காத்திருக்காதா..."

செலா கூரையில்லாதவர்கள், மாற்றுத்திறனாளிகள், குடி மற்றும் போதை வஸ்துக்களின் பழக்கத்திலிருந்து மீண்டவர்கள், சிறைமீண்டவர்களின் ஊடாட்டங்கள், நடத்தைகளைக் கண்காணித்தல், பராமரிப்புத் தேவையான பலவீனர்களைக் கவனிக்கும் திறமைவாய்ந்த கண்காணிப்பு அலுவலன். (Bewaehrungämter) அவனைப்போன்ற கடமையுணர்ச்சியும் மனிதாபிமானமுமுள்ள ஓர் அலுவலனை இழக்கவும் அந்த செஃப் தயாராகவில்லை.

ஒருமுறை தென்னாசிய சுற்றுலாத்துறையை மேம்படுத்தும் ஒரு தனியாரமைப்பும், கூட்டுச்சுற்றுலாக்களைத் திட்ட மிடுதல், விமானங்களைச் ஒப்பந்த வாடகைக்கு (Charter) எடுத்து இயங்கும் TUI எனும் குழுமமும் சேர்ந்து தயாரித்த மாலைத்தீவு & இலங்கையின் கடற்கரைகள் நிறைந்தவொரு விளம்பரப் படத்தைத் தொலைக்காட்சியில் பார்த்ததிலிருந்து செலாவுக்கு இருப்புக்கொள்ளவில்லை. இலங்கை வரைபடத்தை எடுத்துவைத்துக்கொண்டு அதில், வடக்கின் மன்னார் சிலாபத்துறையிலிருந்து வெள்ளாங்குளம் வரையிலான கடற்கரையோரப் பிரதேசங்களை அவனாகவே குறித்து வைத்துக்கொண்டான். இலங்கையின் புவியியலைப் படித்த போதே அதன் மீன்பிடியுள்ள கடற்கரைப் பிரதேசங்களில் மன்னாரே மிகவும் வறட்சியானதென்றும் அறிந்திருந்தான்.

மன்னார்ப் பிரதேசச் செயலாளருக்குத் தன் ஆர்வங்களை விவரித்து முதலில் ஒரு கடிதம் எழுதினான். அரசாங்க அதிபரும் செலாவின் ஆர்வத்தைப் புரிந்துகொண்டு கரையோரத்திலுள்ள கிராமங்களின் கிராம அலுவலர்கள் உங்களுக்குத் தேவையான விடயங்களிலும் உதவிசெய்யத் தயாராக இருப்பார்களெனப் பதிலெழுதியது அவனுக்கு உற்சாகம் தந்தது.

மே மாதத்தில் Air France விமானத்தில் கொழும்பு போயிறங்கிய செலா தன் பாசறை அமைக்கும் பொதிகளுடன் ஒரு மிதியுந்தையும் எடுத்துப்போயிருந்தான். கொழும்பில் அத்தனை வினைக்கெடாமல் அன்றிரவே தொடரிமூலம் மன்னாரை அடைந்தவன், அங்கே ஒரு விருந்தினர் விடுதியில் அறையெடுத்து இரண்டு நாள்கள் தங்கியிருந்து முதலில் மன்னார் நகரத்தைத் தனியாகச் சுற்றிப்பார்த்தான். அங்கே மீன்சந்தையிலும், காய்கறிச்சந்தையிலும் சாரமும், அரைக்காற்சட்டைகளும் அணிந்துகொண்டு ஷேர்ட்டே அணியாமல் வெற்றுடம்புடன் வாய்க்குள் எதையோபோட்டு அதக்கிக்கொண்டு வியாபாரம் செய்துகொண்டிருந்த வியாபாரிகள் அவனது கவனத்தை ஈர்த்தனர். ஒரு வியாபார

இளைஞனைப் பிடித்து அவர்கள் அதக்கும் அச்சமாச்சாரம் என்னவென்று விசாரித்ததில் அவன் தன்னிடமிருந்த சீவலையும் வெற்றிலையையும் அவனுக்குக் கொடுத்து அதை எப்படிப்போட வேண்டும் எப்படித் துப்பவேண்டு மென்பதையும் கற்றுக்கொடுக்க அன்றே அவனும் வெற்றிலை போட்டுக் குதப்பப் பழகிக்கொண்டான்.

அடுத்தநாள் ஒரு தானியை (ஆட்டோ) வைத்துக்கொண்டு அரச அதிபரைப் பார்க்கப் புறப்பட்டான், ஜெர்மனியிலிருந்து ஒரு இளைஞன் வந்திருக்கிறான் என்று அவருக்குத் தெரிவிக்கப் பட்டதும் உடனே சந்திக்க அனுமதி கிடைத்ததுமில்லாமல் அதிபர் அவனைக் கோப்பிகொடுத்து உபசரிக்கவும் இலங்கையரின் முதல் உபசரிப்பில் புளகமடைந்தான். செலாவின் நினைவூட்டல் இல்லாமலேயே அதிபருக்கு அவன் எழுதிய கடிதமும் அவனது விருப்பங்களும் நினைவுக்கு வந்தன.

அதிபர் சொன்னார், 'என்னிடமுள்ள தகவலின்படி சிலாபத்துறை, இலந்தைக்குளம், அரிப்பு, பேசாலை, வங்காலை, பள்ளிமுனை, தாழ்வுப்பாடு, விடத்தல்தீவு, மாந்தை, அந்தோனியாபுரம் ஆகியன மீனவச் சமூகங்களின் செறிவு கூடிய கிராமங்கள். நீங்கள் மேலோட்டமாக இக்கிராமங்களை முதலில் போய்ப்பாருங்கள். எக்கிராமத்தைத் தங்கியிருக்கத் தேர்வு செய்றீர்களோ அதன் கிராம அலுவலருக்கு நான் கடிதம் தருகிறேன். அவர் உங்களுக்கு வேண்டிய உதவிகள்செய்து உங்களுக்கு அனுசரணையாக இருப்பார்.'

அவரிடம் விடைபெற்றுக்கொண்டு வெளியே வந்தவனுக்குப் பசியெடுத்தது. வீதியோரம் வேடிக்கைப் பார்த்துக்கொண்டு வந்தவனைத் தோசைக்கடை ஒன்றிலிருந்து வந்த உளுந்தின் முறுகல் வாசம் உள்ளிழுக்கவும் உள்ளே புகுந்து, 'அந்த இனியவாசம் எதிலிருந்து வருகிறதோ அந்த உணவே வேணும்' என்றான்.

தாமரை இலையில் தோசைகள் பரிமாறப்படவும் மற்றவர்களைப்போலவே தானும் கைகளால் விண்டு பருப்பு, பூசினிக்காய், முருங்கைக்காய், உருளைக்கிழங்கு போட்ட சாம்பாரில் தொட்டு ருசித்துச்சாப்பிட்டான்.

அடுத்தநாள் மிதியுந்தில் கடற்கரையோரமாக வெள்ளாங்குளம் திசையில் மிதித்தான். தள்ளாடி, மாந்தை, பாப்பாமோட்டை, பள்ளமடு, விடத்தல் தீவு, கொம்புதூக்கி, இலுப்பைக்கடவை, மூன்றாம்பட்டி, தேக்கம்பிட்டி, அந்தோனியாபுரம், வெள்ளாங்குளம் தாண்டி முழங்காவில்

வரை வந்திருந்தான். அம்மிதியுந்தில் பொருத்தியிருந்த *Odometer*இல் தான் 50கி.மீ தூரத்தைக் கடந்துவிட்டதைப் பார்த்த பிறகுதான் அவனுக்குக் களைப்பு வந்தது. முழங்காவிலில் இருந்த ஒரு சிறு உணவகத்தில் பிட்டும் வடையும் கப்பல் வாழைப் பழமும் பால்டீயும் சாப்பிட்டுவிட்டு உணவகக்காரரிடமே 'தனக்கு இரவு தங்கக்கூடிய மாதிரி வாடிவீடு ஏதாவது இங்கிருக்குமா'வென்று விசாரித்தான். இது கிராமம். இங்கெல்லாம் வாடிவீடு கிடையாது. உங்களுக்குச் சம்மத மென்றால் இரவு இங்கேயே தங்கிக்கொள்ளலாமென்று இருந்த 4 மேசைகளையும் ஒன்றாகப்போட்டு அவனுக்கொரு கட்டில் சமைத்துப் பாய்தலையணையும் கொடுத்தார். இன்னும் யாராவது அவனது புது மிதியுந்தை நகர்த்திவிட்டாலுமென்ற முன் எச்சரிக்கையில் அதையும் உணவகத்துள்ளே எடுத்து வைத்துப் பூட்டச்செய்த உணவகக்காரரின் பரிவில் நெகிழ்ந்து போன செலாவுக்கு, தூக்கம் வரமுன் விற்பதற்கு வைத்திருந்த கருப்பஞ்சாராயத்தில் கலப்பில்லாமல் அரைக்கிளாஸ் நல்கி, கூடவே பீடாவெற்றிலைச் சுருளுங்கொடுத்துப் பீடியும் வலிக்கக் கற்றுக்கொடுத்திருந்தார் அண்ணாச்சி.

❍

அடுத்தநாள் அரச அதிபரிடம் சென்ற செலா தனக்கு பள்ளமேடு / பள்ளிமுனை / விடத்தல்தீவுப் பகுதியில் எங்காவது வாடிவீடமைக்க விருப்பம் என்று தெரிவிக்கவும் அவர் விடத்தல்தீவு கிராமஅலுவலருக்கு அவனிடம் கடிதம் ஒன்றைக் கொடுத்துவிட்டார்.

விடத்தல்தீவு கிராம அலுவலர் பராபரனும் இளைஞுந்தான், புவியியல் பட்டதாரி. பசுமை, சூழலியல் விடயங்களிலும் ஆர்வமுடையவன், அவனுக்குத் தன் பிறந்த தேதியும் செலாவின் பிறந்த தேதியும் ஒன்றாக இருப்பது அதிசயமாக இருந்ததோடு அவனது வித்தியாசமான ஆர்வங்களைக் கண்டும் அவன்மேல் ஒரு ஈடுபாடும் வாஞ்சையும் பெருக, செலாவுக்குத் தனது வீட்டிலேயே தன் அலுவலகத்தை அடுத்திருந்த ஒரு அறையைத் தங்குவதற்கு வாடகையின்றி ஒதுக்கிக்கொடுத்தான். அது கிழக்கு – மேற்கு ஜெர்மனிகள் இணைந்திருந்த நேரம். பராபரன் இரவு வேளைகளில் இரண்டாம் உலகப்போர் விளைந்ததையும் அதில், ஜெர்மனி தோற்றதன்விளைவாக அதுவே இரண்டாகப் பிரிந்துபோக நேரிட்ட கதைகளையெல்லாம் செலாவிடம் கேட்டறிந்தான். செலா தன் பயணத்துக்கு ஏன் இலங்கையைத் தேர்ந்தெடுத்தான் என்ற இவனது கேள்விக்குச் செலாவின் பதிலே இன்னும் அவனை ஆச்சரியமூட்டியது.

"என் வாழ்நாளில் இன்னும் இந்திய மலைவாழ் ஆதிவாசிகளின் வாழ்க்கையயும், வட அமெரிக்க *(Inuit & Métis)*, ஆஸ்திரேலியப் பழங்குடி மக்களின் வாழ்க்கையையும் *(Australia Aboriginals)* அவதானிக்கத் திட்டங்களுண்டு. இப்போதைய என் பொருளாதார நிலமைக்கேற்பவும் இலங்கை சிறிய நாடாக இருப்பதாலும் என் முதலாவது கனவை ஈடேற்ற இதனைத் தேர்வு செய்தேன்."

❍

மாலைநேரம் கள்ளுக்கடையில் சகதீர்த்தாடகர்களுடன் அமர்ந்து இரண்டு போத்தல் கள்ளை உள்ளிறக்கிவிட்டு, இரவுக்கும் மாந்த மேலும் 2 லீட்டர் கள்ளைவாங்கி ஒரு கோலா போத்தலில் நிரப்பி எடுத்துக்கொண்டு மறுகையில் கதம்பமாக மணலை, சீலா, கும்பிளா, அறக்குளா, வஞ்சூரன் பாரைமீன்களின் கோர்வையைப் பிடித்துக்கொண்டும் மூஞ்சையில் ஊதிய சோழகம் கூட்டிய சுருதிக்கு மொய்த்த மொய்ப்போடும், அணைந்த பீடியைத் திரும்பத்திரும்பப் பத்திக் கொண்டும் புகைவந்த ஊட்டுக்குள்ளால் தகரக்குரலெடுத்துத் தனக்கு வாய்த்த மெட்டில்

அழைத்தபோதெல்லாம் என்னருகில் வந்தவரே...
மாயக்கைகளினால் என் துயரங்கள் துடைத்தவரே...
இச்செகத்தில் எனக்கருள உனையன்றி யாருளரோ
உற்றதுணை ஆகிநிறபாய் எம்மிரக்ஷகனே தயாபரனே...

என்று பாட்டு எழுப்பிக்கொண்டும் வந்துகொண்டிருந்தான் மீனவன் குருசு.

செலா நாய்பிடுங்கியதைப்போலொரு, 'பேர்மூடா' களிசானும் ரீ–சேர்ட்டும் அணிந்து, கேசம் காற்றுக்குப் பறந்தலைய இளந்தாடியோடு ஒரு ஹிப்பிக்கோலத்தில் மிதியுந்தில் வந்துகொண்டிருப்பதைக் கண்ட குருசுவுக்கு உள்ளூர மகிழ்ச்சி பொங்கிப்பிரவகிக்கவும் அவனுக்குப் புன்னகையுடன் ஒரு 'சலூட்' வைத்தான். செலாவும் பதிலுக்குப் புன்னகைத்து, 'சலூட்' வைத்து மிதியுந்தை நிறுத்தவும், ஹிப்பிக்கு ஆங்கிலம் புரியுமென்ற குருசுவின் அறிவுடன், அவன் தலைக்குள்ளிருந்த சில ஆங்கில வார்த்தைகளும் மேலெழும்பிக் குதியாட்டம் போட்டன. தன் ஆங்கிலத்தைச் சாணைபிடிக்க இது தக்கதருணமென நினைத்தவன்.

"Good evening Sir... Where are you coming from" என்றான்.

"I come from Germany my friend"

"Oh... Welcome to Sri Lanka..."

இவ்வாறு அவர்களிடையே ஒரு ஸ்நேகமான உரையாடல் ஆரம்பமாயிற்று.

குருசுவுக்கு அடுத்து அவனுடன் பேசுவதற்கான வார்த்தைகள் மேற்கிளம்ப மறுத்தன. அவன் தடுமாறிக்கொண் டிருக்க செலா அவனது போத்தலைக் காட்டிக்கேட்டான்.

"What's that magic stuff my friend."

"That's Toddy. . . Sir, It's our local poor peoples wine Sir. . . if you drink. . ." என்றுவிட்டு அது போதைத் தருமெனும் அர்த்தத்தில் சுட்டுவிரலைத் தலைக்குமேல் சுழற்றிக்காட்டினான். தான் நினைத்தவற்றை அவனால் கோர்த்து வார்த்தைப்படுத்த முடியவில்லை.

செலாவும் கள்ளைப்பற்றிக் கேள்விப்பட்டிருக்கிறான், ஆதலால், குருசின் சமிக்ஞையில் அது புரிந்ததாயினும் கள்ளைக் கண்ணால்க்காண்பது இதுதான் முதல் தடவை.

"Oh. . . I see, My name is Sela. . . and you. just call me Sela."

என்ற செலாவின் கண்கள் அடிக்கடி குருசின் கள்ளுப்போத்தலை வருடவும்

"Sela do you like to taste a bit..." என்றான்.

செலா கையைக் களிசானில் துடைத்துவிட்டு நீட்ட, குருசு அதில் கொஞ்சத்தை வார்க்கவும், மணந்து பார்த்துவிட்டு அப்படியே வாயில் விட்டான். அதன் சுவை அவனுக்குப் பிடித்துப்போனது. அது பெர்லினின் ஸ்றோபெறி / *Preisbeeren (Cranberries)* பழங்களை வைனில் ஊறி நொதிக்க வைத்துச்செய்யும், *'Bowl'* மதுவை நினைவூட்டியது.

செலாவின் கண்கள் கள்ளின் சுவையில் சொக்குவதைப் பார்த்ததும் குருசு சொன்னான் : *If you don't mind... Let's go to my Cottage and drink some more. Is that Okay for you Sela Sir"*

"Okay. . . Let's go... but don't call me Sir anymore. Just call me Sela Okay."

"All right Sela. . ."

என்றபடி இருவரும் கைலாகு கொடுத்துவிட்டு அவன் குடிசை நோக்கி நடக்கலாயினர். அவனது குடிசைக்குள் குறுக்கே உரப்பையைக் கிழித்து இடுதிரைபோலத் தொங்கவிடப் பட்டிருந்தது. அதற்கும் உள்ளே குறுக்காக ஒரு சேலைக்கொடி யும் தொங்கியது அதற்கும் பின்னால் ஒருபக்க மூலையில்

அடுப்பங்கரையும் மண்சட்டிகளும் தகர / அலுமினியக்கோப்பைகளும் மறுமூலையில் சுருட்டிவைத்த பாய்களும் இரண்டு பிளாஸ்டிக் கதிரைகளும் பழைய டிரங்குப்பெட்டியொன்றும் மூலையால் சிரித்துக்கொண்டிருந்த பழைய பொதியுறையும் (சூட்கேஸ்) இருந்தன. மனைவி மார்ட்டீனாவுக்கும் தன் குழந்தைகள் றேபாவுக்கும், *(7)* கிளெமென்டிற்கும் *(5)*, “இது செலா அங்கிள் நம் விருந்தாளி...” என்று ஆங்கிலேயர் பாணியில் அறிமுகஞ்செய்து வைக்கவும், அவர்களும் பதிலுக்கு, “வணக்கம் செலா அங்கிள்” என்று சேர்ந்திசைத்தனர். குருசு றேபாவின் காதுக்குள் குனிந்து “ஓடிப்போய் ஃபிலோமினா மாமியிட்டை இரண்டு கிளாஸுகள் வாங்கிட்டு வாடா செல்லம்...” என்றவன், “கவனம் ஒட்டத்தில போட்டு உடைச்சுப் போடாத...” என்றும் எச்சரித்தான். றேபா சிட்டாகப்பறந்துபோய் இரண்டு கிளாஸுகளுடன் வந்தாள். குருசு மார்ட்டீனாவிடம், “மீன் சுடப்போறம்...” என்றுவிட்டுக் கண்களால் சமிக்ஞை செய்யவும் அவளும் அதைப் புரிந்துகொண்டு மீன்களைக் கோடிக்கு எடுத்துப்போய் அதற்கேற்றபடி வெட்டிச் சுத்தம்செய்ய ஆரம்பித்தாள். காய்ந்த விறகுகளைவைத்துக் குருசே அடுப்பை மூட்டிக்கொடுக்கவும் மார்ட்டீனா மீன்களுக்கு வேண்டிய உப்பு, மிளகு, மசாலா, வெஞ்சனங்களைத்தடவி அவர்களுக்குப் பதமான இணைப்புணவாகச் சுட்டுக்கொடுக்க ஆரம்பித்தாள். இரண்டு கிளாஸ்களிலும் கள்ளை நிரப்பி ‘ஸியேர்ஸ்’ என்று சொல்லி முட்டிக்கொண்டு குடிக்க ஆரம்பித்தவர்கள் அடிக்கடி மாறிமாறி நிரப்பிக்கொண்டனர். தன்னை யாரென்று தெரியாமலே குருசு குடும்பத்தின் உபசரிப்பும், கள்ளுக்கும் சுட்ட மீனுக்குமான கூட்டுச்சுவையும் செலாவை வேறொரு உலகத்துக்கு இட்டுச்சென்றன.

○

குருசு எளிய மீனவக் குடும்பத்தில் பிறந்திருந்தாலும் அவன் இலுப்பைக்கடவை அந்தோனியார்புரம் தமிழ்க்கலவன் (கிறித்துவப்) பாடசாலையில் அருட்தந்தை. ஞானப்பிரகாசத்தின் ஆதரவிலும் அரவணைப்பிலும் பத்தாவது வரையில் படித்திருந்தான். அதனால், குருசுவுக்கு மட்டுந்தான் அந்தக் கடற்கரைக்கிராமத்தில் 100 வார்த்தைகள்வரையில் இங்கிலிஷ் தெரியும்.

அருட்தந்தையானவர் குருசின் படிப்பு முடிந்ததும் அவனைப் பூநகரிப்பாதையால் காரைநகருக்குத் தன் விசையுந்தில் கூட்டிப்போய் *CEYNOR* எனும் படகுகள் கட்டும் தொழிற்சாலையில் ஆரம்பநிலை கட்டுமான உதவியாளராக வேலைக்குச் சேர்த்துவிட்டிருந்தார். அப்போது நோர்வே

அரசின் பின்னணியில் *CEYNOR Foundation* எனும் நோர்வேஜிய குழுமமொன்று காரைநகரில் *Fibre glass* படகுகள் கட்டும் தொழிற்சாலையை இயக்கி வந்ததுடன், அவர்கள் கட்டும் படகுகளை இலங்கை மீனவர்களுக்கு மலிவான விலையிலும், வங்கிக் கடனுதவியினூடாக மாதாந்தத் தவணைமுறையில் செலுத்தும்படியாகவும் வழங்கி உதவி வந்தது. வட – இலங்கையில் 1985 வாக்கில் அரசுக்கெதிரான விடுதலைப் போராட்டங்கள் தீவிரமடையவும் *CEYNOR* எனும் குறியீட்டுப் பெயரோடு இயங்கிவந்த அக்குழுமம் தொழிற்சாலையைக் காலிசெய்துகொண்டு புறப்படவும் குருசுவின் வேலைவாய்ப்பும் இல்லாமலானது உபகதை. *CEYNOR*இல் வேலைசெய்த நோர்வேஜிய அலுவலர்களுடன் குருசு தனக்கிருந்த ஆங்கில அறிவைப் பிரயோகிக்க ஒருபோதும் தயங்கியதில்லை. மேலும், அப்போது குருசிடம் நல்ல பணப்புழக்கமும் இருக்கவே பாப்பாமோட்டை மேனாள் சம்மாட்டியார் பத்திநாதர் தன் மகள் மார்ட்டீனாவை, ஒரு 18 முழவள்ளமொன்றையும் சீதனமாகக் கொடுத்து. அவனுக்குக் கோலாகலமாகத் திருமணமும் செய்துவைத்தார், அவ்வள்ளத்தை மீனவர்களுக்கு வாடகைக்கு விடுவதன் மூலம் இன்னொரு வருமானமும் அவனுக்குக் கிடைத்தது.

இப்போ அதன் வெளியிணைப்பு மோட்டார் பழுதடைந்து விட்டது. ஆனாலும் வேலையில்லாத காலத்தில் மோட்டர் இணைப்பில்லாத அவ்வள்ளத்தில் துடுப்புவலிக்க உதவியாள் ஒருவரையும் கூட்டிக்கொண்டுபோய் சிறுவலைவீசி மீன்பிடித்து அன்றாடம் அரிசி, பருப்பு, காய்கறி, கள்ளுக்கு ஏதாவது 'புலுண்டி' வருவான்.

❍

சாதா குப்பி விளக்கொன்றை மட்டும் வைத்துக்கொண்டு குருசு குடும்பம் கஷ்டப்படுவதைக் கவனித்த செலா மறுநாள் வரும் போது நாலைந்து பிரியாணிப் பொட்டலங்கள், ஒரு கல்லோயா சாராயப்போத்தல், அரை டசின் கிளாஸுகள், பீங்கான் கோப்பைகள், தட்டுக்கள், ஓர் அரிக்கேன் லாம்பு சகிதம் வந்தான். அவனை மீண்டும் பார்த்ததும் குருசுவுக்கும் மார்ட்டீனாவுக்கும் வார்த்தைகளே வரமறுத்தன. தரையில் கோணிச்சாக்குகளை மடித்துப்போட்டுக்கொண்டு அமர்ந்து ஸ்தோத்தரித்து எல்லோரும் பிறியாணியைச் சாப்பிட்டானதும், 'செலா தான் இரண்டொரு மாதங்கள் கடற்கரை வாழ் குடும்பங்களுடன் தங்கிவாழ்ந்து அவர்கள் வாழ்வுமுறைகள், பழக்கவழக்கங்களையும் அவதானிக்கப் போவதாக' குருசுவிடம் சொன்னான்.

பிறகும் இரண்டொரு நாள்கள் கழித்து விடத்தல் தீவு கிராம அலுவலர் பராபரனையும்கூட அழைத்துக்கொண்டு அங்கே வந்தான்.

“வணக்கம் ஐயா” என்றபடி வெளியில் வந்த குருசுவிடம் பராபரன், “குருசு உமக்கு ஆட்சேபனை இல்லையென்றால் உமது வீட்டுக்குப்பக்கத்தில இருக்கிற இந்தச் சின்ன வெட்டையில இவருக்கு ஒரு கொட்டில் போட்டுக்கொடுக்க முடியுமா... இரண்டு மூன்று மாதங்கள்தான் இருப்பார் அதுக்கான தடிதண்டுகள் தளவாடங்கள் அவரே வாங்கித்தருவார்” எனவும்,

“அதவிடவும் வேற என்ன வேலைங்க ஐயா எனக்கிருக்கு” என்றான் பவ்வியத்துடன் குருசு.

அடுத்தநாள் அவர்கள் மன்னாருக்குக் குருசுவையும் அழைத்துப்போய் தேவையான கப்பு, வளைக்கான மரங்கள், தடிதண்டுகள், தகரங்கள், சப்பு, ஒட்டு, சீலிங்பலகைகள், கமுகஞ்சலாகைகள், கம்பிகள், ஆணிகளை வாங்கிக்கொண்டு ஓர் உழவு இயந்திரத்தில் வந்து இறங்கினர். உதவிக்காக ஏற்பாடுகள் செய்துவைத்த தொழிலாளர்களும் வந்து சேர்ந்த பின்னால் செலாவின் மனசில் திடுப்பென வேறுமாதிரியான சிந்தனை பொறித்தது.

‘நான் இங்கிருந்து கிளம்பிய பின்னால் இந்தக் குடிசை வீணேகிடந்து அழியத்தானே போகுது. இத்தனை தளவாட சாதனங்களையும் பாவித்து நாம் குருசுவின் குடிசையையே சற்று விசாலித்து உறுதியாக்கிப் போட்டாலென்ன... அது அவர்களுக்கும் வாழவசதியாகவிருக்குமே...’

குருசுவைத் தனியாக அருகிலழைத்துச் செலா தன் புதிய எண்ணத்தைப் பகிரவும், “அந்தக் கர்த்தரே அனுப்பிவைத்த தேவன் நீரே ஐயா” என்று அவனைக் கையெடுத்துக் கும்பிட்டான் குருசு.

செலா பெர்லினிலிருந்து எடுத்துவந்த வாடியமைக்கும் கூரை, சுருட்டக்கூடிய சாளரங்களுடனும் இங்கேயே வாங்கிய தளவாடச் சாதனங்களுடனும் இரண்டே நாளில் ஒத்தாப்பில் (சாய்ப்பு) செலாவுக்காகப் பிரிக்கப்பட்ட இன்னொரு அறையுடன் இரட்டையறையும் மூலையில் அடுப்பங்கரையுங் கொண்ட அழகான அகலமான குடிசை தயாரானது. கிராம அலுவலரின் வீட்டு அறையிலிருந்த தன் சாமான்களுடன் ஒரு (மடிக்கக்கூடிய) கித்தான்கட்டில், மெல்லிய மெத்தையுடன் (ஹோல்டோல்) ஒரு கையுழவுயந்திரத்தில் வந்து அவர்கள் புதிய குடிசையில் குடியேறினான். செலாவுக்கு மரவேலைகள் செய்வதில் கொஞ்சம் பயிற்சியுமுண்டு, வாங்கிய பலகைகளில்

அவனே ஒரு கதவைச்செய்து அக்குடிசை வீட்டுக்குப் பொருத்தி னான். மீந்திருந்த பலகையில் குள்ளமான கால்களுடைய ஒரு சிறுமேசையும் *(Teapoy)* இணக்கிவைத்தான்.

சமையலுக்கு உதவும் என்று செலா எடுத்துவந்த காஸ் அடுப்புக்கு அங்கு வேலையே இருக்கவில்லை. குருசும், மார்ட்டீனாவும் செலாவை இன்னொரு அடுப்பு வைத்துச் சமைக்க அனுமதிக்கவேயில்லை. தினமும் அவர்கள் அடுப்பில் என்ன வெந்ததோ அதையே அவனுடன் பகிர்ந்துகொண்டனர்.

❍

அன்று ஞாயிற்றுக்கிழமை. அமேலியாவிடம் வெளியே செல்வதற்கு அணியும்படியாக ஒரு சுடிதாரும், முன்னொருகால் புதுச்சாணைக்கல்லின் நிறத்தில் மின்னியபடி இருந்ததும், தற்போது வெளிறத்தொடங்கிவிட்ட ஒரு *Rayon* துணியிலான கவுணும் மட்டுமே இருந்தன. அவை இரண்டையும் எடுத்து வைத்து 'இன்றைக்கு எதைச் தேவாலயத்துக்கு அணிந்து போகலாம்' என்று அரை மணித்தியாலம் தீவிரமாக யோசித்தப் பிறகு சுடிதாரை அணிந்துகொண்டு புறப்பட்டாள்.

தேவாலயத்தில் அந்தோனியார்முன் வழக்கம்போல் முழந்தாளிட்டுப் பணிந்தாலும் அவளால் மனதொன்றிச் சேவிக்கமுடியவில்லை. முன்னர் எப்போதையும்விட அவளுக்கு மற்றவர்களைப்போல நல்ல வாழ்வொன்றைக்காட்டாத கர்த்தரின்மீது கோபமே கனன்றுகொண்டு வந்தது.

'நான் வலியில் துவழ்ந்தப்போதெல்லாம் எங்கேதான் ஒளிந்திருந்தீர்... எனக்குக் கண்ணீர்உப்பையும் சோற்றையுந் தானே தந்தீர், அச்சமும் அவநம்பிக்கையும் கொடுமையும் துயரமும் நிறைந்த கரடுமுரடான பாதையில்த்தானே நடக்க விட்டீர்... ஒரு நிம்மதியான திவ்யவாழ்வை எப்போது தரப்போகிறீர் ஆண்டவரே' என்று சபித்தாள். ஆலயத்தின் பலிபூசை நிறைவானதும், 'அண்ணாவீட்டில் யாரோ வெள்ளைக் காரன் வந்திருக்கிறானாம்' அதையும் போய்ப்பார்த்து வரலாமே யென்று நேரே குருசு வீட்டுக்கு வந்தாள். அவர்கள் வீட்டை அடையாளங்காண அவ்வீட்டருகில் என்றும்போல் நின்றிருந்த கற்தேக்கு மரந்தான் சாட்சியாக இருந்து உதவிற்று. வீடுங்கூரை யும் உயரமானதாக அவதாரமெடுத்து மரத்தாலான புதிய வாசற்கதவு, சாளரங்களுடனும் மற்றைய அயற்குடியிருப்புகளி லிருந்து வித்தியாசமாக மாறியிருந்தது அவளுக்கு ஆனந்த அதிசயமாக இருந்தது. நல்லகாலம் வாசலில் கிளெமென்ட் தன் நாய்க்குட்டியுடன் விளையாடிக்கொண்டிருந்தான். அவனை இழுத்துக் கொஞ்சிவிட்டுப் பேசிக்கொண்டிருக்க

கணவாயும், புலி இறால்களும், நிறைந்திருந்த குடலையையும் கள்ளு நிரம்பிய நெகிழிக் குடுவையையும் குருசு சுமந்து வந்துகொண்டிருக்க, மிதியுந்தின் தாங்கியில் இன்னொரு மளிகைச்சாமான்கள் அடங்கிய கூடையை வைத்துக்கட்டியபடி செலாவும் வந்துசேர்ந்தனர்.

அமேலியாவைக் கண்டதும் குருசு செலாவை அவளுக்கு *'She is my sister Amelie but people call her Amala'* என்று அறிமுகஞ் செய்துவைக்கவும் அமேலியா. "வணக்கம்" என்று நமஸ்கரித்தாள். பதிலுக்கு நமஸ்கரித்த செலா

'Where she lives then?' என்றான்.

'She lives in கொம்புதூக்கி *is about 6 miles from here.'*

மார்ட்டீனாவும், அமேலியாவும் அவர்கள் வாங்கிவந்த சாமான்களை உள்ளெடுத்துப்போய் மின்னல் வேகத்தில் சமையல் வேலைகளை ஆரம்பித்தனர். மாலைவெயில் சாய்வாக மஞ்சள்நிறத்தில் அடித்துக்கொண்டிருக்க கற்தேக்கு மரத்தின் அடியில் செலா இணக்கிய சிறு மேசையையும் நெகிழிக்கதிரைகளையும் போட்டுக்கொண்டு குருசும் செலாவும் தம் 'கள்ளு' ஜமாவை ஆரம்பித்தனர். கள்ளோடு இணைப்பாகச் சுருதிசேர்க்க இறால்களைப்பொரித்து பீங்கான் தட்டுக்களில் வைத்து அமேலியாவிடம் கொடுத்து அனுப்பினாள் மார்ட்டீனா. அவர்களுங்கூட வந்திருந்து கள்ளு அருந்தலாமேயென செலா நினைத்தானாயினும். 'அவ்வாறு பெண்கள் ஆண்களுடன் சேர்ந்திருந்து அருந்தமாட்டார்கள்' என்பது அறிந்ததால் மௌனம் காத்தான்.

செலாவையே மேற்கண்ணால் 'குறு குறு' வென வெட்கத்தோடு பார்த்துக்கொண்டு இறால்ப் பொரியலை மேசையில் வைத்துவிட்டுப்போன அமேலியாமீது அவன் சிந்தனைகள் தொடர்ந்தும் கவிந்தும் படுத்தின. அவளைப்பற்றி மேலும் விசாரிக்கலாமாவென மனம் உந்தினான்.

"Hey Cruz... you said nothing about Amelie before... is she your Sibling Sister?"

குருசுக்கு அது புரியவில்லை. செலா திரும்பவும் விளக்கமாகக் கேட்டான்.

"You both are children of a Parents..?"

" Oh No. . . We both have same father but 2 different mothers, my father had 2 Wives you know."

என்றுவிட்டுச் சிரித்தான். பின் அவன் முகமும் குரலும் மாறின. அது அவன் ஏற்றிக்கொண்ட போதையினால் அல்ல. குருசு மேலும் பேசலானான்.

"என் தங்கை அமேலியா இருக்காளே... அவளையைப் போலொரு தேவதையை நீ சொர்க்கத்தில கூடப் பார்க்கேலாது... ஓர் உன்னதமான பெண் ஸ்படிகம். 20 வயதிலேயே அவளைக் கொம்புதூக்கியில் *Jericho* என்றொரு கடலோடிவீரனுக்குக் கட்டிக்கொடுத்தோம். திருமணமாகி 3 மாதமிருக்கும், ஒருநாள் அவன் 14 வயதுடைய இன்னுமொரு பையனையும் உதவிக்கு அழைத்துக்கொண்டு கடலுக்குப் போனவந்தான். அவ்வப்போது கடலில் நீரோட்டங்கள் மாறுகையில் உண்டாகும் சுழிகள்தான் வந்து அவர்களை உள் இழுத்தது அமிழ்த்திச்சோ, அல்ல கடற்படையினர்தான் ஏதும் 'விஷமம்' பண்ணினாங்களோ தெரியேல்லை. அவர்கள் இன்னும் வீடு திரும்பவில்லை. வருஷம் மூணாகுது... '*Only heaven knows...*' என்றுவிட்டு கைகளை மேலே காட்டவும். கண்களால் நிரம்பி மணலில் சொட்டின.

அடுத்தஅடுத்த நாள்களில் குருசு யாரோவொரு சம்மாட்டியாரின் படகில் வேலைக்கு ஆட்கள் தேவையென்று தகவல் வரவும் இரவில் கடலுக்குப்போனான். இவ்வாறு குருசு இரவில் கடலுக்குப் போகும் நாள்களில் செலாவும் அவனோடு கூடவே செல்வான்.

பகலில் தன் *Ruck - Sack*ஐ முதுகில் போட்டுக்கொண்டு மிதியுந்தில் தெற்கு நோக்கிச் சிலாபத்துறை வரையிலும்போய் கரையோரமாகக் கரையிலிருந்து பார்வை எல்லைக்குட்பட்ட தூரங்களில் கட்டுமரங்களிலிருந்து சிறுவலையால் மீன் பிடிப்பவர்களையும், கரையில் அமைக்கப்பட்டிருக்கும் தடுப்பு அடைப்புக்களுக்குள் அத்தாங்கால் முயல்பவர்களையும், கரப்புப் போடுபவர்களையும், தூண்டில்கள் போடுபவர்களை யும், நண்டுபிடிப்பவர்களையும் அவர்கள் பிடித்துவந்த மீன்களைக் காயப்போடுவதையும், வலைகளைத் திருத்து வதையும், வேடிக்கைப் பார்ப்பான்.

மீன்பாடுகள் எப்போதும் முசுவாக இயங்கிக்கொண்டே யிருக்கும். சற்றே பெரியபாடுகளில் மீனவர்கள் சிறிய கொட்டில்கள் அமைத்துக்கொண்டு குடும்பமாக இருந்து தென்னோலைகளில் இணைக்கப்பட்ட தட்டிகளிலும், பழைய வலைகளை மரக்குற்றிகளுக்கிடையில் இழுத்துத் தொட்டில் போலக்கட்டி அவற்றின்மேலும் மீன்களை உப்பிட்டுக் காயப்

பரவிவைப்பார்கள். அவர்கள்பாடு கள்ளும் பாட்டுமாக அமர்க்களமாக இருக்கும்.

முதல் இரண்டு மூன்றுநாள்கள் வெயிலில் மீன்கள் தம் ஈரப்பிடிப்பை இழந்துகொண்டிருக்கையில் அவை காலும் கந்தம் தாங்கமுடியாததாக இருக்கும். நான்கைந்து வெயிலில் உலர்ந்து அவை கருவாடாக மாறத்தொடங்கியபின் அவற்றின் வாசம் விருப்பத்துக்குரியதாகவும் பசியைத் தூண்டுவதாயுமிருக்கும். குடும்பங்குடும்பமாகப் பெண்களும் சிறுவர்களும் அவற்றைத் திருடர்கள், காகம், நாய், பூனைகளிடமிருந்து காப்பாற்றக் காவலிருப்பார்கள். பள்ளிபோகும் வயதிலுள்ள 'சிறுவர்களின் காலங்கள் இவ்வாறு கடற்கரைகளில் கழிவதையும், அவர்களின் உழைப்பு சுரண்டப்படுதலையும் எப்படி அரசு அனுமதிக்கிறது' என்றும் செலா சிந்திப்பான்.

அது வைகாசி, ஆனி மாதங்கள், கடலில் அலைகளும் குறைவாக இருக்கும். மீனும் குறைவாக இருக்கும். மீன்கள் இனப்பெருக்கம் செய்யும் காலமாகிய அக்காலத்தைத் தமிழில் கடலின் 'ஆனித்தூக்கம்' என்பார்கள். அக்காலத்தில் வடக்கு நோக்கிப்போனானாயின் பள்ளமடுப் பகுதிகளில் கரைவலை இழுப்பார்கள். ஆழம் குறைவான ஓர் இடத்தில் சில கட்டுமரங் களைப் பிணைத்தோ, பெருமரங்களையோ மிதக்கவிட்டு (இதைப்'பாதை' என்பர்) அதில் நீண்ட வலையின் ஓர் அந்தலையைக்கட்டிவிட்டு, மறுமுனையை வள்ளத்தில் எடுத்துக்கொண்டு அரைவட்டமடித்து விரித்துவிட்டுவந்து கரையில் தயாராக நிற்கும் ஆள்களிடம் வலையின் மறுஅந்தலையை நீண்டகயிறுகளில் பிணைத்துக் கொடுப்பார்கள். தலைமை மீனவன் 'சரி, இனி இழுக்கலா மென'ச் சமிக்ஞை கொடுத்ததும் எல்லோரும், "ஏலேலோ... ஏலேலோ" என்று கூவியபடி வலையின் இரண்டு கரைகளிலும் இணைக்கப்பட்ட கயிறுகளில் பிடித்து இழுப்பார்கள், செலாவும் தன் மிதியுந்தைக் கரையில் வைத்துவிட்டு அவர்களுடன் சேர்ந்து இழுப்பான். வலைமடியில் அகப்படும் மீன்கள் அனைத்தும் துடித்தபடி கரையில் வந்து குவியும். குவிந்த மீன்களை இழுத்த அனைவருக்கும் பிரித்துக்கொடுப்பார்கள். கொடுத்து எஞ்சிய மீன்களை வலையின் உடைமைக்கார மீனவர்கள் உள்ளூர் வியாபாரிகளுக்கும், சிறிய குவியலாகக் குவித்துவைத்து சில்லறையாகவும் விற்பார்கள். ஒருமுறை செலாவும் தனக்குக்கிடைத்த மீன்களை ஒரு வயரில் கோர்த்து ஆசையுடன் எடுத்துப்போகவும் கடற்கரையில் விளையாடிக் கொண்டிருந்த சிறுவர்கள், 'வெள்ளைக்காரன் மீன்களை எங்கடா கொண்டுபோகிறான்' என்று வேடிக்கை

பார்ப்பதற்காக அவனைப் பின்தொடர்ந்து ஓடிவந்தனர். செலா மிதியுந்தைக் குருசுவீட்டில் நிறுத்தவும் அனைவரும் திரும்பி ஓட்டமெடுத்தனர்.

ஒரு நாள் குருசு செலாவைக் கூட்டிக்கொண்டுபோய்த் தனக்கு மாமன் சீதனமாகக்கொடுத்ததும், தற்போது பாவனையில்லாமல் பள்ளமடுவில் தலைகீழாகக் கவிழ்த்துப்போடப் பட்டிருந்த தன் வள்ளத்தைச் காண்பித்தான்.

"இதை மறுபடியும் உயிர்ப்பிக்க என்ன செய்ய வேண்டும் குருஸ்?"

"வள்ளத்தை அரத்தாள்போட்டு *(Sandpaper)* சுத்தமாக்கி குங்குலியம் / அரக்கு *(Wax)* உருக்கிப்பூசவேண்டும், அரக்கு படிந்து கெட்டிபட்டபின்னால் மேலே ஒரு படை தார் உருக்கிப்பூச வேண்டும். விரும்பினால் அதுக்கும் மேலே பெயின்ட் அடிக்கலாம். . . அதெல்லாம் வசதியைப் பொறுத்தது."

"ஒரு *Yamaha Out boat motor*உம் வாங்கிப் பொருத்தி விட்டேனானால் நானே தனியாகக் கடலுக்குப்போய் வருவேன் சேர்... ஒருத்தர் உதவியும் தேவையில்லை. ஆனால் என் தற்போதைய பொருளாதாரநிலையில் எதுவும் ஆகிறகாரிய மில்லை" என்று பெருமூச்செறிந்தான்.

"சேர் என்று என்னைச் சொல்ல வேண்டாமென்று பல தடவை சொல்லிட்டன்."

"Ok Sir. . . Sorry Sela."

"ஆகாதகாரியமென்று எதுவுமில்லை. சரி குருஸ். . . வள்ளத்துக்கு அரக்குப்பூசி பெயின்ட் அடித்துத்தரக்கூடிய ஆசாரிமார்களை (ஒட்டாவியமாரை) நாளைக்கே போய்ப் பார்ப்போம்."

"என்ன சொல்றீங்க செலா..."

"ஆமாமா... நாளைக்கே போய்ப்பார்க்கிறோம்."

குருசுவின் கண்கள் நிரம்பிவழிய அவன் உணர்ச்சியில் பேச்சற்றுச் செலாவைக் கட்டிப்பிடித்து விம்மினான்.

ஆசாரிமார் வந்தனர். அடுத்த நாலே நாள்களில் வள்ளம் வர்ணத்துடன் தயாராகி அதற்குச் 'சாகரகுமாரி' என நாமமும் சூட்டப்பட்டது.

குருசுவும் செலாவும் புறப்பட்டு இரவு மெயில்வண்டியில் கொழும்புக்குப்போய் 40 குதிரை வலுவுள்ள *(Yamaha) Out boat motor* உம், நைலோன வலையொன்றும் வாங்கிவந்தனர்.

கூடவே செலா ஒரு டசின் அரிக்கன் லாம்புகளும் வாங்கி வந்து குருசுவீட்டின் அயலிலுள்ள எல்லா வீடுகளுக்கும் கிளெமென்டையும் றேபாவையும் கூட்டிப்போய்க் கொடுத்தான்.

'சாகரகுமாரி' வெள்ளோட்டம் புறப்படுகிறாள் என்பது தெரிந்தவுடன் அயலில் எல்லோரும், 'நான்' 'நீ' யென்று உதவிக்குவர முண்டியடித்தனர். முதமுறை *Yamaha*வைப் பூட்டிக்கொண்டு செய்த வெள்ளோட்டத்தில் ஏகப்பட்ட மீன்பாடு. நிறைய விளையும், வன்சூரனும், அதளும், சீலாவும் பட்டன. குருசு சாகரகுமாரியையும் செலாவையும் மாறிமாறி முத்தமிட்டோய்ந்தான்.

ஞாயிறுகளில் சாகரகுமாரிக்கு ஓய்வுகொடுத்துவிட்டு. செவ்வாய், வியாழன், சனியில் குருசு கடலுக்குப் போனான். மற்ற நாள்களில் அவனது விசுவாசத்துக்குரிய நண்பன் சிந்தன்வந்து வாடகைக்கு எடுத்துச்சென்றான், சிந்தன் வரும்போது அடுத்தநாளைக்கு குருசுவுக்குத் தொழிலுக்குத் தேவையான பெற்றோரையும் அவனே தன் மிதியுந்தில் எடுத்துவந்து உதவிகரமாக இருப்பான்.

○

குருசு அதிகாலையில் கடலுக்கு போகும் நாள்களில் செலாவும் அவன்கூடப் போய்வருவான். பதினொரு மணிக்கெல்லாம் திரும்பிவிடுவார்கள். வள்ளத்தைக்கரையில் ஏற்றியதும் வலையில் சிக்கியிருக்கும் பெரிய, சிறிய மீன்கள் அனைத்தையும் பிரித்துக் கூடைகளிற்போடுவதற்கு கரையில் நிற்கும் ஆண்கள், பெண்கள், சிறுவர்களும் உதவிசெய்வார்கள். பள்ளியில்லாத நாள்களில் மார்ட்டீனாவும் குழந்தைகளையும் கூட்டிக்கொண்டு பாட்டுக்குவந்து காவலிருப்பாள். பிடித்ததில் ஒரு பகுதியை உதவிசெய்தவர்களுக்குப் பிரித்துப்போடுவான் குருசு.

ஒவ்வொரு ஞாயிறும் அந்தோனியார் கோவிலுக்குப் போயிட்டுத் திரும்பும்போது அண்ணா வீட்டுக்கும் வந்துபோன அமேலியா, இப்போது வாரத்தில் இரண்டு மூன்று தடவைகள் வரலானாள்.

அமேலியா தன்னைப் பார்க்கும்போதெல்லாம் அவள் கண்களில் கனலும் தாபத்தைச் செலா உணர்ந்து கசிந்தான். அவளது கண்களை எதிர்நோக்கமுடியாமல் தனக்குள் தள்ளாடித் துவண்டான்.

அமேலியாவின் 'பளிச்'சென்ற முகவாகு மட்டுமல்ல அத்தனை வறுமையிலும் ஒரு தடகளவீராங்கனைக்குரிய உடற்கட்டும், உரோமானியச் சிற்பங்களைப்போற் பிரமாணங்களுக்கமைய வடித்த பிட்டக்கோளங்கள்

நீர்மேல் வலந்தைகளென ஒயிலாயசைய, பூமிக்கு நோகாமல் நடக்கும் அவளது நடையின் தோரணையும், உடல்மொழியும் செலாவின் உணர்வுப் புலங்களை மெல்லமெல்ல இரகசியமாக ஆக்கிரமிக்கத் தொடங்கிவிட்டிருந்தன.

அவள் அங்கே வந்த ஒவ்வொருமுறையும் அந்த ஒரே சல்வாரையே அணிந்து வந்ததைக் கவனித்தவனுக்கு 'தான் அவளுக்கு புதிய உடுப்புகள் ஏதாவது வாங்கிக்கொடுக்க வேணுமென்று விருப்பமாகவும், ஆனால் அதைக்குருசு எவ்விதமாக எடுத்துப்பானோ என்று தயக்கமாகவும் இருந்தது. இருந்தும் அன்று இரவு 'கள்ளின் ஜோதியில்' கலந்திருந்தபோது வந்த துணிச்சலில் கேட்டே விட்டான்.

"குருசு நான் அமேலியாவைப் பற்றி ஒன்று உன்னிடம் கேட்கலாமா..."

"தாராளமாகக் கேளு செலா... அவள் ஸ்படிகத்தைப் போல ஒளிவுமறைவுகளற்ற ஒரு மாதரசி."

"நான் அமேலியாவுக்குக் கொஞ்சம் உடுப்புகள் வாங்கிக் கொடுக்க விரும்புகிறேன்... அதைப்பற்றி என்ன நினைக்கிறாய்..?"

"அடடா... ஒரு தேவதூதனைப்போல வந்து நீ எங்கள் குடும்பத்துக்கு எவ்வளவு செய்துப்புட்டே,... அவளுக்கொரு உடுப்பு வாங்கித்தருவதை இந்த அண்ணன் வேணாம்பேனா... என்ன சின்னப்பிள்ளைக் கேள்வி இது..." என்றுவிட்டு மீண்டும் அவனது கிளாஸை நிரப்பினான்.

"இல்லைப்பா... தமிழ்ப்பெண்கள் பிற ஆண்கள் ஆடைகளோ சேலையோ வாங்கித்தருவதை ஏற்கமாட்டார்க ளென்று அறிஞ்சிருக்கிறேன்... அதால ஒரு முன்னெச்சரிக்கை... தற்காப்புக்காகக் கேட்டேன்..."

"அந்நியன் என்று உன்னை எண்ணவேயில்லை... என்னுயிர் உறவானாய்..." குருசு தகரக்குரலில் ஒரு 50களின் சினிமாப்பாட்டை எழுப்பியவன், அதைத் தொடரமுடியாமல் உடைந்தான்.

"இந்தக் கடன்களையெல்லாம் உனக்கு எந்தப்பிறவியில தீர்க்கச்சொல்லித் தேவன் விதிச்சிருக்கானோ..." நெகிழ்ந்து கலங்கினான். செலாவுக்கு எதுவும் புரியவில்லை.

○

"மீன்பிடியைத் தொழிலாகக்கொண்ட மக்களில கொஞ்சம் வசதியானவர்கள் இப்பிரதேசத்தில் எங்கே வாழ்கிறார்கள்." என்று கேட்டான் செலா.

“வசதியானவங்க நாலைந்து படகுகள் வைத்து ஆட்களை வேலைக்கமர்த்தி வசதியாக வாழுற சம்மாட்டியார்கள் எல்லாம் வங்காலை, மன்னார்த்தீவு, பேசாலைப் பகுதிகளிலதான் இருக்கிறார்கள். அங்கே எனக்கு நிறைய நண்பர்களும் உறவுகளும் இருக்கிறார்கள், ஓகே... நாளைக்கே நாம சாகரகுமாரியில ஒரு உல்லாசச்சவாரி போவோமா அங்கே...” என்றான் குருசு.

மறுநாள் குருசுவும் செலாவும் மார்ட்டினாவும் குழந்தைகளும் புதுக்குமரியாகிப் புது மோட்டருடன் மினுக்கிக் கொண்டுநின்ற சாகரகுமாரியில் அமர்க்களமாகப் புறப்பட்டனர். செலா தன் *Casio Exilim EX-ZR100 High-Speed Digital* கமெராவை எடுத்துத்தன் முதுகுப்பையினுள் வைத்துக் கொண்டான். அரை மணித்தியாலந்தான் ஆனது, புளியந்தீவுக்கும் தள்ளாடிக்குமிடையால் ஒரு கால்வாயைப் போல ஒடுங்கிய கடலினூடு குமாரி வங்காலைக் கரையை அடைந்துவிட்டிருந்தது புது அனுபவமாக இருந்தது.

சாகரகுமாரியை வங்காலைக் கரையில் ஏற்றியதும் பலரது கண்களும், அவளையே மொய்த்தன. மீன்களைக் குவித்துவைத்துக் கூறிவிற்றுக்கொண்டிருந்த குருசின் நண்பன் சீமோன் இவர்களைக் கண்டதும் ஓடிவந்தான்.

“மச்சான் ஆர் வெள்ளை... ஆரும் CEYNOR பார்ட்டியோ?”

“சாய்... அது CEYNOR பார்ட்டி இல்லை, சொன்னாலும் உனக்கு உடன புரிஞ்சிடும்... சும்மாகிட பிறகு சொல்றன்.”

“யாரெண்டாலும் பார்த்துக் குடும்பத்துக்க அமுக்கிடு...” என்றான் அர்த்தத்துடன்.

“நீ உன்ர யாவாரத்தைக் கவனி... நாங்கள் இப்பிடிப் பாடுகளைப் பார்த்துக்கொண்டு வரப்போறம்...”

செலா உற்சாகமாகித்தன் கமெராவை எடுத்து சாகரகுமாரியையும், மீன்வியாபாரிகளோடு அந்தப்பாட்டில் கண்ட அனைத்தையும் சுட்டுத்தள்ளினான். மற்றெந்தப் பாடுகளைவிடவும் வங்காலைக் கரையில் பெரிய வள்ளங்கள் பல நிறுத்தப்பட்டிருந்தன. மணற்பாட்டைக் கடந்துபோனால் அடுத்தடுத்து நிறைந்திருந்த கல்வீடுகள் அவர்களின் வளத்தையும் வசதியையும் வெளிக்காட்டின. அந்த மணல்வெளி பூராவும் மீனவர்கள் ஆண்களும் பெண்களுமாக வெயிலைப் பொருட்படுத்தாது அங்கங்கே இருந்துகொண்டு தத்தம் வலைகளைத் திருத்திக்கொண்டிருந்தனர்.

அழகான பாடு ஆதலால் சுற்றுலா வந்த வெளிநாட்டுக் காரர்களும் அங்கே நிறைந்திருந்தனர். அவர்களோடான

வியாபாரத்தைக் குறிவைத்து சிறிய திறந்தவெளி உணவகங்கள் பரந்தும் நிறைந்துமிருந்தன. பட்டிக் உடைகள் விற்கும் கடைக்காரர்களும், இளநீர் விற்கும் வியாபாரிகளும் கூவியபடி இருந்தனர். செலா றேபாவுக்கு இரண்டு அழகிய கவுன்களும், கிளெமென்டுக்கு இரண்டு களிசான்களும் பொருத்தமான டி–ஷேர்ட்டுகளும் வாங்கிக்கொடுத்தான். 'அமேலியாவும் கூட வந்திருந்தாளேயானால் அவளுக்கும் பட்டிக் கவுண்கள் வாங்கியிருக்கலாம்... இன்னும் சந்தோஷமாக இருந்திருக்குமே' எனச் செலாவின் மனம் அடித்துக்கொண்டது.

பின் எல்லோரும் உணவகம் ஒன்றுக்குப்போய் ஸ்டூல்களில் அமர்ந்து பொரித்த நண்டுகளும், இறால்களும் வாங்கிச் சாப்பிட்டனர். இவர்கள் சாப்பிட்டு முடிப்பதற்குள் வியாபாரத்தை முடித்துக்கொண்டு சீமோன் அங்கே ஓடிவந்தான்.

"இதை ஏன் இப்ப அவசரப்பட்டுச் சாப்பிடுறிய. . . எல்லோரும் வீட்டை வந்து சாப்பிட்டிடுத்தான் போகோணும் சரியா. . . இன்றைக்கு எங்க வீட்டில குடல் கறி. . மென்டிஸ் ஸ்பெஷலுமிருக்கு. . ." என்று கண்ணைச் சிமிட்டினான்.

தெருவிலோ கடற்கரையிலோபார்த்த ஒரு நண்பனையும் அவன் குடும்பத்தையும் வீட்டுக்கு விருந்தாட அழைத்து உபசரிக்கும் இவர்கள் வித்தியாசமானவர்கள். அப்பண்பு செலாவுக்கு முற்றிலும் புதுமையாக இருந்தது.

சாப்பிடும்போது பழைய கதையை மீண்டும் தொடங்கினான் சீமோன்.

"எப்பிடியோ வெள்ளையைமடக்கி மாப்பிள்ளை யாக்கிட்டியானா எங்கேயோ போவிடுவாய் குருசு. . . *CEYNOR* ஐ மூடிட்டுப் போகக்குள்ள அந்த ஒபிஷர் ஹாவார்ட், நம்ப நிக்கலாஸுக்கு ஒரு *'Fibreglass'* போட்டையே தூக்கிக் கொடுத்திட்டுப் போகேல்லெயே... அவங்களுக்கு உதெல்லாம் ஒரு சிம்பிள் மேட்டர் கண்டியோ. ."

"ஏற்கனவே அவன் நிறையவே எங்களுக்குத் தந்திட்டான்... நிறையக் கடன்பட்டிட்டம். எல்லாம் கர்த்தர் விரும்பிய அளவில இருக்கட்டும், அளவுக்கு மீறி ஆசைப்பட்டால் அவரே எல்லாத்தையும் திருப்பி எடுத்திடுவார் சீமோன். அவன் அவங்கட நாட்டில பெரிய ஒபிஷராம். . . ஏதோவொரு ஆராய்ச்சிக்காக வந்திருக்கிறான். நாங்கள் ஏணி வைச்சாலும் எட்டாத உயரங்கண்டியோ, அந்தக்கதையைவிடு" என்று சினந்தான் குருசு. மென்டிஸ்போத்தல் காலியாகி

மாலைக்கவியத் தொடங்கவும் அவர்கள் படகை நோக்கிப் புறப்பட்டனர்.

○

இன்று மாலை மிதியுந்தில் கடற்கரைக்குத் தன் உதைபந்தை எடுத்துப்போய் சிறுவர்களுடன் சேர்ந்து விளையாடிவிட்டு பந்தையும் அவர்களுக்கே கொடுத்துவிட்டு இருட்டுக்குள் வந்த செலாவின் கால் சிறுகிடங்கொன்றினுள் இறங்கி மடங்கியதில் கணுக்காற் குளச்சுக்குள் சுளுக்கிக்கொண்டுவிட்டது. ஒருவாறு ஒற்றைக்காலால் மிதித்துமிதித்து வீடு வந்து சேர்ந்தான். அவன் நொண்டிக்கொண்டு நடக்கமுடியாமல் வருவதைக் கவனித்த குருசு செலா உடம்பைக் கழுவிக்கொண்டு வந்ததும் மீன் கிறில் போடும் வலையை அடுப்பில் வைத்து, அதில் சில பாவட்டை இலைகளை வாட்டிச் சூடாக அவன் காலை நீவிவிட்டு, அவ்விலைகளை வைத்தொரு துணியால் சுற்றிக்கட்டியும் விட்டான். கொஞ்சம் வலி குறைந்ததைப்போல இருந்தது.

"ஒண்ணுக்கும் யோசிக்காத செலா. . . இதுக்கு அமேலியா கிட்ட அருமையான வைத்தியமிருக்கு, சிலாபத்துச் சோமசுந்தரம் என்கிற மலையாளத்து மூலிகை வைத்திய ருடைய தைலமொன்று வைத்திருக்கிறாள், அதைப்போட்டு இரண்டு தரம் நீவி விட்டாளாயின் நாளைக்கே குணமாயிடும், அப்படியான மஜிக் மருத்துவ விரல்கள் அவளுக்கு" என்றான்.

அடுத்தநாள் பொழுதுபுலரவும் குருசு செலாவின் மிதியுந்தை எடுத்துக்கொண்டு கொம்புதூக்கிக்குப்போய் அவளை எண்ணெய்க்குப்பியோடு ஏற்றிவந்தான். பதினொரு மணியாகிவிட்டிருந்தது. றேபாவும், கிளெமென்டும் பள்ளிக் கூடம் போயிருக்க மார்ட்டீனா வார்த்துக்கொடுத்த தோசையைச் செலா விண்டு மாசிச்சம்பலுடன் தறைந்து கொண்டிருந்தான்.

அமேலியா வீட்டுக்குள் நுழைந்ததும் செலா

"Good morning. . . What should I pay for the beautiful doctor who came from pretty far away?"

(இம்மாந்தொலைவிலிருந்து வரும் அழகான டொக்டருக்கு நான் என்ன கட்டணம் தரவேண்டும்?)

எனவும் அமேலியா அழகாக வெட்கப்பட்டாள்.

"அட அமலா வெட்கப்பட்டு இன்றைக்குத்தான் பார்க்கிறேன். . . அப்படி என்னதான் சொன்னாரு செலா. . .? என்ற மார்ட்டீனா.

"உங்களுக்கு டீ வார்க்கவா" எனவும்

"எனக்கு வேண்டாம் அண்ணி. . . இப்போதான் வழியில அண்ணா எனக்கு 'பண்'ஸும் டீயும் வாங்கித் தந்தார்." என்றுவிட்டு

"சுளுக்கை எப்படீண்ணா இங்கிலிஷில சொல்றது. .?" என்றாள்.

"அது தெரிஞ்சா. . . நான் எதுக்குச் சாமத்தில எழும்பித் தோணிவலிக்கப்போறன், பேசாம மன்னாருக்கு *D.M.O* ஆகியிருப்பேன்ல. .?"

என்றபடி குருசு செலாவின் கித்தான் மடக்குக்கட்டிலை வெளியே கொண்டுபோய் கல்தேக்குமர நிழலில் வைக்கவும் செலா அதில் போய் அரைக்காற்சட்டையுடன் கால்களை நீட்டிப்படுத்துக்கொண்டான். அமேலியா அடுப்பில் கொஞ்சம் வெந்நீர்வைத்து வெள்ளைத்துணியொன்றை அதில் அமுக்கிப் பிழிந்துவிட்டு அவனது காலை முதலில் துடைத்துவிட்டாள். அமேலியா சிறுமேசையை நகர்த்திக்கொண்டுபோய் அவன் கட்டிலருகில் போட்டுவிட்டு அதன்மேலொரு துவாயை மடித்துப்பரவினாள். கால் உலரவும் கட்டிலில் ஓரமாக அமர்ந்து செலாவின் காலைத்தூக்கி அதன்மேல் வைத்துவிட்டு கெண்டைக்கால்த் தசையிலிருந்து மேற்பாதம் விரல்களென்று எடுத்துவந்த தைலத்தைப் போட்டுத்தடவினாள். தான் அங்கு நின்றால் அமேலியா அவனைத் தொடுவதற்குச் சங்கடப்படலா மென்றெண்ணிய குருசு ஒரு பீடியை எடுத்து வலித்துக் கொண்டு சற்றுவிலகி நின்றவன் ஒரு யோசனையுடன், "இதோ வர்றேன்" என்றுவிட்டு மீண்டும் மிதியுந்தில் ஏறிப்போனான்.

அமேலியா தைலத்தை விரவி காலின் மொளியைச்சுற்றிச் சூடுகிளம்ப மெல்லமெல்லத் தேய்த்துவிட்டு மேற்பாதத்துக்கும் ஒவ்வொரு விரலுக்கும் தனித்தனியே தடவிவிட்டு அவற்றை இழுத்துப்பார்த்தாள், ஒன்றிலும் நெட்டிமுறியவில்லை. குளச்சில் 'சுளுக்கு' இருப்பதால் தான் 'நெட்டி' முறியவில்லையென்பது அவளுக்கு தெரியும். செலாவுக்கு இலேசாக வலித்தாலும் அமேலியாவின் விரல்களின் ஸ்பரிசத்தால், ஒரு தேவதை தன்னைத்தொட்டு வருடிக்கொடுப்பதான கிறக்கத்தோடு கண்களைச் சொருகிக் கொண்டு வேறொரு உலகத்தில் சஞ்சரிக்கலானான். அரைமணிக்கும் மேலான வருடலை தடவக்கொடுத்த கன்றைப் போலச் சுகித்திருந்தவனின் பாதத்தையும் புறவடியையும் *(instep)* இரண்டு கைகளாலும் இறுக்கமாகப் பொத்திப்பிடித்துக் கொண்டு, "*Pardon me*" என்றுவிட்டு திடுப்பென மேல்நோக்கி

லேசாக மடிக்கவும் 'சடக்'கென முறிந்த பெருநெட்டியில் சுளுக்கும் எடுபட்டது. 'அவ்வா' என்று அலறியவனுக்கு முகமெல்லாம் வியர்த்துக்கொட்டியது.

"ஓகே. . . ஓகே. . . கடவுள் கிருபையால் உனது 'சுளுக்கு' சரியாகிவிட்டது" எனச் சிரித்தவள் தன் நெற்றியிலும் நெஞ்சிலும் தொட்டுச் சிலுவைக்குறி இட்டுக்கொண்டாள்.

அமேலியா அன்று வீட்டுக்குத் திரும்பவில்லை. அங்கேயே தங்கிக்கொண்டாள். குருசு திரும்பிவரும்போது இரண்டு விடலைக்கோழிக்குஞ்சுகளை வாங்கிவரவும் மார்ட்டீனா செலாவுக்கு மிளகு, வெஞ்சனம் தூக்கலாகப்போட்டு அருமையான 'சூப்'பொன்று வைத்துக்கொடுத்தாள். இவர்களது உபசரிப்பும் தாபரிப்பும் ததும்பும் அக்குடிசையேதான் 'பூலோகத்தின் சொர்க்கம்' எனப்பட்டது அவனுக்கு.

அடுத்தநாள் காலை குழந்தைகள் இன்னும் தடுப்புக்கப்பால் முடங்கியபடி தூங்கிக்கொண்டிருந்தனர். குருசும் மார்ட்டீனா வும் எழுந்ததும் வழக்கம்போல் அருகிலுள்ள காட்டுக்கு வெளிக்குப் போய்விட்டதை உறுதிசெய்துகொண்டு. அமேலியா வந்து செலாவின் கட்டில் விளிம்பில் அமர்ந்து, "குட் மோனிங்" என்றபடி அவனது செவிலியென்கிற உரிமையோடு அவன் காலைத்தூக்கித்தன் மடியில்வைத்து வீக்கம் வற்றியுள்ளதாவெனப் பரிசோதித்தாள். இப்போது வீக்கம் செவ்வீதமும் வற்றியிருந்தது. "*The pain is vanished, Thank you my dear doctor.*" என்றவன் அவள் மடியில் வைத்தகாலை சில்மிஷத்துடன் உட்தொடைப்பக்கமாக லேசாக அமுக்கித் தன் மோகத்தைத் தெரிவித்தான். அமேலியாவிடம் ஆட்சேபம் எதுவுமில்லை. அவன் மோகத்தின் சமிக்ஞைகளும் இவள் தாபத்தின் சமிக்ஞைகளும் பரிந்திசைக்கவும், அவள் வலது கையைப் பிடித்திழுத்து அதில் முத்தமிட்டான். அமேலியா அதற்கும் இசையவும் திடுப்பென அவளை எட்டிவாரியிழுத்து நெஞ்சோடு அணைத்து அழுத்தி முத்தமிட்டான். எதிர்பாராத தழுவலிலும் முத்தத்திலும் செலாவின் மோகம் மெழுகிய அமேலியாவின் கட்டுடல் அவனது அணைப்பின் பிடிக்குள் பரவசத்தில் அதிர்ந்ததைச் செலா அனுபவித்துச் சுகித்தான்.

'தேவன்தான் இந்தச் செலாவின் மூலம் தனக்கேதாவது சேதியை விடுக்கிறானோ'வென அமேலியா சிந்தித்தாள். என்றாலும் அதுக்கு 'இத்தனை உயரத்தில் இருக்கும் ஒருவனையா. . .' அவளுக்கு எல்லாமும் கனவில் நடப்பதைப் போலிருக்கவும், இறகெனப் பவனத்தில் மிதந்து அலைவுற்றாள்.

அப்பாவின் சாரத்தால் தலைமுதல் பாதம்வரை போர்த்திக் கொண்டு படுத்திருந்த கிளெமென்ட், மார்ட்டினா திரும்பியதும் அவள் காதில் குசுகுசுத்தான். “அம்மா... அம்மா... செலாமாமா அமலாத்தைக்கு உம். . . உம். . . உம்மா கொடுத்தவர். .”

“உஷ்ஷ். . . அது அவள் அவருக்குத் தைலம்பூசி நோவைச் சுகப்படுத்திவிட்டவளல்லோ. . . அதுக்குத்தான் குடுத்தவர். . . நீ அதெல்லாம் பார்க்கக்கூடாது. . . கண்ணை நோண்டிப் போடுவன். . . எழும்பிப் பல்லை மினுக்கிட்டுப் பள்ளிக்கூடம் போடா சோம்பேறி.” என்று கண்களை உருட்டி முழுசி மிரட்டினாள்.

செலாவும் சாரம் உடுத்திக்கொண்டு கோலாப்போத்த லொன்றுள் தண்ணீர் எடுத்துக்கொண்டு மிதியுந்தில் தொலைவாகப்போய் காலைக்கடனை முடித்துக்கொண்டு வரவும் குருசு அவன் மிதியுந்தை எடுத்துப்போய் எல்லாருக்கும் வெள்ளையப்பம், சீனிச்சம்பல், பாலப்பங்கள் வாங்கிவந்தான். மார்ட்டினா எல்லோருக்கும் பால் தேநீர் வைத்துக்கொடுத்தாள். சாப்பாடானதும் றேபாவும் கிளெமென்டும் பள்ளிக் கூடத்துக்குப் போகும் அயற்சிறுவர்களின் கும்பலுடன் சங்கமித்தனர்.

அமேலியாவும் சிற்றுண்டியானதும், “அண்ணா நான் பத்துமணி பஸ்ஸைப் பிடிக்கோணும்” என்றாள்.

குருசு “ஏம்மா. . . வந்ததுதான் வந்தாய் இன்னும் இரண்டு நாள் இருந்துட்டுப் போனால் என்ன” எனவும். “இல்லேண்ணா...ஒரு கலியாணத்துக்குப்போகிற பெடிச்சியின்ர தையல் வேலையொன்று முடிச்சுக் கொடுக்கவேணும், அதைக் கொடுத்திற்று நான் நாளையின்டைக்கு வாறன்”

செலாவுக்கு உரையாடலின் சாராம்சம் புரியவும் குருசிடம்

“Is she going, Why so hurry. . .” என்றான்.

“Yes Sela. . . She got some embroidery work to complete there.”

“Oh. . . A multi talented Angel. . . amazing, என்றவன் *“Oh Now it’s my time to pay her Fee”*

என்றுவிட்டு நான்கு ஐநூறு ரூபாய் தாள்களை எடுத்து அவளிடம் நீட்டவும், திகைத்துப்போன அமேலியா, “இல்லை யில்லை அம்மாடி, நான் இதுக்கெல்லாம் பணங்காசு வாங்கிறேல்லையென்று அதுட்டச் சொல்லண்ணா” என்று துடிப்பு வலித்துவலித்து அகன்றமார்போடிருந்த தமையனின் பின் ஒளிந்தாள்.

செலா அவளருகிற்போய் *"This is not a Medical Fee, but have it as my belayed Easter Gift for you, Please have it."* என்று கெஞ்சவும்...

"ஓமம்மா... அவன் உன்னைக்கண்ட நாள்முதல் உனக்குத் தான் ஏதாவது பண்ணவேண்டுமென்று எங்கிட்டச் சொல்லிக் கொண்டிருக்கான். வாங்கம்மா... வாங்கிக்கோ... குறையில்லை" எனவும் நடுங்கும் கரங்களில் அவள் அதை வேறுபக்கம் பார்த்தபடி வாங்கிக்கொண்டாள்.

புறப்பட்டுப்போக முதலே அவனிடம் 'தன் ஓரவிழிப் பார்வையால் உள்ளதெல்லாம் சொல்லி'விட்டுச்சென்ற அமேலியா வாக்களித்தபடி இரண்டேநாள்களில் சுறாப்பிட்டும் அவித்து எடுத்துக்கொண்டு, புருவங்களை வில்லாகப் பண்ணி நயனங்கள் அகட்டி எழுதிப் புதியசுடிதாரின் பட்டுச்சல்வார் காற்றில் பறக்கப் பகட்டிக்கொண்டு தோரணையாக வந்திறங்கினாள்.

○

செலாவுக்கும் அமேலியாவுக்குமிடையே ஒரு நுட்பமான இரசாயனம் தொழிற்படத் தொடங்கியிருப்பதை அவதானித்த மார்ட்டீனாவும் இரவு படுக்கையில் குருசின் காதுகளுக்குள் சொன்னாள்.

"அமலி சுறாப்பிட்டோடு வளைஞ்சுகொண்டு வந்து நிற்பதைப்பார்க்க அவ செலாமேல ஆசைப்படுறா போலயிருக்கு."

"ம்ம்ம்... வேணுன்டா அவனையே வைச்சிருக்கட்டுமே... நானா வேணாங்கறேன்."

"என்ன... ஒரு 'மாமா' மாதிரி விட்டெறிஞ்சுப் பேசறீங்க, அப்போ அமலி எங்க பிள்ளையில்லையா..." என்றுவிட்டு அவன் நெஞ்சில் மாறிமாறிக் குத்தினாள்.

"காடை கௌதாரியைக் கேட்டாக்கூடப் பரவாயில்லை... நம்ம தரத்துக்கு ஒருத்தி ராஜாளிக்கு ஆசைப்படலாமா... நடக்கிற காரியமாடி இது... அவனுக்கும் அப்படி ஆசையிருக்கா என்டதல்லோ கேள்வி..."

அன்று மாலையே செலா வெகுதுணிச்சலாயும் நாசூக்காயும்

"நானும் அமேலியாவும் கடற்கரைக்குப்போய்க் கொஞ்சம் பேசலாமென்று இருக்கிறோம், அதையிட்டுக் குருஸ் குடும்பத்துக்கு ஒன்றும் ஆட்சேபனை இருக்காதே?" என்றான்.

‘செலாவும் அமேலியாவை அளைஞ்சு அனுபவிச்சிட்டு வெள்ளையர் பாணியில் ‘அம்போ’வெனக் கழற்றிவிட்டிட்டுப் போனால் என்னாவது...’ என்றொரு கணம் குருசு திடுக்கிட்டுக் குழம்ப, அம்மௌனத்தைச் சம்மதமாக எடுத்துக்கொண்டு அவர்கள் கடற்கரைப் பக்கமாகப் போனார்கள்.

செலாவும் அவ்வப்போ மென்னீலம், கபிலம், பச்சை, சாம்பரென்று வகைவகையான கண்களால் கொத்துப்படாமலில்லை. அவற்றின் வெம்மை ஒரு தினிசு. ஆனாலும் அமேலியாவின் கருந்திராட்சைக் கோகெயின் கண்களோ மன்னார்க்குடாவில் தகித்த சூரியன்களைவிடவும் அவனது இரத்தத்தைச் சூடாக்கித் தீராத லாகிரிக் கிறுகிறுப்பைத் தந்து அவளைப் பிரிய முடியாமலுமாக்கவும், தினமும் இருவரும் கடற்கரைக்கு அப்பாலும் பிணைந்துசுற்ற ஆரம்பித்தார்கள். அமேலியா அவனை,

‘வாங்க... பள்ளிமுனையில உங்களுக்கு ஒரு களங்கட்டிப்பாடு என்றொரு ஓர் அதிசயமானபாடு இருக்கு, கூட்டிக்கொண்டுபோய்க் காட்டிறேன்’ என்றாள்.

சுடர்கள் எரியும்போது வளர்ந்தும் கலந்தும் ஜெகஜாலங்கள் நிகழ்த்திக்கொண்டேயிருக்குமல்லவா... அதேவாறு அமேலியா மழலை ஆங்கிலம் பேசுகையில் அவளது முகம் கண்மூடாமல் பார்க்கும்படி சுடர்ந்துகொண்டிருப்பதைப்போல் செலாவுக்குப் பட்டது. அலமருந்திருந்தவனை ஒரு தானியில் (ஆட்டோ) அழைத்துப்போனாள்.

பரந்த மணற்கடற்கரையைக்கொண்ட அப்பாட்டில் என்ன விசேஷமென்றால், கடலும் வெகுதூரத்துக்கு முழங்கால் வரையிலான ஆழந்தான். அலைகளுங்குறைவு, மீனவர்கள் சங்குமுகத்திலுள்ள புரியின் வடிவத்தில் *(Spiral / Hairspring)* கூரான கழிகளை (கம்பு) 50–60 மீட்டர் விட்டமுள்ள புரியாக நெருக்கமாகக் கடலின் தரையில் குத்திவைத்து அக்கழிகளைச் சுற்றி வலைகளை இணைத்துவிடுவார்கள். அன்றாடம் கடலின் அலைகளோடு கரைநோக்கி வந்த மீன்கள் மெல்லமெல்ல இந்தப் சுருளுருவான வலைவியூகத்தின் மத்தியைச் சென்றடைந்து விடும். ‘கெம்மின்கூட்டு’க்குள் அகப்பட்ட மீன்கள்போல அவற்றுக்குத் திரும்பிக் கடலின் திசையில் தப்பி ஓடிவிடத் தெரியாது. சுருள் மத்தியில் தேறிவிட்ட மீன்களை மீனவர்கள் பறிகளைக்கொண்டுபோய் வாரிக்கொள்வார்கள்.

மன்னார்த் தீவிலிருக்கும் பங்கொட்டுக்கொட்டிலிலும் கடல் ஆழமாக இருக்கவில்லை, அங்கேயும் பிடிக்கப்பட்ட சங்குகளின் தசைகளைத் தனியாகத்தோண்டி எடுத்துச்

சேகரஞ்செய்தார்கள். இன்னும் தரையில் நண்டுகளைக் கையால் பிடித்தும் மீன்பறிகளில் சேகரித்தார்கள்.

புரியுருவில் வலைகள் நிறுத்தப்பட்டிருந்த கோலத்தைப் பார்த்து அதிசயித்தான் செலா. அந்தி மெல்லமெல்லக் கடலுள் சாய்ந்து அழகுகாட்டி மாலைக்குப்பொன் பூசத்தொடங்கிற்று. அமேலியாவின் சொக்கஞேற்று முகத்தில் பட்டுத்தெறித்த மாயக்கதிர்கள் செலாவினுட் புகுந்து கிளர்த்தவும், ஓங்கில் *(Dolphin)* மாதிரித் துள்ளித் தெறித்துக்கொண்டிருந்தவளை லாவகமாகத் தூக்கி கரையேற்றியிருந்த வள்ளமொன்றுக்குட் போட்டு ஆய்வு செய்யாலானான். அதில் அவளிடம் மேன்மேலும் பல இன்பச்சுனைகளைக் கண்டு, இகத்திலிருக்கும் சுகங்கள் அனைத்தும் இவளிடமே இருக்குமோவென்ற கனவில் மயங்கித் தியங்கினான். அமேலியா சொன்னது நிஜந்தான் அன்று பள்ளிமுனையில் அவனுக்கு 'எல்லாமும் ஆனந்த–அதிசயங்களாகவே' இருந்தன.

அன்றே அமேலியாவிடம் செலா தமிழர்களின் ஏற்பாட்டுத் திருமணங்கள் எப்படி இருக்கும் என்பதை விலாவாரியாகக் கேட்டறிந்தான். அவர்கள் எப்படிப் பெண் கேட்டுப்போவார்கள், அப்படிப் போகும்போது என்ன என்னவெல்லாம் எடுத்துச் செல்வார்கள் என்கிற விவரங்களையும் கேட்டான். சூரியன் சுழியோடிக் களிப்பதற்காகக் கடலுக்குள் மூழ்கவும், அடிவானத்தில் கனத்த மேகங்கள் குவிந்து இரவைக் காய்த்து புவனமெங்கும் நீக்கமறத்தொங்கவிடத் தொடங்கவும் இணை அங்கிருந்து மனமின்றிக் கிளம்பியது.

❍

எங்க கிராமத்தில் திரணைத் தவாளிப்புகளோடு அம்சமாய்க் குதிர்ந்த ஓர் அணங்கை, அந்நியன் ஒருவன் கொத்திக் கொண்டேகுதல் அத்தனை இலேசாமோ... ஒரு வில்லனாவது இருக்கமாட்டானா...? இருந்தான். அவன்தான் கப்ரியேல். அமேலியாவைவிட இருமடங்கு வயசானவன். பிரதி ஞாயிறும் காலையிலோ மாலையிலோ அமேலியா அந்தோனியார் கோவிற்பூசைக்கு வருவாளாதலால் இவனும் சினைக்கிடாரி மாதிரி சும்மா சும்மா அந்தோனியார் கோவிலையே பந்தய – மிதியுந்தொன்றில் *(Racingbike)* சுற்றிக்கொண்டிருப்பான். அமேலியாவின் குரலைக்கேட்டாலோ, தரிசனம் கிடைத்து விட்டாலோ அவனுக்குள் நெம்பத் தொடங்கிவிட இருப்புக் கொள்ளாது தவிப்பான். 'ஈ'...'ஈ...' என்று இளித்துக்கொண்டும், வழிஞ்சு சொட்டிக்கொண்டும் அவள் பார்வையில் படும் படியாக தேவநற்காரியஸ்தனாகி தரையைப் பெருக்குவது,

மெழுகுதிரி தாங்கிகளைச் சுத்தஞ்செய்வது, பூஜைமாடத்தைத் துடைப்பதைப்போல எதையாவது நோண்டிக்கொண் டிருப்பான்.

43வது அகவையிலுள்ள சின்னச் சம்மாட்டியான அவனுக்கு ஏலவே மனைவியும் பள்ளிக்கூடம்போகும் மூன்றோநாலு பிள்ளைகளுமிருக்கு. நாலைந்து வள்ளங்கள் வைத்துத் தொழில் நடத்துவதோடு பல மீன்பாடுகளையும் ஊராட்சிச் சபையிடம் ஆண்டுக் குத்தகைக்கு எடுத்துமிருந்தான். அப்பாடுகளில் வந்திறங்கும் மீன்களில் வள்ளைக்காரர்கள் ஒரு குறிப்பிட்ட வீதத்தை அவனுக்குத் தரவேண்டும். புதிதாகக் கேரளத்துக் கஞ்சாமூடைகளிலும் கைவல்யத்தைக் காட்டுகிறா னென்றும் ஒரு கதையுண்டு. ஆதலால் அவனிடம் நல்ல பணப் புழக்கமிருந்தது. வாழ்நாளில் விவிலியத்தை ஒரு தடவைகூட முழுமையாகப் படித்திருக்கமாட்டான், ஆனாலும் தன் பணக்கொழுப்பால் ஒளிவிழா நேரங்களில் சொரூபங்களுக்கு மின்விளக்குகள் போட்டுக்கொடுத்தலன்ன. தேவநற்கிரியைகள் செய்து சாமர்த்தியமாக அந்தோனியார் கோவில் திருமறைச் சபைக்குள்ளும் (*Samaritans board*) நுழைந்துவிட்டிருந்தான். இன்னும் நாலெழுத்துக்கூடப் படித்திருந்தால் அரசியலுக் குள்ளும் நுழைந்துவிட்டிருக்கக்கூடிய கில்லாடிப்பயல்.

கோவிலுக்கு வந்த அமேலியாவை ஒருநாள் தனியாக மடக்கி நூல்விட்டுப் பார்த்தான்.

“ஹே... அமலாக்கண்ணு... நீ பேசாம எங்கூட வந்திடேன், நான் உனக்கு அந்தோனியாபுரத்திலேயே தனியாயொரு வீடுங்கட்டித்தந்து அதிலயுன்னை, ஒரு ராஜகுமாரிமாதிரி வைச்சுப்பேன்.”

“உஷ்ஷ்ஷ். . . ஓனாங்குப்பயலே மரியாதையா மூடிட்டுப் போ. . . அண்ணேன்ட காதில விழுந்திச்சென்டால் உன்னைக் கூறுகண்டம்போட்டு அந்தோனியாபுரத்திலேயே புதைச்சுக் கல்லும் வெச்சிடுவார் ஜாக்கிரதை. . . த்தூ.”

குருசு அறிந்தால் அவனைக் ‘கூறுகண்டம்’ போட்டிடுவா னென்பது கப்ரியேலுக்கும் தெரியும். அதுக்குப்பிறகு அவள்மேல் திரைந்த ஆசையோடு கொஞ்சநாள் வாலை ஒட்டமடித்து வைத்துக்கொண்டிருந்தான்.

‘இப்போ அமலா வெள்ளையன் ஒருத்தனோட கடற்கரைப் பக்கமாக சைக்கிள்ல சுத்திறாளாம்’ என்றவுடன் அவனுக்குக் கபாலத்துட் கொதித்தது. தன் சகாக்களுடன் சேர்ந்து அவளைப் பற்றிப் புரளிகளைக்கட்டிக் காற்றில்விட்டான். செலாவுடனான

அமேலியாவின் ஊடாட்டத்தை நேரில் பார்த்தவர்களும் அதுபற்றி வெளிப்படையாகப் பேசினால் குருசுவுடன் 'சருவுப்பட'வருமேயென்ற பயத்தால் மறைவாகக் 'கிசுகிசு'ப்பதில் இன்பம் துய்த்தனர்.

'குருசு வீட்டோட கூத்திவீடு நடத்திறான். . .அமலாவைக் காட்டிக்காட்டி அந்த வெள்ளையனிட்டைக் காசுகாசாய்ப் பிடுங்குறான். உரிக்கிறான். அவன் குடும்பத்தையே 'மசுவாசம்' செய்யவேண்டும், தேவநற்காரியங்கள், கிரியைகள், பூசைகள் எதிலும் பங்குபற்ற அனுமதிக்கப்படாது'

மூப்பன், பங்குத்தந்தை வரையில் முறைப்பாடுபோய் விடவும் அவர் குருசுவைத் தன்னை வந்து சந்திக்கும்படி ஆளனுப்பினார்.

ஒருகாலம் குருசுவைக்கொண்டு கடத்தல் விஸ்கி வாங்கு வித்த பங்குத்தந்தை அவனிடம் அடக்கிவாசித்தாலும் அம்மறைமாவட்டக் குருவானவரென்ற முறையில், "வெள்ளையனை எல்லாம் வீட்டில அடுக்காத குருசு. . . அதால உன் குடும்பத்தின் பேர்தான் கெட்டுப்போகும். . . எங்கத் திருச்சபைக்கும் அவமானம், அவனை மெல்ல விரட்டிவிடு" என்று உபதேசிக்கவும் கடுப்பான குருசு.

'அவன் வெள்ளைக்காரன்தான். . . ஏதேவொரு தேசத்தில யிருந்து கர்த்தரே எங்களை உய்விக்கவென்று அனுப்பி விட்டாப்பல இங்கவந்து எவருடைய நிர்ப்பந்தமுமில்லாமல், தன்னியல்பான பரோபகார குணத்தால எங்கள் குடும்பத்துக் காக ஏதேதோ உதவிகள் எல்லாம் செய்கிறான், அதுதான் உண்மை. மறுக்கேல்லை. குருசு தலையெடுக்கிறது ஊரிலுள்ள போக்கத்தவங்களுக்குப் பொறுக்கலையென்டால். . . ஊரோட சேர்ந்து, உயர்பீடத்தில இருக்கிற அருட்தந்தை நீங்களும் குருசு அவனுக்குத் தன் தங்கையைத் தூக்கிக்கொடுக்கிறானோ, பொண்டாடியைக் கூட்டிக்கொடுக்கிறானோ என்றெல்லாம் சந்தேகப்படலாமா ஃபாதர். . . கர்த்தருக்குப் எப்படிப்பதில் சொல்வீங்க. . . அப்படித்தான் செலாவெங்கிற அந்த மனுஷன் அமேலியாவைத்தான் வைச்சிக்கிறான்னாக்கூட. . . நாம நினைச்சா அவளை அந்த வெள்ளையனுக்கே கட்டிவைப்போமே தவிர ஊர்ப்பராரிகளின் ஊளைக்காக அவனை அப்படி யெல்லாம் விரட்டிடமாட்டோம் ஃபாதர். . .' என்று கோபமாகக் கத்திவிட்டு எழுந்து வந்துவிட்டான்.

'அமேலியாவும் தாம்பத்திய சுகத்தைக் கொஞ்சமாக வேனும் கண்டவள். . . அவளுக்கும் உள்ளே கனன்றுகொண்டு ஆசைகள் இருக்குந்தானே. . . அவளைச் செலாவைப்போல

ஒரு நல்லஜீவன் ஊர் அறியாதபடி விரும்பினால் வைச்சுக் கொள்ளட்டுமே...' என்று யதார்த்தமாக எண்ணியது பாபமா கர்த்தரே. . . அதற்காகத்தான் கப்ரியேல் சைத்தானை இந்த பிள்ளைகள் செலா – அமேலியா நேசத்துக்கு வேறொரு வர்ணம்பூசி எங்குடும்பத்தை நாறடிக்க ஏவிவிட்டிருக்கீரா கரும கர்த்தரே. . . ஃபாதர் சொன்னமாதிரி குடும்பப்பெயர் நாறத்தான்போகுதோ...' விஷயம் எம்சமூகத்தில் ஒரு பிரச்சினை யாக மையங்கொள்ளுதோவென்ற அச்சமும் அவனுள் வேர்கொள்ளத் தொடங்கவும் மனம் கிலேசமுற்றான் குருசு.

❍

மறுநாள் மாலை மஞ்சள்வெயில் விரவி மினுங்கத் தொடங்கவும்... இரண்டு தானிகளில் பராபரனும் செலாவும் பட்டு வேஷ்டிகட்டிக்கொண்டு, பராபரனின் சகோதரியும், அத்தையும் இரு வெள்ளித் தாம்பாளங்களில் வெற்றிலை, பழம்பாக்கு, பூக்கள், பலகாரங்கள், பட்டுச்சேலைகள், துணிமணிகள், வாசனாதிகள் நிறைத்து ஏந்தியபடிவந்து குருசு வீட்டு வாசலில் வந்திறங்கவும் குருசுவும் மார்ட்டீனாவும் அமேலியாவும் பசங்களும் அவர்களைத் தடல்புடலாக வரவேற்று உள்ளே அழைத்துச்சென்றனர். பின் மெல்லமெல்ல அயல்வீட்டு உறவுகளும் ஒவ்வொருவராக வந்து கூடவும் குருசுவின் புதுவீடு அப்போதே கல்யாணக்கலை கட்டத் தொடங்கியது.

ஒரு நாள் பொழுது

பொன் சுந்தரராசு

1992ஆம் ஆண்டில் ஒரு பிற்பகல் நேரம்.

நியூட்டன், அஞ்சலகச் சேமிப்பு வங்கிக்குள் காலடி வைத்தபோது அவனுக்குத் 'திக்'கென்றது. 'U' வடிவத்தில் வரிசை நுழைவாசல் வரை நீண்டிருந்தது. பணத்தைச் சேமிப்புக் கணக்கில் செலுத்திவிட்டுப் பக்கத்தில், 'தேக்கா'விலேயே பகலுணவையும் முடித்துக்கொண்டு அலுவலகத்திற்குக் குறிப்பிட்ட நேரத்திற்குள்ளேயே திரும்பிவிடலாம் என்று திட்டமிட்டிருந்தான்.

'எல்லாம் கோவிந்தா ஆகிவிடும்போல இருக்கே!' என்று அவன் உள்மனம் அழுதது.

'இன்னும் ஒரு மணி நேரம் இருக்கே. எத்தனை பேர் வரிசையில நிக்கிறாங்க. . ?'

தலைகளைக் கணக்கெடுக்க ஆரம்பித்தான்.

'ஒன்னு, ரெண்டு, மூனு, 25 என்னையும் சேர்த்து 26. ஒரு ஆளுக்கு அஞ்சு நிமிஷனாலும் எழுபத்தி அஞ்சு நிமிஷமாகுமே? அஞ்சு நிமிஷங்கிறது அதிகம்தான். 'கவுண்டர்'ல என்ன கதையாப் பேசப் போறாங்க! சீக்கிரம் முடிஞ்சிடும். சாப்பிடத் தான் நேரம் இருக்காது போல இருக்கு! பரவாயில்லே. ஒரு நாளைக்குச் சாப்பிடலேன்னா செத்துப் போயிடுவேனா?' அவன் தன்னைச் சமாதானப்படுத்தும்போதே வயிறு உறுமியது.

வரிசையில் நிறைய சீனப்பெண்கள், ஆண்கள், சில மலாய்க்காரர்கள், ஒன்றிரண்டு தமிழர்கள். அவனுக்கு முன்னால் ஒரு வெள்ளைக்காரனும் வெள்ளைக்காரியும் நின்று கொண்டிருந்தார்கள். ஆளுக்கு ஒரு பையைத் தோளில் மாட்டிக் கொண்டு அவர்கள் அலங்கோலமாகக் காட்சியளித்தார்கள்.

இவுங்க அழகா இருந்தா என்ன? அவலட்சணமா இருந்தா என்ன? யாராவது குறை சொல்லுவாங்களா! வெள்ளைக்காரனாக்கும்! இந்தக் கோலத்திலே இந்தியர்கள் மட்டும் நின்னா! தொடர்ந்து அவன் அதைப்பற்றிச் சிந்திக்க விரும்பவில்லை.

நிற வேறுபாடுகளை வைத்து மனிதரை எடைபோடும் உலக மாந்தரை மனத்திற்குள் கெட்ட வார்த்தைகளால் திட்டித் தீர்த்தான். 'இந்தியன்னா இளக்காரமாப் போச்சு!' அவன் உதடுகள் துடித்தன.

'பரவாயில்லே வரிசையிலகூட நான்கு இன மக்களும் நிறைந்து பல்லினச் சமத்துவத்தைப் பறைசாற்றுறாங்க!' நக்கலாக அவன் மனம் நகைத்துக் கொண்டது.

அவனை ஒட்டி நீண்ட வரிசையில் சொல்லிவைத்தாற் போல மூன்று சீனப்பெண்கள் குட்டை சிலுவார், கையில்லாத டீ-சட்டை சகிதம் பேசிக்கொண்டும் உலகத்தில் மிகச்சிறந்த நகைச்சுவை இரசிப்பதுபோல சிரித்துக் குலுங்கிக்கொண்டும் அங்கே கால் கடுக்க நின்றவர்களின் மனவருத்தத்திற்கு மருந்து தடவிக் கொண்டிருந்தனர்.

'இந்தச் சீனக்குட்டிங்க பரவாயில்லே. குண்டியை மட்டும் மறைக்கிறா மாதிரி ஒரு சிலுவார், அரைகொறை டீ-சட்டை...!' என்று அவன் கொச்சையாக எண்ணத் தொடங்கியபோது முன்வரிசையில் டைட் ஸ்கேர்ட்டும் கோட்டும் மிகநேர்த்தியாக அணிந்து கமகமவென்று அவ்விடத்திற்கு நறுமணத்தை இலவசமாக வழங்கிக்கொண்டிருந்த சில சீனப் பெண்களும் அழகிய வங்கி அதிகாரிகளும் அவன் கண்ணில்பட்டனர்.

அவன் தன் எண்ணத்தை மாற்றிக்கொண்டான்.

'சீனப் பெண்களின் வனப்பும் வாளிப்பும் திறமையும் தொழில் ஈடுபாடும் சுட்டுப்போட்டாலும் மத்தவங்களுக்கு வராது. வில்லாதி வில்லிங்கப்பா. .!'

அவன் மனம் பாராட்டுப் பத்திரம் வழங்கியது.

கூட்டம் அவன் எதிர்பார்த்ததைவிட மெதுவாக நகர்ந்தது. மணி ஒன்றரை நெருங்கியது.

சுவர் கடிகாரத்திற்குக் கீழே ஒரு பல்லி வாலை மெதுவாக ஆட்டிக்கொண்டு எதிரே பறந்துகொண்டிருந்த ஒரு சிறு பூச்சியையே குறிபார்த்துக் காத்துக்கொண்டிருந்தது.

'என்னங்க, சேமிப்பில போதுமான பணம் இருக்கா? இல்லேன்னா டோப் ஆப் பண்ணிடுங்க. இன்னிக்கு ஆறாம்

தேதி. பியூபி பில், சொத்துவரி, ரேடியோ– தொலைக்காட்சி லைசன்ஸ் கட்டணம் எல்லாம் வெட்டிக்கிற நாளூ ஞாபகம் இருக்குல்லே!..' அவன் மனைவி சங்கீதா சங்கீதம் பாடினாள்.

சுடச்சுட காபியை உறிஞ்சிக்கொண்டிருந்தவன் கடுப்பாகிப் போனான்.

"நிம்மதியா காபி குடிக்க விடுறியா? வரி, வரி எல்லாத்துக்கும் வரி. கார் வாங்கினா வரி, அதை ஓட்டுனா வரி, வீடு வாங்கினா வரி, அதில் வசித்தாலும் வரி, வாடகைக்கு விட்டாலும் வரி, செத்தாலும் வரி!.." என்று கடுப்போடு சொல்லிக்கொண்டு வந்தபோது சடக்கென அவனுக்குச் சந்தேகம் துளிர்த்தது.

உடலை எரிக்கிறதுக்கும் புதைக்கிறதுக்கும் 'ஜி.எஸ்.டி.' வசூலிக்கிறாங்களா இல்லையான்னு தெரியலையே!. .

"எதுக்குத்தான் வரி இல்லே!.." குரலைத் தாழ்த்திவிடாமல் முணுமுணுத்தான்.

"ம். . .ம். . . பணம் சம்பாதிக்கிறோமில்ல. வரி கட்ட வேண்டாமா? எல்லாரும்தான் வரி கட்டுறாங்க!. ." சங்கீதா தனக்குப் பாதியும் கணவனுக்கு மீதியுமாகப் பேசினாள்.

"ஏய்! உன் வாயை மூடு. நீ என்ன காலையிலேயே கலாட்டா பண்ற?"

'அப்படி இல்லே... உலக நடப்பைத்தான் சொன்னேன்...' என்று சொல்ல நினைத்தாள். அந்த நேரத்தில் 'ப்பீ. . .ப்பீ. . .' என்று பள்ளிப் பேருந்து சத்தம் கேட்கவே தயாராக நின்ற தன் பத்து வயது மகளைப் பள்ளிக்கு அனுப்ப வெளியே சென்றாள்.

வீட்டு நிர்வாகத்தை ஆண்பிள்ளைதான் கவனிக்க வேண்டுமென்பதை அவன் எப்போதுமே விட்டுக்கொடுக்க விரும்புவதில்லை.

அவன் 'கவுண்டரை' நெருங்கி வந்துவிட்டான். அவனுக்கு முன்னால் வெள்ளைக்கார தம்பதியர் மட்டுமே நின்று கொண்டிருந்தனர்.

அந்த நேரம் பார்த்து ஒரு பெண் வங்கி அதிகாரி '*Close*' என்ற அறிவிப்பை வைத்துவிட்டு எழுந்து ஒயிலாகச் சென்றாள். மணி இரண்டாக இன்னும் பதினைந்து நிமிடமே இருந்தது.

அவனுக்கு இருப்புக்கொள்ளவில்லை. அலுவலகத்திற்குத் தாமதமாகப் போவதை அவன் ஒருபோதும் விரும்புவதில்லை. அது கொடுமையான அனுபவம்! பலரைத் தாண்டித்

தன்னிடத்திற்குச் செல்வதற்குள் அவமானமே கொன்றுவிடும். ஆயிற்று. அவனுக்கு முன்னால் நின்ற இருவரும் போனார்கள்.

"அப்பாடா!" என்று பெருமூச்சு விட்டான். ஐந்து நிமிடம்... ஏழு நிமிடம் ஒருவன் அவன் அங்கேயே நின்றுகொண்டிருந்தான். என்ன ஆயிற்று?

வெள்ளைக்காரனும் வெள்ளைக்காரியும் அசைவதாகத் தெரியவில்லை. அவர்கள் வெளிநாட்டு பண நோட்டுகளைக் கையில் பிடித்துக்கொண்டு ஏதோ பண்ணிப் பண்ணிக் கேட்டுக் கொண்டிருந்தார்கள்.

இடப்புற கவுண்டரில் ஒருவரை விழுந்து விழுந்து கவனித்துக்கொண்டிருந்தாள் ஒரு சீன இளம்பெண் அதிகாரி. இடையிடையே பேச்சு, சிரிப்பு! இவனுக்கு எரிந்தது.

பெரிய தொகை போட்டுக் கணக்குத் திறக்கிறான்போல இருக்கு! இல்லையென்றால் அவ ஏன் இந்த இளிப்பு இளிக்கிறா..? அவனுக்குக் கசந்தது.

வலப்புற கவுண்டரில் நீண்ட நேரமாக ஒரு மலாய்க்காரி தன் இரண்டு பிள்ளைகளையும் வங்கியில் மேய விட்டுவிட்டு அங்கிருந்த ஆண் மலாய் அதிகாரியோடு கதையடித்துக் கொண்டிருந்தாள்.

'மலாய்க்காரிங்களுக்கு ஒரு மலாய்க்காரன் கண்ணில படக்கூடாது!..' அவன் பொறுமினான்.

இவனுக்குப் பின்னாலும் வரிசை கொடுக்குப் பிடித்துக் கொண்டுதானிருந்தது. இவன் மகா வெறுப்புடன் தனக்குப் பின்னால் நிற்பவரிடம் –

"என்ன நடக்கிறது? ஏன் தாமதம்?" என்று ஆங்கிலத்தில் கேட்டான்.

அந்தச் சீனர், மலாய்ப் பெண்ணைச் சுட்டிக்காட்டி, "அவர் புதுக்கணக்குத் திறக்கிறார்!..." என்று இரகசியமாகக் கூறினார்.

அவனால் பொறுமையாக இருக்க முடியவில்லை. மணி இரண்டாக இன்னும் ஐந்து நிமிடமே இருந்தது. ஒரு மணி நேரம் வரிசையில் கால்கடுக்க நின்றும் இன்னும் தன் முறை வரவில்லையே என்று நினைத்த மாத்திரத்தில் அவன் கட்டுப்பாட்டை மீறி வார்த்தைகள் ஆங்கிலத்தில் வெடித்துச் சிதறின.

"ஹலோ! நீங்க என்ன நெனைச்சுகிட்டு இருக்கிறீங்க? ஒரு மணி நேரமா வரிசையில் நிக்கிறேன். சிரிச்சுப் பேசிக்கிட்டு

ஜாலியா வேலை பார்க்கிறீங்க! நான் இன்னும் சாப்பிடக்கூட இல்லே தெரியுமா...?"

"நாங்க வேலைதான் பார்க்கிறோம். ரெண்டு பேரு புதுசா அக்கவுண்டு திறக்கிறாங்க; கொஞ்சம் பொறுமைங்க ப்ளீஸ்..!" ஒரு பெண் அதிகாரி அழகாக ஆங்கிலம் பேசினாள்.

ஆனால், அதை ரசிக்கும் மனநிலையிலதான் அவன் இல்லை.

"யூ.சி புதுக் கணக்குத் திறக்கிறதுக்கு ஒரு தனி கவுண்டர் இருக்கணும். இந்த மாதிரி எவ்வளவு நேரம் நிக்கிறது? நான் ஆபீசுக்குப் போகணும். இது முட்டாள்தனமா இல்லே!.."

ஆத்திரம் அவன் கண்ணை மறைத்தது. கண்டபடி சத்தம் போட ஆரம்பித்தான்.

உள்ளே இருந்து ஒரு காவலர் அவசரமாக வெளியே வந்தார்.

"மிஸ்டர் கலாட்டா பண்ணாதீங்க. இங்கே எல்லோரையும் தான் கவனிக்கணும். பகல் உணவு நேரத்தில கூட்டமாத்தான் இருக்கும். நெருக்கடியான நேரத்தில் வந்தது உங்க தப்பு..."

"என்னய்யா என் தப்பு? இப்ப வராம, வேலை நேரத்திலேயா வர முடியும்? எவ்வளவு லேட்டாயிடுத்து!" சுவர்க்கடிகாரத்தைக் காட்டிச் சத்தம் போட்டான்.

கடிகாரத்திற்குக் கீழே வட்டமிட்டுக் கொண்டிருந்த பூச்சியைக் காணவில்லை. பல்லியின் வயிறு புடைத்திருந்தது.

"அது உங்க ப்ராப்ளம். இண்டியன்ஸ் எப்போதும் இப்படித் தான். நேற்றுக்கூட ஒருத்தன் வேறு ஒரு காரணத்துக்காகச் சத்தம் போட்டான் தெரியுமா?"

"ஏய்! நீ இண்டியன்சைப் பத்திப் பேசாதே! தட்டிக் கேட்க ரோசம் வேணும்!"

"காத்திருக்கப் பிடிக்கலேன்னா நீங்க போகலாம்." காவலர் குரலில் கடுமை தொனித்தது.

அவனை அவமானம் பிடுங்கித் தின்றது.

"போறேன்...இங்கே மனுசனா நிப்பான். பிளடி பூல்ஸ்!..." என்று சத்தமிட்டவாறே வெளியேறினான்.

'எவனாவது எனக்கு ஆதரவா பேசினானா? மடப்பயல்கள். சொரணையே இல்லாத கூட்டம்!...' என்று மற்றவர்களையும் விட்டு வைக்காமல் மனத்தில் திட்டித் தீர்த்தபடியே தன் காரில் ஏறிக் கதவை ஓங்கி அறைந்தான்.

பொ. திராவிடமணி

புக்கிட் தீமா சாலையில் திரும்பியபோது அவனுக்குத் தலை சுற்றியது.

டிராபிக் ஜாம். . !

சாலைப் புதுப்பிப்புப் பணி ஓரத்தில் நடந்து கொண்டிருந்தது. வரிசை வரிசையாகக் கார்கள்! காலை முழுவதும் இடைவெளி இல்லாமல் எங்கும் கார்கள்.

"முன்பெல்லாம் இரவில்தான் சாலைப் புதுப்பிப்பு பணி செய்வாங்க. இப்ப பகல்லேயே செய்ய ஆரம்பிச்சுட்டாங்க. அநியாயம். இதையெல்லாம் யாரு கேட்கிறது? மடப். . . மவனுங்க. . !" அசிங்கமான வார்த்தைகள் தயக்கமின்றி அவன் வாயிலிருந்து கொட்டின.

கதவைத் திறந்து தலையை நீட்டி வெளியே பார்த்தான். கண்ணுக்கெட்டிய தூரம் கார்களின் மேல் பகல் நேரச் சூரியனின் பிரதிபலிப்புகள். கண்கள் கூசின!

அந்த இடைவெளி நேரத்தில் ஒருவன் இவனுக்கு முன்னால் தன் காரைச் செருகினான். ஏமாற்றம் தாங்காமல் இவன் ஹாரனை அழுத்தி அமுக்கினான்.

காது ஜவ்வு அழுதது.

முந்திச் சென்றவன் முன் கதவு வழியாகக் கையை உயர்த்திச் சமாதானக்கொடி காட்டினான்.

'இதை மட்டும் செஞ்சுடுவாங்க. செங்கப் பயல்கள்!. .'

அவன் அலுவலகத்திற்குள் காலடி வைக்கும்போது பிற்பகல் மணி மூன்று. ஏமாற்றத்தாலும் வெட்கத்தாலும் அவன் முகம் தொங்கிப்போய் விட்டது.

அவன் தன் நாற்காலியில் சரிந்து ஒரு நிமிடம்கூட ஆகவில்லை. தொலைபேசி கதறியது.

"ஹலோ. . !"

"என் ஆபீசுக்குக் கொஞ்ச நேரம் வர்றீங்களா. . ?" மானேஜரின் குரல் கரகரத்தது.

அடுத்த நிமிடம் அவர் முன் அவன் அமர்ந்திருந்தான்.

"ம். . . பிரபு! ஒரு புரோஜக்ட் தயாரிக்கச் சொல்லி இருந்தேனே, மூணு மணிக்கு அனுப்பணும்!. ."

"இன்னும் அரை மணி நேரத்தில் தயார் பண்ணிடுறேன்."

"இப்ப மணி மூணு. . ."

மௌனம். . !

"நீங்கப் போங்க. . ." மானேஜர் மேசைமேல் இருந்த ஃபைலைப் புரட்டத் தொடங்கினார்.

பிரபு அடுத்த அரைமணி நேரம் கணினியோடு போராடினான். அவன் வேகத்துக்குக் கணினி ஒத்துழைக்கவில்லை.

பலமுறை ஹேங்!

"ஓஷிட். . !" ஒருமுறை கணினித் திரையைக் குத்த நெருங்கிவிட்டான்.

அவன் எவ்வளவோ போராடியும் நான்கு மணிக்குத்தான் வேலையை முழுமையாக முடிக்க முடிந்தது. அவசரம் அவசரமாகத் தாள்களை வாரி எடுத்து மானேஜர் மேசைமேல் கொண்டுபோய் வைத்தான்.

"புரோஜக்ட்டை நான் மூணு மணிக்கே அனுப்பிட்டேன்..."

"எப்படி. . ?" என்ற வினாக்குறியோடு புருவத்தை நெரித்தபடி அவரை நோக்கினான்.

"புனிதாவையையும் செய்யச் சொல்லி இருந்தேன். . ."

'என் மேல நம்பிக்கை இல்லையா? அதை ஏன் முன்னமே எங்கிட்ட சொல்லலே?' என்ற சத்தம் போட்டுக் கேட்க நினைத்தான்.

வாயைத் திறக்க முடியவில்லை. உதடுகள் காய்ந்து ஒட்டிக்கொண்டன.

அவன் முகம் கறுத்துவிட்டது. கை, கால் மூட்டுகள் எல்லாம் கழன்றுவிட்டதுபோல் உடல் தளர்ந்து தொங்கிவிட்டது. வாயடைத்துப்போய் தன் இடத்தில் ஒடுங்கினான்.

'ஏன் இப்படி இருக்கிறாங்க! இந்தப் பயல்களுக்கு இதயமே கிடையாதா? பதவி வந்தா அதைக் கழற்றிக் கபட்டில வச்சுடுவாங்களா? இவன்களுக்குப் பதவிதான் பெரிசு! நாற்காலிப் பைத்தியங்கள்!! மனித உணர்வுகளை மதிக்க தெரியாத மரங்கள்!'

நெட்டை மரங்களெனப் பாரதி வசை பாடியது நினைவுக்கு வந்து அவன் ஆத்திரத்தைக் கிளறிவிட்டது.

'புனிதா அடிக்கொரு தரம் கைக்குள்ளே கண்ணாடியை வச்சிக்கிட்டு உதட்டுக்குச் சாயம் அடிப்பா. மானேஜர்கிட்ட போயி இளிக்கணும்லே!'

'மாலினி, வேலை செய்யிற மாதிரி போக்குக் காட்டிக் கிட்டுக் காதலனுக்கு ஈமெயில் அனுப்பிக்கிட்டிருப்பா!'

'ராபர்ட் ஷேர் மார்க்கெட் நிலவரத்தைச் செக் பண்றதிலேயே பொழுதைப் போக்குவான்..!'

'சேகர், ஒரு பொம்பளப் பொறுக்கி! அவனுக்கு எப்படித் தான் ஒரு குணவதி மனைவியா கெடைச்சாளோ..!'

'இந்த ஆபிஸிலேயே நான் ஒருத்தன்தான் யோக்கியன். எவனுக்குத் தெரியுது!'

பிரபு தன் காரில் மெதுவாகப் பயணித்துக்கொண்டிருந் தான். அவனைத் தாண்டிப் பல கார்கள் மின்னல் வேகத்தில் சென்று மறைந்தன. சில கார் ஓட்டுநர்கள் 'ஹாரனை' அழுத்தி வழிவிடச் சமிக்ஞை செய்தனர்.

'ஏன் இப்படி அவசரப்படுறானுங்க! ஆக்சிடென்ட் ஆகிச் சாகவா?'

தாம்சன் சாலையில் போலீஸ் அகாடமிஞ் சந்திப்பில் காரை நிறுத்திப் பச்சை விளக்கிற்காகக் காத்திருந்தான்.

இடது பக்கம் திரும்பியவனுக்குத் 'திக்'கென்றது. அங்கு வேலியோரத்தில் பல கிளைகள் விரித்துத் தழைத்திருந்த ஆலமரத்தைக் காணவில்லை. நீண்ட காலத்து மரம். இவன் பேருந்தில் பள்ளிக்குப் போனதிலிருந்து கவனித்துவருகிறான்.

சாலை விரிவாக்கப் பணி அங்கு நடைபெற்றுக் கொண்டிருந்ததால் ஒரு மாதம் பிரபு இந்த வழியில் வராமல் இருந்திருக்கலாம்.

'ஆலமரத்தை வெட்டிவிட்டார்களே! எத்தனையோ பறவைகளுக்கு அடைக்கலம் கொடுத்த ஆயிரம் கைகள் உடைய ஆலமரத்தை வெட்டிவிட்டார்களே! அடடா, மாலையில் இந்தப் பக்கம் வரும்போது மரம் நிறைய பறவைகள் அமர்ந்து 'கீச் கீச்'சென்று கூச்சலிடுவது பார்ப்பதற்கும் கேட்பதற்கும் எவ்வளவு இரம்மியமாக இருக்கும். அந்த அற்புத மரத்தை அழித்துப் பறவைகளை அனாதைகளாக்கி விட்டார்களே!..'

அவன் மனம் கனத்தது.

தன் அடுக்குமாடிக் கட்டடத்தை அடைந்ததும் காரை நிறுத்திவிட்டு மின்தூக்கி அருகே சென்றான். அங்கே நான்கைந்து பேர் நின்றுகொண்டிருந்தார்கள். கதவு திறந்ததும் எல்லாரும் உள்ளே நுழைந்தார்கள் இவன் உட்பட. இவன் செல்லவேண்டிய பத்தாவது மாடி பட்டனை அழுத்தி இருந்தார்கள்.

அவன் அங்கு நின்றவர்களை நோட்டம் விட்டான். இரண்டு பெண்கள்கூட இருந்தனர். எல்லாரும் மாடிகளைக் காட்டும் சிவப்புநிற அறிவிப்பு விளக்குகளையே பார்த்துக் கொண்டிருந்தனர்

'இவனுங்க மனுஷங்க தானா? இல்ல ரோபார்ட்டா? ஏன் மேல் நோக்கியே பார்த்துக்கிட்டு நிற்கிறானுங்க! இதுக்கு முன்னால அதைப் பார்த்ததே இல்லையா? வாயைத் திறந்து பேசுங்கடா! வாய் கொட்டிக்கிறத்துக்கு மட்டும் தானா?' இவன் அங்கு நின்றவர்களைக் கரித்துக்கொண்டிருந்தான்.

பத்தாவது மாடி! பிரபு மின்தூக்கியிலிருந்து வெளியேறி னான். வீட்டை அடைந்து தன் அறைக்குள் சென்று ஆடைகளைக் களைந்து வேட்டியைக் கட்டிக் கொண்டு சன்னல்களைத் திறந்துவிட்டான். வெகுதாராளமாகக் காற்று உள்ளே வந்தது. வெளியே நோக்கினான்.

வடக்குச் சிங்கப்பூரின் பகுதிகள் கண் சிமிட்டின. எங்கும் ஒலி ஜாலம். இரவு மணி எட்டரையை நெருங்கிக்கொண் டிருந்தது கண்ணுக்கு எட்டிய தூரம்வரை அடுக்குமாடிக் கட்டிடங்கள்.

"தண்ணி குடிக்கிறீங்களா? இல்லே சாப்பாடே. . ." கேட்டுக் கொண்டே சங்கீதா அறைக்குள் நுழைந்தாள்.

"நான் எத்தனை தடவை சொல்லி இருக்கிறேன் காபி போடவா, டீ போடவான்னு கேளு. நான் தண்ணி போடுறதில்லே!" இடைமறித்துப் பிரபுவின் குரல் அலறியது.

சங்கீதா சுதாரித்துக்கொண்டாள். அவள் பதில் பேசவில்லை.

"சங்கீதா, இங்கே பாத்தியா?"

"எங்கே?"

"வெளியேதான். என்ன தெரியுது?"

"நிறைய வெள்ளை வெள்ளையா அடுக்குமாடி கட்டடங்க தான் தெரியுது. இராத்திரியா இருக்கிறதுனால நிறைய விளக்கு எரியுது!. . ."

"இந்தக் கட்டடங்களை எல்லாம் பார்த்தா உனக்கு என்ன தோணுது?"

"நம் அரசாங்கத்தைப் பாராட்டத் தோணுது!"

"நல்லா பாரு சங்கீதா. நீ சொன்ன மாதிரி நமக்கு முன்னால வெள்ளை வெள்ளையா தெரியுதே. அது எல்லாம் பூமியிலிருந்து

முளைத்த கல்லறைகளா உனக்குத் தெரியலை. கல்லறைகள்ல பிணத்தை வச்சு மத்தவங்க மூடுறாங்க. கட்டடத்துக்குள் நம்மை வச்சு நாமே மூடிக்கிறோம். வேடிக்கையா இல்லே! முன்னால பாரு. ஒரு வீடாவது திறந்து இருக்கா. சங்க காலத்திலே எந்த வீட்டுக்கும் கதவே இருந்ததில்லை. ஏன் தெரியுமா?"

"நீங்களே சொல்லுங்க. . ."

அப்ப எல்லாம் உதவி கேட்டு யாரும் எந்த நேரத்திலேயும் எங்கேயும் வரலாமாம்! இப்ப ஹா. . . ஹா. . . சுயநலவாதிகள்! தன் தவறுகளை மூடி மறைக்கிறதிலேயே முனைப்புக் காட்டுற கபட வேடதாரிங்க!. . . அவனுங்க ஒளிஞ்சுறதுக்கு இந்த ஏற்பாடு! எல்லாரும் போலிகள்! எல்லாரும் நடிகர்கள்!. .!"

"எல்லாத்தையும் ஏன் தப்பா புரிஞ்சுக்கிறீங்க. . ?"

"நானா? தப்பைத் தப்புன்னு சொல்றேன். அது தப்பா? காரியம் ஆகணும்கிறதுக்காக என்னால ஊமையா இருக்க முடியாது. வேண்டியவனுங்கிறதுக்காக என்னால ஒரு கண்ணை மூடிக்க முடியாது. ஏமாத்துறாங்கன்னு தெரிஞ்சும் என்னால ஊமையா இருக்க முடியாது. நான் கொள்ளைக்காரனில்லே, தீவிரவாதி இல்லே, துரோகி இல்லை. வாழ்க்கையைப் பேரம்பேசும் வியாபாரி இல்லே. அநியாயம் நடக்கும்போது தலையை கவிழ்த்துக்கொள்ள நான் நோயாளி இல்லை. மனுசன். மனுசனா வாழ விரும்புற மனுசன்!. . ."

பிரபு உணர்ச்சி வசப்பட்டுக் கத்தினான். அவன் போட்ட சத்தம் பல வீடுகளுக்குக் கேட்டிருக்கலாம். சங்கீதா ஒரு நிமிடங்கூட தாமதிக்காமல் அறையிலிருந்து வெளியேறினாள். அப்போதாவது அவன் கூச்சல் கொஞ்சம் குறையலாம் என்று அவள் எதிர்பார்த்தாள்.

பிரபு சுவரில் பொருத்தப்பட்டிருந்த ஆளுயர நிலைக் கண்ணாடி அருகே சென்றான். அதில் அவனது முகம் பிரதிபலிக்கவில்லை. அடுக்குமாடி வீடுகளும் மனிதர்களும் ஏனையக் காட்சிகளுமே தோன்றின.

விடுவிடுவென ஹாலை தாண்டிக்கொண்டிருந்த சங்கீதாவிடம். . .

"அப்பா ஏன்மா உங்கிட்ட சண்டை போடுறாங்க. . ?"

கூடத்தில் அமர்ந்து வீட்டுப்பாடம் செய்துகொண்டிருந்த வளர்மதி கேட்டாள். சற்று முன்னர் தன் தந்தை தன்னை ஏறிட்டுக்கூட பார்க்காமல் தன் அறைக்குள் போய்விட்டாரே என்று ஏகப்பட்ட வருத்தத்தில் குழந்தை இருந்தாள்.

"என்கிட்ட இல்லேம்மா. . ."

"பின்னே. . ?"

"உலகத்துகூடச் சண்டை போடுறாம்மா. . ."

"புரியலேம்மா."

"உனக்கு இப்ப புரியாதும்மா!"

சங்கீதா விடைகாண முடியாத பல கேள்விகளோடு சமையலறைக்குள் புகுந்தாள்.

"கிரீங்ங்ஸ்!" அலாரம் அழுதது.

அதிகாலை மணி ஐந்து.

பிரபு துயில் எழுந்தாள். மனைவியை எழுப்பிவிட்டான்.

மகளை எழுப்பி உச்சிமுகர்ந்து காலை வணக்கம் கூறினான். வளர்மதியின் தலையணை அருகே ஓர் இயந்திரம் மனிதப் பொம்மை கிடந்தது.

ஆனால், அது சிறியதாக இருந்தது.

வீட்டில் வழக்கம்போல எல்லாம் சரியாக நடைபெற்றன. பிரபு வீட்டைவிட்டுப் புறப்பட்டுக் காரில் நுழைந்து சிங்கப்பூர் மக்கள் நெரிசலில் கலந்தான்.

கரிபியன் கடல்
மந்தாகினி குமரேஸ்

கடல் குளம்போல அமைதியாக இருந்தது. அலைகள் பெரிதாக எதுவும் இல்லை. அவ்வப்போது துள்ளிக் குதித்த மீன்களும் காற்று பட்டு மெல்ல அசைந்த நீரும் தவிர எந்தச் சலனமும் இல்லை. காற்றும் கடலும் கதை பேசும் மெல்லிய சத்தமொன்று கேட்டுக்கொண்டிருந்தது. நிலவு பிரகாசமாக இருந்தது. கடலில் தெரிந்த நிலவின் பிம்பம் நிலவு கடலினுள்ளே மிதப்பதுபோலக் காட்டியது. மேகக் கூட்டமற்ற வானில் நட்ஷத்திரங்களும் தெரிந்தன. டொரோண்ரோவில் நட்ஷத்திரங்களைக் காண முடியாது. யாருமற்ற தனித்த அண்டவெளியில் இருப்பது போல கருமையான வெறுமையான வானம். சூழல் மாசடைவதால் ஏற்பட்ட தாக்கம். இலங்கையில், தெளிந்த வானில், இரவில் நட்ஷத்திரங்களைப் பார்த்து, எண்ணி, வளர்ந்தவள் அவள். இந்த மூன்று வருடமாகப் பெரிதாக எதையும் பார்க்க முடியாத மனக்கவலை ஒன்று இருந்து கொண்டே இருந்தது. அது கப்பல் வெள்ளி. இது வேட்டைக் காரன் என்று ஒவ்வொன்றையும் மனத்தில் இப்பொழுது ஆழப் பதித்துக்கொண்டாள்.

கடலில் கப்பலின் ஆயிரம் விளக்குகளும் ஒரே வரிசையில் பிரதிபலித்துக் கார்த்திகைத் தீபங்களாக ஒளிர்ந்த அழகை பார்த்துக் கொண்டு நந்தினி நின்றாள். மனமும் கடல்போல மிக அமைதியாகவும் சந்தோஷமாகவும் இருந்தது. நீண்ட நாள் கனவு. குடும்பத்துடன் ஓர் உல்லாசப் பயணம் கப்பலில்போக வேண்டும் என்பது நீண்ட நாளாகவே மனத்திலிருந்து கொண்டு இருந்தது. கல்யாணமாகிக் கனடா வரும்போதே குழந்தை உருவாகிவிட்டது. ஒரே சத்தியும் தலைச்சுற்றலுமாக இருந்ததால் ஆங்கிலம் படிக்கவோ வேலைக்குப் போகவோ முடியவில்லை.

அதனால் சத்தியன் இரண்டு வேலை செய்ய வேண்டியிருந்தது. இரண்டு பேர் உழைத்தால்தான் இந்த நாட்டில் வீட்டுக் கடன், தண்ணி, மின்சாரக் கட்டணம் எல்லாம் கட்ட முடியும். உங்களால் இப்ப முடியாது நந்தினி. நான் இரண்டு வேலைக்கு போறன் என்று சத்தியன் சொன்னபோது மிக ஆறுதலாக உணர்ந்தாள்.

அவள் கேள்விப்பட்டிருக்கிறாள். வீட்டுப் பொருளாதாரம், ஊருக்கு, அம்மா அப்பா வசதியா வாழ, தங்கைச்சிக்கு கல்யாணம், சீதன வீடு என்று பல்கிப் பெருகி ஓயாமல் தொடரும் பணத்தேவைக்காக, கல்யாணம் கட்டி வந்தவுடனேயே கணவன்மார் மனைவியை வேலைக்கு அனுப்புவதை. வேலைக்குப் போவதில் பிழை ஒன்றும் இல்லை. ஆனால், ஊரிலேயே படித்து நல்ல வேலையில் இருந்த பிள்ளைகள், இங்கேயும் ஏதாவது கோர்ஸ் செய்து நல்ல வேலைக்குப் போக விரும்புவினம். ஆனால், வந்திறங்கி அடுத்த நாளே ஏதாவது பேக்டரி வேலை அல்லது கோப்பிக் கடை வேலையில் சேர்த்து விட்டிடுவினம். படித்தால் காசும் காலமும் செலவாகும். முதல் பிள்ளை உண்டாகித் தலைசுத்து, சத்தி என்று தாய் சகோதரங்கள் இல்லாமல் தனியாகக் கஷ்டப்பட்டாலும் சில கணவன்மார் வேலைக்குக் கட்டாயம் போக வேணும் என்று பிடிவாதமாக அனுப்புவினமாம். நிறையக் கேள்விப்பட்டு இருக்கிறாள்.

நல்ல வேளை சத்தியன் அப்படி இல்லை. வீட்டில் அவர் இல்லை; தலையைச் சுத்தி, சத்தி எடுத்தாலும் தனியாகத்தான் சமாளிக்க வேண்டி இருந்ததைத் தவிர அவளுக்கு வேறு குறை இல்லை. அவர் இரண்டு வேலை செய்தால்தான் சமாளிக்கலாம். கல்யாணத்திற்கு முன்னரே சத்தியன் வீடு வாங்கிவிட்டதால் சொந்த வீட்டில் இருக்க முடிந்தது. நந்தினியும் சிக்கனமாக இருக்கப் பழகி விட்டிருந்ததால் அவர்களால் ஓர் உல்லாசப் பயணம்போகக் காசு சேர்க்க முடிந்தது. என்றாலும் அகரனுக்கு இரண்டு வயது ஆகுமட்டும் எங்குச் செல்வதையும் நினைக்க முடியவில்லை.

அகரன் குறை மாதத்தில் பிறந்த குழந்தை. ஏழு மாதத்தில் வளைகாப்பு செய்வதைப் பற்றிக் கதைத்துக்கொண்டிருந்தார்கள். வளைகாப்பு செய்வது எங்கடைத் தமிழ் மரபு முறை இல்லை என்று சத்தியன் கூறினான். ஆனால், ஊரில் இருந்து அம்மாவும் தங்கைச்சியும் செய்யச் சொல்லிச் சினம். பிள்ளை இப்ப எல்லாரும் செய்யினம்தானே. நீயும் செய்து படம் எடுத்து அனுப்பு என்று அம்மா சொல்லிக்கொண்டிருந்தா. சத்தியனுக்குப் பெரிதாக விருப்பம் இல்லாவிட்டாலும் அவளுடைய விருப்பதிற்காக ஓமென்றான். யார்யாரை

அழைப்பது, எங்கே செய்வது, என்ன சாப்பாடு என்று அவள் இரண்டு, மூன்று பேருக்கு போன் அடித்து விவரம் கேட்டுத் திட்டமிட்டுக் கொண்டிருந்தபோதே ஒருநாள் வீட்டில் சத்தியன் இல்லாத போது வலி தொடங்கிவிட்டது. அவசர அவசரமாக ஊரில் உள்ள அம்மாவுக்கு போன் அடித்தாள். வாய்வா இருக்கும் பிள்ளை. உள்ளி சுட்டுச் சாப்பிடு, இஞ்சித் தேத்தண்ணி குடி என்று அம்மா சொல்லச் சொல்ல எல்லாம் செய்தும் வலி குறையாமல் சத்யனுக்கு போன் அடித்தாள். நல்லவேளை சத்தியன் ஓய்வு நேரத்தில் இருந்திருக்க வேண்டும். உடனேயே போனை எடுத்திட்டான்? . நந்தினி உடனே 911 அடியும். நான் வேலையில லீவு சொல்லிட்டு வாறன் என்று சொல்லி போனை வைத்த உடனேயே 911க்கு அடித்தாள். பதினைந்து நிமிடத்தில் ஆம்புலன்ஸ் வந்து விட்டது. அருகில் உள்ள சென்டெனரி வைத்தியசாலையில் கொண்டு போய்ச் சேர்த்தார்கள். உடனேயே பரிசோதித்த மகப்பேற்று மருத்துவர், கருப்பைவாய் பிள்ளை வருவதற்கான அளவில் திறந்துவிட்டது எனவும், பனிக் குடம் உடைந்து மெல்லமெல்ல வெளியேறுவதாகவும் கூறினார். பயந்தடித்து சத்தியனுக்கு அடித்தாள்.

"சத்தியன் ஏழு மாதத்திலியேயே குழந்தை பிறக்க போகுதாம். கெதியில வாங்கோ, எனக்கு பயமா இருக்கு."

சத்தியனும் வந்து மருத்துவருடன் கதைத்தான். ஒன்றும் செய்ய முடியாது. பிள்ளை பிறக்கத்தான் வேணும். தீவிர சிகிச்சைப் பிரிவில் சில மாதங்கள் வைத்துக் கண்காணித்துப் பிள்ளையைக் காப்பாற்றிவிடுவோம் என்று சொன்னார்கள்.

எதுவும் கதைத்து ஆருக்கும் சொல்லித் தயாராக முன்னரேயே இரவோடு இரவாக அகரன் பிறந்துவிட்டான். பிள்ளையைப் பச்சிளம் குழந்தைகளுக்கான தீவிர சிகிச்சைப் பிரிவில் அனுமதித்தார்கள் இரண்டாம் நாள் அவளை வீட்டிற்கு அனுப்பிவிட்டார்கள். பிள்ளை பிறந்த களை தெளிய முன்னரேயே வைத்தியசாலைக்கும் வீட்டிற்கும் அலைந்து களைத்துவிட்டாள். சத்தியனும் பாவம்தான். இரண்டு வேலையை ஒரு வேலை ஆக்கி, வீடு, வேலை, வைத்தியசாலை என்று அலைந்து களைத்து மூன்று மாதம் கழித்துப் பிள்ளை வீடு வந்தபோது முகத்தில் ஒரு மூப்பு தெரிந்தது. பிள்ளை வீடு வந்த அடுத்த நாளே மீண்டும் பழையபடி இரண்டு வேலைக்குப் போகத் தொடங்கிவிட்டான். இப்ப பிள்ளையின் செலவுகளும் கூடிவிட்டதே.

நந்தினிக்கு எல்லாம் புதிதாக இருந்தது, பிள்ளையை எப்படித் தூக்குவது, தலையை இப்படிப் பிடிக்கலாமா, அழும்

குழந்தையை என்ன செய்வது, பிள்ளை பால் குடிக்குதில்லை, ஏவரை வரேல்லை, அதைச் சாப்பிடலாமா, இதைச் சாப்பிடலாமா, பிள்ளைக்கு கிரந்தி வருமா? ஆயிரம் கேள்விகள், பயங்கள். நேரம் காலம் பார்க்காமல் வீடியோவில் வந்து தீர்வு சொன்ன அம்மா இல்லாமல் என்ன செய்திருப்பாளோ? பிள்ளையைப் பார்ப்பது, சமையல், வீடு துப்பரவு செய்வது, உடுப்புத் தோய்ச்சு மடிச்சு வைப்பது என்று மனமும் உடலும் களைத்துத்தான் போனாள். ஆனாலும் எதையும் சத்தியனுடன் கதைத்ததில்லை. களைத்து விழுந்து வருபவனிடம் இதையும் ஏன் சொல்லுவான் என்ற எண்ணம்தான்.

ஆனால், சத்தியனுடன் இதை எல்லாம் கதைக்காதது பிழையோ? அதனால்தான் சில விடயங்களை அவனால் புரிந்து கொள்ள முடியவில்லையோ என்ற எண்ணம் தவிர்க்க முடியாமல் இப்பொழுது எல்லாம் தோன்றிக்கொண்டே யிருந்தது. அவளை அறியாமல் பெருமூச்சு ஒன்று வெளியேறியது. மெல்லத் தலையை திருப்பிப் பார்த்தாள். அகரனை மடியில் இருத்தியபடி கதிரையில் சாய்ந்தவண்ணம் ஓய்வாக இருந்த சத்தியன் மேல் அன்பு பிறந்தது. பாவம்! அவருக்கும் இந்த ஓய்வு தேவைதான். சனி, ஞாயிறுகூட ஓய்வில்லாமல் ஓடி கொண்டிருந்தார்.

பார்வை அகரன் மேல் படிந்தது. வழமை போலவே என்னவென்று அறியாத பயமும் குழப்பமும் மனத்தில் தோன்றியது. ஏதோ ஒன்று பிழை என்பதுபோல் சில காலமாகத் தோன்றிக் கொண்டே இருந்தது. இரண்டு, மூன்று தடவை குழந்தை மருத்துவரிடமும் தன் பயத்தைக் கூறினாள். அவர் சிரித்துக் கொண்டே, உங்கள் குழந்தை மிக ஆரோக்கியமாக உள்ளது என்று கூறினார். முதல் குழந்தை தொடர்பாகத் தாய்மாருக்கு வரும் பயம் என்று அவர் நினைப்பது புரிந்தது. அவர் எல்லாம் நன்றாக உள்ளது என்று கூறிச் சிரிக்கும்போது தன்னை நினைத்து மெலிதாக வெட்கம்கூட வந்தது. மெய்யாகவே இது புதுத் தாய்மாருக்கு வரும் குழப்பங்கள்தான் என்று தோன்றியது. ஆனாலும் மீண்டும் வீடு வந்து தனியாக இரவு சத்தியன் வரும்வரை பிள்ளையைப் பார்த்துக்கொண்டு இருக்கும்போது ஏதோ பிழையாகப் பட்டது. மனத்தில் பயம் வந்தது. சத்தியன் வீடு வந்து பிள்ளையைத் தூக்கி விளையாடும் போது எல்லாப் பயங்களும் மீண்டும் மறைந்துவிடும்.

பயங்களும் சந்தேகங்களும் கண நேரத் தெளிவுமாகப் போராடிக்கொண்டிருந்தவளுக்கு எந்நேரமும் சத்தியன் அருகிலேயே இருக்கும் இந்தப் பயணம் நன்றாக இருந்தது. மனத்தில் ஒரு துணிவும் நம்பிக்கையும் வந்தது.

பொ. திராவிடமணி

இவள் பார்த்துக்கொண்டிருப்பதை உணர்ந்து சத்தியன் தலையைத் திருப்பி இவளை நோக்கிச் சிரித்தான். நந்தினியும் மெல்லிய வெட்கத்துடன் சிரித்தாள். புதிதாகக் கல்யாணமான பொழுது இருந்த வெட்கமும் நெருக்கமும் இப்பொழுது மீண்டும் வந்ததுபோல் இருந்தது. சத்தியன் தலையை அசைத்து அருகில் இருந்த கதிரையைக் காட்ட, அவள் மெதுவாக நடந்துபோய் அதில் அமர்ந்துகொண்டாள். கையை நீட்டி, சத்தியன் அவளுடைய கையைப் பிடித்துக்கொண்டான்.

“தாங்க்ஸ் நந்தினி!”

“என்னத்துக்கு இப்ப எனக்கு தாங்க்ஸ் சொல்லுறீங்கள்?”

“இந்தப் பயணத்திற்கு! பிள்ளையையும் பார்த்து, சமைத்து, வீட்டு வேலை எல்லாம் செய்து, சிக்கனமாக் குடும்பம் நடத்தி, காசு சேர்த்து இப்படி ஒரு பயணத்தை ஒழுங்கு செய்ததற்கு”

“இதில என்ன சத்தியன் இருக்கு? நீங்கள் கஷ்டப்பட்டு இரண்டு வேலை செய்து உழைத்த பணம். உங்களுக்கும் ஒரு விடுமுறை தேவைப்பட்டுது. நல்லா களைத்து போனீங்கள்.”

மெதுவாக அவள் கையை அழுத்திக் கொடுத்து, சத்தியன் பார்த்த பார்வையில் அன்பும் காதலும் மிகுந்து தெரிந்தது. கைகளைப் பிடித்தபடி இனிமையான மௌனத்தில் இரண்டு பெரும் ஆழ்ந்துபோனார்கள்.

தன் கைக்கடிகாரத்தைப் பார்த்த நந்தினி, “சத்தியன் எழும்புங்கோ சாப்பிடப் போவம். அகரனுக்கும் சாப்பாடு தீத்த வேணும்” என்றாள். குழந்தையை அன்புடன் பார்த்த சத்தியன், “இவன் நல்ல பிள்ளை என்ன? பசித்தாலும் அழ மாட்டான்” என்றான். நந்தினியின் மனம் துணுக்குற்றது. நல்ல பிள்ளை என்பதாலா அல்லது பசியை உணரவில்லை என்பதாலா? என்று மனம் கேட்டது.

“அல்லது நீங்கள் நேரம் பார்த்து எல்லாம் செய்யிறதால அவனுக்கு அழ வேண்டி வரேல்லைப்போல” சத்தியன் மனைவியைப் பெருமையாகப் பார்த்தபடி தொடர்ந்தான்.

இல்லையே! ஒழுங்கான நேரத்தில் சாப்பாடு கொடுக்காமல் நான் சோதித்துப் பாத்தேனே. அப்போதுகூட அவன் அழவில்லையே.

நந்தினியின் மனம் தனக்குள் கதைத்துக்கொண்டது.

நந்தினியின் மௌனம் சத்தியனுக்குப் புரியவில்லை போலும். உணவறையை அடைந்து அகரனை அருகில் உள்ள கதிரையில் இருத்திச் சாப்பாடு ஊட்டினாள். பிள்ளை எங்கோ

பார்த்தபடி இருந்தது. எதையும் வயதுக்குரிய ஆர்வத்துடன் பார்ப்பதுபோல் தெரியவில்லை.

"அகரன் இங்கை அம்மாவைப் பாருங்கோ வாயை ஆவென்றுங்கோ."

மெதுவாக, மிக மெதுவாகத் தலையைத் திருப்பிய பிள்ளையின் கண்கள் அவளைச் சலனமற்று ஊடுருவின. சில்லென்று வழமையான குளிர் உணர்வொன்று அவள் உடம்பெங்கும் பரவியது. சாப்பாட்டைப் பிள்ளையின் வாய் அருகே கொண்டு சென்றாள். பிள்ளை மெதுவாக வாயைத் திறந்தது. சாப்பாடு உள்ளே போனதும் டப்பென்று வாயை மூடியது.

அருகில் இருந்த சத்தியன் சிரித்தான். "பாருங்கோ அவரை! பெரிய ஆள் மாதிரி"

பெரிய ஆள் மாதிரியா அல்லது பொம்மை மாதிரியா நந்தினியின் மனம் மீண்டும் கேள்வி கேட்டது.

மூவரும் சாப்பிட்டு முடித்ததும் தங்களுடைய கேபினுக்குப் போனார்கள். சத்தியன் டிவியைப்போட நந்தினி அகரனுடன் குளியலறை நோக்கிப் போனாள். தண்ணியை அளவான சூட்டில் திறந்துவிட்டு குழந்தையைக் குளியல் தொட்டியில் இருத்தினாள். சவர்க்காரத் திரவத்தை எடுத்து கையில் ஊற்றிக் குழந்தையின் உடம்பில் மெதுவாகத் தேய்க்கத் தொடங்கினாள். தேய்க்கத்தேய்க்க சிறிய முத்துப்போல ஏதோ கையில் உருண்டு வந்தது. மெல்லிய வெளிச்சத்தில் என்னவென்று தெரியவில்லை. கையில் அவற்றை எடுத்துக்கொண்டு லைட்டிற்கு கிட்டப்போய் உற்றுப் பார்த்தாள். அவை பிளாஸ்டிக்போல் தெரிந்தது. சவர்க்கார நுரையைக் கழுவி விட்டுக் கையை கண்ணுக்குக் கிட்ட கொண்டு வந்து பார்த்தாள்.

பிளாஸ்டிக்.

திரும்பி குழந்தையை நோக்கி ஓடினாள். நீரை ஊற்றி சவர்க்காரத்தைக் கழுவினாள். மெல்லிய துவாலையை எடுத்து மெதுவாகக் குழந்தையைத் துடைத்தாள். குழந்தையின் தோலில் இருந்து சிறுசிறு முத்துக்களாக பிளாஸ்டிக் வந்துகொண்டே இருந்தது.

சத்தியன்! கத்தியபடி ஓடினாள்... ஓடினாள்... ஓடிக் கொண்டே இருந்தாள். சத்தியன் எங்கோ தூரத்தில் இருப்பது போலவும் சத்தியனிடம் போவது கடினம்போலவும் தெரிந்தது. மீண்டும் குரல் உயர்த்திக் கத்தினாள்.

பொ. திராவிடமணி

"சத்தியன்! சத்தியன்!"

"நந்தினி! நந்தினி! எழும்புங்கோ! எழும்புங்கோ!" யாரோ தன்னைப் பிடித்துக் குலுக்குவது தெரிந்து அலறிக்கொண்டு எழும்பினாள்.

சத்தியன் அவள் தோள்களைப் பிடித்து உலுக்கிக்கொண்டு இருந்தான்.

"என்ன நந்தினி கனவா? ஏன் இப்படிக் கத்தினீங்கள்? பிள்ளை எழும்பப் போறான்?

நந்தினி பிள்ளையைத் திரும்பிப் பார்த்தாள். பிள்ளை தூங்கிக்கொண்டு இருந்தது.

"பிளாஸ்டிக் பொம்மை எழும்பாது"

"பிளாஸ்டிக்கோ! என்ன பிளாஸ்டிக்? நந்தினி! என்ன கனவு கண்டனீங்கள்? போய் முகத்தைக் கழுவிட்டு வாங்கோ"

நந்தினி அகரனை மீண்டும் திரும்பிப் பார்த்தாள். பிள்ளை அமைதியாகத் தூங்கிக்கொண்டு இருந்தது. பிள்ளையை குளிக்க வார்த்து வளத்திவிட்டு, தான் தூங்கி இருக்க வேண்டும் என்று விளங்கியது. என்ன கனவு இது? ஏன் இப்படி ஒரு பயங்கரக் கனவு? நான் தேடித்தேடி வாசிக்கிற விஷயங்கள்தான் கனவா வருகுதா? அல்லது இந்தக் கனவுக்குப் பின்னால் உண்மை இருக்கிறதா?

'ஐ'

றஷ்மி

'ஐ'வின் இடதுகையைப் பற்றியபோது, இப்படியெல்லாம் ஆகும் என்று நான் எதிர்பார்த்திருக்கவில்லை. நடுக்கமும் பதட்டமும் மேலிட, காரின் சாரதிப் பக்கமுள்ள கதவை அண்டி அவள் நகர்ந்தாள். இருக்கையின் பாதுகாப்புப் பட்டி அவளை நிறுத்தும்வரை அவள் ஒதுங்கினாள். இருளின் இடையிருந்து திடீரென்று எதிர்பாராது முன்வந்து கோரமுகம் காட்டும் விலங்கினைக் கண்டதுபோல அவள் நடத்தையிருந்தது. கோபம், தொடைகளுக்கு நடுவில் அவள் வைத்திருந்த கோப்பிக் கப்பை எடுத்து என் முகத்தில் விசிறியடிக்கக்கூடும் என்று அஞ்சியபடி பார்த்தேன் – அது சிந்திப்போயிருந்தது – வாய் வைத்துக் குடிக்கும் ஓட்டையில் அவளுடைய உதட்டுச்சாயம் படிந்திருந்தது – கோப்பி ஆறிப்போயிருக்கும் என்று எண்ணம் வந்தது. வலதுகை விரல்களின் இடை ஆழத்தில் நடுங்கிக்கொண்டிருந்த சிகரட்டிலிருந்து சாம்பர் உதிர்ந்துகொண்டிருந்தது. கண்மை கரைந்து கன்னங்களில் கசிந்துகொண்டிருந்தது – கவனமெடுக்காது பூசப்பட்டிருந்த மென் வாதுமை நிற முகப்பூச்சில் நீர் கோடாய் ஓடி, நிறம் அடர்ந்திருந்தது. குளிரில் சுடுபட்ட கருமையான சிவப்பு ரோசாவின் இதழ் ஓரங்களின் கருகிய நிறம்போல அவளுடைய உதடுகளில் துடித்துக்கொண்டிருந்தன – சக்கையிலும் ஈறுகளுக்கு மிடையிலும் இதழ்ச் சாயத்தின் சிவப்பு படிந்திருந்தது. வீதிவிளக்கு அவளுடைய முகத்தில் மஞ்சளாய்ப் படியும்படி அவள் அசைந்து இருந்த பிறகு இவையாவும் எனக்குத் தெரிந்தன. மிகையான பாவனைபோல அல்லது நோயுற்றவள் போலத்தோன்றிய அவளுடைய செயற்பாடுகள் எனக்கு அந்தரமாயிருந்தன. பாவப்பட்ட ஒருவனை வெளியில் நின்று பார்க்கின்ற ஒரு மூன்றாவது மனிதன்போல நான் என்னைப்

பார்த்துக்கொண்டிருந்தேன். அவளுடைய கரத்தை எதற்காகப் பற்ற முயன்றேன் என்பது குறித்து ஒரு தெளிவின்மை ஏற்பட்டிருந்தது.

அவளுடைய இடதுகை விரல்கள் நளினம் மிகுந்தன – பெருவிரல் தவிர்ந்து மற்ற நான்கும் ஒரேமாதிரி வளைந்தும் நிமிர்ந்தும் வளர்ந்து இளம் ரோஸ்நிறத்தில் நகங்களாக முடிவடைந்ததிலிருந்து விரலையும் தாண்டி வெள்ளை நிறத்தில் தடித்த கோடுபோல கொஞ்சம் நீண்டிருந்தன. சுட்டுவிரலில் பதினெட்டுச் சவரன் மோதிரம் ஒன்றை வளையமாக அணிந்திருந்தாள். சிறிய இரண்டு இலைகளும் மத்தியில் கறுப்பு நிறத்தில் கல்லும் பதிக்கப்பட்ட அதற்கு அவளுடைய விரல் அழகாகப் பொருந்திவந்தது. அது தவிர்ந்து வேறு நகைகள் எதையும் அவள் பூண்டுகொள்வதில்லை. அபூர்வமாகச் சிறிய தாயக்கட்டைகள்போல பலவேறு நிறங்களில் அலங்காரமாய்க் கோர்க்கப்பட்ட மாலையொன்றை அவள் அணிந்துவருவாள் – அப்படி அணிந்துவந்த அன்று, அந்த மாலை, அளவில் கொஞ்சம் பெரிய கட்டையாகி, மார்புகளின் இடையில் நெஞ்சில் முடிகின்ற இடத்தில், சுருக்கங்கள் விழுந்திருந்ததை நீண்ட நாள்கள் கழித்து அவதானித்தேன். மேலிருந்து கீழாய் மடிப்புகள்போல கோடுகள் தெரிந்தன. அவளுக்கு என்ன வயதிருக்கும் என்ற குழப்பம் தீராது தொடர்ந்துகொண்டிருந்தது.

'ஜ' எனது வேலைத் தலத்தில் அதிக அனுபவமுள்ள பணியாட்களுள் இரண்டாமவள். முதலாமவள் எழுபது வயதை எட்டுகிற, முப்பத்தைந்து வருடங்களாக அங்கு வேலை செய்கிற, ஓய்வூதிய வயதெல்லையைக் கடந்தும் பணிக்காலத்தை நீட்டித்துக்கொண்டிருக்கிற, தனக்குத்தான் எல்லாம் தெரியும் என்று நினைத்துக்கொண்டிருக்கிற பெண்மணி. 'ஜ' இருபது வருடங்களாக. 'ஜ'யிற்கு நாற்பதுக்குக் கொஞ்சம் கீழ் அல்லது மேல் வயதிருக்கும் – திட்டமாகக் கணிக்க முடியாதபடி இருந்தாள். இந்த நாட்டு மனிதர்களின் வயதை, உருவத்தை வைத்துக் கணிப்பது சுலபமல்ல – உருவங்களுக்கு, வயதைவிட விரைவாக மூப்பு வந்துவிடுகிறது – ஒப்பனைகளுக்கும் பூச்சுகளுக்கும் பின்னே அதிர்ச்சிகள் காத்திருக்கின்றன. நானோ, வயதைக் கணித்து விளையாடும் ஆட்டத்தில் படுமோசம் – நரை எது, செயற்கையாக நிறமூட்டப்பட்ட வெளிறல் எது என்பதில் எப்போதுமே குழப்பம் மிகுந்தவன். சாயமேற்றப்பட்ட கேசங்களுக்குள் இலகுவான வழிகள் தெரியாதவன்.

'ஜ' தலைமுடிக்கு கருமை பூசியிருப்பாள்; நேராக்கி விட்டிருப்பாள். இந்தக் கறுப்பும் விறைத்த நேரான தன்மையும் செயற்கையான இயல்பைக் கொடுத்திருக்கும். வர்ணம் பூசுகின்ற

தூரிகைக்கேயான மினுமினுப்பு இருக்கும் – கேசத்தின் இயல்பு கறுப்பு தவறியிருப்பது தெரியும். ஆறுமணி வேலைக்கு நான்கு மணிக்கே எழுந்து வெளிக்கிடுவதாக பேச்சுவாக்கில் சொன்னாள். வேலையிடத்திற்கான பயணநேரம் அதிகப்படியாகப் பத்து நிமிடங்கள்தான் – பனிபெய்யும் நாட்களில் அரைமணித்தியாலங்கள் – நெரிசல் கூடிய நாள்களில் இருபது நிமிடங்கள். அப்படிப் பார்த்தால், ஒரு மணித்தியாலத்திற்கும் அதிகம் செலவுசெய்து மோசமாக ஒப்பனைகளைச் செய்து கொள்வதாகத் தோன்றும். அவளுடைய முகத்தில் ரோமக்கணுக்களே தெரியாமல் மெழுகுப் பொம்மைபோல இருப்பதாக 'கே' சொன்னான் – 'அதனாலென்ன' என்று சிரித்தபடி அவனுக்குப் பார்வையால் பதில்கொடுத்தாள் – வார்த்தைய விட, பார்வையில் வெறுப்பு தெரிந்தது. அதை, 'விலகிப்போ காற்று வரட்டும்' என்பதாய் விளங்கிக் கொண்டேன் – 'கே' அசடுவழியச் சிரித்தான் – நான் சிரிப்பை மறைத்துக்கொண்டு முகத்தை மிகவும் சீரியசான பாவனைக்கு மாற்றிக்கொண்டேன். அவன் தலையைக் குனிந்தபடி வேறு வேலைகளில் தீவிரமாக மூழ்கியிருப்பதுபோல பாசாங்கு செய்தான். 'ஜ' தன்னைச் சுத்தமாக வைத்துக்கொள்வாள் – மூச்சின் துர்மணமோ வியர்வையின் வீச்சமோ அவளிடம் வீசுவதில்லை. நேர்த்தியாகக் கசங்காத ஆடைகளுடனேயே அவள் தோன்றுவாள். சீருடைகளைக்கூட அவள் மடிப்புக் குலையாமல் அணிந்து வருவாள். ஒருநாள் அணிந்த ஆடையை அது நமது ஞாபகத்தில் இருந்து மங்கி மறைந்தபின்பே மீண்டும் அணிவது, சோடிகளை மாற்றி அணிவது போன்ற அவளுடைய உத்திகள், தினமும் அவள் புதிதாகவே அணியும் தோற்றத்தைத் தரும்.

'ஜ'வின் பூர்வீகம் 'ஸ்'. மேற்கு ஐரோப்பாவில் உள்ள எண்ணூறு சிறிய தீவுகளைக் கொண்ட நாடு. அங்கு குளிரும் அதிகம், மழையும் அதிகம் – பனிப்பொழிவு சீக்கிரமாகவே தொடங்கி, பருவ இறுதி தாண்டித்தான் அங்கிருந்து விலகும். அங்கு வாழும் மக்கள் இரக்க குணமும் பழக இனிமையுமானவர்கள் என்று பொதுவாகச் சொல்வார்கள் – நான் அதை உணர்ந்திருக்கிறேன். அந்த நாட்டின் கிழக்கு கரையோரப் பெருநகரத்தில் இருந்து வந்திருந்தாள். அந்த நகரம் பல்கலைக் கழகம் ஒன்றுக்கும் கருங்கற்களாலான இருண்ட தன்மையுள்ள கட்டடங்களுக்கும் பெயர்போனது. குளிர்காலங்களில் நாள் முழுவதுமே அந்த நகரம் விழித்தெழாத தோற்றத்தோடு இருக்கும் – அங்கு உதிக்கும் சூரியன் பெரிய சோம்பேறியாக இருக்கவேண்டும். எண்ணெய்ச் சுத்திகரிப்புத் துறையில் பணியாற்றும் நண்பன் ஒருவனோடு அந்த நகரில் மூன்று நாள்கள்

தங்கியிருந்த நான், அங்குதான் கப்பல்களின் பிரம்மாண்டத்தை மிக அருகில் வைத்துப் பார்த்தேன். அவன், 'பேய் நகரம்' என்று அந்த நகரத்தை அலுத்துக்கொள்வான். ஆனாலும் அந்த நகரத்தின் குதூகலமற்ற இயல்பைத் தங்களின் புன்னகைக்கும் சுபாவத்தால் அவர்கள் மேவிக்கொண்டிருந்தார்கள் என்று எனக்குத் தோன்றிற்று. 'ஐ' நீண்ட நாள்களுக்கு முன்னமே அங்கிருந்து பெயர்ந்து, இப்போது நான் வாழ்ந்துகொண்டிருக்கிற நகரில், தன் இரு பெண்மக்களுடனும் குடியேறியிருந்தாள். சுமார் நானூறு மைல்கள் தாண்டி, வெயிலும் ஒழுங்காய் எறிக்காத குளிரும் சீராய் வீழாத பகுதிக்கு வந்துசேர்ந்திருந்தாள். தனது சகோதரி ஒருத்தி இன்னும் அங்கு வாழ்வதாகச் சொல்லி யிருந்தாள் – நீண்டகாலத்திற்கு முன்பு தாய் நோயில் வாடி இறந்துபோயிருந்தாள். தகப்பன்பற்றி எனக்குத் தெரியவில்லை.

நான் வேலைக்குச் சேர்ந்து முதலாவது நாள் 'ஐ'வுடன்தான் பணி. அடுத்து வந்த எட்டு மணித்தியாலங்களுக்கும் எனது பதட்டத்தையும் பரபரப்பையும் பெருந்தன்மையோடு சகித்துக் கொண்டது மட்டுமின்றிப் பொறுமையோடு விடயங்களைச் சொல்லித்தந்தாள். திடீரென்று ஒத்துழைக்காதுபோன சுவட்டலையும் கழித்தலையும் மெல்லமெல்ல மீட்டுத்தந்தாள். நான் நேரமெடுத்துக் கொள்ளும்போதும் பிழைகள் விடும் போதும் வாடிக்கையாளர்களிடம் எனக்காக மன்னிப்புக் கேட்டாள். அநேக வாடிக்கையாளர்களின் பெயர் விவரங்கள் அவளுக்குத் தெரிந்திருந்தது – அவளுடைய பெயர் அவர்களுக்கும். "உனது இடத்தில் நான் இருந்திருந்தால், புதிதாக வேலைக்குச் சேர்ந்தவரின் முதல்நாளும் கடைசிநாளுமாக இது இருந்திருக்கும்" என்று சொல்லிச் சிரித்தேன். அவளும் சிரித்தபடி, "இன்னும் ஒரு நிமிடம் அதிகமாக உன்னோடு வேலைசெய்திருந்தால் எனது காதுவழி இரத்தம்தான் வரும் – அவ்வளவு பேச்சு உனக்கு" என்று கேலிசெய்தாள் – நான், "மொழியைப் பழகிக்கொள்வதற்காகத்தான் அதிகம் பேச்சுக் கொடுக்க முற்படுகிறேன்" என்று சொல்ல அதற்கும் சிரித்தாள். "அழகிய பெண்களிடம் இலகுவாக மொழியைக் கற்றுக் கொள்வதுதான் உனது திட்டமா?" என்று கேட்டாள் – வெட்கத்தில், 'ஆம்' என்பது போலவும் 'இல்லை' என்பது போலவும் சிரித்துவைத்தேன். அவளுடைய வீட்டுக்கான பாதையில்தான் என் வதிவிடமும் இருப்பதால், "போகும்போது என்னோடு வா" என்று அழைத்துச் சென்றுவிட்டாள். அன்றிலிருந்து அடுத்துவந்த ஆறேழு வருடங்கள் அவளோடு தான் போக்கும் வரத்தும்.

ஆறுமணி வேலைக்கு, சரியாக ஐந்தரைக்கு எனது வதிவிடத்தின் முன்வந்து நிற்பாள். நான் காரில் ஏறியதும்

சிகரெட்பெட்டியை நீட்டுவாள் – நானும் ஒன்றைப் பற்றவைத்து, அவளுக்கும் இன்னொன்றை எரித்துக் கொடுத்துப் புகைக்கத் தொடங்குவோம். அவளுடைய வாகனத்துள் எப்போதும் சிகரெட் மணத்துக்கொண்டிருக்கும். புகை அடர்ந்து திணியும் போது அவளுடைய பக்கமாயுள்ள கண்ணாடியைச் சரித்து புதிய காற்றை அனுமதிப்பாள். இப்படி சிகரட்டைப் பற்றவைத்துக் கொடுத்த ஒரு நாளில்தான் அவளுடைய வலதுகை விரல்கள் நேராக இல்லாமல் நகங்களுக்குக் கீழே கொஞ்சம் உள்நோக்கி வளைந்திருந்தன – பெருவிரல் முழுமையான இயக்கத்தைக் கொண்டிருக்கவில்லை என்று கண்டுகொண்டேன். அவளுடைய சுட்டுவிரலுக்கும் நடுவிரலுக்கும் இடையே நான் சிகரெட்டை சொருகிவிட வேண்டியிருந்தது. பிறகொருநாள் விநோதமானமுறையில் அவள் பேனா பிடித்து எழுதுவதையும் நான் கண்டேன் – இடைக்கிடை வலது, புறம் ஊன்றுகோலின் உதவியுடன் அவள் நடந்துவரவும் கண்டிருக்கிறேன் – இடுப்பென்பிலும் ஏதோ பிரச்சினையிருக்கிறதுபோல – கேட்கவில்லை.

அனேகமாக ஒவ்வொருநாளும் அவளுடைய உடம்பின் ஒவ்வொரு பகுதியில் நோவு என்று அவள் சொல்லுகிற பாவனையில் முகத்தில் வலியின் அளவு தெரியும். அவளுக்குத் தேகம் முழுவதுமே நோவாலானது என்று நான் நினைத்துக் கொள்வேன். ‘வேலைக்கு வரும்போது அவள் நோயையும் கூட்டிக்கொண்டுதான் வருவாள்’ என்று, ‘கே’ என்னைக் கடந்துபோகும்போது குசுகுசுத்த அன்று, அவளுடைய தோள்பட்டையை விரல்களால் அழுத்தி, நீவி, ஆசுவாசப் படுத்திவிட்டேன். “உனக்குத் தெரியுமா, ஈரத்துவாயை முறுக்கிப் பிழிவதுபோல எனக்கு உடம்பெல்லாம் நோவு இருக்கும், திடீரென்று எனக்கு முன் ஒரு தேவதை தோன்றி என்னவேண்டும் என்று கேட்டால், உனது விரல்களைக்கொண்டு எனது உடம்பு முழுவதையும் அழுத்திவிடச்சொல்லிக் கேட்பேன்” என்று சொல்லிச் சத்தமிட்டுச் சிரித்தாள். அவளுடைய இந்த ஆசையை மிகப்பெரிய நகைச்சுவையாக்கி விடவேண்டும் என்ற நோக்கத்தோடு, ‘கே’ சத்தமிட்டு அடக்கமுடியாமல் தொடர்ந்தும் சிரித்துக்கொண்டிருந்தான் – நிறைய வேலைகள் இருந்தும், அவன் சிரித்தபடி நீண்ட நேரம் அங்கு நின்றான்.

‘ஜ’வைப்போல இரக்க குணம் கொண்டவர்கள் அரிது – “உன்னால்தான் இங்கு வெயில் வருகிறது” என்று சொன்னபோது “ஏனெ”ன்று கேட்டாள். நான் எப்போதாகிலும் சோர்ந்து போகின்ற போதும், அவளோடு வாக்குவாதம் செய்த நாளின் வேலை முடிவின்போதும் அவள் என்னை இறுக அணைத்து

முதுகில் தடவிவிடுவாள். எல்லாவற்றையுமே தணிந்து போகவைக்கக்கூடிய அதிசயம் அவளுடைய அணைப்பிற்கு இருப்பதைச் சொன்னபோது திரும்பவும் ஒருதரம் தழுவிக் கொண்டாள். அது வழமையான தழுவல்களைவிடப் பரிவு நிறைந்ததும், நீளமானதாகவும் இருந்தது. அவளிடம் ஜஸ்மின் வாசனைத் திரவியம் மணக்கும் – மல்லிகைப்பூவின் வாசனை... எனது தாய் வீட்டில், வாசல் கதவின் இருபுறமும் மல்லிகைச் செடிகள் நிறையப் பூத்துச் சொரிந்துகொண்டிருந்தன. அதிகாலைப் பொழுதொன்றில் அங்கு நிற்பதுபோல அந்தக் கணத்தை உணர்ந்தேன்.

காலையில் தொடங்குகிற அலை ஒன்பதரை மணியளவில் சற்று ஓயும். பாடசாலைக்குப் பிள்ளைகளைக் கொண்டு செல்பவர்கள் அலுவலகங்களுக்குப் போவோர் அவசரத்திற்குப் பால் வாங்கவருவோர், பத்திரிகை படிக்கும் வயதானவர்கள் நேற்று வாங்கிய மது தீர்ந்துபோனோர் என்று வாடிக்கை யாளர்கள் ஓயும்போது நான் முதலாவதாக சிகரெட் புகைப்பதற்குச் செல்வேன், தொடர்ந்து 'ஜ' செல்வாள். அவள் திரும்பி வந்து சற்று நேரம் கழிந்து, வாடிக்கையாளர் போல அந்த 'நபர்' வருவார் – 'ஜ' ஓரமாக ஒதுங்கி அந்த நபரோடு பேசியும் சிரித்தும் மகிழ்ந்துகொண்டிருப்பாள். அந்த நாள்களில் 'ஜ' மிகவும் மலர்ந்து தோன்றுவாள் – பிரகாசமுள்ள சிவப்பு உதட்டுச் சாயத்தை அணிந்திருப்பாள் – இதழ்கள் முழுவதுமாய் விரிய சிரிப்பாள் – கண்களின் கீழ் சுருக்கக் கோடுகள் தெரியச் சிரிப்பாள் – கடைவாயில் முப்பத்து இரண்டாவது ஒட்டைப்பல் தெரியச் சிரிப்பாள். தனது மார்பகங்களை சீர்செய்துகொள்ளக் கண்டிருக்கிறேன். கொஞ்சக் காலத்தில் அந்த நபரின் வருகை குறைந்து, நாள்பட நின்றுவிடும், 'பிறகு நீண்ட' நாள் கழிந்து வேறு ஒரு 'நபர்' வரத்தொடங்குவார். இறந்த மீனைப்போல முகமும், பூனைகளுடையதுபோல ஒளியற்ற கண்களுமாய் அவள் தோன்றும் அவத்தை அந்த 'நீண்ட நாள்கள்' என்பதற்குள் வரும். அவளை நெருக்கமாக அவதானித்து வருபவர்கள், அவளின் நிலை தனியா? கூட்டா? என்பதைக் கணித்துக்கொள்ள முடியும்.

'ஜ' இதுவரையில் தனது நண்பன் என்று பேர்சொல்லி அறிமுகப்படுத்தி வைத்தது – செயற்கையாக நீண்ட சுருள் முடிகள் தொங்குகிற – அரைக்கு அரை நரைத்த தாடியுள்ளும் மீசையுள்ளும் இடையிருந்து முகம் எட்டிப்பார்க்கின்ற – காணும்போதே கஞ்சா வாசம் வீசுகின்ற – 'ரோ' என்கிற ஆபிரிக்கனைத்தான். அவனின் குரல் கடினமானது, இனிமை யானது. எப்போதும் சந்தோசமாகச் சத்தமிட்டுப் பேசுவான் –

அல்லது அவன் பேசுவது சத்தமிடுவதுபோல இருக்கும். இரக்க மாகப் பேசுவதுகூட, சண்டைபோடும் தொனியில் இருக்கும். என்னைக் காணும்போதெல்லாம், அவனுடைய நெஞ்சில் கையை வைத்தபடி "சகோதரா" என்று விளிப்பான். அவனுடைய பல்லின் மேல்வரிசையில் தங்கப்பல் ஒன்று கட்டியிருந்தான்—முகம் தெரிவதற்கு முதன், அந்தப் பல் தெரியும்படி சிரிப்பான். அனேகமாக, நிறையப் புகைவிட்டபடி சிரித்துக்கொண்டிருக்கிற *Bob Marley*யின் முகத்துடன் *'Herb is the healing of a nation'* என்ற வாசகமும் கொண்ட கறுப்புநிற மேற்சட்டையை அவன் அணிந்துவரக் கண்டிருக்கிறேன். அவனுடைய நாட்டின் தேசியக் கொடியிலுள்ள கறுப்பும் சிவப்பும் பச்சையும் மஞ்சளும் கொண்டு பின்னப்பட்ட வலைத்தொப்பியை அவன் அணிந்திருப்பான் – அதற்குள் கேசக்குவியலைப் புகுத்தி வைத்திருப்பான். அவனுக்கு 'ஜ' தோழியாயிருப்பது குறித்து எனக்கு ஒருவகையான நிம்மதியிருந்தது. 'ஜ' உடையக்கூடிய ஒரு பொருள்போலவும், இந்த 'ரோ' அவளை உடையாது பாதுகாக்கக்கூடியவன் என்பதுபோலவும் எனக்குத் தோன்றும். ஆனால், யதார்த்தம் தலைகீழாக இருந்தது. அவன் யாருமற்றவன் – தெருவில் வாழ்ந்தவன் – அவள் வாழ்ந்த 'கொ' பகுதியின் கடைத்தெருவில் சுற்றித்திரிந்திருக்கிறான் – அவளுடைய அறிமுகங்களைப் பயன்படுத்தி அவனுக்கு வேலையும் வாங்கிக் கொடுத்திருக்கிறாள் – அவள் அவனை உறவாக்கிக்கொண்டிருக்கிறாள் – அது என்ன உறவு என்பது எனக்குத் தெரியாது. அவனோடு சென்றுவரும் நாள்களில் அவளுடைய கண்கள் சிவந்திருக்கும் – தெளிவான பார்வை இருக்கும். அவள் அவனை வழியனுப்பும்போது, இடுகின்ற முத்தத்தில் பரிவு செறிந்திருக்கிறது என்று சொன்னபோது, நீண்ட நேரத்திற்கு கண்களை மூடிக்கொண்டு தலையை ஆட்டினாள் – அது அவனது ஆயிரம் முத்தங்களை ஒருசேர அனுபவிப்பதுபோல இருந்தது.

கடுமையாக மழைபெய்திருந்த ஏப்ரல் மாத முதல் ஞாயிற்றுக்கிழமைதான் அந்தத் துயர்மிகுச் சம்பவம் நிகழ்ந்தது. அன்று எனக்கும் 'ஜ'விற்கும் மாலைநேரம் வேலை. வழமையாக வேலைசெய்யும் ஒருவர் சுகயீன விடுப்பில் இருந்தார். மற்ற ஆள் திடீரென்று வேலையைவிட்டு நீங்கிச் சென்றுவிட, நாங்கள் அந்த வேலையைப் பகிர்ந்துகொள்ளும்படி நேர்ந்தது. அந்த வாரத்தின் திங்கட்கிழமை பொது விடுமுறையாயிருந்தது – இப்படி நீண்ட வாரஇறுதி நாள்களில் ஒருபோதும் நல்ல காலநிலை இருப்பதில்லை என்று சொல்லியபடி அந்த நாளைத் தொடங்கினோம். இரவு பத்துமணிக்கு வேலை முடிந்தபோது மழை வலுத்துக்கொண்டிருந்தது. காரைநோக்கி, ஓடிச்சென்று

பாதிவழி தாண்டிக் கடந்தபோது, அவளுக்கு ஓடிவர முடியா தல்லவா என்று தோன்ற, திரும்பிப் பார்த்தேன் – வலதுகாலை இழுத்து இழுத்து வேகமாக நடக்க முற்பட்டுக்கொண் டிருந்தாள். அவளுக்காகக் காத்து நின்று நனைவதா? அல்லது ஓடிநகருவதா? என்ற குழப்பத்திற்கும் வாகன நிறுத்தத்திற்கும் இடையில் வினாடிகளே இடைவெளிகளிருந்தன. இருவரும் காரில் ஏறிக்கொண்டபோது, என்னுடைய சிகரெட்டிலிருந்து ஒன்றைப் பற்றவைத்து அவளுக்கு நீட்டினேன். சுட்டுவிரலும் நடுவிரலும் பட்டு அழுத்திய இடத்தில் அது இலேசாக ஈரலித்திருந்தது. நிமிர்ந்து பார்த்துப் புன்னகைத்து நன்றி கூறி வாங்கிக்கொண்டாள் – புன்னகையை இதழ்க் கடையிலும், நன்றி என்ற வார்த்தையை நாவின் நுனியிலும் அவள் தயாராக வைத்திருப்பவள். அது, அவளுடைய பூனையின் இறந்த கண்கள் கொண்ட தோற்றமுடைய காலமாயிருந்ததைப் புன்னகையில் கண்டுகொண்டேன். பெருமழை நிமித்தம் காரின் கண்ணாடி களைத் திறந்துவிட முடியாமையினால் காரினுள் புகைமண்டலம் சூழ்ந்தது – இந்தச் சீருடைகளில் எல்லாம் புகையிலைத் தோய்ந்து மணக்கப்போகிறதே என்று எண்ணிக் கொண்டேன். வழியில் மேம்பாலத்தைக் கடக்கிறபோது காரை நிறுத்தி, கண்ணாடிகளை இறக்கிப் புகையை வெளியாக்கி னாள் – குளிர்காற்று உள்ளே புகுந்து நிரம்பிக்கொண்டது. அங்கேயே நின்று மீதியையும் புகைவிட்டு, பில்டரை வெளியில் எறிந்தபடி பயணத்தைத் தொடர்ந்தோம். எனது இருப்பிடத்திற்கு அருகில் வந்தபோது மழை தணிந்துவிட்டிருந்தது. நான் இருக்கைப் பட்டியை விடுவித்து இறங்க முற்படும்போது, அவள் சிகரெட் பெட்டியை நீட்டினாள் – "எனக்கும் தேவைபோல இருந்தது" என்றேன். அன்று அவள் பேசிய வார்த்தைகளும் மிகக் குறைவு. சிரிப்பைச் செய்து உதடுகளில் பொருத்திக் கொண்டிருந்தாள். "இன்றைக்கு வெளியில்வராது வீட்டில் இருக்கலாம் என்று விரும்பியிருந்தேன்" என இடையில் ஒருதரம் சொன்னது ஞாபகத்தில் வந்தது. திரும்பவும் புகைக்கத் தொடங்கினோம். வேலையிடத்தில் இருந்து கொண்டுவந்திருந்த கோப்பி அப்படியே அருந்தப்படாமல் இருந்தது. கப்பின் மூடியின் மேல் நீர்த்துளிகள் தள்ளாடிக்கொண்டிருந்தன. நான் ஒரே இழுப்பில் இழுத்தேன். அந்தக் கசப்பு நன்றாக இருந்தது. 'ஜ' ஒரு மிடறின் பிறகு தொடைகளுக்கு இடையில் கோப்பியை வைத்தபடி "குளிர்பானத்தைப்போல கோப்பியைக் குடிக்கிறாய்" என்றாள். "ஒரு கப் கோப்பியை ஒருநாள் முழுதும் உறிஞ்சிக்குடிக்கும் கலாச்சாரம் எங்களுடையது அல்ல; நாங்கள் நெருப்பை உண்டு வாழ்பவர்கள்" என்றபடி சிரித்தேன். எனக்குப் புரையேறியது – இன்னும் விழுங்கப்படாது இருந்த

கடைசிச்சொட்டு கோப்பி புரைக்கு வெளியேறியது. பிறகு சிரிப்பை அடக்கியவனாக, ஹேண்ட் பிரேக்கில் தளர்வாயிருந்த அவளுடைய கரங்களைப் பற்றினேன்.

‘ஜ’வின் எதிர்வினை என்னைப் பயமுறுத்தியது. அவசரமாக அவளிடம் மன்னிப்புக்கேட்டேன். எதுவும் பேசாது இருந்தாள். திரும்பவும் மழை பெய்து வலுக்கத் தொடங்கியிருந்தது. அந்தப் பெருமழையின் பேரோசை எனக்குள் கேட்பதுபோல இருந்தது. வண்டியின் முன்புறக் கண்ணாடியில் துளிகளாக விழுந்த மழை பரவி, நீர்த்தாரையாகி வழிந்து காட்சியை மங்கலாக்கியது. நீர் உருவாக்கும் கோலங்களைப் பார்வை உற்றுப்பார்த்துக் கொண்டிருந்தாயினும், சிந்தை வேறெங்கெல்லாமே அலைந்து திரிந்தது. காற்று அவளுடைய பக்கமாகத் தூறலைக் கொண்டு வந்தது. காரின் பக்கக் கண்ணாடிகளை உயர்த்தி விடவேண்டும் என்று அவளுக்குத் தோன்றவில்லை. அச்சமூட்டுகிற அமைதி காரினுள் கவிந்தது. நான் குற்றவுணர்ச்சியால் குமைந்து கொண்டிருந்தேன். அவள் ஏதாவது பேசியிருந்தால் அல்லது மீதமிருக்கும் கோப்பியை எனது முகத்தில் விசிறியிருந்தால் எனக்கு கொஞ்சம் இலகுவாக இருந்திருக்கும் – அந்த இறுக்க நிலை உடைந்துபோயிருக்கும். வேதனைக்குரிய நிமிடங்களை நான் வாழ்ந்து கடந்துகொண்டிருந்தேன் – எதையெதையோ கற்பனை செய்துகொண்டிருந்தேன். என்னுடைய இந்தச் செயலுக்கு விலையாக, அவளுடைய நட்பை இழக்கப் போகிறோமே என்ற பெருங்கவலை மண்டை முழுவதும் விரிந்து படர்ந்து பாரமாகிக் கொண்டிருந்தது.

எவ்வளவு நேரம் கடந்துபோனதோ தெரியாது – நூறு வருடங்கள் நரகில் கிடந்து உழலுகிறதுபோல நேரம் உறைந்து கிடந்தது. இடஞ்சுழியாக மணிமுட்கள் சுழற்சிகொள்வதுபோல இருந்தது. ஒவ்வொரு நொடிகளுக்குள்ளும் ஆண்டுகள் பலதின் சம்பவங்கள் கடந்துபோயின. நான் அசைவின்றி இருந்தேன் – உட்கார்ந்த இடத்தில் தொடைப்பகுதியிலும் பிருட்டத்திலும் விறைப்புப்போலவும் ஊசிமுனைகொண்டு குத்துவதுபோலவும் இருந்தது. பிறகு முதலாவது அசைவாகப் புறங்கையினால் தனது கன்னத்தைத் துடைத்தாள். குனிந்த தலையிருந்து கண்களை உயர்த்தி அவளுடைய முகத்தைப் பார்த்தேன். இப்போது இருக்கையில் கொஞ்சம் சௌகரிகமாக நகர்ந்திருந்தாள், தெருவிளக்கு முகத்தில் படர்ந்தது. புருவப்பகுதியின் நிழல் மூக்கை அண்டிய கன்னத்தில் விழுந்தது. கண்களைச் சுற்றியும் கன்னப்பொட்டிலும் கறுப்பு மை கரைந்து படிந்திருந்தது. அதை அவளுக்குச் சொல்லவேண்டும்போல இருந்தது. கன்னத்தைத் தொட்டு மையைத் துடைத்துவிட உரிமை தருகின்ற நேசத்தை,

நான் இழந்துவிட்டேனே என்று மனது சொல்லிக்கொண்டிருந்தது. மூக்கைச் சிந்தியபடிக்கு இப்படி தான் நடந்து கொண்டதற்கு மன்னிப்புக்கேட்டாள் – எனக்கு அதிர்ச்சியாயிருந்தது – அவள் ஏன் கேட்கவேண்டும்? நான் எதற்காக மன்னிக்கவேண்டும் என்று குழம்பினேன்.

2

“நான் முப்பது வாரங்களில் பிறந்தேன். பேற்றுக் காலத்தில் மிகவும் நலிவுற்றிருந்த தாய், மதுச்சாலையொன்றில் பணிப்பெண்ணாயிருந்த வேலையிலிருந்து நீங்கிவிட்டாள் – தன்னையும் என்னையும் கவனித்துக்கொள்வதே அவளுடைய முழுநேர வேலையாகிவிட்டது. நான் பிறந்து முதலாவது ஆண்டு கழிந்து எனது வலதுகையிலுள்ள குறையை வைத்தியர்கள் கண்டறிந்து சிகிச்சை செய்தார்கள். ஆனாலும், அவர்களால் முழுமையாக என்னைச் சிகிச்சித்துக் காப்பாற்ற முடியவில்லை. எனது வலதுகையை முழங்கைக்குக் கீழே நீ கவனித்திருக்கிறாயா? பூரண வளர்ச்சியற்றிருப்பதை நீ கவனிக்கக்கூடும். என் தந்தை வேலைமுடிந்து வீட்டுக்கு வந்தால் முதல்வேலையாக இரண்டு கிளாஸ் மது அருந்திவிட்டுத்தான் உடம்பைக் கழுவச் செல்வார். பிறகும் வந்து தொலைக்காட்சிக்கு முன்பு அமர்ந்துகொண்டு திரும்பவும் மதுக்கோப்பையைக் கையில் எடுப்பார். பிறகு ஐந்து நிமிடங்களுக்கு ஒருதடவை அலைவரிசைகளை மாற்றிக் கொண்டிருப்பதுதான் அவரது வேலை. அப்போது, தாயும் அதில் பங்காகிக்கொள்வாள். வேலைக் களைப்பு என்று ஆரம்பித்தவர், வாடிக்கையாக்கிக் கொண்டார் என்று தாய் கூறுவாள் – குறைபட்டதில்லை. அவர்கள் இருவரும் மதுப் பிரியர்களாக இருந்தனர். எனது தந்தை கட்டடங்கள் கட்டுபவராக இருந்தார். நான் தகப்பனை நினைவுகொள்வது அவருடைய ஒளிர் செம்மஞ்சள் நிற தலைக்கவசத்துடனும், வேலைக்கு அணியும் தடித்த அங்கியுடனும், பாரமான பாதங்களையுடைய பாதுகாப்புக் காலணிகளுடனும் வேலைக்குப் புறபட்டு, என்னை முத்தமிடுபவராக அல்லது இரவு உடையோடு சோபாவில் கிண்ணத்துடன் அமர்ந்திருக்கும் ஒருவராகத்தான் – இரண்டு சந்தர்ப்பங்களிலும் அவரிடமிருந்து புளிப்பு வாசனை வீசிக் கொண்டிருக்கும். தந்தை என்னோடு கழித்த நாள்கள் குறைவு. தாயோ, பாதிநேரம் கட்டிலிலும் மீதிநேரம் வைத்தியசாலையிலுமாய் இறந்துகொண்டிருந்தாள். இளமையில் சூதாட்ட விடுதிகளில் தான் செலவிட்ட நாள்களைப்பற்றி அவள் அடிக்கடி நினைவுகூர்ந்து பெருமூச்செறிபவளாக இருந்தாள் – தான், அதிர்ஷ்டம் மிகுந்தவளாக இருந்தேன் என்று கூறுவாள் – “எந்த அதிர்ஷ்டமும் படுக்கையில் இருந்து உன்னைத் தூக்கிவிட

வில்லை நான்தான் செய்கிறேன்" என்று சொன்னேன், அது நகைச்சுவைக்குத்தான் – அவள் பெரிதாக அதை இரசித்தது போலத் தெரியவில்லை. சிறுவயது முதல் மதுவையும், அதை அருந்துபவர்களையும் தீர வெறுத்தேன். அதனால்தான் என்னவோ வளர்ந்த பிறகு குடியின் மீதான நாட்டம் எனக்கிருந்த தில்லை. பின்னை நாள்களில் மற்றவர் சுதந்திரம் கருதி, மது அருந்துபவர்களைச் சகித்துக்கொள்ளப்பழகியிருந்தேன் – உபதேசிப்பது கிடையாது".

"எனது பத்தாவது பிறந்தநாள் தினத்தை, கண்களை மூடியபடி திரும்பவும் என்னால் நினைவுக்குக் கொண்டுவர முடியும். 'மறந்துபோக விரும்பி, உள்ளத்தின் ஆழங்களில் புதைத்து வைக்க விரும்புபவை தான். மேலெழுந்து நினைவுகளின் மேற்பரப்பில் மிதந்துகொண்டிருக்கிறன' என்று உனது காதல் தோல்வி குறித்து முன்பு ஒருமுறை சொன்னாயல்லவா? அப்படிச் சொன்னபோது உனக்கிருந்த துக்கத்திற்கொப்ப, அந்த வார்த்தைகள் எனக்குள் கிளறிவிட்ட ஞாபகங்களின் வலியும் இருந்தது. நான் நீளப் பெருமூச்செறிந்து கண்கலங்கியதை அவதானித்த நீ, 'ஏன்' என்று கேட்டதற்கு, நான் மௌனமாக இருந்தேனே. . . ஞாபகமிருக்கிறதா?"

"எனது பிறந்தினத்திற்கு மூன்று சோடி புதிய ஆடைகளும் சாப்பாத்துகளும் வாங்கிக் தந்ததாகத் தாய்க் கூறக் கேட்டிருக் கிறேன். எனக்கு அவை ஞாபகமில்லை – ஆனாலும் மெல்லிய ரோஸ் நிறத்தில் வெள்ளை நிற இதயக் குறிகள் இட்ட அன்றைய இரவு ஆடையை அணிந்தபடிதான் இத்தனை ஆண்டுகள் கழித்தும் என் நினைவுகள் கட்டிலுக்குச் செல்கின்றன. அந்த ஆடைகளைக் கழற்றுவதற்குத் தியானங்களும் மனோதத்துவச் சிகிச்சைகளும் எனக்கு உதவவில்லை. இந்தத் தூக்க மாத்திரைகள் கொஞ்சம் உதவி புரிந்திருக்கின்றன."

"மதிய வேளையில் தொடங்கிய பிறந்தநாள் கொண்டாட்டங்களைத் தொடர்ந்து எனது பள்ளிப் பிள்ளைகள் கலைந்துபோனபின் பெற்றோரும் குடும்ப நண்பர்களும் வீட்டின் பின்புறமாயிருந்த தோட்டத்தில் குழுமினர். எங்களது உறவினர்களுள் அல்லது குடும்ப நண்பர்களுள் என் வயதை ஒத்த பெண்பிள்ளைகள் யாரும் இல்லாததால் என்னுடன் சேர்ந்திருக்கவும் விளையாடவும் துணையற்றுத் தனித்திருந்தேன். சமயலறையிலிருந்து காதைப் பிளக்கிறபடி இசை ஒலித்துக் கொண்டிருந்தது. வீட்டினுள் வண்ணவிளக்குகள் இன்னும் ஒளிர்ந்துகொண்டிருந்தன. வராந்தாவை அலங்கரித்திருந்த நிற பலூன்கள் மூலைக்கொன்றாய் ஒதுங்கிக் கிடந்தன. சுவரில் ஒட்டப்பட்டிருந்த 'நீ இன்று பத்து ஐ' என்ற பதாகையின்

'பத்து ஐ' என்ற பகுதி சரிந்து கீழே தொங்கிக்கொண்டிருந்தது. என்னைக் கைவிட்டு எல்லோரும் குடிப்பதிலும், சத்தமாகக் கதைப்பதிலும் சிரிப்பதிலுமே கவனமாயிருப்பதாகத் தோன்றிற்று – எனது பிறந்த தினம், அவர்களுக்குக் கொண்டாடித் தீர்க்கக் கிடைத்த ஒரு நாளாகிற்று. கிற்றாரின் தந்திகள் காதுக்குள் அதிர்வதுபோல எரிச்சலாக ஒலித்தன. மேசையில் இறைந்து கிடந்த கொறிதீனிகளிடையே வெற்றுப் போத்தல்கள் ஆடி அசைந்து ஓய்து நின்றன. தக்கைகளும் மூடிகளும் மேசையிலும், தரையிலுமாய்ச் சிதறிக் கிடந்தன. கிண்ணங்களில் போத்தல் களின் வாய்கள் மோதும்போது இருந்த நிதானம் படிப்படியாகக் குறைந்து சத்தம்கூடி வந்துகொண்டிருந்தது – கிண்ணங்கள் சிந்தும் அளவுக்கு மயக்கநிலை ஏறியிருந்தது. நான் மிகவும் களைப்புற்றிருந்ததைத் தாய்க்குச் சொன்னபோது, அவள் என்னைப் படுக்கையில் கிடத்திக் கன்னத்தில் முத்தமிட்டபடி போர்வையை நெஞ்சுவரை இழுத்து மூடிவிட்டாள். என்னால் உறங்கமுடியவில்லை. தோட்டத்தில் இருந்துவரும் கொண்டாட்டத்தின் சத்தமும், பரிசுப்பொருட்களைத் திறந்து பார்ப்பதிலுமிருந்த ஆர்வமும் கண்களை மூடவிடாமல் செய்திருந்தன. படுக்கையறையின் ஜன்னலூடாகத் தோட்டத்தை எட்டிப்பார்த்தேன். 'டே', 'மா, 'பெ', 'ஷோ', 'அ', 'தா', 'ஈ' எல்லோருடைய நிலையும் தள்ளாடிக்கொண்டிருந்தது. மாமா 'பே' மட்டும் ஜன்னலுடாக நான் பார்த்துக்கொண்டு நிற்பதைப் புகைத்தபடி அவதானித்துக்கொண்டிருந்தார். அவருடை நீண்ட தலைமுடி கலைந்து முகத்தில் படிந்து கிடந்தது – நெற்றியில் கேசத்தைச் சரிசெய்தபடி அவர் என்னையே பார்த்துக்கொண்டிருந்தார். அவருக்குக் கிழ வயது – உச்சியில் மயிர்கொட்டி ஓரங்களில் மட்டும் நீள வளர்ந்திருந்தது – அவர் என் தந்தையோடு வேலை செய்பவர்.காவியும், மஞ்சளும் படிந்த அவருடைய பற்கள் எனக்கு அசூசை உணர்வைத் தரும். அவர், பாரமான கறுப்புநிறக் கோட்டை அணிந்திருக்கும் அளவுக்கு அன்று குளிர்நிலை இருக்கவில்லை. அவரிலிருந்தும் பார்வையை விலத்தி 'ஷோ'வினுடைய நடனத்தின் பக்கம் திரும்பினேன் – அவள் கைகள் இரண்டையும் தூக்கியபடி இடுப்பை வளைத்து வளைத்து நடனம் ஆடிக்கொண்டிருந்தாள் – போதை ஏற ஏற, வளைந்து கொண்டிருந்த இடுப்பு இப்போது அசைய மட்டுமே செய்யத் தொடங்கியிருந்தது. அவளுக்குத் தெரிந்தது இந்த அசைவு மட்டும்தான் என்று தோன்றிற்று. 'பெ'யும் நடனத்தில் இணைந்துகொண்டபோது கூச்சலும் கரகோசமுமாய் களை கட்டியது – அவன் அவளுடைய இடையைச் சுற்றிப் பற்றிக் கொண்டிருந்தான் – அவள் தொடர்ந்தும் இடுப்பை அசைத்தாட சிரமப்பட்டாள் – அவளுடைய வலதுகையில் இருந்த

கிண்ணத்தைத் தளம்பாமல் வைத்திருப்பதற்கு மிகுந்த பிரயத்தனம் எடுத்துக்கொண்டிருந்தாள். அவள் அணிந்திருந்த அழகிய நீலநிற ஆடை, குறைவெளிச்சத்தில் கறுப்புப்போல தோன்றிற்று – முழங்காலுக்குமேலே அவளுடைய தொடைப் பகுதி இருளிலும் நிறமாகத் தெரிந்தது. அனேகமாக மற்றவர்கள் எல்லோரும் பேசிக்கொண்டிருந்தனர் – யார் பேசுகிறார்கள், யார் கேட்கிறார்கள் என்று தெரிவில்லை. பிறகு நான் படுக்கைக்குத் திரும்பினேன்."

"அன்று இரவு எனக்கொரு கெட்டகனவு வந்தது. சிகரெட் புகையும் விஸ்கியும் குழைந்து குமட்டும் மணம் எனது உதடுகளிடை உரசிப் பரவுவதுபோலவும், வரட்சிமிகுந்த வாயொன்று எனது உதடுகளைத் தின்ன முயல்வதுபோலவும் இருந்தது அந்தக் கனவு. அது கனவில்லை என்று நான் கண்களை விழித்துக்கொண்டபோது எனக்குப் பாரமாக இருந்தது. வாயைச் சுற்றி முழுவதும் உமிழ்நீர்ப் புரண்டது. அதில், வெள்ளைப்பூண்டு வாசனையும் உறைப்புச்சுவையும் இறைச்சி வீச்சமும் இருந்தது. பழையது மணக்கும் நீண்ட தலைமுடிகள் எனது மூக்கின்மீது பரவிக் கிடந்தன. அந்தத் திணிவைத் தள்ளி அசைக்க நான் முயன்றபோதும் என்னால் முடியவில்லை. எனது வாயைச் சொரசொரப்பு மிகுந்த உள்ளங்கையொன்று மூடியிருந்தது. அந்த உருவம் வாயிலிருந்து கீழ்நோக்கி நகர்ந்து என்னை மூடிக்கொண்டது. அதன் முரட்டு விரல்கள் நெஞ்சைப் பிசைந்துகொண்டிருந்தன. அந்த உருவம் சத்தமாக மூச்சுவிட்டது – மெல்லவாக முனகியது – வெறிகொண்டு இயங்கியது – இடைவெளி எடுத்துக்கொண்டது. அது எனது கீழாடையை இறக்கியபோது, நான் இடதுகையால் எதிர்த்துக் கொண்டிருந்தேன் – எனது கைகளுக்கு அவ்வளவு பலமிருக்க வில்லை. எனது ஹீனமான முனகலை, தோட்டத்தில் இருந்து வரும் பாட்டொலியும் கும்மாளமும் பயனற்றதாக்கியிருந்தன. அந்த உருவம் என்னில் பாரமாகி பின் இலகுவாகிப் பிறகு பாரமாகி இயங்கிக்கொண்டிருந்தது. எனக்கு என்ன நடந்து கொண்டிருக்கின்றது என்பதை நான் உணர்ந்துகொண்டதுவா அல்லது எனது நினைவுகள் மங்கிக்கொண்டு போனதுவா முதலில் நிகழ்ந்தது என்று எனக்கு ஞாபகமில்லை."

"நினைவு திரும்பியபோது, ஒரு சாக்கில் என்னை இட்டு எல்லாத்திசைகளிலும் பாறைகளில் மோதிமோதி எடுத்தது போல வலியிருந்தது. உடம்பு முழுக்க கீறல் காயங்களின் எரிவிருந்தது. தொடைகள் இரண்டையும் பெரிய சுத்தியல் கொண்டு அடித்து உடைத்ததுபோல இருந்தது. அடிவயிற்றிலும் கீழேயும் தாங்கொணாத வலியிருந்தது. இரத்தம் ஓடி கால்கள்வழி

காய்ந்துபோயிருந்தது. நான் வைத்தியசாலையின் கட்டிலில் கிடத்தப்பட்டிருந்தேன். இத்தனை வருடங்கள் கழிந்தும் அந்தப் படுக்கையில் இருந்து என்னால் எழுந்திருக்கவே முடியவில்லை. எனக்கு அதுவரை நேர்ந்ததற்கு சற்றும் குறைவிலாத வேதனையை அங்கு நடாத்தப்பட்ட பரிசோதனைகளின்போதும் துக்க விசாரிப்புகளின்போதும் நான் அனுபவித்தேன் – ஆயிரம் வேறு வேறு சந்தர்ப்பங்களில் ஆயிரம் வெவ்வேறு ஆள்களுக்குக் கதைசொல்ல வேண்டியாயிற்று."

"அடுத்த குளிர்காலத்தில் 'பே' சிறையில் வைத்து இறந்து போனான் – ஆயுள் முழுதும் என்னைத் தண்டனை அனுபவிக்க விட்ட அவனுடைய தண்டனைக்காலம், மிகவும் குறைந்த நாள்களில் என்றென்றைக்குமாக முடிந்துபோனது. தீவிர இறை நம்பிக்கையற்ற குடும்பம் எங்களது – எனக்கு முறையிடவும் நீதிகோரி மன்றாடவும் யாரும் இருக்கவில்லை – அப்படி இருந்திருந்தால் இந்த நிகழ்வுகள் குறித்து ஏமாற்றமடைந்து அந்தக் கடவுளை நான் கைவிடவேண்டி வந்திருக்கும். அவனுடைய கடைசி நொடிகள் மிகவும் கொடுமையானதாகவும், வலியும் வேதனையுமிக்கதாயும் இருந்திருக்கக்கூடும் என்று சிலவேளைகள் தோன்றுவதுமுண்டு."

"பதினைந்து வயதிலேயே நான் பராயப்பட்டேன். பன்னிரண்டு வயது கழிந்ததிலிருந்து என் தாய்க்குக் கவலைப்பட இன்னும் ஒருவிடயம் வந்து சேர்ந்துகொண்டது – மனஉளைச்சலில் அவள் இறந்துகொண்டிருப்பது இன்னும் வேகமாக நிகழ்ந்து கொண்டிருந்தது. என் வயதொத்த பிள்ளைகள் பராயப்படும் சேதி அவளைப் பைத்தியமாய் ஆக்கிற்று. எனது வகுப்பு நண்பிகள்போல எனக்கும் ஆண் நண்பர்கள் இல்லாதது குறித்தும் அவள் கலவரமடைந்தவளாகக் காணப்பட்டாள். மருத்துவப் பரிசோதகர்களின் வார்த்தைகளால் அவளை ஆற்றுப் படுத்த முடியவில்லை. அச்சமூட்டக்கூடிய கற்பனைகளால் அவள் வியாதிகளை வரித்துக்கொண்டாள். அவள் இறந்து போகும் வரைக்கும் 'பே'யைச் சபித்துக்கொண்டேயிருந்தாள் – எனக்கு சின்னதாய்க் காய்ச்சல் வந்தாலும் அவனே சிலுவை சுமக்கவேண்டியாயிற்று."

3

"நமது வேலையிடத்திற்கு என்னைக் காணவருகின்ற ஆண் நண்பர்களை நீ கடைக்கண்ணால் கவனித்துக்கொண்டிருப்பது எனக்குத் தெரியும். நீ என்ன நினைத்திருக்கிறாய்? அவர்கள் எல்லோருடனும் நான் படுக்கையைப் பகிர்ந்துகொள்கிறேன் என்றா? ஒவ்வொரு நாளும் நான் உணர்ந்துகொண்டிருக்கிற

தனிமை பற்றி உனக்குத் தெரியுமா? ஒவ்வொரு ஆண்களிடமும் நான் நட்பினை உருவாக்க முயன்று தோற்றுக்கொண்டிருப்பதை நீ அறியமாட்டாய். அவர்களிடம் நட்பாக இருக்கிறேன் – சினிமாக்களுக்குச் செல்கிறோம் – பொது இடங்களில் எங்களைக் காதலர்களாகப் பிறரிடம் அறிமுகம் செய்துகொள்கிறோம் – அவர்களை என்னுடைய வீட்டுக்கு விருந்துக்கு அழைக்கிறேன் – அவர்களுக்காகச் சமைத்துக் கொடுக்கிறேன் – அவர்கள் மது அருந்த, நான் பார்த்திருக்கிறேன். அவர்களைக் கன்னங்களில் முத்தமிட அனுமதிக்கும் நான் உதடுகளில் முத்தமிட்டுப் பெற முடியாதவளாயிருக்கிறேன். அவர்கள் எல்லோரிடமும் சிகரெட்டும் விஸ்கியும் கலந்த நாற்றம் வீசுகின்றது -- இதழ்கள் வெடிப்புற்று, மேற்றோல் சொரசொரப்பதுபோலச் சிராய்க்கின்றன. அவர்களோடு நீண்ட நாள்களுக்கு உறவாயிருக்க என்னால் முடியவில்லை. புணர்தலைப் பகிர்ந்துகொள்ள ஒத்துழைக்காத பெண் நண்பியுடன் அவர்களுக்கும் நீண்ட நாள்கள் தாக்குப்பிடிக்க முடிவதில்லை. உனக்குத் தெரியுமா? இதுவரை என்னோடு பழகிப் பிரிந்துசென்ற எவரும் சண்டையிட்டுப் போனதில்லை. அவர்களால் என்னைப் புரிந்து கொள்ள முடியாமல் – அவர்கள் சொல்வதுபோல, ‘சரிசெய்ய’ முடியாமல்தான் இறுதியில் விலகிப்போனார்கள். இப்படி, ‘சரிசெய்ய’ முடியாத பழுது என்ன என்பது பற்றி அவர்களிடம் அரைகுறை விளக்கங்களே உள்ளது தவிர, முழு வரலாற்றை அவர்களோடு நான் பகிர்ந்துகொள்ளவில்லை – தேவையற்ற சுமைகளை அவர்களின் மீது ஏற்றிவைக்க எனக்கு விருப்பமில்லை. ஒவ்வொரு உறவு தொடங்கும் முதலாவது உணர்ச்சி வயப்படுத்துகின்ற பார்வையின்போதும் எனக்குத் தெரியும். அது துயரும் பிரிவும் கேள்விகளும் நிறைந்து, தூரவாகி நடந்துபோகும் ஓர் உருவம் கண்ணீரில் கரைய முடியப்போவதை. . .”

“உனக்குத் தெரியுமா? எனது இரண்டு பெண்பிள்ளைகளும் என்னுடையவர்களல்லர். அவர்கள் தத்தெடுக்கப்பட்ட சகோதரிகள். என்னுடன் அவர்கள் வந்து சேர்ந்தபோது மூத்தவள் ‘ஹ’யிற்கு ஐந்தும் இளையவள் ‘ஹே’யிற்கு மூன்றும் வயது. பெண்பிள்ளைகளை வளர்த்தெடுப்பதும் அவர்களைப் பாதுகாப்பதும் எவ்வளவு கடினமாயிருந்ததென்று உனக்குத் தெரியாது. எனக்கு மது அருந்தும் பழக்கம் இல்லாதிருந்தது எவ்வளவு நல்ல விடயம் தெரியுமா? – நான் மது அருந்த நேர்ந்தாலும் அதை என்னால் முழுதாக ஈடுபாட்டோடு செய்திருக்கலாம் என்று தோன்றவில்லை – எனது ஆண் நண்பர்கள் வீட்டுக்கு வரும் நாள்களில், ஏனோ தெரியாது எனது மனம் சஞ்சலப்பட்டுக்கொண்டே இருக்கும் – பிள்ளைகளைச் சுற்றியே எனது கண்களும் காதுகளும் குவிந்திருக்கும் – நான்

வரவேற்பறையில் இருந்தபடியே, பெண்பிள்ளைகளின் அறைகளின் வாயலில் காவலுக்கு இருப்பேன். அவர்களுக்கு ஒரு நல்ல தாயாக நான் இருந்தேனா என்று என்னை நான் கேட்டுக்கொள்வதுண்டு. காவல் நாய்போல நான் நடந்து கொள்வதாக அவர்களுக்கு என்மீது முறைப்பாடுகள் இருக்கக் கூடும். அப்படி இருந்தாலும் அது உண்மைபோல நான் பலபோதும் உணர்ந்திருக்கிறேன். 'பழைய பிரேதத்திற்கு இன்னும் மருந்த செய்துகொண்டிருக்கிறாய் அம்மா' என்று சின்னவள் புறுபுறுப்பதை நான் ஒருமுறை கேட்டிருக்கிறேன் – 'வாயை மூடு' என்று பெரியவள் அதட்டுவதையும் கேட்டிருக்கிறேன் – அவர்கள் என் குழந்தைகள் – கடவுள் அவர்களை ஆசீர்வதிக்கட்டும். அவர்கள் என்மீது மிகுந்த அன்பானவர்கள். அவர்கள் என்னைக் கவனித்துக்கொண்டார்கள் என்பதே உண்மை."

"நீ, திடீரென்று என் கைகளைப் பற்றியது, அந்த கொடிய அரக்கனின் கடினமான உள்ளங்கைகளினதும், விரல்களினதும் தோலை எனக்கு ஞாபகப்படுத்திவிட்டது. இன்று எனது பிறந்தநாள் – எப்போதாகிலும் நான் பிறந்தநாளைக் கொண்டாடி நீ கண்டதுண்டா? இன்று முழுக்க வேலையில் முழுமையாகக் கவனம் செலுத்த முடியவில்லை – எனது சோகமயமான முகம் குறித்து விசாரித்த நிறைய வாடிக்கையாளர்களுக்கு, சுகக்குறைவு என்று பொய்சொல்லிக் களைத்த பின்புதான் கொஞ்சமாக வேனும் சிரிப்பதற்கு முற்பட்டேன். இந்த சிகரெட்புகையை அன்றைய இரவில் இருந்து புகைந்து எழுந்து துரத்தும் கொடிய விலங்கின் மூச்சுக் காற்றுபோல ஒருகணம் உணர்ந்தேன். கொஞ்சம் நேரம் கழிந்துதான் என்னுடன் இருப்பது நீ என்பது உறைத்திருக்கிறது. நீ 'பே'யைப் போன்றவனல்ல என்பது எனக்குத் தெரியும் – அதனால்தான் எனது பழைய நாள்களின் பாரத்தில் கொஞ்சம் உனது தோள்களிலும் ஏற்றிவைக்கிறேன். உனக்குத் தெரியுமா, எனது கதை தெரிந்தவர்கள் இங்கு நான்கு பேர்தான் – ரோ – நான் – ஹே – ஹ, இப்போது ஐந்தாவதாக நீ. வேறுயாரிடமிருந்தும் மறைப்பது என்னுடைய நோக்கமல்ல, அதற்குப் பிறகு அவர்களுடைய பார்வையில் அவர்கள் காட்டுகிற – அல்லது அவர்கள் காட்டுகிற மாதிரி எனக்குத் தோன்றுகிற அந்தக் கழிவிரக்கத்தையும் பரிதாபத்தையும் என்னால் தாங்கிக்கொள்ள முடியாது. இவ்வளவுகாலப் பழக்கத்திலிருந்து நல்ல நண்பனாக உன்னுடன் பழக முடியும் என்று நான் கணித்துவைத்திருந்தேன். . . நீ என்னைத் தழுவிக் கொள்வதில் எந்தவிதப் பிரச்சினையுமில்லை"

'ஜ'வின் இந்த வார்த்தைகளும், தழுவலும் குற்றவுணர்ச்சியி லிருந்து முழுமையாக இல்லாவிட்டாலும் ஓரளவுக்கேனும்

விடுபட உதவிற்று. உண்மையில் அவளுடைய கரங்களை நான் ஏன் பற்றமுற்பட்டேன் என்ற கேள்விக்கு இன்றுவரை என்னிடம் பதிலிருக்கவில்லை. பிறகு, அவள் விடயங்களை இலகுவாகக் கடந்துபோனதும், 'நீ எனது நல்ல நண்பன்' என்று சொல்லிக்கொண்டதும் வலி மிகுந்தவையாயிருந்தன. ஏதும் வழியில் அவள் என்னைத் தண்டிக்க முற்பட்டிருந்தால், நான் அந்த நாளை இதைவிடவும் குறைந்த வலியோடு கடந்து போயிருக்க முடியும். அவளுடைய துயர்நிறைந்த இறந்த காலத்தின் இருண்ட அறைகளில் தண்டனைக் கைதிபோல கலங்கி நின்ற அந்தக் கணங்களில் வாழவேண்டி வந்திருக்காது.

உலகின் எல்லாத் துயரங்களையும் தலையில் தூக்கிக் கொண்டு நடக்க, அவளுடைய கால்கள் வலுவற்றதாலேயே, இப்படிச் சிரமப்பட்டு நடக்கிறாள் என்று அவளைக் குறித்து இரக்கம் தோன்றியதாயினும், எந்த இடத்திலும் வெளிப்படாது அடக்கிக்கொள்வது கடினமாயிருந்தது. அவள் பேனாவை விரல்களுக்குள் பிடிக்கச் சிரமப்படும்போதும், சிகரெட் லைட்டரோடு போராடும்போதும், நின்றால் இருக்கவும் – இருந்தால் எழும்பவும் தடுமாறும்போதும், உடம்பின் வலியும் வேதனையும் அவளுடைய முகத்தில் வெளிப்படும்போதும் அவள் மீது அனுதாபம் நிறைந்த எனப் பார்வையை வேறு புறமாய்த் திருப்பிக்கொள்ள வேண்டி நேர்ந்தது.

அதன் பிறகு வந்த ஐந்து வருடங்கள் நானும் அவளும் ஒன்றாக வேலைசெய்தோம். நான் பற்றவைத்துக் கொடுக்கிற சிகரெட்டைப் புகைப்பதில் அவளுக்கு எந்தப் பிரச்சினையு மிருக்கவில்லை. அவளுடைய உதட்டுச் சாயம் பதிந்த கப்பில் கோப்பியைப் பகிர்ந்துகொள்வதில் எனக்கு எந்தத் தயக்கங்களு மிருந்ததில்லை. ஆறாவது வருடம் வேலையை விட்டுவிட்டுத் தனது பூர்வீகக் கிராமத்திற்குச் சென்றுவிட்டாள். "குழந்தைகள் வளர்ந்துவிட்டார்கள் – இருவரும் வேறு வீடுகளில் துணைக ளோடு சென்று வாழ்கிறார்கள் – என் தங்கை பூர்வீக வீட்டில் தனியாக இருக்கிறாள் – அவளோடு நாள்களைக் கழிக்கலாம் என்று எண்ணுகிறேன் – எங்கள் வீட்டில் விளைகிற ஆப்பிள் சுவையிருக்கிறதே – அதன் தடித்த தோலின் சுவையிருக்கிறதே – காய்ப் பருவத்தில் அதன் கசப்பிருக்கிறதே. . . – உனக்குத் தெரியுமா, எங்களின் வீட்டிலிருந்து ஐந்து நிமிடத் தூரத்தில்தான் *waterfall of the beautiful tresses* இருக்கிறது – நாங்கள் ஒருநாளும் சந்தையிலிருந்து பழங்கள் வாங்கியதில்லை. . ." என்றெல்லாம் வீட்டுப் புராணம் பாடிக்கொண்டிருந்தவள், போயே போய் விட்டாள். "இந்த நாட்டின் அதியுயரத்தில் இருக்கும் பத்து வீடுகளுள் ஒன்றில் இருந்து அன்புடன்" என்று கீழே மூன்று முத்தக்

குறிகள் இட்டு, அஞ்சல் அட்டை ஒன்றை அனுப்பியிருந்தாள். பிறகு ஒருநாள் "நானும் பிள்ளைகளும்" என்று குறிப்பிட்டு, மூன்று பூனைகளை மடியில் வைத்துக் கொஞ்சியபடி ஒரு புகைப்படம் அனுப்பியிருந்தாள். அந்தப் புகைப்படத்தைக் குறித்து, "நீ மிகவும் மகிழ்ச்சிகரமான நாள்களை வாழ்ந்துகொண்டிருப்பதாகத் தெரிகிறது" என்று அவளுக்கு எழுதினேன். "ஆமாம் என்னுடைய முழு ஆயுளிலுமே'' என்று பதிலிறுப்பதாயும். பூனைகளை முத்தமிடுவது போலவும் எண்ணம் தோன்றிற்று, சத்தமும் கேட்டது.

4

'ஜ'யை கடைசியாகக் கண்டு ஐந்தாறு வருடங்கள் இருக்கு மல்லவா என்று இப்போது தோன்றிற்று. எனது திருமணம் முடிந்த அடுத்த வருடமே அவள் இங்கிருந்து போனாள் என்பது நினைவுவர சுமார் பத்து வருடங்களாகின்றன என்று கணக்கிட்டுக்கொண்டேன். இடையில் மூத்த மகன் பிறந்ததைப் பார்க்க வந்திருந்தாள் – அவனை அள்ளி அணைத்தபடி அவள் சிரித்துக்கொண்டிருக்கிற புகைப்படமொன்று எங்களது ஆல்பத்தில் இருக்கிறது – அவனுக்கு ஒன்பது வயதுகளாகின்றன. நாள்கள் எப்படிப் பறந்து போய்விடுகின்றன – "உலக அழிவு நெருங்கும்பொழுது காலத்தின்மீது இருந்து ஆண்டவனின் அருள் அகற்றப்பட்டுவிடுகிறது, நேரம் சுருங்கிக்கொள்கிறது" என்று கேட்டது ஞாபகத்தில் வந்தது – எனக்கும் வயதாகிப் போய்க்கொண்டிருக்கிறதல்லவா என்றும் பயம்வந்தது.

5

'ஜ'வை ஞாபகப்படுத்துகிறபடி இடைக்கிடை ஏதாவது நேரும்போது தெலைபேசியில் அழைத்துப் பேசும் வழக்கத்தை நாள்கள் மெல்ல மங்கி மறையவைத்திருந்தன. ஆனாலும் வருடத்தில் பிறந்தநாள், புதுவருடம், பண்டிகை என்று வாழ்த்து அட்டைகளைப் பரிமாறிக்கொள்ளும் வழக்கம் இதுவரை இருந்தாலும், இன்று இப்போது அவளை நினைக்க வேறும் ஒரு காரணம் இருந்தது. நான்காம் வகுப்பில் கற்கும் எனது மகனுக்கு, இன்று பாடசாலையில் பாலியல் தொடர்பான கல்வியில், 'நல்ல தொடுகை, கெட்ட தொடுகை' குறித்து பாடம் நடத்தியிருந்தார்கள். வீட்டுக்கு வந்தவன் கேள்விகள் கேட்டுக் குடைந்துகொண்டிருந்தான். எனக்கு எதைச் சொல்லுவது, எந்த அளவுக்குச் சொல்வது என்று குழப்பமாயிருந்தது. இந்தச் சிக்கலின் இடையில் அவன், யாரோ ஒரு பையன் அவனது வகுப்புத் தோழியொருத்தியை இடைமறித்து அடாவடியாக முத்தமிட்ட கதையை தாய்க்குச் சொல்லிக்கொண்டிருப்பதும்

காதில் வந்து விழுந்தபோது, எப்படி 'ஜ' குறித்துச் சிந்திக்காது இருக்க முடியும்.

'ஜ' வை அழைத்துச் சுகம் விசாரிக்கலாம் போலத் தோன்றிற்று.

'ஜ'விற்கு அறுபதைத் தாண்டியிருக்குமல்லவா? முகப்பூச்சும் உதட்டுச் சாயமும் தலைமுடிக்குப் பூசப்பட்ட கம்மென்ற கறுப்பும் அவளுடைய வயதை என்னவாகக் காட்டும் இப்போது? நெஞ்சுப்பகுதியின் சுருக்கங்கள் கழுத்தைத் தாண்டி ஏறியிருக்குமல்லவா, தொண்டையின் இரு நரம்புகளுக்கிடையே தோல் மடிந்து உள்ளேறியிருக்குமோ? அல்லது இந்த எல்லா கற்பனைகளையும் தாண்டி, அவளுடைய கடந்த பத்துப் பன்னிரண்டு வருட மகிழ்வும் நிறைவும் அவளுக்கு வயதை மீட்டுக் கொடுத்திருக்கலாமல்லவா? எப்போதும் இதயத்தால் சிரித்துக்கொண்டிருப்பவள் அல்லவா 'ஜ', அதன் அழகு முகத்தில் பொலியத்தானே வேண்டும். அவள் இப்போதும் *Mayfair superking*தானா புகைக்கிறாள். அல்லது என்னைப் போலப் புகையிலைக்கு மாறிவிட்டாளா? புகைத்தலை நிறுத்தி வருடங்களாகின்றன என்று சொல்லப்போகிறாளா? ஏகப்பட்ட கேள்விகள் ஆர்வமூட்டின.

அதிர்ஷ்டவசமாகத் தன்னுடைய பழைய தொலைபேசி இலக்கத்தையே இன்னும் பாவனையில் வைத்திருந்தாள் 'ஜ'. மறுமுனையில் மணி ஒலித்துக்கொண்டிருக்கும் இடைவெளியில் பழைய காயங்கள் ஞாபகம் வந்தன. அவளுடைய தற்போதைய நிறைவான வாழ்க்கை காயங்களின் உக்கிரத்தைத் தணித்திருக்கக் கூடும் என்ற நம்பிக்கையும் ஒருசேர இருந்தது. மறுமுனையில் இருந்து 'ற' என்று உற்சாகமான குரலில் கூவினாள் – இன்னும் எனது பெயரை அவளது தொலைபேசியில் சேமித்து வைத்திருந்தாள். மகிழ்ச்சி. . .

இலகுவாக ஞாபகப்படுத்தக்கூடிய, அவளுடைய மூன்று பூனைப் பிள்ளைகளினதும் பெயர்களைச் சொல்லிச் சுகம் விசாரித்தேன். இன்னும் அவற்றின் பெயர்களை நான் ஞாபகம் வைத்திருப்பதைத் தொட்டும் மகிழ்ந்தாள். பிறகு அவை மூன்றுமே இறந்துபோய்விட்டன என்று துயரப்பட்டாள். இப்போது ஐந்து பிள்ளைகள் உள்ளதாகப் பெயர் சொல்லி அழைத்தாள். என் மனைவி குறித்தும் புதிதாகப் பிறந்த இரண்டாவது மகள் குறித்தும் அதிகம் பேசிக்கொண்டாள். மகளுடைய பெயரை ஞாபகப்படுத்தச் சொல்லிக் கேட்டாள் – நான் கூறியபோது – "ஆமாம், ஏதோ கதையில் வரும் பெண் பாத்திரத்தின் பெயர் என்று சொல்லியிருந்தாயல்லவா?"

என்று தனது நினைவுகளிலிருந்து கண்டு சொன்னாள். வேலைத்தலத்தில் பழைய சகபாடிகள் யார்யார் இன்னும் பணிபுரிகிறார்கள் என்று கேட்டறிந்துகொண்டாள். சில வாடிக்கையாளர்கள் குறித்தும் பேசிக்கொண்டோம். காலத்தின் இடைவெளி எங்களிடையே கேள்விகளைக் குறைத்திருப்பதை நான் உணரத்தொடங்கிய போது, “நானே உன்னை அழைக்க இருந்தேன், உனக்கு ஆயுள் நூறு வருடங்கள். எனக்கு ஒரு உதவி வேண்டும், செய்வாயா?” என்றாள். “உனக்கு ‘கெ’யை ஞாபமிருக்கிறதா?, உயர்ந்து பருத்த வழுக்கையானவன், காலைவேளையில் கோப்பியும் செய்திப்பத்திரிகையும் வாங்க வந்துகொண்டிருந்தானல்லவா? கோப்பியின் விலை குறித்து எப்போதும் குறை கூறிக்கொண்டிருப்பானே! எப்போதும் அவன், மாற்றுத்திறனாளிகளுக்கான நிறுத்தத்தில்தான் அவனுடைய வாகனத்தை நிறுத்துவான் என்று நீ குறை கூறுவாயே, ஞாபகமிருக்கிறதா? அவனுடைய தொலைபேசி இலக்கத்தைப் பெற்றுத் தருவாயா? ‘ஹே’ துணைவனை விட்டும் பிரிந்துவிட்டாள், அவளுக்குத் தன்னுடைய பெண் பிள்ளையுடன் வசிக்க வீடு தேவைப்படுகிறது. ‘கெ’ வீடுகள் திருத்தம் செய்பவனல்லவா? அவனிடம் ஏதாவது வீடு வாடகைக்குக் கிடைக்குமா என்று விசாரிக்கவேண்டும். . .” அவன் கடந்தவருடம் இறந்துவிட்டான் என்று சொல்லக்கூட அவகாசம் தராமல் அவள் பேசிக்கொண்டேயிருந்தாள். அவள் பேச்சில் பதட்டமிருந்தது, அவசரமாகப் பேசினாள். அவள் மூச்சுவிட்ட இடைவெளியில் நான் பேச எடுத்தபோது, இடம்தராமல், ஏதோ ஞாபகம் வந்ததுபோல் அவள் மீண்டும் தொடர்ந்தாள். “கெ’யின் மகனைத் தெரியும்தானே, ஒருமுறை நத்தாருக்கு நமக்கு இனிப்புகள் வாங்கித் தந்தானல்லவா? அவனிடம் கேள். பாதுகாப்பான இடத்தில்தான் வீடு வேண்டும், ‘கெ’யிற்கு நல்ல வீடுகள் தெரியும், அவன் முன்பும் எனக்கு உதவியுள்ளான் – அங்குக் கடைசியாக நான் குடியிருந்த வீடும் அவன் ஏற்பாடு செய்து தந்ததுதான். ‘ஹே’ மகளுடன் தனியாக அல்லவா வசிக்கப்போகிறாள். . . உனக்கும் தெரியும் தானே எனக்கு நேர்ந்தது. . .” என்று கதையைத் தொடங்கியவள், திடீரென்று மின் இணைப்புத் துண்டிக்கப்பட்டதுபோல இருளானாள். அப்படியே மௌனமானாள். அவள் முனையில் இருந்து பதிலில்லை – நிசப்தம் நிலவியது – நான் அவளது கரங்களைப் பற்றிய அன்று காரினுள் நிலவியது போல நிசப்தம் – அவளுடைய கருஞ்சிவப்பு நிற உதடுகள் வார்த்தைகள் அற்று கன்ன ஓரங்களில் துடித்துக்கொண்டிருப்பதைக் கற்பனை செய்தேன். நிசப்தம் நிலவியது – நான் பொறுத்திருந்தேன் – பொறுத்திருந்தேன் – வெளியில் மழைபெய்வதுபோல ஒரு

தோன்றல். ஓரிரு நிமிடங்கள் கழித்து, "ஜ, இணைப்பிலிருக்கிறாயா. . . நான் பேசுவது கேட்கிறதா. . ." என்று வினவினேன்.

நிசப்தம். . .

"ஜ". . . "ஜ". . .

"ஜ". . .

பிறகு மெலிதாக ஒரு கேவல். . . தொடர்பிலிருந்து அறுந்து போகவில்லை என்று சொல்கிற மாதிரி. . .

பிறகு, நிசப்தம் பிறகும் நிசப்தம். . .

"ஜ". . .

"ஜ". . .

"ஜ". . .

தகனம்

ஸர்மிளா ஸெய்யித்

வாப்பாவின் வலதுகால் பாதத்தில் ஆணி ஏறியதிலிருந்து தொடங்கிய நடுக்கம். ஆற்றின் மேற்பரப்பில் மிதக்கும் நீர்வட்டம்போல வீட்டில் உள்ள எல்லார் மனத்திலும் ஒரு பதகளிப்பு. காலில் அணிந்திருந்த பாதணியவையே குத்திக் கிழித்துத் தோலைப் பதம் பார்த்திருந்தது ஆணி. வாப்பா வலி பொறுக்காமல் முனகிக் கொண்டிருந்தார். வாப்பாவின் முனகலையும் மீறி ஒலித்தது மற்ற எல்லாரது புலம்பல்களும்.

எவ்வளவு சொல்லியும் கேளாமல் வெளியேறிப்போய் காலில் ஆணியைக் குத்திக்கொண்டு வந்துவிட்டதாகப் புலம்பும் உம்மாவின் குரல் கூரையைக் கிழித்துக்கொண்டிருந்தது.

“எல்லாம் அந்த நரகல் பழக்கந்தான் காரணம். ஒரு நாள் சிகரெட் இல்லாட்டி என்ன ஆயிடப்போகுது ஹா. .”

“குமருப் புள்ளைகள் குழந்தைப் புள்ளைகள் இருக்கிறதைப் பத்திக் கொஞ்சமாவது யோசனை இருக்கா இந்த மனுசனுக்கு. . . யாரைப் பத்தியும் ஒரு அக்கறையுமில்ல. . . தான் மட்டும் சந்தோசமாக இருக்கணும்”

“இப்ப எதுக்குக் கிடந்து கத்துறாய். . . நானே நோவு தாங்கேலாமல் கிடக்கேன். .”

“அவ்வளவு சொன்னோமே...கேட்டீங்களா...பொம்பிளைச் சொல்லிக் கேட்கிறதா என்டுதானே திமிறாப் போனீங்க. .”

“சும்மா போடாப்பா. . . எவ்வளவு நாளாத்தான் வீட்டுக் குள்ளேயே அடைஞ்சி கிடக்கிறது. . ..”

“ஓ... இந்தக் கொஞ்ச நாள் வீட்டுக்குள்ள அடைஞ்சி கெடக்கிறதப் பத்திப் பேசறீங்களே... நாங்க வாழ்நாள் முழுக்கவும் அடைஞ்சிதானே கெடக்கிறம்...”

“நீ பொம்பிளை... ஆம்பிளை என்னையும் அப்படிக் கிடக்கச் சொல்றியோ...”

“ஆ... கொரோனா ஆம்பிளையாப் பொம்பிளையா என்டு பார்த்துத்தானே தாக்குது...”

“இவளொருத்தி நேரம் காலம் தெரியாமக் கத்துறாள்... ஆ” என்றபடி கால்களைத் தரையில் ஊன்ற முடியாமல் நொண்டிக்கொண்டு அறைக்குள்போய் மறைந்தார் வாப்பா.

மாடிவீட்டு மோகத்தில் எங்கள் ஊர் மக்கள் மூழ்கிக் கிடக்கிறார்கள். தெருவுக்குத் தெரு அங்கங்கு காங்ரீட் பலகைகளைக் கழற்றிக் குவித்துக் கிடப்பது இப்போதெல்லாம் சாதாரண காட்சிகள். நகரசபை குப்பை அள்ளும் மெசின்களும் வாரத்திற்கு ஒன்றோ இரண்டு முறைகள்தான் வரும். அதுவரைக்கும் இப்படித்தான் யார் கால்களையாவது குத்திப் பதம் பார்த்தபடி றோட்டுக்களில் குவிந்து கிடக்கும் காங்ரீட்டிலிருந்து கழற்றிய பலகைகள்.

ஆணி குத்தியதுமே மருத்துவமனைக்குப்போய் மருந்து கட்டிக் கொண்டுதான் வீட்டுக்கு வந்தார். காயத்துடன் வீட்டுக்கு வந்தால் எல்லாரும் அவரைக் குதறக்கூடும் என ஊகித்திருப்பார். நான்காயிரத்து ஐநூறு ரூபாச் செலவில் நீரிழிவு நோயாளிகள் பயன்படுத்தும் பாதணியை அவருக்கு வாங்கிக் கொடுத்திருக்கிறோம். முன்பொருமுறை வலது காலின் பெருவிரலில் ஒரு சிறுகாயம். எப்படி என்று அவருக்கே தெரியாதபடியாக ஏற்பட்டு வெடித்த மீன் குஞ்சைப்போலக் கால்விரலை அழுகச் செய்துவிட்டது. மட்டக்களப்பு போதனா வைத்தியசாலையில் கால்விரலை வெட்டி எறியப் போவதாக அறிவித்தார்கள். பதறிடியத்துக் கொண்டு அவரை அங்கிருந்து டிஸ்சார்ஜ் பண்ணிக் கொழும்புக்குக் கூட்டிச் சென்று தனியார் மருத்துவமனையில் சிகிச்சையளித்துக் கால்நகத்தைக்கூட வெட்டி நீக்காதபடி காப்பாற்றினோம். அரச மருத்துமனைகளிலும் இதேபோன்ற நோயாளிகளின் உச்சபட்ச நலன்களை மதிக்கும் ஒரு சேவையைத் தந்தால் எவ்வளவு நன்றாக இருக்கும் என்று யோசிக்கச் செய்த தருணங்கள் அவை. சுமார் இரண்டு மாத சம்பளத்தினை முழுமையாக வாப்பாவின் காலுக்குச் சிகிக்கையளிக்கப் பயன்படுத்தியிருந்தேன். இதே சிகிச்சையை அரச மருத்துவமனைகளில் தருவதற்கான

அத்தனை வசதிகளும் இருக்கின்றன. நல்ல திறமையான மருத்துவர்களும் உள்ளார்கள். ஆனாலும் தனியார் மருத்துவ மனைகள்தானே மருத்துவர்களின் பாக்கட்டுக்களை நிரம்பி வழிய வைக்கின்றன. வங்கிக் கணக்குகளை நிரப்பி சிறிய பெரிய முதலீடுகள் செய்வதற்கான முழுப்பணத்தையும் தருகின்றன. ஏழை எளிய மக்கள் இறைவனுக்கு அடுத்தபடியாக மருத்துவர்களில்தான் நம்பிக்கை வைக்கிறார்கள்.

நீரிழிவு நோயாளர்களுக்கு உண்டாகும் காயங்களுக்கு மட்டுமே சிகிச்சையளிக்கும் அந்த மருத்துவமனையில்தான் தற்காப்புப் பாதணிகளை வாங்கித்தந்ததுவும். கொஞ்சம்கூடச் சுய அக்கறையில்லாத மனிதராக இருப்பதில் அப்படியென்ன திருப்தியோ, அதனைப் போட்டுக்கொள்வதில் அவர் ஆர்வமே காட்டவில்லை. சாதாரண சப்பாத்தைக் கிழித்துக்கொண்டு ஆணி காலைக் குத்தியதுபோன்று அந்தப் பாதுகாப்பான பாதணியை அணிந்திருந்தால் குத்தியிருக்காது.

“அவருக்கு யாரைப் பற்றியும் அக்கறையில்லை” உம்மா அடிக்கடிச் சொல்கின்ற குற்றச்சாட்டைவிட அவருக்கே அவரில் அக்கறையில்லை என்ற குற்றச்சாட்டுத்தான் பொருத்தம் என்பதையே வாப்பா பலமுறை நிரூபித்திருக்கிறார்.

கொரோனா வைரஸ் பரவல் பற்றிய அறிவித்தல்கள் எப்போது வரத்தொடங்கியதோ அப்போதிருந்தே வீட்டுக்குள் ஓயாத சண்டைதான். வெளியே போகவேண்டாம் என்று உம்மா சொல்வதும், சென்றுவிட்டால் வாசலிலேயே நின்று குளித்து, உடுப்புகளை மாற்றிக்கொள்ளக் கேட்கும்போது வாப்பா மறுப்பதும் என்று ஒரே அமளி. முகக்கவசம், கைகளைச் சுத்தம் செய்வதற்கான சானிட்டைஷர் இதெல்லாம் சட்டைப் பைக்குள் வைத்துக்கொண்டு உபயோகிக்காமலேயே வீடு திரும்பும் வாப்பாவைக் காணும்போது உம்மா எரிச்சலின் உச்சத்திற்குப் போனார்.

வயது அறுபத்தைந்து தாண்டினாலும் பிடிவாதம் குறைந்தபாடில்லை. வாழ்ந்து கெட்ட மனிதர் என்ற பெயரைச் சம்பாதித்தது தவிர அவர் சாதனைகள் என்று சொல்வதற்கு ஒன்றுமில்லை என்பதே உம்மாவின் வாப்பா பற்றிய அபிப்பிராயம்.

“உங்க வாப்பாட நல்ல காலம் அவர் என்னைக் கல்யாணம் பண்ணிக்கிட்டார். வேறு பொம்பிளை என்டால் எப்பயோ செருப்பால் அடித்துக் கடப்பால் துரத்தியிருப்பாள். அல்லாஹ் வுக்கும் கல்புக்கும் பயந்து பொறுத்துக் கிடந்தே காலம் ஓடிட்டு”

அடிக்கடி இப்படிச் சொல்லிப் பெருமூச்சுவிடுகின்ற உம்மாவைப் பச்சாதாபத்தோடு பார்த்துக்கொண்டிருப்போம்.

வாப்பா கடுமையான உழைப்பாளி. மீன் வியாபாரம்தான் அவர் தொழில். ஒரு காலத்தில் கை நிறையச் சம்பாதித்தவர். தனக்குப் பிடித்த சௌகரியமான சொகுசு வாழ்க்கையையே வாழ்ந்தார். வீட்டைக் குடும்பத்தைப் பிள்ளைகளைக் கவனிக்க வில்லை என்று குற்றஞ்சொல்லிக் கொண்டேயிருப்பார் உம்மா. வாப்பாவுக்கு நண்பர்கள் அதிகம். நட்புக்காக எதுவும் செய்வார். உழைப்பில் பெரும்பகுதியை அவர் நண்பர்களுக்கே தந்தார். வாப்பா ஒரு எம்ஜிஆர் இரசிகர். எம்ஜிஆர் நடித்த படங்களை எல்லாவிதப் புதிய திரைகளிலும் இரசிக்க விரும்பிப் புதியபுதிய டிவிகள் சந்தைக்கு வரும்போது எப்பாடுபட்டாவது வாங்குவார். தர்மம், நியாயம் பற்றியெல்லாம் எம்ஜிஆர் பேசுகின்ற வசனங்கள் எல்லாம் அவருக்கு மனப்பாடம். எந்நேரமும் எம்ஜிஆர் நடித்த திரைப்படங்களில் இடம்பெற்ற பாடல்களை ஒலிக்கவிட்டுக் கேட்டுக்கொண்டிருப்பார். எம்ஜிஆர் நடித்த படப் பாடல்கள் அடங்கிய ஒலிக்கோப்புகளை வாங்கிச் சேர்த்தார். எங்கள் ஊருக்கு முதன்முதலாக மின்சாரம் வந்தபோது, எங்கள் பகுதியில் நம்ம வீட்டில்தான் முதல் மின்குமிழ்கள் எரிந்தன என்பார் உம்மா. முதன்முதலில் கறுப்புவெள்ளைத் தொலைக்காட்சி, முதன் முதலில் வர்ணத் தொலைக்காட்சி என்று வாப்பாவின் நுகர்வு சாதனைகள் நீளும்.

இப்படி எல்லாமே முதன்முதலாகச் செய்து பார்க்கும் சாகச எண்ணம் கொண்ட வாப்பா உம்மா மனத்தில் முதலிடத்தைப் பிடிக்கத் தவறியேவிட்டார்.

மாரடைப்பு உண்டாகி நோய்கள் பலவும் உடலுக்குள் குடியேறியபிறகு நாங்கள் யாரும் அவர் மீன் பெட்டியை ஏற்றிக்கொண்டு கடலுக்கும் சந்தைக்கும் சவாரி ஓடுவதை விரும்பவில்லை. அவரது மருத்துவச் செலவுகள் எல்லா வற்றையும் பொறுப்பேற்றோம். கைச்செலவுக்குப் பணம் தந்தோம். என்ன செய்தும் அவர் திருப்தியடைந்தாரில்லை. “எனக்கென்று நாலு காசு வேணும்” என்று சொல்லிக்கொண்டு தினமும் கடலுக்கும் மீன் சந்தைக்கும்போய் வந்தார். அவர் எவ்வளவு உழைக்கிறார், என்ன செய்கிறார் என்று உம்மாவோ நாங்களோ கேள்வி கேட்பதில்லை. அவரைக் கண்காணிப்பதோ கேள்வி கேட்பதோ அவருக்குப் பிடிக்காது. ஆனால், மருந்து வாங்கவும் மருத்துவமனைக்குப் போகவும் எங்களிடம்தான் காசு கேட்பார்.

“ஏதோ அரசாங்க உத்தியோகத்தராட்டம் விடிஞ்சதும் எழும்பி ஓடுறீங்களே. . . ஆபிஸ் சாவி ஒங்களுக்கிட்டயோ”

ஒரு நாள் உம்மா இப்படிக் கேலியாகச் சொல்லப்போய் ஏரியாவுக்கே கேட்க பீறிட்டுக் கத்தினார் வாப்பா. இந்தச் சம்பவத்திற்குப் பிறகு வாப்பாவைக் குறித்துக் கிட்டத்தட்டப் பேசுவதையே நிறுத்திவிட்டிருந்தார், உம்மா.

கொரோனா சமூகத் தொற்று இடம்பெறுவதாக மீன்சந்தைகள் அனைத்தையும் மூடினார்கள். செய்தி களையும் அரசாங்க அறிவித்தல்களையும் கொஞ்சமும் பொருட்படுத்தாமல் வாப்பா பாட்டுக்கு வெளியே திரிந்து கொண்டிருந்தார். அவரது நண்பர்கள் இருவரைப் பிடித்துக் கொண்டுபோய்த் தனிமைப்படுத்தியிருப்பதை அறிந்தபோது உம்மா கடுமையாகச் செயற்பட்டுத்தான் வாப்பாவை வீட்டுக்குள் முடக்கிப்போட்டார்.

“இஞ்சப்பாருங்க. . . நீங்க இப்பிடியே தன்னிச்சையாச் சுத்தித் திரிந்தால் நானே பிஎச்ஐக்குக் கோல் பண்ணிச் சொல்லிருவேன். .”

“வெளிய சுத்தித் திரிவதில்தான் மனச் சந்தோசம் இருக்குதென்டால், வீட்டுக்கே வராதீங்க. . . வெளியவே சுத்தித் திரிந்திட்டு, றோட்டில படுங்க”

இந்த வார்த்தைகள் எல்லாம் அவ்வளவு சுலபமாக உம்மா வாயிலிருந்து வந்துவிழுந்தன. வாப்பாவை இந்தளவு கட்டுப்படுத்தும் அதிகாரம் உம்மாவின் கைக்கு எப்படி வந்திருக்கும் என்கிற வியப்பில் அகலத் திறந்த கண்கள் இமைக்க மறந்தன.

எங்களுக்குத் தெரிந்து வாப்பாவை உம்மா வெறுத்தார். வாப்பாவுக்கு முதன்முறையாக மாரடைப்பு வந்தபோது, அவருக்கு பைபாஸ் சர்ஜரி செய்வதற்காகத் தனது உழைப்பில் சிறுகச்சிறுகச் சேர்த்து வாங்கிப்போட்ட வீட்டை நகைகள், காணிகளை விற்கத் தயாராக இருந்தவர்தான் உம்மா. இந்த இடைவெளி எங்கிருந்து ஆரம்பித்தது என்பதற்கான ஒரு நேர்கோட்டைக் கண்டறிவது அவ்வளவு எளிதில்லை. இதுவொரு வேரோடிய வெறுப்பு.

வாப்பாவின் விடாப்பிடியான கொள்கைகள் பிடிமானங்கள் பலவும் உம்மாவைத் தொந்தரவு செய்யக்

கூடியவையாகவே இருந்தன. நீரிழிவு, காலஸ்ட்ரால் நோய்கள் பாதிப்புள்ளவர், வாப்பா. உப்பு, காரம், புளி, இனிப்பு இவை எல்லாவற்றையும் கவனமாகச் சேர்த்துச் சமைக்கும் உணவு தனது சுயஆரோக்கியத்திற்காகத்தான் என்பதைக்கூட ஏற்றுக் கொள்ளாமல் உப்பில்லை, புளியில்லை என்று சண்டைக்கு நிற்பார்.

“வேறொன்றுமில்லை. . . ஆம்பிளைத் திமிர்” என்று முணுமுணுத்துக்கொண்டே மீண்டும் அந்தக் காற்று நுழையாத சமையலறைக்குள் புழுங்கி நின்று அவருக்காக மட்டும் உம்மா சமைத்துக்கொண்டிருப்பதைக் காண அவ்வளவு ஆத்திரம் வரும். சுடுதண்ணிக்கூட வைக்கத் தெரியாத வாப்பா எந்நேரமும் உம்மாவை வேலை சொல்லிக் கொண்டேயிருப்பார். அவர் உடல் நலத்திற்கு எதெல்லாம் கூடாதென்று மருத்துவர்கள் சொல்வார்களோ அதையெல்லாம் தின்றே ஆகணும் என்று பிடிவாதம் செய்வதை வழக்கமாகக் கொண்டிருந்தார்.

“உனக்கென்ன, மௌத்திலிருந்து என்னைக் காப்பாத்தவா ஏலும். . . போறதுந்தான் போறம் நாவுக்குப் பிடிச்சதைத் தின்டுட்டுப் போக உடேன்”

“நீங்க போறதைப் பத்தி யாருக்கென்ன. . . இங்க ஒருத்தரும் கட்டி ஆள வரல்லை... ஒரேயடியாப் போய்ட்டாப் பரவால்லை... பாயோட பீயோட கிடந்து அழுந்தினா யாருக்குக் கஸ்ட்டம். . .”

பழுத்த இலை நிலத்தைச் சேர்வதைப்போல உம்மாவின் சொற்கள் சர்வ நிச்சயமாக ஒலிக்கும். இந்தச் சொற்களுக்காக உம்மா சங்கடப்படவில்லை. இந்தச் சொற்கள் எங்கிருந்து வருகின்றன என்பதைப் பற்றிக்கூட உம்மா தெரிந்துகொள்ள விரும்பவில்லை. அவை உம்மாவுக்குள் இருந்த சொற்கள்தான். எப்போதாவது வெளியே கொட்டப்படுவதற்காகவே காத்திருந்த சொற்கள். இனி அவைத் திரும்பிச் செல்லாது. அவர்களுக்கு நடுவே உறுதியாக உட்கார்ந்துகொண்டிருந்தன இந்தச் சொற்கள். நாற்பது ஆண்டுகள் எப்படித்தான் இவர்கள் ஒரே கூரையின் கீழ் வாழ்கிறார்கள் என்று தோன்றுகின்ற ஆச்சரியமான தருணங்களில் அந்தக் கேள்வியை அவர்களிடமே கேட்டுவிடுவோம். உம்மா சலனமே இல்லாமால் சொல்லுகின்ற பதில் இதுதான்.

“குடும்ப வாழ்க்கை என்ன என்று தெரியுறதுக்குள்ளேயே ஒன்றுக்கு ரெண்டு புள்ளைகள் பிறந்திடுது. . . அதுக்குப் புறவு

இந்த நாறிப்போன சமூகத்துக்காக அப்படியே போறதான். . . இங்க எல்லாரும் அப்பிடித்தான். . .”

நெடுங்காலமாக வாப்பாவை அவர் போக்கிலேயே விட்டுவிட்டுத் தானும் தன் பாடுமாக இருந்தே பழகிப்போனார் உம்மா. நல்ல ஆரோக்கியமாக ஒரு சமையல் செய்துவைத்தால் பூகம்பம் வெடிக்கும் என்று தெரிந்து, நல்லபடியாக எலுமிச்சம் பழச் சாற்றைப் பிழிந்துவிட்டுத் தேங்காய்ப்பாலில் மீன் சொதிவைத்தோ, கீரைகளைக்கூடச் சுண்டல் செய்யாமல் தேங்காப்பால்விட்டு ஆணம் காய்ச்சி வைத்தோ வாப்பா வாயை அடைத்துவிடப் பழகிவிட்டிருந்தார் உம்மா. தேக ஆரோக்கியம் பற்றிக் கிஞ்சித்தும் அக்கறைப்படமாட்டார் வாப்பா. நாக்கு ருசியில் மட்டுமே அக்கறைப்பட்டார். நாங்கள் அறிந்து வாப்பா எங்கேயும் விருந்துக்குப் போகமாட்டார். உறவினர்கள், நண்பர்கள், அயலவர்கள் வீடுகளில் கல்யாணம், விருந்து என்றாலும் முகத்தைக் காட்டிவிட்டுச் சாப்பாட்டுக்கு வீட்டுக்கே ஓடிவருவார். இதனால், உம்மாவும் கல்யாணம், விருந்துகளுக்குச் செல்லமுடிவதில்லை.

உம்மாவும் வாப்பாவும் கலகலப்பாகப் பேசியோ ஒன்றாகச் சேர்ந்து ஒரு பயணம் போயோ நாங்கள் பார்த்ததில்லை. ஊரில் வாப்பா பெரும்பாலும் எல்லாருக்கும் பிடித்த மனிதர். வாக்குத் தவறாத நேர்மையான மனுஷன் என்று எல்லாரும் அவரை மெச்சினாலும், உம்மாவின் மனத்தை எந்த வகையிலும் கவர முடியாத ஒரு மனிதராகவே அவர் இருந்தார். உம்மாவின் விலகல் வாப்பாவை எந்த வகையிலும் வருத்தியதாகத் தெரிந்ததும் இல்லை.

கடைசித் தங்கைக்கு முப்பது வயதாகிறது. அவள் பிறந்த போதிருந்தே அவர்கள் தனித்தனி அறைகளில்தான் படுத்துக் கொள்கிறார்கள். இந்தச் சிக்கலான உறவு பற்றிப் பலவித குழப்பங்கள். உம்மா வெறும் ஒரு வேலைக்காரியாகவே வாழ்ந்து கொண்டிருக்கிறார். சமையல்காரி, துணி துவைக்கிறவள், வீட்டைத் துப்புரவாக்குகிறவள் போன்ற காரியங்களை உம்மா எந்தவித அலுப்புச் சலிப்பும் இல்லாமல் தினமும் செய்கிறார். நாற்பது ஆண்டுகளுக்கும் மேலாக இதுதான் அவர் அன்றாடம் செய்கின்ற பணிகள். அவரது உடல், மனம், பொருள் எல்லாமே இப்படியே வாழப் பழகிவிட்ட ஒரு சக்கரம்போலச் சுழன்றுகொண்டிருக்கும். எங்களுக்கு அவர் மிகச்சிறந்த தாயாகத் தெரிந்தார். வாப்பாவில் இருக்கும் ஏமாற்றம் கோபம் அதிருப்தி போன்ற எதொன்றையும் எங்களில் திணிக்க முயன்றதாகக்கூட நாங்கள் உணர்ந்தது கிடையாது.

இந்த ஒழுங்கிற்குள் இவ்வளவு சிறப்பாகத் தன்னை எப்படி உம்மா இணைத்துக் கொண்டிருப்பார் என்று வியப்பாக இருக்கும். உம்மாவின் இந்த நிர்வாகத் திறன் துணிகரம் நிரம்பியது. தனது வாழ்வின் சக்கரத்திலிருந்து மிகத்தெளிவாக வாப்பாவை ஓரங் கட்டிவைக்கும் சாகசத்தைக் கனகச்சிதமாகச் செய்கிறார் உம்மா. சமையல், உடைகள் கழுவுதல், ஒழுங்கு படுத்தல், அறையைக் கூட்டித் துப்புரவாக்குதல் என்று முறைப்பாடுகள் இல்லாமல் பாராட்டையோ கௌரவத்தையோ எதிர்பார்க்காமல் உம்மா செய்கின்ற வேலைகளைக் குறித்து வாப்பா ஒரு நாளும் அக்கறைப்பட்டவரோ மெச்சியவரோ இல்லை. இவை எல்லாம் எப்போது எந்நேரத்தில் நடக்கின்றன என்றுகூடத் தெரியாமல் வாப்பா தனியொரு உலகத்தில் வாழ்ந்து கொண்டிருக்கிறார்.

உலக ஒழுங்கையெல்லாம் குழப்பிப் போட்டு விளையாடும் கொரோனா வைரஸ் எங்கள் வீட்டுக்குள்ளும் புகுந்து பில்டிங் ப்ளாக்ஸ் விளையாடத் தொடங்கியபோது உம்மாவின் கைகளில் வாப்பாவை அடக்கும் அங்குசமே வந்துவிட்டாற்போல ஒரு பெரிய மாற்றம் நிகழ்ந்தது.

உம்மாவுக்கு வீசிங் பிரச்சினை. கொரோனா ஐம்பது வயது கடந்த முதியவர்களைத்தான் அதிகம் தாக்குகின்றது என்பதும், மூச்சுத் திணறல் உயிரைப் பறிக்கும் ஒரு விளைவாக இருப்பதாகச் சொல்லப்படுவதும் உம்மாவைப் பீதிகொள்ளச் செய்திருப்பவற்றில் முதன்மைக் காரணம். கொரோனா தொற்றினால் இறந்துபோகும் முஸ்லிம்கள் ஜனாசா கட்டாய எரிப்பு ஏற்படுத்தியிருக்கும் கலக்கங்கள் இன்னொரு காரணம்.

“மரணம் என்பது விடுதலை. அப்படிப்பட்ட மரணத்திற்குப் பிறகு நம்மை எரித்தாலென்ன புதைத்தாலென்ன” தங்கை இப்படிக் கேட்டதும் உம்மா அழுதேவிட்டார்.

“ஒரு ஜனாசாவைப் பூப்போலத்தான் கையாளணும். சந்தனம், பன்னீர் நல்ல நறுமணம் கலந்த தண்ணீரால் பிறந்த குழந்தையைக் கழுவுவதுபோல மென்மையாகக் குளிப்பாட்டிக் கபனிட்டு, அந்த உடலின் இயல்பான சூடு ஆறுவதற்குள் அடக்கம் பண்றதுதான் நம்மட பண்பாடு. மையத்திற்கு ஒரு எறும்பு கடித்தாற்கூட வலிக்கும். உயிர் பிரிந்தாலும் அந்த உடலின் ஆத்மாவை வேதனைப்படுத்தாமல் சங்கையாக இந்த வாழ்விலிருந்து மறுமை வாழ்வுக்கு அனுப்பிவைக்கவேணும். நம்மட மார்க்க நம்பிக்கைப்படி நெருப்பினால் ஒருவரைச் சுடுவது தண்டனை. நரகத்தில் எந்நேரமும் நெருப்பு எரிந்து கொண்டிருக்குமாம். பாவம் செய்தவர்கள் அந்த நெருப்பில்

கிடந்து அலறிக்கொண்டிருப்பார்களாம். அப்படிப்பட்ட தண்டனையை ஒரு ஜனாசாவுக்கு இந்தப் பூமியிலேயே தருவதென்பது மிகப்பெரிய கொடுமை. இந்தக் காலத்தில் எனக்கு மட்டுமில்ல... நம் யாருக்குமே மௌத்து வந்திடாமல் அல்லாஹ் காப்பாத்தணும்...இந்தக் கொடியவர்களின் பாவக் கரங்களில் அகப்பட்டுவிடாமல் கிருபைச் செய்யாரப்பே..."

உலகத்திலுள்ள அத்தனை நாடுகளும் கொரோனாவை சுகாதாரப் பிரச்சினையாகக் கருதி நிதானமாகக் கையாளும் போது நம்நாட்டில் மட்டும் இனவாதப் பிரச்சினையாகப் பார்ப்பதும் மக்கள் கலவரப்பட்டுப்போய் இருப்பதைப் பற்றியதுமான உரையாடல்கள் வீட்டுக்குள் சர்வசாதாரணமாக இடம்பெறத் தொடங்கின. எந்நேரமும் வீட்டுக்கு வெளியே இருப்பதையே சுதந்திரம் என்றும் தன்னை மகிழ்ச்சிப்படுத்தக் கூடியதென்றும் நம்பியிருந்த வாப்பாவும் மெல்ல மெல்ல எங்கள் உரையாடல்களில் இணைந்து கொள்ளத் தொடங்கினார். கொரோனா தொற்றாளர்கள் வீடுகளுக்கு இராணுவம் செல்கின்ற நடைமுறை எல்லாரையும் அச்சத்தில் பிடித்து வைத்திருப்பதையும் அது பற்றிய வேறு பல அரசியல் கதை களையும் பேசிக்கொண்டிருந்தபோது வாப்பா சொன்னார்.

"கோத்தபாயவுக்கு ஓட்டுப்போட்டப் பௌத்தச் சிங்களவர்களைச் சந்தோசப்படுத்தும் நரபலிதான் இது. மௌத்தாப்போன ஒருவரை மண்ணில் அடக்கம் செய்றதுதான் நம்மட பண்பாடு. முஸ்லிம்கள்ட கலாச்சார மத, உரிமையை இப்படிக் கடும்போக்குக் காட்டி அழிப்பதைப் பற்றி ஏனென்று கேட்கவும் நாதியற்ற ஒரு அநாதைச் சமூகம்தான் நாம இப்ப..."

"இருபது நாள் பச்சைப் புள்ளையைப் பத்த வச்சிருக்கானு களே... மனமெல்லாம் பதறுது... பச்சப் பாலகனை எரித்த பாவம் சும்மா விடுமா..."

உம்மாவும் வாப்பாவும் இப்படிப் பேசிக்கொண்டிருந் ததைக் காணுகையில் அவ்வளவு ஆறுதலாக இருந்தது. உம்மா தனக்கு இரவில் உறங்க முடியவில்லை என்று புகார் சொல்லிக்கொண்டிருந்தார். கொரோனா எப்போதுதான் நம்மை விடுவிக்குமோ என்று எங்கோ ஒரு திக்கை விறைக்கப் பார்த்தபடி சொன்னார்.

வீட்டுக்கு வெளியில் புறஉலகச் செய்திகளில் அவ்வளவு அச்சமும் பதட்டமும் குடிகொண்டிருக்கும் ஒரு காலத்தில் வீட்டுக்குள் உள்ளவர்களின் அக உலகில் தென்றல் உருவாகின்றது. மின்மினிப் பூச்சிகள் பறந்து திரியும் வெளிச்சத்தில் சொப்பனப் புன்னகைகள் இடம் மாறுவது

நிகழ்கின்றது. வாழ்வின் விநோதங்களை யாரும் எந்தச் சூழலும் வரையறுக்க முடியாது போன்ற புரிபடாத எண்ணங்களுடன் நித்திரைக்குச் சென்றோம்.

அன்றிரவு, வீடே ஆழ்ந்த உறக்கத்திலிருந்தது. வாதை நிரம்பிய குரலில் முனகியபடி தான் கதவருகில் நிற்பதை அவள் எப்படி அறிந்தாள் என்று ஆச்சரியப்படுவதற்கு முடியாதபடி வாப்பா எல்லையற்ற வேதனையில் துடித்துக்கொண்டிருந்தார்.

வாப்பாவுக்கு என்ன நிகழ்ந்துகொண்டிருக்கின்றது என்று தெரியாமலேயே துக்ககரமான பார்வையுடன் அரைத் தூக்கத்தில் நாங்கள் நின்றுகொண்டிருந்தோம். உறங்கச் சென்றபோதிருந்த நம்பிக்கைகள் எல்லாம் உதிர்ந்து விட்டிருந்தன. அவரது சட்டையணியாத உடலும் முகமும் வியர்வையில் பூத்துப் போயிருந்தது. நெஞ்சைப் பிடித்தபடி முனகிக்கொண்டிருந்தார். வாப்பாவின் முனகல் சத்தம் மெல்லமெல்லக் கூடியபோது பதறிப்போனோம்.

“ஹாஸ்பிடலுக்குப் போகலாம்” என்ற ஆலோசனையை உம்மாவும் வாப்பாவும் பதறியடித்துக்கொண்டு மறுத்தார்கள்.

“கொரோனாவே இல்லாமல் மௌத்தாப்போன முஸ்லிம்களிட ஜனாசாக்களையும் பத்தவைக்கிறாங்களாம்..”

ஹீனமான குரலில் வாப்பா சொன்னார்.

“வீட்டிலேயே மௌத்தாப் போனாலும் பிஎச்ஐயும் பொலிசும் வந்து மையித்தை எடுத்துப் போய்விடுவார்கள். இதுக்கெல்லாம் பயந்து நோயைக் குணப்படுத்தாமல் இருக்கலாமா. . .” என்றாள் தங்கை.

என்ன சொல்லியும் மருத்துவமனைக்குச் செல்வதற்கு வாப்பா இணங்கவில்லை. இடையிடேயே நுரைநுரையாக வாந்தியெடுக்கவும் ஆரம்பித்தார். இடுப்பைப் பிடித்துக்கொண்டு ஓங்காரக் குரலில் கத்திக்கொண்டு நுரையைக் கக்கினார். பயத்தை முதன்முதலில் சந்தித்துவிட்ட ஒரு சிறிய மனிதராக வாப்பா தெரிந்தார்.

உம்மாவையே பார்த்துக்கொண்டிருந்தேன். ஒருவேளை வாப்பா இறந்துவிட்டாரென்றால் என்ன செய்வதென்ற யோசனையை என்ன செய்தும் ஒதுக்க முடியவில்லை. கொரோனா தொற்றில் இறக்கும் முஸ்லிம்களின் ஜனாசாக்களை எரிப்பதற்கு எதிராக பொதுமக்கள் தாக்கல் செய்த வழக்கை உச்சநீதிமன்றம் விசாரிக்க மறுத்துவிட்டது. பாதிக்கப்பட்ட மக்கள் இறுதியாகச் சரணாகதி அடைகின்ற

நம்பிக்கை வைக்கின்ற இடம் நீதிமன்றங்கள். நீதிமன்றங்களே நீதியை மறந்தவொரு நூற்றாண்டில் வாழும் வினோத மனிதர்களாக உறைந்துபோய் நிற்கின்றோம். இன, மத, தேசிய, ஏகாதிபத்திய பாசிஸ்டுகளின் கரங்களில் அதிகாரம் இருக்கின்ற போது எளிய மனிதர்களின் வாழ்வு வெறும் பகடை.

நீரிழிவு, மாரடைப்புக் காரணங்களால் மௌத்தான முஸ்லிம்களின் ஜனாசாக்களையே "கொவிட் சந்தேக மரணம்" என்று எரிக்கும் இனவாதப் பேயாட்டத்திலிருந்து வாப்பாவின் மையித்தைக் காப்பாற்ற என்ன வழி என்றே திரும்பத்திரும்ப யோசித்துக் கொண்டிருந்தேன். அந்த விசித்திரமான எண்ணம் தோன்றியது. வாப்பாவின் உடலை அப்படியே குளிர்சாதனப் பெட்டியில் வைத்து மூடிவிடலாம். குசினியில் இருக்கும் குளிர்சாதனப் பெட்டி நல்ல பெரிது. ஆறு ஆடி உயரமிருக்கும்.

வாப்பாவின் தோள்பட்டையில் அசாதாரணமாக அடர்ந்த ரோமக்கற்றைகளைப் பார்த்தேன். தோள் அருகே மெதுவாகக் கைகளைக் கொண்டுபோனேன். வாப்பாவின் தோள் ஐஸ் போலச் சில்லென்றிருந்தது. அசாதாரண எண்ணங்களுடன் அவரைச் சூழ்ந்து நின்று வேடிக்கைப் பார்த்துக் கொண்டிருந்தோம்.

கொஞ்ச நேரத்தில் வாப்பா, சுமாராக உணரத் தொடங்கினார். அவரது மூச்சு "உஷ் உஷ்" என்று ஊதித் தள்ளுவது குறைந்தது. கண்களை மூடித் தூங்கத் தொடங்கினார். நாங்கள் ஒவ்வொருவராக அவ்விடம் நீங்கி அறைகளுக்குள் இயந்திரத்தனமாக நகர்ந்தோம். உம்மா மட்டும் அங்கேயே நின்றிருந்தார். அவர் முகத்தில் எந்த அறிகுறிகளும் இல்லை. உறக்கத்திலிருக்கும் வாப்பாவின் முகத்தையே நிச்சலனமாகப் பார்த்தபடி நின்றிருந்தார்.

பொருளற்ற இரவு விடிவதற்கு முன்பே உம்மா என்னை அழைத்தார். திடுக்கிட்டு வாறிச் சுருட்டிக்கொண்டு படுக்கையிலிருந்து எழும்பினேன். சுருண்டு கிடந்த தாவணியை எடுத்துத் தோளில் போட்டுக்கொண்டு உம்மாவைப் பார்த்தேன். அவர் முகம் சிவந்துபோய் இருந்தது. அடக்கிவைத்திருக்கும் துக்கத்தின் நிச்சயமான அறிகுறி உம்மாவின் முகத்தில் தெரிந்தது. அவரை எதுவும் கேளாமல் வாப்பாவைப் பார்க்க அவர் அறைக்கு ஓடினேன்.

வாப்பா குறட்டைவிட்டுத் தூங்கிக்கொண்டிருந்தார். அவரைப் பற்றி எங்களுக்கிருக்கும் அபிப்பிராயங்கள் குறித்த அக்கறையேயில்லாத அஜாக்கிரதையான அவரது முகத்தைக் கூர்ந்து பார்த்தேன்.

உம்மாவிடம் திரும்பி வந்தபோது நேற்றிரவு வாப்பாவை அவ்வளவு வருத்திய நோயின் காரணத்தைத் தான் கண்டறிந்து விட்டதாகக் கூறினார்.

"அதனை வாங்கித் தந்தால்தான் இந்த ஆளை வீட்டில் பிடித்து வைத்திருக்கலாம். பைத்தியம் பிடித்துத் தெருவுக்கு ஓடி நம் எல்லார் மரியாதையும் காற்றில் பறக்க முதல் அந்த இழவை வாங்கிக் குடுத்திடணும்"

இந்தச் சொற்களையெல்லாம் சொல்லிக்கொண்டிருப்பவர் உம்மாவேதானா என்பதை வியப்புடன் பார்த்தேன். என்னுடைய பதில்களைக் கொஞ்சமும் பொருட்படுத்தாமல் அவர் தொடர்ந்தபடியிருந்தார். தலை சுற்றியது.

"வாப்பாவைச் சுய அழிவிலிருந்து காப்பாத்துறது முக்கியமில்லையாம்மா. . ."

"இல்லை. . . அது இனிச் சாத்தியமேயில்ல மகள். . . அவர் இதிலிருந்து விடுபட மாட்டார். . .."

சர்வ நிச்சயமாகச் சொன்னார் உம்மா.

குறட்டைவிட்டுப் படுத்துக்கிடந்த வாப்பா எப்போது எழுந்து அந்த இடத்திற்கு வந்தார் என்று தெரியவில்லை. கதவினருகே திடீரெனத் தோன்றினார்.

"நீ நினைக்கிறாப்போல அது போதை வஸ்து இல்ல மகள். . . வலி நீக்குகிற ஒரு மருந்து. . . வாங்கித் தந்திடு மகள். . . நான் வெளியே போய் நாலு காசு தேடினால் உன்னைக் கேட்பேனா. . . இவ்வளவு காலமும் கேட்டேனா, உடம்பெல்லாம் நடுங்குது மகள். . . அது இல்லாட்டி இந்த உடம்பு சரிஞ்சிடும் மகள். பைத்தியம் புடிச்சிடும் "

வாப்பாவின் இந்தச் சொற்களில் தெரிந்த பாசாங்குத் தனமான ஒரு கலக்கத்தை உணர்ந்துகொண்டு சொன்னேன்.

"இந்த லாக்டவுண் காலத்தில் மக்கள் ஒருவேளை சோத்துக்கு வழியில்லாமல் திண்டாடுறாங்க. . . உங்களுக்கு எல்லாம் காலடியில் கிடைத்தும் தலையில் தூக்கிவைக்காத குறையாக நாங்க உங்களைக் கவனித்தும். . . கொஞ்சமும் கூச்சமில்லாமல் 'அபின்' வாங்கிக் கேட்கிறீங்க. ."

பாசத்தோடும் கொஞ்சம் அவமானத்தோடும் வாப்பா என்னைப் பார்த்தார்.

"இந்தப் பழக்கத்திலிருந்து வெளிய வாறதுக்கு இது நல்ல சந்தர்ப்பம். . . ஒரு நல்ல டாக்டரைப் பார்ப்போம். ."

ஒரு குழந்தைக்குப்போல மென்மையான குரலில் சொன்னேன்.

“நானும் விடத்தான் முயற்சி செய்றன் மகள். . . கொஞ்சம் கொஞ்சமாத்தான் விடணும். . . இப்பல்லாம் முன்னயப்போல எடுக்கிறல்ல. . .”

எதுவும் பேசாமல் என்ன பேசுவதென்றும் தெரியாமல் அவரையே வெறித்தபடி நின்றேன்.

“இது போதையில்ல மகள். மருந்து. . . என்ட உடம்புல இருக்கிற எல்லா நோய்க்கும் நல்ல நிவாரணி இது மட்டுந்தான்! நீ டாக்டர்ட கூட்டிப்போனால் செத்திடுவேன், ஊட்ட உட்டு ஓடிடுவேன். . .”

“போங்க! எப்பிடியோ போங்க!” கத்தினேன்.

அங்கே நிற்கப் பிடிக்காமல் கோபமாக அறையை விட்டு வெளியேறினேன். அங்கேயே மௌனமாக உறைந்திருந்த உம்மா மீது என்றுமில்லாத பச்சாதாபம் உண்டானது.

அபின் தயாரிப்பதாகவோ விற்பதாகவோ சந்தேகித்துப் பாய்ந்து சுற்றி வளைத்துச் சில வீட்டுப் பெண்களைக்கூட போலிஸ் கைது செய்து கொண்டுபோகும் சம்பவங்கள் ஊரில் அடிக்கடி நிகழும்போது இந்த வலையில் திட்டமிட்டுப் பெண்களை வீழ்த்தி வைத்திருக்கும் ஆண்களில் அவ்வளவு ஆத்திரம் உண்டாகும். அவர்கள் மண்டையைப் பிளந்தால்கூடத் தவறில்லை என்று கொள்கைக்கு விரோதமான எண்ணங்கள் தோன்றும். வாப்பா இப்படியொரு பழக்கத்தில் ஆட்பட்டுக் கிடக்கின்றார் என்று தெரியாமல் இருந்துவிட்ட குற்றவுணர்வு நெஞ்சுக்குள் ‘சுரீர்’ என்று வலியாகப் பரவியது. உம்மா இதெல்லாம் முன்பே அறிந்திருக்கக் கூடும் என்று தோன்றினாலும் அவரிடம் இதைப் பற்றிக் கேட்க விரும்பவில்லை. போராடிக் களைத்துப்போனவரைப் போலத் தெரிந்தது அவர் உருவம். அவர் மட்டுமே அறிந்து பொத்தி வைத்திருந்த இரகசியம் இப்போது வெளிச்சத்திற்கு வந்துவிட்ட அவமான உணர்விலா, தான் மட்டுமே நிகழ்த்திவந்த ஒரு உள்மனப் போராட்டத்திலிருந்து தப்பித்துவிட்ட விடுதலை உணர்விலா அவர் மௌனித்திருக்கிறார் என்பதை ஊகிக்க முடியவில்லை.

முப்பது நாட்களுக்குப் போதுமான அபினை வாங்குவதற்குக் குறைந்தது இருபதாயிரம் ரூபா வேண்டும் என்று வாப்பா சொல்லிக்கொண்டிருந்தபோது கால்களுக்குக் கீழே தரை நழுவிச் செல்வதுபோல இருந்தது. தினமும் எடுத்துக்

கொள்வதென்றால் அவர் எந்தளவு மூழ்கிவிட்டார் என்று புரிந்தது. உம்மா சொன்னதுபோல மீட்கமுடியாத ஆழத்திற்குத் தான் போய்விட்டாரா, வாப்பா?

குவைத்தில் இருக்கும் தம்பியை வாட்ஸ்அப்பில் அழைத்து இங்கு நடப்பதையெல்லாம் ஒப்புவிக்கத் தொடங்கினார், உம்மா.

நிரம்பிய குளத்தில் விழும் தடித்த மழைத்தூளியைப் போல உம்மாவின் அழுகை என்னை இழுக்க மீண்டும் அவர் பக்கமாகச் சென்றேன்.

"இங்க எல்லார் ஜனாசாவையும் பத்த வைக்கிறாங்கப்பா... என்டைக்கி இருந்தாலும் எல்லாரும் மௌத்தாப் போற நாமதான். . . இந்தக் கொரோனா காலத்தில வேணாம். . . பேரினவாதப் பிசாசுகள் வைக்கிற நரக நெருப்பில எரியக் கூடாது, யாருமே எரியக் கூடாது. . ."

பத்தாண்டுகளுக்கும் மேலாகத் தம்பி குவைத்தில் தொழிலில் இருக்கிறான். ஆண்டுக்கு ஒரு முறைதான் நாட்டுக்கு வந்து போவான். அவனுக்குப் பிள்ளைகள் குடும்பம் இருக்கிறது, அங்கென்ன காசு மரத்திலாக் காய்க்கும் என்றெல்லாம் சொல்லி மகனிடம் எந்தக் காரணத்திற்காகவும் பணம் கேட்காதவர் உம்மா. தம்பியே அனுப்புவதாகச் சொன்னாலும், "ரெண்டு பொம்பிளைப் புள்ளைகள்ட வாப்பா மகன் நீங்க. ." என்று ஞாபகம் ஊட்டுகிறவர்.

வாப்பாவுக்கு அபின் வாங்கித் தருமாறு மகனை அவர் கேட்டுக்கொண்டிருப்பது கனவில்போல் தெரிந்தது. உம்மாவின் குரலில் வெளிப்பட்ட நோய்மை ஒருவித சித்திரவதை எண்ணங்களைக் கிளறியது. வாப்பாவின் மௌத்தை இந்தக் கொடிய காலத்திலிருந்து தள்ளிவைக்கும் உத்தியின் நியாயங்கள் பற்றி உம்மா அக்கறையற்றிருந்தார்.

உம்மாவின் கையிலிருந்த போனைப் பிடுங்கி வாப்பாவும் பேசினார்.

"போக விடுறாங்களில்லை மகன். . . கொரோனா போய்ட்டென்றால் நாலு காசு தேட எனக்குத் தெரியும்... என்ட உடம்புல தெம்பு இருக்கிற வரைக்கும் உழைப்பேன். . . இப்ப மட்டும் உதவு மகன். . ."

மகனுடன் பேசி முடித்தபிறகு ஒரு வெற்றியாளனின் பார்வையை என் பக்கமாக வீசினார் வாப்பா.

"அவன் ஆம்பிளப் புள்ள... அவனுக்குத்தான் விளங்கும்..."

மிகவும் தெம்பான குரலில் சொல்லிக்கொண்டு போனார்.

கொரோனாவில் குவைத்தும்தான் முடங்கிக் கிடக்கின்றது. அவனுக்கு அங்கு என்னென்ன கஸ்டமோ. நினைத்தபடி அவரையே பார்த்துக்கொண்டிருந்தேன்.

ஆனால், அவன்தான் உடன்பட்டிருக்கிறானே! பயங்கரமாக அச்சுறுத்தும் எண்ணங்களால் மூளை உறைந்து விட்டிருந்தது. உம்மாவைப் பார்த்தேன். பழுத்த முடி நிரம்பிய தலையைக் கவிழ்த்துக்கொண்டு தரையை வெறித்தபடி இருந்தார்.

எனது எல்லைக்குள் நடக்கும் இந்த வெளிப்படையான முரண்பாடான ஒரு நிகழ்ச்சியைக்கூட மாற்றியமைக்க முடியாத அவமானத்துடன் வாசலுக்கு வந்தேன்.

ஜனாசா – பூதவுடல்

மௌத்து – மரணம்

மையத்து – பூதவுடல்

கல்பு – மனம் / இதயம்

யாரப்பே – உலகத்தை ஆளும் இறைவன்

மரச்சிற்பம்

ஷோபாஷக்தி

பாரிஸ் நகரத்தில் இந்த வருடம் நிகழவிருக்கும் ஒலிம்பிக் போட்டிகளைக் குறித்துத் தினப் பத்திரிகையிலிருந்த தலைப்புச் செய்தியை மீறியும் எடுத்த எடுப்பிலேயே இன்னொரு செய்தி எனது கண்களை இழுத்தது. கண்கள் அந்தச் செய்தியை வாசிக்கும்போது, எனக்குக் கிட்டத்தட்டச் சித்தம் கலங்கிவிட்டது என்றே சொல்லலாம். நான் அந்தச் செய்தியை நம்ப முடியாமல் மூன்று தடவைகள் திரும்பத் திரும்ப வாசித்தேன். பிரான்ஸில் இப்போது படு வேகமாக முன்னணிக்கு வந்துகொண்டிருக்கும் தேசியவாதக் கட்சியொன்றின் தலைவர்களில் ஒருவர் இவ்வாறு சொல்லியிருக்கிறார்:

"எமது தந்தையர் நாடு இப்போது வாழ்வதற்கு அபாயகரமான நிலமாகிவிட்டது. குற்றக் குழுக்களதும் கலகக்காரர்களதும் கரிய பாதங்களுக்குக் கீழே இந்தத் தூய நிலம் அழுந்திகொண்டிருக்கிறது. இந்த ஒழுங்கற்றதன்மையிலிருந்து மீள்வதற்கு நமக்கு ஒரேயொரு வழியே உள்ளது. பிரான்ஸின் தனித்த பெருமைக்குரிய, மகத்தான பிரெஞ்சுப் புரட்சியின் சின்னமான மரச் சிற்பத்தை மீண்டும் நாங்கள் பொது முற்றங்களில் நிறுவ வேண்டும்."

பிரெஞ்சு மொழியில் உயிருள்ளவை, உயிரற்றவை எனப் பலவற்றுக்கும் செல்லப்பெயர்கள் அன்றாடப் பேச்சுகளில் சரளமாகப் புழக்கத்திலுண்டு. பொலிஸ்காரனுக்கு, 'கோழி' என்பதும் பெண்ணுக்கு, 'தெள்ளுப்பூச்சி' என்பதும் 'ஆண்குறிக்கு', 'சேவல்' என்பதும் செல்லப் பெயர்கள். 'மரச்சிற்பம்' என்ற செல்லப்பெயரால் குறிப்பிடப்படுவது கில்லட்டின்.

'லே மிஸரபிள்' நாவலில் விக்டர் ஹியூகோ, "ஒருவர் தனது சொந்தக் கண்களால் கில்லட்டினைப் பார்க்காத வரை, மரணதண்டனை குறித்து அவருக்கு அலட்சியம் இருக்கலாம். ஆனால், அதைப் பார்த்ததும் அதிர்ச்சியால் அவரது மூளை கலங்கிவிடும்" என்று சொல்கிறார். விக்டர் ஹியூகோவை நான் முழுமையாகவே விசுவாசிக்கிறேன். நான் என்னுடைய கண்களால் அந்த மரச் சிற்பத்தைப் பார்த்திருக்கிறேன்.

அது தற்செயலாக நிகழ்ந்ததுதான். பாரிஸ் நகரத்திலுள்ள 'ஓர்ஸே' அருங்காட்சியகத்தில் தஸ்தயேவ்ஸ்கியின் புகழ்பெற்ற தலைப்பைக் கடனாகப் பெற்று 'குற்றமும் தண்டனையும்' என்றொரு கண்காட்சி நடந்தது. அந்தத் தலைப்பால் கவரப்பட்டுத்தான் நான் கண்காட்சிக்குப் போயிருந்தேன். அங்கேதான் பிரான்ஸிலிருக்கும் கட்டக் கடைசி கில்லட்டினைக் காட்சிக்கு வைத்திருந்தார்கள்.

அந்த மரச்சிற்பம் பதினான்கு அடி உயரமானது. அந்தச் சிற்பத்தின் பீடம் ஏழடி நீளமும் இரண்டடி அகலமுமானது. மரணதண்டனை விதிக்கப்பட்ட மனிதரை அந்தப் பீடத்தில் குப்புறப்படுக்க வைப்பார்கள். கைகளும் கால்களும் உடலோடு சேர்த்துத் தடித்த கயிறுகளால் பிணைக்கப்பட்டிருக்கும். மரச்சிற்பத்தின் ஆசனவாய் போன்று தோற்றமளிக்கும் துளையில் அந்த மனிதரின் கழுத்துப் பகுதி செருகப்படும். துளைக்கு இந்தப் பக்கம் அவரின் உடலும் அந்தப் பக்கம் தலையும் இருக்கும். அவரது ஆன்மா அப்போது எங்கிருந்திருக்கும்? மரச்சிற்பத்தின் கிரீடம் போல உச்சியில் தொங்கிக்கொண்டிருக்கும் கனமான, கூர்மையான கத்தி விசையுடன் இறக்கப்பட்டதும் தலை முண்டத்திலிருந்து எகிறி விழும். அதை ஏந்துவதற்குக் கீழேயொரு அழுக்குப் பிரம்புக் கூடை வைக்கப்பட்டிருக்கும்.

பிரெஞ்சுப் புரட்சிக் காலத்தில் வடிவமைக்கப்பட்ட எல்லாக் கில்லட்டின்களும் இந்த வடிவத்திலேயே இருந்ததாகச் சொல்ல முடியாது. புரட்சி நடுவர் மன்றம் நாடு முழுவதுமுள்ள பல்லாயிரக்கணக்கானவர்களுக்கு மரணதண்டனை விதித்துக் கொண்டேயிருந்ததால், சுலபமாகக் கையிலேயே எடுத்துச் சென்று காரியத்தை முடித்துவிட குட்டியான நடமாடும் கில்லட்டின்கள்கூட அப்போது நூற்றுக்கணக்கில் உருவாக்கப் பட்டன.

ஓர்ஸே அருங்காட்சியகத்திலிருந்து ஏதேதோ குழப்பமான எண்ணங்களுடன் சித்தம் கலங்கியவனாகத்தான் நான் வெளியே வந்தேன். அந்த அருவருக்கத்தக்க இரத்த மரச்சிற்பம் அன்று

முழுவதும் என்னுடைய மூளையை விட்டு அகல மறுத்தது. பிரெஞ்சுப் புரட்சிக் காலத்தில் அந்த மரச்சிற்பத்தால் தலை கொய்யப்பட்டவர்கள் எனது தலைக்குள் அரூபப் படிமங்களாக, ஒலி எழுப்பாமல் பேசிக்கொண்டே அலைந்தார்கள். பாரிஸ் நகரத்தின் புரட்சிச் சதுக்கத்தில் வரிசையாக நிறுத்தப் பட்டிருந்த மரச்சிற்பங்களை நோக்கி அழைத்துச் செல்லப் படுகையில் அவர்கள் எதைப் பேசியிருப்பார்கள்? என்ன நினைத்திருப்பார்கள்?

பேரரசர் பதினாறாம் லூயி மரச்சிற்பத்தின் ஆசனவாய்க்குள் தனது தலையை நுழைக்கும்போது, “நான் எனது எதிரிகளை மன்னிக்கிறேன்” என்று கூறியது உண்மைதானா? மகாராணி மரி அந்துவானெட் மரச்சிற்பத்தில் படுக்க வைக்கப்பட்டு, கழுத்தில் கத்தி பிசிறில்லாமல் இறங்குவதற்காக அவரது நீளமான தலைமுடி பிடரிக்கு மேலாகச் சிரைக்கப்பட்டபோது, அவர் எதை நினைத்திருப்பார்? மகாராணி தனது எட்டு வயது மகன் லூயி – சார்ள்ஸைக் கட்டாயப்படுத்தி அவனோடு செக்ஸ் வைத்துக்கொண்டார் என்று புரட்சி நடுவர் மன்றம் குற்றம் சாட்டியபோது, “உங்களுக்கன்று! இங்கிருக்கும் தாய்மார்களுக்கு நான் சொல்கிறேன்... ஒரு தாய்மீது சுமத்தப் படும் இத்தகைய குற்றச்சாட்டுக்குப் பதிலளிக்க இயற்கை என்னைத் தடுக்கிறது” என்று சொல்லியிருந்தாரே... அந்த இயற்கையைத்தான் அந்தக் கடைசி நிமிடத்தில் அவர் நினைத்திருப்பாரா? புரட்சியின் முக்கிய தலைவர்களான தாந்தோனும், ரொபஸ்பியரும் ஒருவர் பின் ஒருவராக அடுத்த வருடமே புரட்சிச் சதுக்கத்திற்கு அழைத்து வரப்பட்டு இந்த மரச்சிற்பத்தில் படுக்கவைக்கப்பட்டபோது, அவர்கள் எதை நினைத்திருக்கக் கூடும்? அவர்களது தாரக மந்திரமான சுதந்திரம் – சமத்துவம் – சகோதரத்துவம் என்பதைக் கடைசி விநாடியில் அவர்கள் உச்சரித்திருப்பார்களா? புரட்சிச் சதுக்கத்தில் கூடியிருந்த மக்கள் கூட்டம் “துரோகிகளைக் கொல்லுங்கள்!” என்று ஆர்ப்பரித்த வார்த்தைகள்தான் அவர்களது காதுகளில் விழுந்த கடைசி வார்த்தைகளா? கில்லட்டின் படுகொலைகளைத் தூண்டிய புரட்சி நாயகர்களில் அதிமுக்கியமானவரான ‘மக்கள் தோழன்’ மாராவின் இருதயத்தில் சமையல் கத்தியைப் பாய்ச்சிக் கொன்ற இருபத்து நான்கு வயது யுவதி சர்லோத் கோர்தே இந்த மரச்சிற்பத்தை நோக்கி அழைத்துச் செல்லப்படுகையில் என்ன நினைத்திருப்பார்? “நான் எனது கடமையை நிறைவேற்றி விட்டேன்! இந்த மனிதரின் உத்தரவால் இலட்சக்கணக்கான

வர்கள் கில்லட்டினில் கொல்லப்படுவதைத் தடுத்து நிறுத்து வதற்காகவே நான் இவரைக் கொன்றேன்" என்று மாராவின் பிணத்தின் முன்னே நின்று அவர் சொன்ன வார்த்தைகள் அவருடன் கடைசிவரை இருந்து அந்த அழுக்குப் பிரம்புக் கூடையில் தெறித்து விழுந்திருக்குமா?

நான் பத்திரிகையை மேசையில் வீசிவிட்டு, நொறுங்கி விழும் நிலையிலிருந்த ஜன்னலை மெதுவாகத் திறந்து கடல் காற்றை உள்ளே வரவழைத்தேன். மார்ஸேய் நகரத்தில் கடற்கரையை ஒட்டியிருக்கும் இந்தப் பழைமையான தங்கு விடுதியில்தான் கடந்த ஒரு வாரமாக நான் தங்கியிருக்கிறேன். பாரிஸில் கடுங்குளிரும் பனிப்பொழிவும் ஏற்படும்போது, கொஞ்சம் வெப்பத்தையும் கடலையும் தேடிக்கொண்டு தெற்குப் பிரான்ஸிலுள்ள ஏதாவதொரு கடற்கரை நகரத்திற்கு நான் வந்துவிடுவேன். பழைமையைக் காப்பாற்றுவதில் இந்த விடுதி நிர்வாகம் கடும் கவனத்தைச் செலுத்துகிறது. விடுதியில் தங்குபவர்களுக்கு தினப் பத்திரிகையை இலவசமாக வழங்கும் கலாசாரத்தை நிறுத்தாத பிரான்ஸின் மிகச்சில தங்கு விடுதி களில் இதுவுமொன்று. உளுத்துப்போயிருக்கும் அறைக் கதவின் கீழால் இன்று காலையில் அவர்கள் மடித்துத் தள்ளிவிட்ட சனியன் இப்போது என்னில் தொற்றிக்கொண்டு என்னை மூச்சுத் திணற வைக்கிறது.

அறைக்குள் நுழைந்த காற்று என்னை ஆற்றுப்படுத்து வதற்குப் பதிலாக மேலும் சோர்வுக்குள்ளேயே தள்ளிவிட்டது. எழுதும் மேசையின் முன்னால் அமர்ந்து ஏதாவது எழுதுவதற்கு முயற்சி செய்தேன். ஓர் எழுத்தைக் கூட என்னால் எழுத முடியவில்லை. நேரம் காலை பத்தரை மணியாகிவிட்டது. கோப்பி ஒன்று குடித்தால் புத்துணர்ச்சியாக இருக்கும் என்ற எண்ணம் தோன்றவே காலணிகளை மாட்டிக்கொண்டு வெளியே புறப்பட்டேன். மறக்காமல் அந்தப் பத்திரிகைச் சனியனைச் சுருட்டிக் கையில் எடுத்துக்கொண்டேன். அந்தப் பத்திரிகைக்காக அனபெல் அம்மையார் காத்திருப்பார்.

அனபெல் அம்மையாரை இந்த நகரத்திற்கு வந்த முதல் நாளே நான் சந்தித்திருந்தேன். நான் இந்த நகரத்திற்கு இரயிலில் வந்திறங்கும்போது, காலை ஒன்பது மணியிருக்கும். மதியம் பன்னிரண்டு மணிக்குத்தான் அறை கொடுப்போம் என்று விடுதி நிர்வாகி சொன்னார். அதுவரை நேரத்தைப் போக்குவதற்காக விடுதிக்கு எதிரேயிருந்த கஃபேக்குச் சென்றேன். தாழ்வாரத்தில் போடப்பட்டிருந்த வட்டமான சிறிய மேசையொன்றைத் தேர்ந்தெடுத்து உட்கார்ந்துகொண்டேன்.

அதுதான் புகைப்பிடிப்பதற்கு வசதி. எக்ஸ்பிரஸோ கோப்பி ஒன்றுக்குச் சொல்லிவிட்டு, தெருவை வேடிக்கைப் பார்ப்பதும் சிகரெட் புகைப்பதுமாக நான் நேரத்தைக் கடத்திக்கொண் டிருந்தபோதுதான், அந்தக் கஃபேயை நோக்கி அனபெல் அம்மையார் மெதுமெதுவாக நடந்து வந்தார்.

அவருக்குக் கிட்டத்தட்ட எழுபது வயதிருக்கும் என்றே நினைக்கிறேன். அவரது வெண்ணிறக் கால்களிலும் கைகளிலும் தாடையிலும் பொன்னிறத்தில் பூனை ரோமங்கள் மினுங்கின. முற்றாக நரைத்திருந்த தலையில் அங்கங்கே திட்டுத்திட்டாக முடிகள் உதிர்ந்திருந்தன. அவற்றை மறைப்பதற்காகவோ என்னவோ சிறுமிகள் கட்டும் வண்ண ரிப்பன்கள் சிலவற்றைத் தலையில் குறுக்குமறுக்காகக் கட்டியிருந்தார். அவரது சிறிய சாம்பல் நிறக் கண்களின் கீழே சதை திரண்டு அழுகிய தோடம்பழச் சுளைகளைப் போலத் தொங்கின. அனபெல் சராசரிக்கும் குறைவான உயரமுள்ளவர். ஆனால், கனத்த உடல்வாகு. கழுத்தும் கைகளும் கால்களும் பெருத்துக் கிடந்தன. உண்மையில் அவை வீக்கங்களாகத்தான் இருக்க வேண்டும். முழங்கால் வரைக்குமான கவுன் அணிந்திருந்தார். காலுறைகளைச் சுருட்டி விட்டிருந்தார். புடைத்திருந்த ஒரு துணிப் பையைக் கையில் சுமக்க முடியாமல் சுமந்துவந்தார். அவர் ஒரு குடி நோயாளி என்பதைத் தெளிவாக அடையாளம் காட்டுவதுபோல, அவரது முகம் காற்று நிரப்பப்பட்ட ரோஜா நிறப் பலூன்போல ஊதியிருந்தது.

அனபெல் எனக்கு அருகிலிருந்த மேசையில் உட்கார்ந்து கொண்டார். அவர் மூச்சிரைக்கும் சத்தம் பெரிய புறாவொன்று குனுகுவதைப்போல எனக்குக் கேட்டது. பரிசாரகர் வந்து, "நல்ல நாளாகட்டும் மேடம் அனபெல்! இன்று எப்படியிருக்கிறீர்கள்? நலம்தானே? நான் உங்களுக்கான கோப்பையை எடுத்து வந்திருக்கிறேன்" என்று சொல்லிவிட்டு மது நிரம்பிய சிறிய கண்ணாடிக் கோப்பையை அனபெலின் மேசையில் வைத்தார். அனபெல் கோப்பையை என் முகத்திற்கு நேரே தூக்கிக் காட்டி விட்டு, ஒரே மடக்கில் கோப்பையைக் காலி செய்து, வெற்றுக் கோப்பையை மேசையின் ஓரத்தில் வைத்தார். பின்பு, தனது துணிப் பைக்குள்ளிருந்து கற்றையாகப் பத்திரிகைளை எடுத்து மேசையில் பரப்பி வைத்துக்கொண்டு வாசிக்கத் தொடங்கினார்.

எனக்குப் பொழுது போகாமல், அவர் என்ன வாசிக்கிறார் எனக் கண்களை எறிந்து பார்த்தேன். அவர் வாசித்தது எல்லாமே முந்தைய தின, முந்தைய வாரப் பத்திரிகைகளே. நான் அவரைக் கவனிப்பதை அனபெல் எப்படி உணர்ந்தார்

என்று தெரியவில்லை. . . திடீரெனத் தலையை என் பக்கம் திருப்பி, "நண்பரே! உங்களை முன்பு இங்கே பார்த்ததாக எனக்கு ஞாபகம் இல்லையே. எங்கிருந்து வந்திருக்கிறீர்கள்?" என்று கேட்டார். அவருடைய குரலில் இரண்டு விஷயங்களை நான் கவனித்தேன். அனபெலின் குரலில் ஆண்தன்மை மிகுந்திருந்தது. அந்தக் குரல் எந்தவித உணர்ச்சியோ பாவமோ இல்லாமல், 'Votre attention, s'il vous plaît' என இரயில் நிலையங்களில் தினமும் ஒலிக்கவிடப்படும் தட்டையான அறிவிப்புப் போலவே ஒலித்தது. அவர் எப்போதுமே இப்படித்தான் பேசினார். எல்லா உணர்ச்சிகளும் – அப்படி ஏதாவது அவரிடமிருந்தால் – ஒரே தொனியில்தான் அவரிடமிருந்து வெளிவந்தன.

அடுத்தடுத்த நாட்களில் நான் ஒன்றைத் தெரிந்து கொண்டேன். அனபெல் ஒவ்வொரு நாளும் காலை பத்து மணிக்கு அந்த கஃபேக்கு வந்துவிடுகிறார். மாலை ஆறு மணிவரை அங்கேயே ஒரு மேசையில் உட்கார்ந்திருக்கிறார். ஒரு மணிநேரத்துக்கு ஒருமுறை ஒரு கோப்பை மது வரவழைத்துக் குடித்துவிட்டுப் பத்திரிகைகளைப் படித்தவாறிருக்கிறார். அந்தப் பத்திரிகைகளைக் குப்பைத் தொட்டிகளிலும் தெருக்களிலும் அவர் சேகரிக்கிறார். எனக்குத் தங்கு விடுதியில் தள்ளிவிடப்படும் பத்திரிகையை மேலோட்டமாக மேய்ந்துவிட்டு, அனபெலிடம் கொடுப்பதை நான் வழக்கமாக்கிக்கொண்டேன்.

நான் விடுதியின் மாடிப்படிகளில் இறங்கி வரும்போது, மனம் ஆற்றாமல் மாடிப்படியிலேயே உட்கார்ந்து மீண்டும் ஒருமுறை அந்த மரச்சிற்பச் செய்தியைப் படித்தேன். எத்தனை தடவைகள் படித்தாலும் ஒரே செய்திதான் இருக்கும் என்பதைக்கூடப் புரிந்துகொள்ளாத அளவுக்கு அந்தச் செய்திச் சனியன் என்னுடைய மூளையை மழுங்கடித்துவிட்டது.

நான் கஃபேக்குச் சென்றபோது, தாழ்வாரத்தின் இடது பக்க மூலையிலிருந்த மேசையின் முன்னே அனபெல் பத்திரிகை யொன்றை வாசித்தவாறே அமர்ந்திருந்தார். "பொன்ஜூர் மேடம் அனபெல்" எனக் கூறிக்கொண்டே, கையில் எடுத்துச் சென்ற பத்திரிகையை அந்த மேசையில் வைத்துவிட்டு, அவருக்கு எதிரே அமர்ந்துகொண்டேன். இந்த ஒரு வாரத்திற்குள்ளேயே ஒரே மேசையில் அமர்ந்து குடிக்குமளவுக்கு எங்களுக்குள் பழக்கம் ஏற்பட்டுவிட்டது.

என்னிடம் வந்த பரிசாரகர், "ஏன் சோர்வாக இருக்கிறீர்கள்? உடல்நலம் சரியாக இருக்கிறதல்லவா? இந்த உப்புக் காற்று சிலருக்கு ஒத்துவருவதில்லை. உங்களுக்கு கோப்பி எடுத்து

தமிழகத்துக்கு அப்பால் தமிழ்

வருகிறேன்" எனச் சொல்லிவிட்டுப் போனார். அப்போது அனபெல் வெடிப்புற்றிருந்த தனது மெல்லிய உதடுகளைக் குவித்துக்கொண்டு என்னையே பார்த்துக்கொண்டிருந்தார். பத்திரிகையிலிருந்த மரச்சிற்பச் செய்தியை நான் அனபெலிடம் தொட்டுக் காட்டினேன். அவர் அதைப் படித்து முடிக்கும் போது, அவருக்கான அடுத்த கோப்பை மது வந்துசேர்ந்தது. ஒரே மடக்கில் குடித்துவிட்டு, வாயைக் கைக்குட்டையால் ஒற்றிக்கொண்டிருந்தார்.

நான் பொறுக்க முடியாமல் "நூற்றாண்டுகளுக்கு முன்பு புதைக்கப்பட்ட இரத்த மரச்சிற்பங்களை மீண்டும் தோண்டி எடுத்து இந்தக் காட்டுமிராண்டிகள் பொது முற்றங்களில் நிறுவப் போகிறார்களாம். அதையும் இந்த வெட்கங்கெட்டப் பத்திரிகை வெளியிட்டிருக்கிறது" என்றேன். அனபெல் ஏதாவது இரண்டு வார்த்தைகளை – எப்போதும்போல உணர்ச்சியற்ற குரலில் – சொன்னால்கூட என்னுடைய மனது சற்று ஆறுதலடையும் போலிருந்தது.

அனபெல் கைக்குட்டையை மடித்துக்கொண்டே சொன்னார்:

"நூற்றாண்டுகளுக்கு முன்பல்ல. நாற்பத்தேழு வருடங்களுக்கு முன்புவரை மரச்சிற்பம் இயங்கிக்கொண்டே யிருந்தது. அது வெட்டிய கடைசித் தலை இந்த நகரத்தில்தான் புதைக்கப்பட்டிருக்கிறது."

அனபெலுக்குக் காலையிலேயே போதை ஏறிவிட்டது, அதனால்தான் உளறுகிறார் என்றே நான் முதலில் நினைத்தேன். ஆனால், நான் இதுவரை பழகிப் பார்த்ததில் அனபெல் ஒருபோதுமே போதையால் உளறியது கிடையாது. அவர் எப்போதுமே திருத்தமாகவும் திட்டவட்டமாகவும்தான் பேசுகிறார். . . இரயில்நிலைய அறிவிப்புப் போல.

"என்ன சொல்கிறீர்கள். . . நாற்பத்தேழு வருடங்களுக்கு முன்பாகவா?" என்று நான் கேட்டேன்.

"10–ம் தேதி, செப்டம்பர் 1977, அதிகாலை 4.40 மணி" என்று அதே உணர்ச்சியற்ற குரலில் அனபெல் சொன்னார்.

என்னால் அதை நம்பவே முடியவில்லை. இதை வாசிக்கும் உங்களால் நம்ப முடிகிறதா என்ன?

ஜோன் போல் சார்த், சீமோன் து புவா, மிஷல் ஃபூக்கோ, ரோலோன்ட் பாத், பிரான்சுவா த்ரூபோ, கொடார்ட் என

மாபெரும் சிந்தனையாளர்களும் கலைஞர்களும் அப்போது இங்கே வாழ்ந்துகொண்டிருந்தார்கள். 1977–ல் பிரான்ஸின் அதிபராகயிருந்த 'கிஸ்கார்ட்' தன்னுடைய இளம் வயதில், ஹிட்லரின் நாஸிப் படைகளை எதிர்த்துத் தீரமாகப் போராடியவர். இந்த மாமனிதர்கள் எல்லாம் வாழ்ந்த காலத்தில் இரத்த மரச்சிற்பம் எப்படி இயங்கியிருக்க முடியும்?

எனவே, அனபெல் அம்மையார் ஏதோ நினைவுத் தடுமாற்றத்தில் பேசுகிறார் என்றே நான் முடிவெடுத்தேன். ஆனாலும், ஏதோ ஒன்று என்னை உந்தித் தள்ள, அனபெல் அம்மையாரிடம், "யாரின் தலை வெட்டப்பட்டது?" என்றொரு குறுக்குக் கேள்வியைக் கேட்டேன். இப்போது அவரது நினைவுத் தடுமாற்றம் தெளிந்துவிடும்.

"ஹமிடா என்ற இருபத்தேழு வயது மனிதனைத்தான் கொன்றார்கள். அவனது குடும்பப் பெயர் ஜோண்டூபி" என்று அதே உணர்ச்சியற்ற குரலில் அனபெல் சொன்னார்.

அனபெல் சொல்வதை இப்போது என்னால் எப்படி நம்பாமல் இருக்க முடியும்! கொல்லப்பட்டவரின் குடும்பப் பெயர் முதற்கொண்டு தேதி, நேரத்துடன் சொல்கிறாரே. ஆனாலும், எனது சந்தேகம் முழுவதுமாகத் தீர்ந்ததாகச் சொல்ல முடியாது. ஏனென்றால், பிரெஞ்சு வரலாறு, பிரெஞ்சுப் பண்பாடு போன்றவற்றின் மீதான எனது தீவிர வாசிப்பில் எனக்கு இன்னும் நம்பிக்கையிருந்தது. எனவே நான் அனபெல்லிடம், "இதெல்லாம் எப்படி உங்களுக்குத் தெரியும்?" என்று கேட்டேன்.

சற்று நேரம் மௌவுனமாக இருந்த அனபெல் பரிசாரகரை அழைத்து இன்னொரு கோப்பை மது கேட்டார். மது வந்ததும் ஒரே மடக்கில் குடித்துவிட்டுப் பேசத் தொடங்கினார். அவர் பேசப் பேச நான் அவரை முழுமையாக நம்பத் தொடங்கினேன். நான் எந்தக் குறுக்கீடும் செய்யாமல் அவர் சொல்வதையே கேட்டுக்கொண்டிருந்தேன். அதே உணர்ச்சியற்ற குரலில் மிகத் தட்டையான பாவங்களோடு அனபெல் சொன்னார்:

"ஹமிடா எங்களது வீட்டு மாடியறையில் சில காலம் தங்கியிருந்தான். எனக்கு அப்போது பதினான்கு அல்லது பதினைந்து வயதிருக்கும். அவன் துனிஷியன். தன்னுடைய பத்தொன்பதாவது வயதில் வேலை தேடி இந்த நகரத்திற்குக் கப்பலில் வந்திறங்கியவன். அவனுக்கு மரங்கள் வெட்டும் தொழிற்சாலையில் வேலை கிடைத்தது. செபஸ்டியனும் அதே

தொழிற்சாலையில்தான் வேலை செய்துகொண்டிருந்தார் – செபஸ்டியன் என்பது என் அப்பா. சிறுவயதிலிருந்தே பெயர் சொல்லித்தான் நான் அவரை அழைப்பேன் – செபஸ்டியனுக்கு ஹமிடாவைப் பிடித்திருந்தது. 'ஹமிடா புத்திசாலிப் பையன், கடுமையான உழைப்பாளி' என்றெல்லாம் அடிக்கடி சொல்வார். இந்தப் பழக்கத்தில்தான் அவன் எங்களது மாடியறையில் வாடகைக்குக் குடியேறினான்.

அந்தக் காலத்தில் இந்த நகரத்திலிருந்த இளைஞர்களி லெல்லாம் பேரழகன் ஹமிடாவே என்று யாரைக் கேட்டாலும் சொல்வார்கள். கன்னங்கரேலென்ற சுருட்டை முடி. அகலமான நெற்றி. புன்னகைக்கும் ப்ரவுண் நிறக் கண்கள். கற்சிற்பம் போலக் கடைந்தெடுத்த உடல்வாகு. மென்மையாகவும் இனிமையாகவும் பேசி யாரை வேண்டுமானாலும் வசியம் செய்யக்கூடியவன். அவன் எங்கள் வீட்டில் தங்கியிருந்த காலத்தில்தான், அந்த மோசமான விபத்து நடந்தது. தொழிற்சாலையில் வண்டியொன்றின் சக்கரத்திற்கு அடியில் ஹமிடாவின் வலதுகால் சிக்கிக்கொண்டது. அவனது வலதுகால் தொடைக்குக் கீழே முற்றாகத் துண்டிக்கப்பட்டுவிட்டது என்று செபஸ்டியன் என்னிடம் சொன்னபோது, நான் நாள் முழுவதும் அழுதவாறேயிருந்தேன். ஹமிடா நீண்ட காலம் மருத்துவமனையில் இருந்தான். அங்கே சந்தித்த ஒரு பெண்ணிடம் காதல் வயப்பட்டு அவளுடனேயே வசிக்கச் சென்றுவிட்டான். அந்தப் பெண்ணைக் கொலை செய்ததற்காகத்தான் அவனைக் கைது செய்தார்கள். அவன் கைதாவதற்கு இரண்டு நாள்களுக்கு முன்புகூட அவனை வீதியில் தற்செயலாகப் பார்த்தேன். செயற்கைக் கால் அணிந்திருந்ததால் கொஞ்சம் தடுமாறித்தான் நடந்தான். 'அதே முகவரியில்தானே வசிக்கிறாய் அனபெல்?' என்று கேட்டான். 'ஆம்' என்று சொல்லிவிட்டு வந்துவிட்டேன். அதுதான் நான் அவனைக் கடைசியாகப் பார்த்தது. அவனுக்கு மரண தண்டனை விதிக்கப்பட்ட நாளன்று செபஸ்டியன் நீதிமன்றத்திற்குச் சென்றிருந்தார். வீட்டுக்குத் திரும்பி வந்ததும், யாரிடமும் எதுவும் பேசாமல் குடிக்கத் தொடங்கினார். நாள் முழுவதும் குடித்துக்கொண்டேயிருந்தார். . ."

நான் பொறுமையிழந்து குறுக்கிட்டேன். "ஆனால், அந்த மனிதனைக் கில்லட்டினில்தான் வெட்டினார்களா அனபெல்?"

'ஆம்' என்பதுபோல அனபெல் தலையசைத்தார். நான் கண்களை மூடி அந்த மனிதன் மரச்சிற்பத்தில் படுக்க வைக்கப்

பட்டு வெட்டப்படும் காட்சியைக் கற்பனைசெய்ய முயற்சி செய்தேன். அவனுடைய செயற்கைக் காலை என்ன செய்திருப்பார்கள்? அந்த மனிதனுடைய கடைசி நிமிடம் எதுவாக இருந்தது?

'என்ன யோசிக்கிறாய்?' என்பது போல அனபெல் என்னைப் பார்த்தார். மனத்தில் இருந்ததைச் சொன்னேன். பின்பு இருவரும் மௌனமாக இருந்தோம். அடுத்த கோப்பை மது வந்ததும், அனபெல் ஒரே மடக்கில் கோப்பையைக் காலி செய்துவிட்டு "நான் அதை உனக்குச் சொல்கிறேன்" என்றார். உணர்ச்சியற்ற அதே வறட்டுக் குரல்!

II

1977 செம்டம்பர் 9–ம் தேதியன்று, மரணதண்டனைக் குற்றவாளியின் கருணை மனுவைப் பிரான்ஸின் அதிபர் 'கிஸ்கார்ட்' நிராகரித்தார். அன்று பிற்பகல் மூன்று மணிக்கு விசாரணை நீதிபதியான திருமதி.மொனிக் மாபெலிக்குச் சிறைச்சாலைத் தலைவரிடமிருந்து ஒரு தகவல் கிடைத்தது. அடுத்த நாள் விடிகாலையில் திருமதி. மாபெலியின் முன்னிலையில் குற்றவாளியின் தலை மரச்சிற்பத்தின் ஆசனவாய்க்குள் திணிக்கப்படவுள்ளது. மாபெலியைச் சிறைக்கு அழைத்துச் செல்வதற்காக வண்டியொன்று அதிகாலை நான்கு மணிக்கு மாபெலியின் வீட்டுக்கு வரும்.

இந்தத் தகவலைக் கேட்டதும் திருமதி. மாபெலி இலேசாகச் சஞ்சலமடைந்தார். குற்றவாளியின் முகம் அவரது மனத்தில் தோன்றி அவருக்கு ஒருவிதப் பதற்றத்தைக் கொடுத்தது. தன் மகன் ரெமியைவிடக் குற்றவாளி ஒரு வயது மட்டுமே இளையவன் என்ற ஞாபகம் அவரது மூளையில் சிரங்குபோலப் பரவிக்கொண்டிருந்தது.

வழக்கு விசாரணைகள் முடிவுற்றுத் தீர்ப்பு வழங்கும் நேரம் வந்தபோது, குற்றவாளியின் வழக்கறிஞரான ஜோன் குடாரோ "மோசமான விபத்தில் தன்னுடைய காலை இழந்ததிலிருந்து ஹமிடா ஜோண்டுபி அதிர்ச்சியால் மனச் சமநிலை குழம்பிப் போய்விட்டார். எனவே, மாண்புமிகு நீதிபதி கருணையுடன் இந்த அங்கவீனரை அணுகிக் குறைந்தபட்சத் தண்டனையே வழங்க வேண்டும்" எனக் கோரியது மீண்டும் இப்போது நீதிபதி மாபெலியின் காதுகளில் ஒலிக்கிறது. ஆனால், நடக்கவிருக்கும் இரத்தச் சடங்கிலிருந்து மாபெலியால் தப்பிக்கவே முடியாது. நாளை விடிந்ததும் நடைபெறப் போகும் நிகழ்வில் சட்டப்படி அவர் இருந்தே ஆகவேண்டும்.

மாலை ஏழுமணிக்கு திருமதி. மாபெலி தன் தோழி பஸ்ரியானாவுடன் திரையரங்குக்குச் சென்று திரைப்பட மொன்றைப் பார்த்தார். திரைப்படம் முடிந்ததும் பஸ்ரியானா வின் வீட்டுக்குச் சென்றார். தன்னுடைய வீட்டுக்குத் திரும்பிச் செல்வதை நினைத்தாலே அவருக்குப் பதற்றமாகியது. அதிகாலை நான்கு மணிக்கு அவரைச் சிறைச்சாலைக்கு அழைத்துச் செல்ல வாகனம் வரவிருக்கிறது.

எனவே, "நாங்கள் இன்னொரு திரைப்படம் பார்க்கலாமா?" என்று பஸ்ரியானாவிடம் மாபெலி கேட்டார். தோழிகள் இருவரும் நொறுக்குத் தீனிகளைத் தின்றவாறே தொலைக்காட்சியில், ஒரு படத்தைப் பார்த்தார்கள். அந்தப் படம் முடியும்போது, அதிகாலை ஒரு மணியாகிவிட்டது. மாபெலி சேர்வாகத் தனது வீட்டுக்குப் புறப்பட்டுச் சென்றார். அவர் படுக்கைக்குச் செல்வதற்கு இரண்டு மணியாகிவிட்டது. அவரால் உறங்கவே முடியவில்லை. மூன்றரை மணிக்குக் கட்டிலை விட்டு எழுந்து தயாராகி, உத்தியோக உடைகளை அணிந்துகொண்டார். அன்றைக்குக் கடிகார முள் தலைதெறிக்க ஓடிக்கொண்டிருப்பதாக உணர்ந்தார். சரியாக அதிகாலை நான்கு மணிக்கு அவரது வீட்டுக்குக் கார் வந்தது. மாபெலி காரில் ஏறி அமர்ந்துகொண்டார். காருக்குள் சாரதியோடு ஓர் அதிகாரி முன்னிருக்கையில் அமர்ந்திருந்தார். யாரும் எதுவுமே பேசிக்கொள்ளவில்லை. அந்த வாகனம் 'பூமெற்ஸ்' சிறைச்சாலையை நோக்கி விரைந்தது.

மாபெலி சிறைச்சாலையைச் சென்றடைந்தபோது, அவரை எதிர்பார்த்து எல்லோரும் தயாராக நின்றிருந்தார்கள். அங்கே ஓர் அணி உருவானது. அந்த அணியில் மாபெலி, அட்டர்னி ஜெனரல், குற்றவாளியின் வழக்கறிஞர், சிறையதிகாரிகள், காவலர்கள், மரச்சிற்பத்தை இயக்குபவர்கள், மதக் கடமையை நிறைவேற்றி வைக்கும் இமாம் என முப்பது பேர் இருந்தார்கள். அவர்கள் மரச்சிற்பம் வைக்கப்பட்டிருக்கும் பகுதியை நோக்கி ஊர்வலமாக நடந்துபோனார்கள். இந்தச் சடங்கில் கலந்துகொள்பவர்களின் காலடிகள் தரையில் பதியாமலிருக்க பழுப்பு நிறக் கம்பளங்கள் பாதையில் விரிக்கப்பட்டிருந்தன. வழியில் ஒரு மூலையில் நாற்காலியொன்று இருந்தது. அங்கே மாபெலியும் இன்னும் சிலரும் நின்றுவிட, மற்றவர்கள் குற்றவாளியை அழைத்துவரச் சென்றார்கள். அவர்களோடு இமாமும் போனார். "குற்றவாளி படுத்திருக்கிறார்... ஆனால், தூங்கவில்லை" என்று ஓர் அதிகாரி மாபெலியிடம் தெரிவித்தார். இரண்டு நிமிடங்கள் கழித்து "குற்றவாளி

பொ. திராவிடமணி

இப்போது மரத்தாலான தனது செயற்கைக் காலைப் பொருத்திக் கொண்டிருக்கிறார்" என்று இன்னொரு அதிகாரி சொன்னார்.

அந்தப் பழுப்பு நிறத் கம்பளங்களில் கால்களை மெதுவாக வைத்துக் குற்றவாளி நடந்துவந்தார். அவரது கைகளில் முன்புறமாக விலங்குகள் மாட்டப்பட்டிருந்தன. மாபெலியைக் கண்டதும் குற்றவாளி மெல்லிய புன்னகையுடன் மாபெலியின் கண்களைப் பார்த்தார். மாபெலி தனது கையிலிருந்த ஆவணங்களைச் சரி பார்ப்பதுபோலப் பாவனை செய்து கண்களைத் தாழ்த்திக்கொண்டார். மாபெலிக்கு அருகிலிருந்த நாற்காலியில் குற்றவாளி உட்காரவைக்கப்பட்டார்.

குற்றவாளி நிதானமான குரலில், "எனக்கு ஒரு சிகரெட் வேண்டும்" என்றார். ஒரு காவலர் குற்றவாளியின் உதடுகளில் சிகரெட்டைப் பொருத்திப் பற்ற வைத்தார். குற்றவாளி நிதானமாகப் புகையை ஓர் இழுப்பு இழுத்துவிட்டு, விலங்கிடப் பட்ட தனது கையை உயர்த்தி வாயிலிருந்த சிகரெட்டை எடுத்துக்கொண்டே, "இந்தக் கைவிலங்கு மிகவும் இறுக்கமாக இருக்கிறது" என்றார். கைவிலங்கைத் தளர்த்திப் பூட்டுவதற்கு ஒரு காவலர் முயற்சி செய்தார். மரச்சிற்பத்தை இயக்கவிருக்கும் சார்ல் செவாலியரும் அவரது உதவியாளரான இளைஞரும் அப்போது குற்றவாளிக்கு வலதுபுறத்தில் நின்றிருந்தார்கள். கை விலங்கைத் தளர்த்தும் காவலரின் முயற்சி வெற்றியளிக்காததால், விலங்கை அகற்றிவிட்டுக் குற்றவாளியின் கைகளைக் கயிற்றால் பிணைப்பதற்குத் தீர்மானித்தார்கள். குற்றவாளியின் கைவிலங்கு அகற்றப்பட்டதும் சார்ல் செவாலியர் குற்றவாளி யின் தோளைத் தட்டிக்கொடுத்து, "பார் தம்பி. . . இப்போது நீ சுதந்திரமாக இருக்கிறாய்" என்று சொன்னபோது, மாவெலி திடுக்குற்றுப் போனார். அவர் ஓரக் கண்ணால் குற்றவாளியைப் பார்த்தார். குற்றவாளி எதையோ யோசித்தவாறு அமைதியாக உட்கார்ந்திருந்தார். ஒருவேளை அவர் பிறந்து வளர்ந்த துனிஷியா நாட்டை அவர் நினைத்திருக்கக் கூடும். தன்னுடைய பால்ய வயது ஞாபகங்களை மீட்டிப் பார்த்திருக்கக் கூடும். தான் கடந்துவந்த மெடிட்டரேனியன் கடலை அவர் நினைத்திருக்கக் கூடும். தன்னால் கொல்லப்பட்ட தனது முன்னாள் காதலியைக்கூட அவர் நினைத்திருக்கலாம்.

குற்றவாளியின் கைகள் சில நிமிடங்களுக்குப் பிணைக்கப் படாமல் இருந்தன. அவர் புகைத்துக்கொண்டிருந்த சிகரெட் முற்றாக எரிந்து முடிந்துவிட்டது. குற்றவாளி இன்னொரு சிகரெட் கேட்டபோது, அவருக்கு அது வழங்கப்பட்டது. அவர்

இப்போது முடிந்தளவுக்கு மெதுவாகப் புகையை இழுத்தார். இனித் தப்பிக்க முடியாது. அந்த சிகரெட் முடியும்போது, அவரது வாழ்க்கையும் முடியவிருக்கிறது. நிலைமையின் தீவிரத்தை இப்போதுதான் உணர்ந்ததுபோல குற்றவாளியின் முகம் இறுகிக்கொண்டே வந்தது. இந்த சிகரெட் எவ்வளவு நேரத்திற்குத்தான் எரியும் என்று மாபெலி நினைத்துக் கொண்டார்.

குற்றவாளி தனது வழக்கறிஞரைத் தனக்கருகே அழைத்துப் பேசினார். கிசுகிசுப்பான குரல்களிலேயே குற்றவாளியும் வழக்கறிஞரும் பேசிக்கொண்டார்கள். அவர்கள் பேசி முடித்தபோது, குற்றவாளியின் இரண்டாவது சிகரெட்டும் முழுவதுமாக முடிந்திருந்தது. குற்றவாளி அந்த நாற்காலியில் அமர்ந்து கால் மணி நேரம் ஆகிவிட்டது.

அப்போது இளைஞரான காவலர் ஒருவர் தனது கைகளில் ஒரு குடுவையோடும் அழகிய கண்ணாடிக் கோப்பையுடனும் வந்து "நீ சிறிது ரம் அருந்த விரும்புகிறாயா?" என்று குற்றவாளியிடம் கேட்டார். 'ஆம்' என்பதுபோலக் குற்றவாளி மெதுவாகத் தலையசைத்தார். அந்தக் காவலர் கண்ணாடிக் கோப்பையில் பாதியளவுக்கு மதுவை ஊற்றிக் குற்றவாளியிடம் கொடுத்தார். குற்றவாளி மிகமிக மெதுவாக மதுவை உறிஞ்சி மிடறுமிடறாகக் குடித்தார். அவர் மதுவை அனுபவித்துக் குடிப்பது போன்று பாவனை செய்கிறார் என்பது மாபெலிக்குப் புரிந்தது. உண்மையில், குற்றவாளி தான் உயிருடன் இருக்கும் நேரத்தை நீடிக்கவே விரும்புகிறார். உயிரோடு இருப்பதற்கு மேலதிகமாக ஒரேயொரு விநாடி கிடைத்தால்கூட அந்த விநாடியையும் அவர் வாழ்ந்துவிட ஆசைப்படுகிறார் என்பது அங்கிருந்த எல்லோருக்கும் தெளிவாகவே புரிந்தது.

நேரத்தை நீட்டிக்கும் முயற்சியில் குற்றவாளி என்னவெல்லாமோ செய்தார். தனது வழக்கறிஞரிடம் மீண்டும் பேசினார். வழக்கறிஞரிடமிருந்து ஒரு தாளை வாங்கிப் படித்துவிட்டு, அதைச் சுக்குநூறாகக் கிழித்து ஒரு சிறையதிகாரியிடம் கொடுத்து, "தயவு செய்து குப்பையில் போடுங்கள்" என்றார். அந்த அதிகாரி குப்பையை வாங்கித் தனது காற்சட்டைப் பைக்குள் திணித்துக்கொண்டார். அந்த அதிகாரியிடம், "சிறையறையில் இருக்கும் என்னுடைய புத்தகங்களை என்ன செய்யப் போகிறீர்கள்?" என்று குற்றவாளி கேட்டார். "சட்டப்படி நடந்துகொள்வோம்" என்றார் அந்த அதிகாரி. அப்போது, குற்றவாளி இமாமைத் தனக்கருகில் அழைத்தார். இமாம் அரபு மொழியில் ஏதோ சொல்ல, குற்றவாளியும் ஏதோ சொன்னார்.

அப்போது மாபெலிக்கு அருகில் நின்றிருந்த அதிகாரி ஒருவர் "தன்னை ஹலால் முறையில் வெட்டுமாறு கேட்கிறானா அவன்" என்று எரிச்சலோடு முணுமுணுத்தது மாபெலிக்குத் தெளிவாகவே கேட்டது. மாபெலி சடாரெனத் திரும்பி அந்த அதிகாரியைப் பார்க்க, அந்த அதிகாரி அசட்டுத்தனமான இளிப்புடன் கண்களைத் தாழ்த்திக்கொண்டார்.

கண்ணாடிக் கோப்பையில் இப்போது ஒரு மிடறு மதுதான் எஞ்சியிருக்கிறது. அதைக் குடித்துவிட்டால் தனது வாழ்க்கை முடிந்துவிடும் என்பது குற்றவாளிக்கும் தெரியும். எனவே, குற்றவாளி தனது கடைசி முயற்சியைச் செய்தார். தனக்கு இன்னொரு சிகரெட் கொடுக்குமாறு மிகவும் பணிவாகவும் நிதானமாகவும் கேட்டார். காவலர் ஒருவர் இன்னொரு சிகரெட்டைக் குற்றவாளிக்கு வழங்க எத்தனித்தபோது, மரச்சிறபத்தை இயக்கவிருக்கும் சார்ல் செவாலியர் குறுக்கிட்டார். அவர் தனது பொறுமையை இழக்கத் தொடங்கி யிருந்தார். "இந்த மனிதனிடம் நாங்கள் ஏற்கனவே மிகவும் அன்பாகவும் கருணையாகவும் அளவுக்கு மிஞ்சிய மனிதாபிமானத்துடனும் நடந்துகொண்டிருக்கிறோம். இப்போது அவற்றுக்கு நாங்கள் முற்றுப்புள்ளி வைக்க வேண்டும்" என்று அவர் சொன்னதும், அட்டர்னி ஜெனரல் தலையிட்டு சிகரெட் வழங்கப்படுவதைத் தடுத்து நிறுத்திவிட்டார். குற்றவாளி பணிவான குரலில் மறுபடியும் கேட்டார்;

"எனது கடைசிச் சிகரெட்டைத் தாருங்கள்"

அந்தக் குரல் மாபெலியின் இருதயத்தை நன்னியது. குற்றவாளி தெளிவான மனநிலையில் இருக்கிறார் என்பதில் மாபெலிக்கு எந்தச் சந்தேகமுமில்லை. இன்னொரு சிகரெட் புகைப்பதன் மூலம் மரச்சிறபத்தில் படுப்பதை இரண்டு நிமிடங்கள் தாமதப்படுத்துவதைத் தவிர தன்னால் வேறெதுவும் செய்துவிட முடியாது என்பது குற்றவாளிக்குத் தெளிவாகப் புரிந்திருக்கிறது. உண்மையில், படுக்கைக்குச் செல்வதைத் தாமதப் படுத்த எல்லா வழிகளையும் பயன்படுத்தும் குழந்தையைப் போலத்தான் குற்றவாளியும் கில்லட்டின் படுக்கைக்குச் செல்வதைத் தாமதப்படுத்த எல்லா வழிகளிலும் முயன்றார்.

குற்றவாளி நாற்காலியில் அமர்ந்து இருபது நிமிடங்களாகி விட்டன. இனியும் தாமதிக்க முடியாது என்பதுபோல குற்றவாளியைத் தவிர மற்ற எல்லோருமே ஆளை ஆள் பார்த்துக் கொண்டார்கள். கண்ணாடிக் கோப்பையிலிருந்த கடைசி மிடறு மதுவைக் குடிக்குமாறு ஓர் அதிகாரி குற்றவாளியை

ஊக்கப்படுத்தினார். குற்றவாளி அதிகாரியின் கண்களை உற்றுப் பார்த்துவிட்டு, கண்ணாடிக் கோப்பையைக் கவிழ்த்து, கடைசி மிடறு மதுவை நிலத்தில் ஊற்றினார். ஒரு நிமிடம் அங்கே உண்மையான அமைதி நிலவியது. யாரும் எதுவுமே பேசவில்லை. குற்றவாளிக்கு இடது புறம் நின்றிருந்த மாபெலிதான் மௌவுனத்தைக் கலைத்தார். "நேரமாகிறது" என்று சிறையதிகாரியிடம் சொன்னார்.

நாற்காலியில் அமர்ந்திருந்த குற்றவாளியின் தோள்களை இரண்டு காவலர்கள் தங்களது வலுவான கைகளால் பற்றிப் பிடித்து, குற்றவாளியின் உடலைச் சற்றே இடது பக்கமாக மாபெலி நின்றிருந்த திசைக்குத் திருப்பினார்கள். உடனேயே வலது பக்கத்திலிருந்த சார்ல் செவாலியரும் அவரது உதவியாளரும் குற்றவாளியின் கைகளை ஆளுக்கொன்றாகப் பற்றிக் குற்றவாளியின் முதுகுக்குப் பின்புறமாக இழுத்து வைத்துக் கயிற்றால் கட்டத் தொடங்கினார்கள். அப்போது குற்றவாளியின் கண்கள் மாபெலியின் கண்களின் மீதிருந்தன. குற்றவாளியின் கண்களில் தெரிந்தது வேதனையா, இறைஞ்சுதலா, வெறுப்பா, ஆத்திரமா, குற்றவுணர்ச்சியா அல்லது இவை எல்லாமே அந்த ப்ரவுண் நிறக் கண்களில் இருந்தனவா என்பதை மாபெலியால் கண்டுபிடிக்க முடியவில்லை. கைகளைக் கட்டுவதற்குப் பதிலாகக் குற்றவாளியின் கண்களைக் கட்டிவிட்டால், தான் தப்பித்துக்கொள்ளலாம் எனக் குழந்தைத்தனமாகத் திருமதி. மாபெலி நினைத்துக் கொண்டார்.

குற்றவாளியின் கைகள் கட்டப்பட்டதும், சார்ல் செவாலியரின் உதவியாளர் ஒரு கத்தரிக்கோலை எடுத்து, குற்றவாளி அணிந்திருந்த சிறைச் சீருடையின் கழுத்துப் பகுதியை வெட்டத் தொடங்கினார். ஆனால், அவர் கோணல்மாணலாக அந்த நீலநிறச் சீருடையை வெட்டும் போது, கத்தரிக்கோலின் நுனிக் குற்றவாளியின் கழுத்துப் பகுதியில் குத்தி ஒரு சொட்டு இரத்தம் சிகப்பு மாணிக்கக் கல் போன்று குற்றவாளியின் பின்கழுத்தில் முகிழ்த்தது. அதைக் கண்டதும் குற்றவாளியைத் தவிர அங்கிருந்த எல்லோருமே பதறிப்போனார்கள். மாபெலி 'அய்யோ' என்று தன்னையறியாமலேயே சத்தம் போட்டுவிட்டார். சார்ல் செவாலியர் பாய்ந்து சென்று உதவியாளரிடமிருந்து கத்தரிக்கோலைப் பிடுங்கிக்கொண்டு, "பன்றியே! உன்னால் ஒரு வேலையையும் சரிவரச் செய்ய முடியாதா? என்னுடைய வேலைக்கு உலை வைக்கவாப் பார்க்கிறாய் பைத்தியகாரப் பயலே" என அடங்கிய குரலில் உதவியாளரைத் திட்டினார்.

பொ. திராவிடமணி

குற்றவாளி அப்போது அசையாமல் இருந்தார். சார்ல் செவாலியர் நீலநிறச் சீருடையின் கழுத்துப் பகுதியை இலாவகமாக வெட்டி எடுத்தார்.

இப்போது குற்றவாளியை எழுந்து நிற்குமாறு உத்தரவு பிறந்தது. குற்றவாளி மெதுவாக எழுந்து நின்று தலையைக் கவிழ்ந்து பூமியைப் பார்க்கிறார். அவர் இந்தப் பூமியில் எதை விட்டுச் செல்கிறார்? ஒரு மிடறு மதுவா?

நாற்காலிக்கு அருகிலிருந்த ஒற்றைக் கதவு திறக்கப் பட்டது. குற்றவாளியை அழைத்துக்கொண்டு இந்த ஊர்வலம் மரச் சிற்பத்தை நோக்கிச் சென்றது. சிறையின் உள்முற்றத்தில் மரச் சிற்பம் நிமிர்ந்து நிற்கிறது. குற்றவாளி அதைப் பார்ப்பதைத் தவிர்ப்பதற்காகக் கண்களை ஆகாயத்தை நோக்கி உயர்த்தினார். தனது கடைசிக் காட்சி ஆகாயமாக இருக்க வேண்டும் என்றுகூட அவர் விரும்பியிருக்கலாம். ஆனால், அந்தச் சிறை முற்றத்தில் கறுப்புத் திரைக்கட்டி ஆகாயம் மறைக்கப்பட்டிருந்தது. ஹெலிகொப்டரிலிருந்து யாராவது மரணதண்டனைக் காட்சியைப் படம் பிடிக்கலாம் என்பதால் ஆகாயத்தை மறைத்துவிட்டார்கள். சிறை முற்றத்தில் நிகழவிருப்பதை ஒரு சிறு பறவையால்கூடக் காண முடியாது.

சார்ல் செவாலியர் ஒரு சிறிய செங்கம்பளத்தை எடுத்து வந்து திருமதி. மாபெலிக்கு முன்னால் தரையில் விரித்தார். குற்றவாளியின் செயற்கைக் காலை சார்ல் செவாலியரின் உதவியாளர் கழற்றி எடுத்தார். இப்போது, குற்றவாளி நகரத் தொடங்கினார். கைகள் பின்புறமாக இறுக்கமாகக் கட்டப் பட்டிருந்த நிலையில், அவர் ஒற்றைக் காலால் துள்ளித் துள்ளிச் சென்று மரச் சிற்பப் பீடத்தில் தட்டுத்தடுமாறி ஏறிக் குப்புறப் படுத்துக்கொண்டார். அவர் இன்னொரு சிகரெட்டோ, குடி தண்ணீரோ கேட்டுவிடக் கூடாது என்று மாபெலி கடவுளை வேண்டிக்கொண்டார். எவ்வளவு சீக்கிரம் முடியுமோ அவ்வளவு சீக்கிரம் அங்கிருந்து அகன்றுவிடவே மாபெலி விரும்பினார்.

மரச்சிற்பம் உயிர்த்து அசைந்தபோது, அதன் ஆசனவாயிலிருந்து இரத்தம் பெருக்கெடுத்து வழிந்தது. வேறு வழியில்லை. . . இப்போது திருமதி. மாபெலி அந்த அழுக்குக் கூடையைப் பார்வையிட்டு அதனுள்ளே ஒரு தலை இருப்பதை உறுதி செய்ய வேண்டும். சார்ல் செவாலியர் அந்தக் கூடையைத் தூக்கிக்கொண்டு வந்து மாபெலியிடமும், அட்டர்னி ஜெனரலிடமும் காண்பித்தார். பின்பு, கூடையி லிருந்து தலையை எடுத்துச் சென்று, செங்கம்பளத்தில்

மெதுவாக வைத்தார். அவரின் உதவியாளார் குற்றவாளியின் செயற்கைக் காலை எடுத்துவந்து அந்தத் தலையின் அருகே வைத்தார். ஒரு மனித முகம் காலில் முளைத்திருப்பதுபோல அது இருந்தது.

III

இதைப் படிக்கும் உங்களாலேயே அனபெல் அம்மையாரின் கடைசி வார்த்தைகளிலிருந்து மீள முடியவில்லையென்றால், இதையெல்லாம் நேரிலே கேட்டுக்கொண்டிருந்த என்னுடைய மனம் என்ன நிலையில் இருந்திருக்கும் என்று சற்றுக் கற்பனை செய்து பாருங்கள். அதேவேளையில், இந்தக் கதையெல்லாம் அனபெல் அம்மையாருக்கு எப்படி இவ்வளவு துல்லியமாகத் தெரிந்திருக்கிறது என்ற குழப்பமும் என்னுள் எழுந்தது. இதுவொரு கற்பனைக் கதையாக இருந்தால் எவ்வளவு நிம்மதியாக இருக்கும் என்று என்னுடைய மனது தவிக்காமல் இல்லை. நான் அனபெல்லிடம் அதைக் கேட்டேவிட்டேன்.

“இதெல்லாம் உங்களுக்கு எப்படித் தெரியும்?”

அனபெல் அதே உணர்ச்சியற்ற குரலில் சொன்னார்:

“நீதிபதி மாபெலி அன்று அதிகாலை 5.10 மணிக்குத் தன்னுடைய வீட்டுக்குத் திரும்பினார். எழுதும் மேசையின் முன்னே உடனேயே உட்கார்ந்து, இரண்டு வெள்ளைத் தாள்களில் இதையெல்லாம் எழுதினார். எழுதிய தாள்களை எடுத்து மடித்து ஒரு கடித உறையினுள் வைத்து மூடி ஒட்டினார். அந்தக் கடித உறையைத் தன் மகன் ரெமியிடம் கொடுத்து, தன்னுடைய மரணத்தின் பின்பாக அதை அரசாங்கத்திடம் ஒப்படைத்துவிடுமாறு சொன்னார். திருமதி.மாபெலி இறந்ததற்குப் பின்பாக அந்தக் கடித உறை அரசாங்கத்திடம் ஒப்படைக்கப்பட்டது. அதன் பின்பு, எப்படியோ அந்த இரண்டு தாள்களும் ஒரு பத்திரிகையில் பிரசுரமாகின. கலங்கரைவிளக்கத்திற்குப் பக்கத்திலுள்ள குப்பைத் தொட்டியிலிருந்து அந்தப் பத்திரிகையை நான் கண்டெடுத்தேன்.

அப்போது திடீரென ஒரு கேள்வி என்னுடைய மனத்தில் எழுந்தது. உடனடியாகவே அந்தக் கேள்வியை அனபெல்லிடம் கேட்டேன்:

“தனது மரணத்திற்குப் பின்பு வெளியிடுவற்காக நீதிபதி. மாபெலி எழுதியது போலவே, தனது மரணத்திற்குப் பின்பு

வெளியிடுவதற்காகக் குற்றவாளியும் எதையாவது எழுதி யாரிடமாவது கொடுத்து வைத்திருக்கலாமல்லவா?"

அப்போது பரிசாரகர் மதுக் கோப்பையைக் கொண்டு வந்து அனபெல் முன்னால் வைத்தார். அனபெல் எதுவும் பேசாமல் அந்தக் கோப்பையை எடுத்துப் பொறுமையாக அருந்திக்கொண்டிருந்தார். அவர் அருந்தும் விதத்தைப் பார்த்தால், இந்த ஒரு கோப்பை மதுவைத் தனது எஞ்சிய வாழ்நாள் முழுவதும் அவர் மிடறுமிடறாகக் குடித்துக் கொண்டேயிருப்பார் என்றே எனக்குத் தோன்றியது.